என்னை மாற்று

என்னை மாற்று

ஆந்த்ரே ப்லாட்னிக் (பி. 1963)

ஸ்லோவேனிய நாட்டின் தலைநகரான லூபியானாவில் பிறந்தவர். இவருடைய 'தோல்மாற்றிகள்' *(Skinswaps)* 'உனக்கு நிச்சயமாய்ப் புரிகிறது' *(You Do Understand)* 'இச்சையின் நியதி' *(Law of Desire)* ஆகிய சிறுகதைத் தொகுப்புகள் ஆங்கில மொழியிலும் பிற நூல்கள் பதினான்கு மொழிகளிலும் மொழிபெயர்க்கப்பட்டிருக்கின்றன. ஸ்லோவேனியாவிலும் உலக அளவிலும் இவரது படைப்புகள் இலக்கிய விருதுகளை வென்றிருக்கின்றன. யூகோஸ்லோவியாவுக்குப் பிந்தைய காலகட்டப் படைப்பாளிகளுள் மிகவும் மதிக்கப்படுகின்ற எழுத்தாளர்களுள் ஒருவராக ஆந்த்ரே ப்லாட்னிக் திகழ்கிறார்.

எத்திராஜ் அகிலன் (பி. 1954)

மொழிபெயர்ப்பாளர்

இந்த நூலை ஆங்கிலத்திலிருந்து மொழிபெயர்த்திருக்கும் எத்திராஜ் அகிலன், ஈரோடு ஸ்ரீ வாசவி கல்லூரியில், ஆங்கிலத் துறையில் விரிவுரையாளராகவும் இணைப் பேராசிரியாராகவும் பணியாற்றி, கல்லூரியின் முதல்வராகப் பணி நிறைவு செய்தவர். துருக்கி நாவலாசிரியர் அஹமத் ஹம்தி தன்பினாரின் 'நேர நெறிமுறை நிலையம்', ஐஸ்லாந்து நாட்டின் நொபேல் நாவலாசிரியர் ஹால்டார் லேக்ஸ்நஸின் 'மீனும் பண் பாடும்', துருக்கி நொபேல் எழுத்தாளர் ஓரான் பாமுக்கின் 'கருப்புப் புத்தகம்', செக் மொழி எழுத்தாளர் மைக்கேல் அய்வாஸின் 'மற்ற நகரம்' ஆகிய நாவல்களை இவருடைய மொழிபெயர்ப்பில் காலச்சுவடு வெளியிட்டிருக்கிறது. மா ஜியான் எனும் சீன எழுத்தாளரின் சிறுகதைத் தொகுப்பான 'நாக்கை நீட்டு' எனும் நூல் இவருடைய மொழிபெயர்ப்பில் வெளிவந்துள்ளது.

blog: http: ethirajakilan.blogspot.com

தொடர்புக்கு: 9443793645

ஆந்த்ரே ப்லாட்னிக்

என்னை மாற்று

ஆங்கிலத்திலிருந்து தமிழில்
எத்திராஜ் அகிலன்

காலச்சுவடு பதிப்பகம்

அன்பார்ந்த வாசகருக்கு,

வணக்கம்.

காலச்சுவடு நூலை வாங்கியமைக்கு நன்றி.

நூலின் உள்ளடக்கம், உருவாக்கம், அட்டைப்படம் இன்ன பிற அம்சங்கள் பற்றிய உங்கள் கருத்துகளையும் ஆலோசனைகளையும் காலச்சுவடு வரவேற்கிறது. தகவல், எழுத்து, வாக்கியப் பிழைகள் தென்பட்டால் கட்டாயம் தெரிவித்து உதவுங்கள். நூல் தயாரிப்பில் கடும் குறைபாடு இருப்பின் மாற்றுப் பிரதி உங்களுக்குக் கிடைக்கக் காலச்சுவடு ஏற்பாடு செய்யும்.

மின்னஞ்சல்: **publisher@kalachuvadu.com**

காலச்சுவடு நாகர்கோவில் அலுவலகத்துக்குக் கடிதம் அனுப்பலாம்.

தங்கள்
எஸ்.ஆர். சுந்தரம் (கண்ணன்)
பதிப்பாளர் – நிர்வாக இயக்குநர்

JAK
JAVNA
AGENCIJA ZA
KNJIGO RS

The publication of this book was partly supported by translation and production grants of the Slovenian Book Agency.

Spremeni me by Andrej Blatnik
copyright © Andrej Blatnik, 2008

என்னை மாற்று ❖ நாவல் ❖ ஆசிரியர்: ஆந்த்ரே ப்லாட்னிக் ❖ ஆங்கிலத்திலிருந்து தமிழில்: எத்திராஜ் அகிலன் ❖ முதல் பதிப்பு: டிசம்பர் 2023 ❖ வெளியீடு: காலச்சுவடுபப்ளிகேஷன்ஸ் (பி) லிட்., 669, கே.பி. சாலை, நாகர்கோவில் 629001

காலச்சுவடு பதிப்பக வெளியீடு: 1222

ennai maaRRu ❖ Novel ❖ Author: Andrej Blatnik ❖ Tamil Translation from English by Ethiraj Akilan ❖ Language: Tamil ❖ First Edition: December 2023 ❖ Size: Demy ❖ Paper: 18.6 kg maplitho ❖ Pages: 312

Published by Kalachuvadu Publications Pvt. Ltd., 669, K.P. Road, Nagercoil 629001, India ❖ Phone: 91-4652-278525 ❖ e-mail: publications @kalachuvadu.com ❖ Printed at Mani Offset, Chennai 600077

ISBN: 978-81-19034-80-2

12/2023/S. No. 1222, kcp 4737, 18.6 (1) ass

இது உனக்காக. உனக்குத் தெரியுமா?

எதுவுமே தற்செயலானதோ அல்லது நோக்கமற்றதோ அல்ல. யாபேசு இஸ்ரயேலின் கடவுளை நோக்கி, "கடவுளே, மெய்யாகவே நீர் எனக்கு ஆசி வழங்கி, என் எல்லையைப் பெரிதாக்குவீராக! உம் கை என்னோடு இருப்பதாக! தீங்கு என்னைத் துன்புறுத்தாது நீர் பாதுகாத்தருள்வீராக" என்று மன்றாடினார். கடவுளும் அவர் வேண்டியதை அருளினார்.

நாளாகம நூல் 4, 10

நான் திரும்பிப் பார்த்துக்கொண்டிருந்தேன்

நான் திரும்பிப் பார்த்துக்கொண்டிருப்பதை

நீ திரும்பிப் பார்க்கிறாயா என்று பார்க்க.

Massive Attack (கடுமையான தாக்குதல்) எனும் இசைக்குழுவின் '*Safe from Harm*' (தீங்கிலிருந்து பாதுகாப்பாக) எனும் பாடலின் நடுவே வரும் வரிகள்.

நான் எப்படி அப்படி இருக்க முடியும்

மாற்றத்திலிருந்து எப்படி

என்னை நான் காத்துக்கொள்ள முடியும்

மாறுவதன் மூலமாகவே

EKV என்று சில நேரங்களில் குறிப்பிடப்படும் ஏகதரீனா வேலிக்கா எனும் செர்பிய நாட்டு ராக் இசைக்குழுவினரின் பாடலான ('*Modro i zeleno*' – '*Indigo and Green*') 'ஊதாவும் பச்சையும்' எனும் தொடக்ககாலப் புகழ்பெற்ற பாடலின் வரிகள்.

நன்றி

பெர்னார்டோ A – சிறைக் கதைகளுக்கு

ப்ளேடு ரன்னர் – அடிமையாயிருக்கும் உணர்வைத் தந்தமைக்கு

ஹீன்றிக் B – தொப்பியுடன் ஒரு கிதார் கலைஞனுக்காக

ஜார்ஜ் லூயிஸ் B – கத்திச் சண்டைக்கு

ஐகர் B – அந்தக் கோப்பை காஃபிக்கு

அயான் C – தலைவிதியைக் கண்டுபிடிக்க உதவியதற்கு

இவான் C – மாறும் தீக்கொழுந்துகளுக்கு

க்லேரிஸா பிங்க்கோலா E – வீறிடும் செல்களுக்கு

வில்ஹெல்ம் G – காதல் எதைக் கற்றுக்கொடுக்கும் என்பதற்கு

மைகேல் H – ஆடை அவிழ்ப்புக்கு

இரீனா J – கள அறிக்கைக்கு

டான் டி டெல் – பேரங்காடி சுற்றுலாவுக்கு

கர்ஸியோ M – வெற்றியின் அவக்கேட்டிற்கு

ஹாருகி M – தொலைதூரத்திலிருந்து அழைப்பிற்கு

கசூஓ O – நமக்குப் பின்னால் இருக்கும் எதிர்காலத்துக்கு

மைகேல் O – சமூகத் துறப்பிற்கு

ஆர்பான் P – கணினித் திரை முத்தங்களுக்கு

ஸோரன் P – கிழக்கிலிருந்து கொட்டிய குவியல்களுக்கு

மேனுவல் R – பழிதீர்க்கும் தேவதூதுக்கும் தந்தை போன்ற அறிவுரைக்கும்

விஸ்லவா S – உண்மைக் காதல் எனும் கவிதைக்கு

ஜோனி S – சுதந்திர மாயாவிக்கு

போனீ T – நல்லவர்கள் எல்லோரும் போய்விட்டார்களுக்கு

ஓல்கா T – பற்களைப் பதிக்கும் முன் யோசிக்க இடைவெளி தந்ததற்கு

பாலினோ டா வி – அந்தப் பாடல் வரிகளுக்கு

துணுக்குகளாய் வாசித்த அனைவருக்கும். ஒட்டுமொத்தமாய் வாசித்த எல்லோருக்கும்.

1

இப்பொழுதே நாம் செய்துவிடுவோம். இந்தக் கதையை நாம் முடித்துக்கொள்வோம். நானும் நீயும். நீண்ட காலம் நாம் காத்திருந்துவிட்டோம். எப்பொழுது முடியும் என்று சொல்லச் சொல்லி யிருந்தாய். இதோ, இப்பொழுது அது முடிந்துவிட்டது. நடக்க வேண்டியவை நடக்கத்தான் செய்யும்.

வண்ணமயமான அந்தப் புத்தகத்தைப் புரட்டிக் கொண்டிருந்தது நினைவிருக்கிறதா? யாரோ ஒரு ஆள் கேமராவோடு உலகைப் பறந்து வலம் வந்து, ஒவ்வொன்றையும் வானத்திலிருந்து பார்த்திருந்தார். எவ்வளவோ நான் ஊர் சுற்றியிருந்தபோதும் ஒரு படம்கூட ஏன் எடுக்கவில்லை என்று நீ என்னைக் கேட்டாய். ஒவ்வொரு விஷயத்தையும் என் கண்கள் வழியாகவே நினைவில் வைத்திருக்க விரும்புகிறேன் என்றேன் உன்னிடம். கண்கள் வழியாக நினைவில் வைப்பதே சரியான முறை. என் கண்கள் எல்லாவற்றையும் பார்க்கின்றன. என்னைத் தவிர. இந்த உலகத்தை இதே மாதிரிதான், ஏதோ அங்கே நான் இருக்கவில்லை என்பதைப் போல நான் நினைவில் வைத்திருக்க விரும்புகிறேன் என்று சொன்னேன். அங்கே நான் இருக்க விரும்பவில்லை என்று உன்னிடம் சொன்னேன். இதைத் திரும்பத் திரும்பச் சொன்னேன். என்னைப் பார்த்தால் அழுதுகொண்டிருப்பதைப் போல் தோன்றுவதாகச் சொன்னாய்.

பார்ப்பதற்கு அழுதுகொண்டிருப்பதுபோலத் தோற்றமளிக்க நான் விரும்பவில்லை. எது எப்படியோ. இதைப் பற்றிப் பேச எனக்குப் பிடிக்க வில்லை. நான் சொல்ல ஆசைப்பட்டது வேறு: இதோ இந்தக் கதை ஒட்டுமொத்தமாக. இப்பொழுது சொல்கிறேன்: நான் உன்னைக் காதலிக்கிறேன். உனக்குச் சங்கடமாகத்தான் இருக்கும். எனக்குத்

தெரியும். சொல்ல வேண்டிய விஷயம் இதுவல்ல, இது ரொம்ப சுலபம் என்று நினைத்துக்கொள்கிறாய். அப்படி நினைக்காதே. சுலபமல்ல.

சங்கடப்படவும் வேண்டாம். நீ அவசியம் தெரிந்துகொள்ள வேண்டிய விஷயம் இது. நான் உன்னைக் காதலிக்கிறேன் என்ற வார்த்தைகளை இனி உன் வாழ்க்கையில் எத்தனை முறை கேட்கப் போகிறாய் நீ? மிக முக்கியமான வார்த்தைகள் இவை. நீ கேட்கத்தான் வேண்டும்.

இந்தக் கதை முடிந்துவிட்டது. வேறு கதைகள் இருக்கும். அவற்றில் உனக்கும் இடமிருக்கும். எனக்கும்கூட. ஏராளமாய் இடம் இருக்கும்.

நான் நன்றாய் இருக்கிறேன். நீயும் நன்றாக இருக்கிறாய் என்று நம்புகிறேன்.

2

முழுத் தாள வால்ட்ஸ்[1]

சில வேளைகளில் விஷயங்கள் மாறியாக வேண்டும். அவை மாறவே செய்கின்றன.

எல்லாமே ஒரு நொடியில் மாறிவிட்டன. வழக்கம் போல் சுமார் ஏழு மணிக்கு வேலை முடிந்து மோனிக்கா வீடு திரும்பியபொழுது வழக்கம்போல அங்கே போருட் இல்லை. போருட் இல்லாதபோது நடப்பதைப் போல, அவரவர் திரைக்கு முன்பாக பையன்கள் இருந்தார்கள். எந்திரன்களுக்கும் மரபுப் பண்பு திரிந்த உயிரிகளுக்கும் இடையில் நடந்துகொண்டிருந்த சண்டையை மோனிக்கா முதலில் நிறுத்தினாள். அடுத்துக் குட்டைப் பாவாடைகளில் துள்ளிக் குதித்துக்கொண்டிருந்த காது நீண்ட குட்டிச்சாத்தான் இனப் பெண்டிரை. பையன்களின் எதிர்ப்புக் கத்தலை சட்டை செய்யாமல் மோனிக்கா நமத்துப்போன வறுவல்களோடு கிடந்த பொதிகளைத் தரையிலிருந்து எடுத்துவிட்டு, அப்பா எங்கே என்று கேட்டாள்.

பசிக்கிறது என்று பையன்கள் பதில் சொன்னார்கள். வழக்கமான களைப்போடும் அலுப்போடும் வீடு மீண்டிருந்த மோனிக்கா, பையன்களைச் சமாளிக்க புஷ்டிக்கான தானிய உணவைக் கிண்ணங்களில் கொட்டினாள். போருட்

1. மூன்று தாளங்களாலான சந்தத்தை உடைய இசைக்கேற்ப ஒருவருடன் இணைசேர்ந்து சுழன்று ஆடும் கவர்ச்சியான நடன வகை; இந்நடனத்திற்குரிய இசை. நம்பிக்கை உணர்வுடன் ஓரிடத்திற்குச் செல் எனும் பொருளையும் பேச்சு வழக்கில் இச்சொல் தருகிறது.

வாங்கிப் போடத் தவறியதால் வீட்டில் போதுமான உணவு இல்லை என்று உணர்ந்து பீட்சா தருவிக்கத் தொலைபேசியில் தொடர்பு கொண்டாள். அவள் பேச்சு காதில் விழுந்ததும் தானிய உணவுக் கிண்ணங்களைப் பையன்கள் தள்ளிவிட்டார்கள். மேஜையின்மீது பால் சிதறியது. வியர்வை படிந்த தன் மேற்சட்டையின் கைப்பகுதியால் மோனிக்கா அதைத் துடைக்க முயன்றாள். மேஜையின் நடுவில் இருந்த ஜாடியில் வழக்கம்போலவே மலர்க்கொத்து செருகப்பட்டிருந்தது. ஆனால் இருக்கையொன்றில் செய்தித்தாள் மடித்தபடி கிடந்தது. போருட் எப்பொழுதுமே மிகுந்த ஆர்வத்துடன் செய்தித்தாள்களைப் புரட்டுவான். அதனால் அது கசங்கி வியர்வை படிந்த விரல் சுவடுகளோடும் உணவுக் கறைகளோடும் காணப்படும். அதைத் தொடவே மோனிக்காவுக்கு அருவருப்பாயிருக்கும். ஆனால் இன்று அவன் அதைப் பிரிக்கவே இல்லை என்பது தெளிவாகத் தெரிந்தது. அப்பா எங்கே என்று அவள் மீண்டும் கேட்டாள்.

பையன்கள் சித்திரக்கதைப் புத்தகங்களைப் புரட்டிக் கொண்டிருந்தார்கள். அவள் விடாப்பிடியாய்க் கேட்டவுடன், *விண்வெளி நாசகாரர்கள்* எனும் காணொளி விளையாட்டின் மிகச் சமீபத்திய கிளைக்கதையைக் கொஞ்சம் முன்புதான் அப்பா தரவிறக்கம் செய்து கொடுத்ததாக அவர்கள் எரிச்சலோடு சொன்னார்கள். *நொறுங்கும் கார்கள்* தொடரைத் தொலைக்காட்சியில் பார்த்துக்கொண்டிருந்ததால் *விண்வெளி நாசகாரர்கள்* விளையாட்டை அவர்கள் அப்பொழுது தொடவில்லையாம். ஆனால் அப்புறமாய் விளையாட முயன்றபொழுது விளையாட்டு இயந்திரம் தானாகவே முடங்கிக்கொண்டதாம். சொல்லிவிட்டு அவர்கள் மோனிக்காவையே பார்த்துக்கொண்டிருந்தார்கள். அந்த விளையாட்டிற்கான உள் – நுழையும் சங்கேத நிரற்தொடரை நிஜமாகவே போருட் அவளிடம் சொல்லிவிட்டுப் போக வில்லையா என்று தேனொழுகும் இனிய, இறைஞ்சும் குரலில் பெரியவன் கேட்டான். தன்னுடைய சிக்கலான நிதி முதலீட்டு விவரங்கள், ஆயுள் ஈட்டுறுதி ஆவணங்கள், அவர்கள் நால்வருக்குமான மாற்றுதிசு வாங்கிய கணக்கு போன்றவற்றை வைத்திருக்கும் கோப்பில்தான் அந்தச் சங்கேத நிரற்தொடரை அனேகமாக போருட் குறித்து வைத்திருக்கக்கூடும். ஆனால் இந்தக் கணத்தில் அவள் தவிர்க்க விரும்பிய முதல் விஷயம் விண்வெளி நாசகாரர்கள்தான். உடனடியாக அவளுக்குத் தேவைப்பட்டது அத்தியாவசிய எண்ணெய்கள் தேய்த்துச் சூடான குளியல். பிறகு, ஓர் இந்தியக் குடும்பம் ஆறு மாதங்களுக்கு வாழ்க்கையை ஓட்டப் போதுமான அளவுக்கு விலை உயர்ந்தது என்று போருட் சொல்லியிருந்த வைனில் ஒரு கோப்பை.

ஆனால் இன்னும் நேரமாகியிருக்கவில்லை. உலகை முதலில் ஒழுங்குபடுத்தியாக வேண்டும். மேஜையிலிருந்து பால் வழிந்து தரையில் சொட்டிக்கொண்டிருந்தது. பூச்சாடியை வழக்கம் போல் படுக்கையறைக்குள் கொண்டு வைத்துவிட்டு மேஜையைத் துடைக்கத் தொடங்கியவுடன் வேறு வழியில்லை என்று அவள் புரிந்துகொண்டாள். பால் வழிந்தோடிய சன்னமான சுவடைக் கீழே குனிந்துதான் துடைத்தாக வேண்டும்.

மேஜைக்கு அடியில் மேலும் கொஞ்சம் வறுவல் துண்டு களும், கசக்கி எறியப்பட்டிருந்த துரித உணவுப் பொட்டல டப்பாக்களும் சிதறிக் கிடந்தன. அந்த டப்பாக்கள் தெளிவாகக் காட்டிவிட்டன: ஏதோ சரியில்லை. சுத்தமாகச் சரியில்லை. ஏதோ தப்பாக இருக்கிறது. ரொம்பவுமே தப்பாக இருக்கிறது. அவள்மீது நம்பிக்கையில்லாத போருட் முளை விட்ட அவரை, உலர் பழ வகைகள், பயறு வகைகள், கொட்டை வகைகள் போன்றவற்றைப் பையன்களுக்குச் சாப்பிடப் பழக்கச் சளைக்காமல் முயன்றிருந்தான். துரித உணவைத் தருவித்துப் பையன்களின் வயிற்றை ட்ரான்ஸ் கொழுப்பால் நிரப்புவது அவனுடைய மனசாட்சியோடு கொடூரமான போராட்டத்தை நிகழ்த்தியிருக்க வேண்டும். துரித உணவைக் கொண்டுவந்து கொடுக்கும் மாணவப் பருவ ஊழியனிடம் பணத்தைக் கொடுக்கும்பொழுது எவ்வளவுக்கு முடியுமோமோ அவ்வளவுக்குக் கைகளை நீட்டித் தள்ளி நின்றே அவன் எப்பொழுதும் கொடுப்பான். ஏதோ அவனைத் தொட்டுவிடுவதன் மூலம் துரித உணவுக் கிருமி தனக்குத் தொற்றிவிடுமோ என்று அச்சப்படுபவனைப் போல. பிறகு அவர்களைத் தனியே சாப்பிட விட்டுவிட்டுத் தன்னுடைய அறைக்கு விரைந்துவிடுவான்.

ஒரு முறை, துரித உணவுப் பட்டியலைப் பற்றிக்கொண்டு வியர்த்திருக்கும் புருவங்களும் இறுகிய வாயுமாய் தீர்வு காண முடியாத பிரச்சினைக்குத் தீர்வை யோசித்தபடி குடியிருப்புக்குள் அவன் குறுக்கும் மறுக்கும் நடந்துகொண்டிருந்த பொழுது மோனிக்கா கடுப்படைந்திருந்தாள். பையன்களோ சில நிமிடங்களுக்கொருமுறை தமது அறையிலிருந்து தலையை நீட்டி 'பீட்சா இன்னும் வரவில்லையா? பீட்சா இன்னுமா வரவில்லை?' என்று நச்சரித்துக்கொண்டிருந்தார்கள். அவர்கள் தலையை நீட்டும் போதெல்லாம் போருட் பெருமூச்சுவிடுவான். 'குழந்தைகளுக்கு அது பிடிக்கிறது போருட்' என்றாள் அவள். ஏன்தான் பேசினோம் என்று நினைக்கும்படி அவளை ஒரு பார்வை பார்த்தான். உணவுக்கு இப்படி அமளி நடக்கும்பொழு தெல்லாம் மோனிக்காவுக்கு, நிஜ உலகிலிருந்து விலகிய அவனுக்கு எது விருப்பமோ அந்த நிலையில் இருக்கட்டுமென்று

அவனது கணினிகளோடு அவனைத் தனியே விட்டுவிட்டுத் தன்னுடைய கைகளில் பொறுப்பை எடுத்துக்கொண்டுவிட வேண்டும் என்று தோன்றும். எவ்வளவுதான் வேறு திசையில் அவர்களைத் திருப்ப வேண்டும் என்று போருட் கஷ்டப்பட்டு முயன்றபோதும். வெளியுலகில் எல்லோருக்கும் என்ன பிடித்ததோ பையன்களுக்கும் அதுதான்பிடித்தது. இனி ஒரு போதும் துரித உணவே கிடையாது என்று அவன் கண்டிப்பாகக் கூறிய போது தாங்களாகவே எப்படியோ அவர்கள் அதைப் பெற்றுக்கொண்டார்கள். வயிறு நிரப்பும் போட்டி எங்காவது நடக்கிறதென்று தெரிந்தால்போதும் அதில் கலந்துகொள்வார்கள், தங்களுக்குப் பிடித்த உணவுகளை பார்ப்பார்கள். எவ்வளவுதான் கஷ்டப்பட்டு முயன்றாலும் அவர்கள் இரண்டாம் சுற்றுக்குக் கூடத் தகுதி பெற்றதில்லை. அப்புறமல்லவா ஜெயிப்பது. போட்டி நடத்த உதவி அளிக்கும் மிகப் பிரபலமான நிறுவனங்களின் பதார்த்தங்களுக்கு வெகுவாய்ப் பழக்கப்பட்டிருந்த பிற குழந்தைகள் இவர்களைக் காட்டிலும் மிக அதிகமாக விழுங்கி வைத்தார்கள். ஆனால் இந்த இரு பயல்களும் வெகு சீக்கிரமாகவே சலிப்படைந்து விடுவார்கள். ஏனென்றால், சிற்றுண்டிச் சாலைகள் நடத்தும் பயிற்சி முகாம்களுக்கு போருட் அவர்களைக் கூட்டிக்கொண்டு போனதில்லை. மோனிக்காவுக்கோ இதற்கெல்லாம் நேரம் அமைவதில்லை. அவளுடைய பணி மக்களோடு தொடர்புடையது. அவளுடைய முழுக் கவனத்தையும் அது கோரியது.

அவள் எதிர்பார்த்திருந்த அளவுக்குப் பயல்கள் அப்படி யொன்றும் தோல்வியைப் பெரிதாக எடுத்துக்கொள்ளவில்லை. மரபணு மாற்றம் செய்த உணவுவகைகளை அவர்கள் ஆசைப்பட்ட அளவுக்குப் போட்டியில் சாப்பிடலாம். அப்புறம், பரிசுகள் என்னவோ நலிந்தோர்க்கான உணவுப் பொட்டலங்கள்தான். அவற்றை உண்பதற்கு யாரும் ஆசைப்படுவதில்லை. நலிந்தோர்கூட. அப்புறமல்லவா போட்டியில் வெல்வோர் சாப்பிடுவதென்பது. அதனால் அவற்றை மேஜைக்கடியிலேயே போட்டு விட்டு வரவே அவர்கள் முனைவார்கள். துரித உணவு விளம்பரதாரரின் விளம்பரப் பலகைகளில் தமது வெற்றிக்களிப்பு வதனங்கள் அடுத்த போட்டி அறிவிக்கப்படும் வரைக்கும் ஒட்டப்பட்டிருப்பதிலேயே பெரும்பான்மை வெற்றியாளர்களும் அகமகிழ்ந்துபோவார்கள். உபரியாய், தாம் உண்டு செரித்த உணவின் எரிசக்தி வேறு! இவ்வாறான கூட்டுக் கபளீகர நிகழ்ச்சிகளில் பையன்கள் பங்குபெறுவதைத் தடுக்க போருட் துணிந்ததில்லை. அவர்களுடைய போட்டி மனப்பான்மைக்குத் தான் தடை போடுவதாய் வதந்தி ஏதேனும்

பள்ளி ஆலோசகர்களுக்கு எட்டினால், உடனடியாக ஒரு தலையீட்டுக் குழுவை வீட்டுக்கு அனுப்பி, சக மனிதர்களோடு நல்ல முறையில் பழகுவதற்குக் கவனம் எடுத்துக்கொள்ளும் அமைப்பினது பராமரிப்பின் கீழ் இருக்கப் பயல்களை அனுப்பிவிடுவார்கள் என்று போருட் பயந்தான். அரசு இயந்திரம் அப்படியெல்லாம் வெகு வேகமாகச் செயல்பட்டுவிடாதென அவனுக்குச் சொல்ல வேண்டும் என்று மோனிக்கா சில சமயம் நினைப்பதுண்டு. ஆனால் பெற்றோரின் கவனிப்பு போதாது என்று குழந்தைகளை வீட்டை விட்டுப் பிரிக்கும் நடைமுறை எவ்வளவு சிக்கலானது என்பதை, அதை நடைமுறைப்படுத்துவதற்குள் குழந்தையே வளர்ந்து விடும் அளவுக்கு நீண்ட காலம் ஆகிவிடும் என்பதைப் போருட் புரிந்துகொள்வானானால், அவன் மேலும் பிடிவாதம் காட்டுவான். குழந்தைகளைப் போட்டிகளுக்கு அழைத்துச் செல்ல மறுத்துவிடுவான். பிறகு அவள்தான் அதைச்செய்ய வேண்டி வரும். போட்டிக்கு அழைத்துப் போகா விட்டால் பையன்கள் கஷ்டப்படுவார்கள். அவர்கள் கஷ்டப்படுவதை மோனிக்கா விரும்பவில்லை. *யாரேனும் கஷ்டப்பட வேண்டும் என்று வந்தால் அது போருட்டாகவே இருப்பதுதான் சரியென்று அவள் நினைத்தாள். என்ன இருந்தாலும் தவறு அவன் மீதுதானே! நீரோட்டத்திற்கு எதிராய் நீச்சலடிப்பது தேவையற்றது.*

அவள் போருட்டின் அறைக்குள் நுழைந்தாள். எல்லாமே நேர்த்தியாகவும் சுத்தமாகவும் இருந்தன. போருட்டைப் பொறுத்தவரை அது ஒன்றும் அசாதாரணமானது அல்ல. அவனுடைய கணினிகள் அணைக்கப்பட்டிருந்தன; கற்பனைகூடச் செய்ய முடியாது இதை. போருட்டின் கணினிகள் இரவு முழுவதும் ரீங்கரித்துக்கொண்டிருக்கும். பணியேதும் இல்லாத அல்லது இசையில் லயித்திருக்காத நேரங்களில் தான் அறிந்தேயிராத முகமற்ற, பெயரற்ற நண்பர்களோடு கணினிக் கோப்புகளைப் பகிர்ந்தபடி இருப்பான். அவர்கள் வேறொரு கண்டத்தில் வசிப்பவர்களா அல்லது அண்டை வீட்டுக்காரரா என்பதுகூடத் தெரியாது அவனுக்கு. தமக்கேயான சங்கேத மொழியில் அவர்கள் செய்திகளைப் பரிமாறிக்கொள்வார்கள். அனுபவமற்ற மோனிக்காவைப் போன்றவர்களால் எதையும் புரிந்துகொள்ள முடியாது. தங்கள் இயந்திரங்களில் அவர்கள் கலந்து எடுக்கும் ஓசைகளைப் புதிது புதிதான சங்கேதங்களாக மாற்றி பரஸ்பரம் பகிர்ந்து உள்வாங்கிக்கொண்டு சரிபார்த்துக்கொள்வார்கள். அவன் என்ன வேலையில் இருக்கிறான் என்பதை மோனிக்கா தெரிந்துகொண்டதில்லை. முதல்முறை அவள் அவனிடம் கேட்ட பொழுது அவன் சொன்னது: *அறுதிக் கலவையை*

ஒன்றிணைத்தல். அவன் அமைத்திருக்கும் இசையைக் கேட்க வேண்டும் என்று அவள் ஆசைப்பட்ட பொழுது, நீண்ட நேரம் அவளை அவன் வெறித்துப்பார்த்தபடியே இருந்தான். பிறகு மிக மென்மையாக, தான் இன்னமும் அதை முடிக்கவில்லை என்றான். போதுமான அளவிற்குக் கிளர்ச்சியூட்டக் கூடியதாக அது இன்னமும் உருவெடுக்கவில்லை என்றான். பிறகு தன்னுடைய இயந்திரங்களைப் பார்ப்பது போல் குனிந்து கொண்டான். மோனிக்கா உரையாடலைத் தொடர ஆசைப்பட்டாள். அவனுடைய அறையில் அவன் கழிக்கும் நேரம் அர்த்தமுள்ளதுதானா என்று தெரிந்துகொள்ள அவள் விரும்பினாள். *இசையைப்பற்றி எதுவும் பயின்றிராத நீ இதைச் செய்துகொண்டிருக்கிறாய் என்பது வியப்பாக இருக்கிறது என்றாள்.* அவள் சொன்னதை போருட் யோசித்துக்கொண்டிருந்தான். பிறகு, உண்மையில் எந்தவொரு நோக்கமும் இல்லாமலேகூட, ஒரு விஷயம் எளிதில் கிளர்ச்சிகொள்ள வைப்பதாக இருக்கும் என்றான். போருட்டை முழுமையாகப் புரிந்துகொள்ளும் அளவிற்கு வாழ்க்கை நீண்டதாக இல்லையோ என்று மோனிக்கா எண்ணினாள். அவர்களுக்கு இடையிலான சமாச்சாரங்கள் இருக்க வேண்டிய நிலையில் இல்லை என்பதைத்தான் இது உணர்த்துகிறதோ என்றும் அவள் அஞ்சினாள். *வெற்றியின் ரகசியம் என்பது ஒவ்வொரு மானுட வளத்தின் ஆழத்தையும் எட்டிவிடுவது.* தன்னுடைய பணியில் எப்பொழுதுமே அவள் அதை வெற்றிகரமாகச் செய்திருக்கிறாள். அவ்வாறில்லையென்று நம்ப அவளுக்குக் காரணம் ஏதுமில்லை. வீட்டிலும் அதேபோல் அவள் வெற்றிகரமாகவே செய்திருக்கிறாள் என்று நம்ப அவளிடம் நியாயங்கள் இல்லை.

போருட்டின் அறைக்குள் அவளுக்கு எதுவும் கிடைக்கவில்லை. எனவே அவள் தன்னுடைய அறைக்குச்சென்றாள், தனக்கு அவன் செய்தி ஏதும் அனுப்பியிருக்கிறானா என்று பார்க்க. செய்தி அனுப்பியிருந்தான். அவளுடைய அலுவலகத்தை விட்டு வெளியே வந்த பிறகு அவளுடைய தனிப்பட்ட மின்னஞ்சல் கணக்கிற்குள் கொட்டத் தொடங்கியிருந்த வேண்டாத, மற்றும் பணி தொடர்பான அஞ்சல்களுக்கு நடுவே அந்த அனுப்புனரின் பெயர் தனியே மின்னியது: *நான்.*

அஞ்சலுக்கான பொருள் *உனக்குள்* என்றிருந்தது (உன் பார்வைக்கு மட்டும் என்று அவர்களுக்குள் அதற்குப் பொருள்). அவர்களுக்கே உரிய வாடிக்கையான, சின்னச் சின்ன அந்தரங்கக் குறிப்புகளால் அந்தச் செய்தி மறைபட்டிருந்தது. அதற்கான சங்கேத நிரலை மோனிக்கா மனப்பாடமாய் தட்டச்சு செய்தாள். சங்கேத நிரல் ஏட்டை அவள் புரட்ட வேண்டியிருக்கவில்லை.

அன்புள்ள மோ,

நான் போகிறேன். நீயே தெரிந்துகொண்டிருப்பாய். இது தற்காலிகமானதே என்று சொல்லிக்கொள்வோம். இது மாறிவிடும் என்றும். ஆனால் இந்தக் கணத்தில் வேறு வழியேதும் இல்லை. புரிந்து வைத்திருப்பதற்கு நன்றி. என்னால் முடிந்த அளவுக்குத் தாக்குப்பிடித்தேன். உனக்கே தெரியும். நெடுங்காலமாகக் குடும்பம் மட்டுமே எல்லாம் என்று நான் நம்பினேன். நாம் ஒருவருக்கொருவர் என்று இங்கே இருந்தாக வேண்டுமென்றும். அதுவே போதுமான தென்றும். வேறெதுவும் பொருட்டில்லையென்றும். ஆனால் வேறு விஷயங்களும்கூடப் பொருட்படுத்தத் தக்கவைதான். இப்பொழுது அது எனக்குப் புரிகிறது.

எல்லாமே ஒரு நொடியில் மாறிவிட்டதென்று நீ ஒருவேளை நினைக்கக்கூடும். அப்படியல்ல. இது மிக மெதுவாகவே நிகழ்ந்தது. இரவில் பையன்கள் தூங்கிக்கொண்டிருக்கும் போது அவர்களைப் 'பார்த்தபடி நான் வெகுநேரத்தைக் கழித்திருக்கிறேன். கதவுக்கருகில் நின்றுகொண்டு அவர்கள் மூச்சு ஏறி இறங்குவதைக் கவனித்துக்கொண்டிருப்பேன். அவர்கள் சீராக மூச்சு விட்டுக்கொண்டிருப்பார்கள். நான் என்ன யோசித்துக் கொண்டிருக்கிறேன் என்பதை அவர்கள் உணர்ந்ததில்லை. எனக்கு ஒரு ரகசிய வங்கிக் கணக்கு இருக்கிறதென்றோ, அதில் இரண்டாண்டுகளுக்குத் தாக்குப் பிடிக்கும் அளவுக்குப் போதுமான பணம் பதுக்கி வைக்கப்பட்டிருக்கிறதென்றோ அவர்களுக்குத் தெரியாது. இன்னொரு குடியிருப்பிற்கான சாவி என் சட்டைப்பையில் இருக்கிறதென்று தெரியாது. இப்படி ஒவ்வொரு இரவிலும் நான் செய்வதுண்டு. ஒவ்வொரு இரவிலும் நான் ஒரே விஷயத்தைத்தான் கற்றுக்கொண்டேன். பகலிலும்கூட அதையேதான் கற்றுக்கொண்டேன். அதாவது, அவர்களுக்குத் தெரியாததை அவர்கள் கண்டுபிடித்து விடக் கூடாது. பொய்யின்மீது எழுப்பப்பட்டிருக்கும் மகிழ்ச்சி. சரிதானே? அவர்கள் போகட்டுமென்று காத்திருந்தேன். அதனால் நான் போக வேண்டியிருக்காதென்று. அதுவும் சரிதானே? படுபாதாளத்துக்கு மேலாக நின்றுகொண்டிருக்கும் போது உணர்வோமே அப்படியான ஒரு அச்சம். எங்கே கால் இடறி விழுந்து விடுவோமோ எனும் அச்சம் இல்லை. அப்படியான அச்சம் குழந்தைகளிடம் இருக்கும். மாறாக, உன்னளவில் மட்டுமே இது என்றிருக்கும் அச்சம். அங்கேயே இருப்பதா இல்லை குதித்து விடுவதா எனும் தீர்மானமின்மை ஏற்படுத்தும் அச்சம். இவ்விரண்டு நிலைகளையுமே பரிசீலிப்பதால் உண்டாகும் அச்சம்.

இப்பொழுது நான் போய்விட்டேன். இது குரூரமானதென்று நீ நினைக்கிறாய். ஆனால் அது அப்படியல்ல. உன் கணிப்புத் தவறானது.

உங்கள் மூவரின் தேவைக்கும் மேலாகவே பணம் இருக்கிறது. உனக்கும் அது தெரிந்தே இருக்கும். பணம் ஒரு பிரச்சினையாக இருக்காது. நீ இனி அவர்களோடு அதிக நேரத்தைச் செலவிட முடியும் என்பதால் பயல்கள் மகிழ்ச்சியாக இருப்பார்கள். அவர்கள் உனக்காக ஏங்குகிறார்கள். நானுமே அவர்களோடு இருப்பேன். மீண்டும். ஆனால் இப்போதைக்கு இல்லை. எனக்கு அவர்கள் மீது நிறைய அன்பு உண்டு. அவர்களுக்கே அது தெரியும். நான் செய்ய வேண்டிய வேறு சில வேலைகள் இருக்கின்றன. அதுவும் எனக்குத் தெரியும். உடனடியாக.

ஒருவேளை நாம் இருவரும் விரைவிலேயே சந்திக்க நேரலாம். வேறெங்காவது. வித்தியாசமான முறையில். வேறு பெண் தொடர்பு ஏதும் உண்டாவென்று தேடிக்கொண்டிருக்காதே. அப்படியெல்லாம் இல்லை. அப்படி ஏதேனும் இருந்திருந்தால் விஷயம் மிக எளிதாகயிருக்கும். வேறு எவ்வளவோ விஷயங்கள் இருக்கின்றன. நான் சரியாகிவிடுவேன். நீயும் சரியாகிவிடுவாய் என்றே நம்புகிறேன்.

போ.

அந்த மின்னஞ்சலை மோனிக்கா மீண்டும் படித்தாள். பிறகு மீண்டும் ஒரு முறை. இரண்டு தடவையுமே படுபாதாளம் எனும் இடத்தில் சற்றே நிதானித்தாள். நிதானித்து யோசித்தாள். விஷயம் கையைவிட்டுப் போய் தேவையற்றதாய் தூக்கி எறியப்பட்டு விட்டது எனும் உண்மை உறைத்ததால் விளைந்த ஈவிரக்கமற்ற கோபம் தலைக்கேறும் முன், திருமண மோதிரத்தில் பதிந்திருக்கும் வைரக்கல்லால் கணினியின் திரையைக் கீறுவதற்கு முன் அவள் யோசித்தாள். போருட் சமீபகாலத்தில் இவ்வளவு நீண்டதாய் எதையும் எழுதியதில்லையே என்று.

அவனிடம் ஏதோவொரு மாற்றம் உண்டாகி வருவதை அவள் நீண்ட நாட்களாகவே உணர்ந்திருந்தாள். அவனுடைய கண்கள். கண்ணாடிக் கோப்பையை அவன் பற்றும் விதம். உணவுமேஜையில் அமர்ந்து உணவின் முதல் விள்ளலைக் கடிப்பதற்கு முன் அவன் தலை குனியும் பாங்கு. பையன்களிடம் அவன் இப்பொழுதெல்லாம் குரலை உயர்த்துவதில்லை. மாறாக, தான் சொன்னதை ஒரு முறை மீண்டும் சொல்லிவிட்டு எழுந்து போய் விடுவான். அவன் மாறிக்கொண்டுதான் இருந்திருக்கிறான். என்றாலும் கூட, பயணங்களின் போதும், காஃபியகங்களில் அமர்ந்திருக்கும் போதும், திரைப்படம் பார்த்துக்கொண்டிருக்கும் போதும், இசைக் கச்சேரிகளை ரசித்துக்கொண்டிருக்கும் போதும், ஆயிரமாயிரம் முத்தங்களை ஈந்த மனிதனையும் அவளால் உணர முடிந்தது. தேர்ந்த நெருக்கத்தின் ஆயிரமாயிரம்

உறுதிமொழிகள். அதே அளவுக்குப் பகிர்தலும் இருந்ததோ, ஒருவேளை! உலகின் ஓசைகள் அடங்கும் நேரத்தில் ஆயிரமாயிரம் முறை அவள் இணைந்திருந்த அந்த மனிதன். தேர்ந்தெடுப்பதற்கான உரிய தருணம் என்று உணர்ந்த கணத்தில் அவள் தேர்ந்தெடுத்திருந்த அந்த மனிதனானவன் தான் இதுவரை பெரும்பான்மை இரவுகள் படுக்கையைப் பகிர்ந்துகொண்ட மனிதனிடமிருந்து பெருமளவிற்கு மாறியிருக்க முடியாது. நிச்சயம் இந்த அளவிற்கு மாறியிருக்க முடியாது. என்றாலும் அவனிடம் அவள் மாற்றத்தை உணர்ந்தே இருந்தாள்.

வெகு காலமாகவே ஒரு மாற்றத்தை எதிர்பார்த்துக் கொண்டுமிருந்தாள். அவன் தன்னை விட்டுவிட்டுச் செல்வதற்குப் பழகியிருந்தாள். அவளோடு படுத்து எழுந்தவுடன் அவளைவிட்டு அவன் நீங்கியிராதவரை. அது ரொம்பவுமே மானக்கேடான செயலாய் இருந்திருக்கும். அவளுக்கே அவளுக்கென்று ஒரு தனியறை இருப்பதொன்றும் மோசமில்லை. அலுவலகத்திலிருந்து மீளும்போது அவள் எப்பொழுதுமே நிறைய வேலையைக் கொண்டுவந்திருப்பாள். போருட்டும் அவளுடைய அறையிலேயே இருந்தால் கூட்ட நெரிசல் போல் உணர்வாள். ஆனால் அவன் வெளியேறுவதென்பது ஏதோ ஒன்று இருக்க வேண்டிய விதத்தில் இல்லை என்பதைக்காட்டுகிறது. ஏதோ தப்பாகியிருக்கிறது. அவர்களுடைய படுக்கையில் தனியே படுத்தபடி பக்கத்து அறையில் இருக்கும் மனிதனுக்குள் என்னதான் ஓடிக் கொண்டிருக்கும் என்று யோசிக்கையில் அவள் தயாராகிக் கொண்டிருந்தாள். என்றேனும் ஒரு நாள் போருட் அவளோடு இல்லை என்றாகிவிட்டால் அவள் என்ன செய்வாள்? வாக்குறுதி மீறப்பட்டால்? அப்படியொரு துரோகத்தை அவள் எவ்வாறு சமாளிப்பாள்? இப்படியான சமயங்களில் ஒருவர் என்ன செய்யக்கூடும்? சொல்லப்போனால், அது அப்படி நடக்கவும் செய்கிறது, பிறருக்கும் நடக்கிறது. ஆனால் இதுபோன்ற விஷயங்களைப் பற்றி மக்கள் அதிகம் பேசிக்கொள்வதில்லை. நண்பர்களிடம்கூட. மோனிக்காவுக்கோ இப்பொழுது நண்பர்களே இல்லை. அவளுடைய தொழில் தன் வேலையைக் காட்டியிருந்தது. இம்மாதிரியானதொரு நிலையில், ஒரு நபர் என்ன செய்யக் கூடும் என்று அவளுக்குத் தெரிந்திருக்கவில்லை. ஆனால் அவள் இதை நன்றாகவே புரிந்துகொண்டிருந்தாள். அப்படியொரு நிலைமை வந்தால் அது மிகப் பயங்கரமானதாயிருக்கும். வலி மிகுந்ததாயிருக்கும். ஒரு சில விஷயங்களைப் பற்றி அர்த்தமில்லாமல் பயப்படுவதைப் போல்தான் இதுவும் இருக்கும் என்று அவள் நம்பினாள். பையன்களுக்காக ரொட்டியை நறுக்கும் பொழுது கையை வெட்டிக் கொண்டு வலியில்

துடிப்பதைப் போல. மாடிப்படியில் வேகமாய் இறங்கி கணுக்கால் பிசகிக்கொண்டு வலிப்பதைப் போல. நெடுஞ்சாலையில் ஏதோ ஒரு கிறுக்குப் பிடித்த காரோட்டி இடமும் வலமுமாய் ஆடிஆடி அவள் காரருகே வந்து மோதி விடுவதைப் போல. அதில் அடிபட்டு வலியில் துடித்து இறப்பதைப் போல. இதெல்லாமே பெரும்பாலும் நடக்கச் சாத்தியமற்றவை என்று அவளுக்குத் தெரியும்தான். கத்தியால் கையை வெட்டிக்கொள்பவர்கள் இருக்கவே செய்கிறார்கள். கணுக்கால் பிசகிக்கொள்பவர்களும்கூட. நெடுஞ்சாலையில் தப்பான பக்கத்திலிருந்து வண்டியை ஓட்டி வந்து மோதி விடும் காரோட்டிகளும்தான். என்றாலும் இவ்வாறான வலிகள் எதுவும் தனக்கு நேர வாய்ப்பில்லை என்றே அவள் நம்பினாள்.

இப்பொழுது அவளுக்குப் புரிந்தது. இந்த மாற்றம் ஏதோ ஒரு நொடியில் நிகழ்ந்ததல்ல. நிச்சயமாய் இந்த நொடியில் நிகழ்ந்ததல்ல. ஆனால் அந்த மாற்றத்தை அவள் இந்த நொடியில்தான் புரிந்துகொண்டிருக்கிறாள். இப்பொழுது எல்லாமே முதலிலிருந்து தொடங்கியாக வேண்டும். வித்தியாசமாக. ஆனால் முதலில் கடந்த காலம் அழிக்கப்பட்டாக வேண்டும். இந்த உறவு முடிந்துவிட்டது. வாக்குறுதி மீறப்பட்டுவிட்டது. இனி அவனை மீண்டும் அனுமதிக்காதே. ஒரு முறை அவன் விட்டுவிட்டுப் போயிருக்கிறான் எனும் போது மீண்டும் அவன் எப்போது வேண்டுமானாலும் விட்டுவிட்டுப் போக முடியும். இப்படிப்பட்ட நபரை நம்ப முடியாது. வணிகத்தில் ஒருவர் தோல்வியைத் தாங்கிக்கொள்ள முடியும். இழப்பைத் தாங்க முடியும். சில நேரங்களில். அது வணிக விளையாட்டின் அங்கம். ஒருவர் தோற்றால்தான் மற்றொருவர் ஜெயிக்க முடியும். வணிகமே வெற்றி தோல்வி மட்டும்தான். வேறு வழியே இல்லை. ஆனால் காதல், குடும்பம் என்று வரும் பொழுது அப்படியிருக்க முடியாது. காலப்போக்கில் காதலும் குடும்பமும் வேறு வேறல்ல, ஒன்றேதான் என்றாகி விடுகின்றன. அங்கே விஷயங்கள் பாறை போல் இறுகி, அசைக்க முடியாததாய் இருக்க வேண்டும். இப்பொழுது ஒவ்வொன்றுமே இடம் பெயர்ந்து விட்டிருக்கின்றன. விஷயங்கள் வேறு விதமாய் இருக்க வேண்டும். வேறுவிதமாய்.

வாயில்மணி ஒலித்தது. பீட்சாவை வாங்கிக்கொண்டாள். பீட்சாவைக் கொண்டுவந்த திடகாத்திரமான இளைஞனுக்குத் தாராளமாய் இனாம் கொடுத்துவிட்டு அவனை நோட்டம் விட்டாள். பையன்கள் படுக்கப் போன பிறகு வேறு ஒன்றைத் தருவதற்கு அவனை மீண்டும் வரச்சொல்லலாமா என்று யோசித்துக்கொண்டிருந்தாள். அவனை அவள் எடை போடுகிறாள் என்பதைக் கவனித்து, அடுத்து என்ன நடக்கும்

என்ற எதிர்பார்ப்போடு கையில் பணத்தைப் பற்றியபடி அவன் நின்றுகொண்டிருப்பதைக் கண்டவுடன் பேச்சைத் தவிர்த்தாள். பின்னோக்கி இரண்டடி நகர்ந்து கிளர்ச்சியூட்டும் விதமாய் இடுப்பை அசைத்து அவன் நிச்சயமற்று நின்றான். தாராளமனத்துடன் முன்பு சொன்ன 'பரவாயில்லை'யைத் திரும்பப் பெற்றுக்கொண்டு, மீதிச் சில்லறையைக் கேட்க வேண்டும் என்பது போல் உணர்ந்தாள். அவ்வாறு கேட்பது சரியல்ல என்றாகிவிடாது. ஆனால் எதுவுமே சரியில்லை. அவள் செய்ததென்னவோ கதவைச் சாத்திக்கொண்டு, படியிறங்கிச் செல்லும் அவன் காலடியோசையைச் செவிமடுத்ததுதான்.

குளித்து, கேசத்தை உலர்த்தி, அலங்கரித்து வருவதற்குள் பயல்கள் பீட்சாவைக் காலி செய்திருந்தார்கள். மேலும் கொஞ்சம் வறுவலுக்கும் எந்திரன்கள், மரபுப் பண்பு திரிந்த உயிரிகள் தொடர்களைப் பார்க்க வேண்டுமென்று அவர்கள் வைத்த கோரிக்கையை ஈவிரக்கமின்றி அவள் நிராகரித்தாள். பையன்கள் திகைத்துப் போனார்கள். அப்பாவிடமிருந்து மட்டும்தான் இப்படிப்பட்ட நிராகரிப்புக்கு அவர்கள் பழகியிருந்தார்கள். அவர்கள் எதற்கு ஆசைப்பட்டாலும் அம்மா எப்போதுமே கொடுத்துவிடுவாள். எவ்வளவு வேண்டுமென்றாலும். அம்மா அவர்களை முழுமனத்தோடு நேசித்தாள் இப்போது. வாயடைத்துப்போய் ஒருவரையொருவர் பார்த்துக்கொண்டு சாகச நாயகர்களின் படங்கள் அச்சிடப்பட்ட பைஜாமாக்களை எவ்வித ஆர்ப்பாட்டமுமின்றி அவர்கள் அணிந்துகொண்டார்கள். ஏதோ மாறிவிட்டது. உண்மையாகவே ஏதோ ஒன்று பெரிதும் மாறியிருக்கிறது. பலமுறை அம்மா வீடு திரும்பு முன்பு அப்பா வெளியே போயிருக்கிறார். ஆனால் போவதற்கு முன்பாக ஒருமுறை கூட அவர் வறுவல் வாங்கிக் கொடுத்ததில்லை. அதேபோல் அம்மா வீட்டுக்கு வந்தவுடன் அவர்களுக்கு வறுவல் வாங்கித் தர ஒருபோதும் தடை சொன்னதில்லை. நிஜமாகவே வாழ்க்கை இனி மாறிவிடும்தான் போலிருக்கிறது. படுக்கையில் சரியும் முன்பாக வழக்கமாகப் போட்டுக் கொள்ளும் கைகலப்பு ஏதுமில்லாமல் ஒருவரையொருவர் இறுக்கமாக அணைத்தபடி அவர்கள் படுத்துக்கொண்டார்கள். ஏதோ, குழந்தைகளாக இருக்க இந்த ஓரிரவு மட்டுமே மீந்திருக்கிறது என்பதைப்போல. காலையில் கண் விழிக்கும் போதே அவர்கள் வளர்ந்தவர்களாகி விட வேண்டும் என்பதைப்போல.

மோனிக்கா அவர்களுக்கு நல்லிரவு வாழ்த்துச்சொல்லி விட்டு குடும்ப வங்கிக் கணக்கில் மீந்திருக்கும் தொகையைச் சரிபார்க்கப் போனாள். போருட் சொல்லியிருந்தது சரிதான். அந்த இரண்டாண்டுகளில் தனக்கென்று அவன் ஒதுக்கிக்கொண்டிருந்த

கணக்கெதுவும் அதில் காட்டப்படவில்லை. தேவைக்கு மேலேயே பணம் இருந்தது. மிகுந்த மனக்கலக்கத்தோடு, தான் இப்படி மனங்கலங்கி இருப்பது வாழ்க்கையிலேயே இதுதான் முதல்முறை என்று அவள் உணர்ந்தாள். ஏதோ மாறியிருக்கிறது. அவளே மாறியிருக்கிறாள். கண்ணாடியில் பார்த்துக்கொண்டாள். ஆனால் கவனிக்கும்படியான மாற்றம் எதுவும் தெரியவில்லை. குளிப்பதற்கு முன்பு இருந்ததைக் காட்டிலும் ஒரு சில நிமிடங்கள் மட்டுமே வயது கூடியவளாக அவள் தோற்றமளித்தாள். சந்தேகத்துக்கிடமின்றி அவள் முகத்தின் ரேகைகள் ஆழமாகி யிருந்தன. ஆனால் திடீரென்று இதெல்லாம் ஒரு பொருட்டே இல்லை என்றாகி இருக்கிறது. இந்த அக்கறை குறையக் குறைய, உண்மையான வலி வருவதை அவள் உணர்ந்தாள். அவள் அஞ்சிக்கொண்டிருந்த வலி. அவள் எதிர்பார்த்திருந்த வலி.

மீண்டும் பையன்களைப் பார்த்து வரலாமென்று அவர்களுடைய அறைக்குப்போனாள். அவர்கள் தூங்கி யிருந்தார்கள். அவர்களுடைய விளையாட்டு எந்திரங்கள் எல்லாவற்றையுமே அவள் முடக்கி வைத்திருந்தபோதும் ஏக்கத் தேம்பலின்றி அவர்கள் மூச்சு சீராகவே இருந்தது. அவர்கள் தூங்கத்தான் செய்கிறார்கள். சந்தேகமேதுமில்லை. குழந்தைகள் விழித்துக்கொண்டால் ஒலிக்க வேண்டிய எச்சரிக்கை மணியை இயக்கி விட்டு காலணிகளை அணிந்துகொண்டாள். காரில் வேண்டாம் என்று தனக்குத்தானே சொல்லிக்கொண்டாள். ரொம்ப தூரம் வேண்டாம். வாழ்க்கையிலேயே முதல்முறை யாகக் குழந்தைகள் நள்ளிரவில் விழித்துக்கொண்டு பேரச்சத்தில் அலறக்கூடும். அதனால் அவள் அண்மையிலேயே இருந்தாக வேண்டும். அண்மையிலே இருக்க வேண்டும். ஆனால் வெளியேயும் போக வேண்டும். ஏதோ மாறியிருக்கிறது. ஒவ்வொன்றையுமே மறு சீரமைத்தாக வேண்டும். காலம் அப்படியொன்றும் கடந்து போய்விடவில்லை.

3

சில்லாய்த் தெறித்த போல்கா[1]

ஏதோ மாறியிருக்கிறது. ஒவ்வொன்றையுமே மறு சீரமைத்தாக வேண்டும். காலம் அப்படி யொன்றும் கடந்து போய்விடவில்லை. இதை உணர்ந்துகொள்ள இரவு நேரமே சரியான நேரம் என்று போருட் நினைத்தான். நல்ல விஷயங்கள் எல்லாம் இரவில், காரில்தான் நடக்கும். கார் என்பது கட்டுக்கடங்காத, வரம்பற்ற சுதந்திரம் கிடைக்கும் இடம். காரில் இருக்கும்போது உலகத்திலிருந்து துண்டிக்கப்பட்டு விடுகிறோம். சாலை உயிருள்ள திசுவாக, நம் தொடுதலுக்குப் பதில்வினையாற்றும் உடலாக மாறுகிறது. நகர்ந்து செல்லும் நீண்டு செல்லும் பார்வையிலிருந்தும் பிற தொடர்புகளிலிருந்தும் விலகிச்செல்லும் உடலாக. நாம் அதைப்பிடிக்கத் தேவையில்லை யென்றாலும் கூடத் துரத்தலாம். ஏனென்றால் இதற்குப் பிறகு மற்றொரு உடல் எப்பொழுதுமே இருக்கும். இதற்குப் பிறகு மற்றொரு சாலையும் பிறகு மற்றொன்றுமாக. அவை எல்லாவற்றிலும் பயணம் செய்துவிடுவது என்பது இயலவே இயலாத காரியம்.

காரில் ராப்பயணம் மேற்கொள்ளும் போதெல்லாம் சாலையோர உணவகங்கள், சாலைச் சந்திப்புகள், வழிகாட்டிப் பலகைகள், கிளைச்சாலைகள் ஆகியவற்றின் மொழியை போருட்

---

1. போல்கா: இருதாள கதியில் அமைந்த, மரபொழுங்குக்கு இணக்கமற்ற உற்சாக நடனம்.

பழகிக்கொண்டான். சாலையோரக் காடுகளின் விளிம்புகள், நீர்நிலைகளின் இருண்ட பரப்புகள் மற்றும் மலைச் சரிவுகள் இவற்றின் அழகை ரசிக்கக் கற்றுக்கொண்டான். ஒளிரும் விளம்பரப் பலகைகளின் அழகைப் புறக்கணிக்கவும் கற்றுக்கொண்டான். மிகச் சிறியதென்றே எப்பொழுதும் அவன் நினைத்துக்கொண்டிருந்த அவனது நாடு, அதன் ரகசிய வளைவுகளைக் கண்டுணரக் கண்டுணர முடிவற்றதாக மாறியது. அதன் சாலைகள் நீண்டும் வெறிச்சோடியும் இருந்தன. அரிதாக எப்போதேனும் ஒரு கார் தாண்டி விரைந்தது. இவ்வுலகில் வேறு மாந்தர்களும்கூட வசிக்கிறார்கள் என்பது எவ்வளவு விந்தையாக இருக்கிறது என்று அம்மாதிரியான தருணங்களில் அவன் நினைத்துக்கொள்வதுண்டு.

அதியுன்னதமான விஷயங்கள் எல்லாமே இரவில்தான் நடக்கும். *கடவுள் துயில் கொண்டிருந்த பொழுது சாத்தான் உலகை உருவாக்கினான*[2] எனும் பாடல் போருட்டின் காரின் ஒலிபெருக்கியில் அலறியது. காரில் பயணம் செல்லும்பொழுது போருட் ஒருபோதும் தனிமையை உணர்ந்ததில்லை. இசை எப்பொழுதுமே அவனுக்குத் துணை வரும்–தனது முந்தைய வாழ்க்கையில் கேட்க நேரமின்றி ஜிகாபைட்களில் சேமித்து வைத்திருந்த இசை. உறக்கம் ஊர்ந்து வரும் பொழுதெல்லாம் உபவூஃபரை இயக்கி, தாள இசைக்கருவிகளை அவற்றுக்கே உரித்தான தாளகதியில் காற்றில் துடிக்க விடுவான். நிலவெளி மிக வேகமாக உருகுவதைப் போல் தோன்றினால் அப்ரிகாட் மரத்தால் செய்யப்பட்ட புல்லாங்குழல்களின் இசை காற்றை நிரப்ப விடுவான். அப்பொழுது உலகின் இயக்கமே நின்று போகும். அவனுடைய ரசனையும் தேர்வும் எல்லாவற்றையுமே வித்தியாசமாக்கின.

ராப்பயணத்தின் போது நிறைய சிந்திக்க நேரம் இருக்கும். போருட் தனது பழைய சுயத்தைக் காரில் இருந்து கசியவிட்டான். கார் ஸ்டியரிங் சக்கரத்தைப் பிடித்திருக்கும் இந்தப் புதிய மனிதன் வேறாக உருக்கொண்டிருப்பவன். அவன் வித்தியாசமானவன். பதற்றமற்றவன். அதிக சுதந்திரமானவன். நம்பிக்கைக்குரிய, தோலுறை போட்ட ஸ்டியரிங் சக்கரத்தைப் பற்றியிருக்கும் பொழுது ஏதோ நிகழ்கிறது. வாகனம் விளம்பரப் பலகைகளைத் தாண்டிச் செல்லும்போது காரின் முகப்புக் கண்ணாடியில் நழுவிச் செல்லும் நியான் விளக்குகளின் கலங்கலான தோற்றத்திலும்கூட ஏதோ மாயம் நிகழ்கிறது. உலகமயமான பேராசையின் பல்வேறு

2. இசைக்கலைஞர், இசையமைப்பாளர், பாடலாசிரியர், நடிகர் எனப் பல்பரிமாணங்கள் கொண்ட டாம் வேட்ஸ் எனும் அமெரிக்கர் எழுதி, இசையமைத்துப் பாடிய சிறு துளி நஞ்சு (Little Drop of Poison) எனும் பாடலில் வரும் வரிகள்.

கிளைகளின் வெளிப்பாடுகள். எல்லாமே கடந்துவிட்டன. இனி எதுவும் ஒட்டாது.

இதற்கு மேலும் உலகைப் பதற்றமாய் கணக்கெடுக்கத் தேவையில்லை. பயணம் செய்த மைல் ஒவ்வொன்றையும் கார் முகப்புக் கண்ணாடிமீது மோதித் தெறிக்கும் பூச்சிகளின் எண்ணிக்கையைக் கொண்டு கணக்கிடுவதோ, காற்றில் கலக்கும் மாசுபடுத்திகளின் அளவைக் கணக்கிடுவதோ, வற்றிக்கொண்டிருக்கும் சில எண்ணெய்க் கிணறுகளுக்கு மிக அருகாமையில் அணிவகுத்திருக்கும் கூடுதலான அணுசக்திப் படைகளின் எண்ணிக்கையைக் கணக்கிடுவதோ தேவையில்லை. மனச்சோர்வைத் தரும் இவை போன்ற கணக்குகள் மீளும்போது அவன் தனக்குத்தானே மீண்டும் மீண்டும் திரும்பத் திரும்ப சொல்லிக் கொள்வது: *இது ஒரு பெரிய விஷயமில்லை. இது ஒரு பெரிய விஷயமில்லை.* இந்த மந்திரம் அர்த்தமற்றது அது *பெரிய விஷயம்தான்.* அவனுக்கு அது நன்றாகவே தெரியும். ஆனால் அவன் மீண்டும் கவனம் கொடுக்கும்வரை இந்த விஷயம் காத்திருக்கத்தான் வேண்டும். இப்பொழுது வேறு விஷயங்கள் அதி முக்கியமானவையாக இருக்கின்றன. மனத்துக்கு நெருக்கமான விஷயங்கள். அவனுக்கே அவனுக்கான விஷயங்கள்.

போருட் காரில் ராப்பயணம் மேற்கொள்வது இன்று நேற்றல்ல. பல வருடங்களுக்கு முன்பே அவன் அதற்குப் பழகி யிருந்தான். ஆனால் அந்தக் காலத்தில் அது வேறுமாதிரியாக இருந்தது. காரோட்டியாக இல்லை. பயணியாக இருந்தான். அப்போது அவர்களின் இளங்கலை ஆய்வறிக்கைகள் அவரவர் பேராசிரியரின் மதிப்பீட்டிற்காகக் காத்திருக்கையில், அவனும் பின்னர் அவனது மனைவியாகப் போகும் பெண்ணும் – அது அவ்வாறில்லாமல் வேறு மாதிரி இருக்க வழியில்லை – கீழை நாடுகள் முழுவதும் பயணம் செய்தனர். ஆயிரம் ஆயிரம் மைல்கள். உலகம் இன்னமும் ஒரு பெரிய இடமாகவும் பயணம் என்பது பெரும் சோதனையாகவும் இருந்தது. முடிவே இல்லாத சாலைகளில் பேருந்துகள் சென்றன. ஒரு ஊர்பேர் தெரியாத நகரத்தைத் தொடர்ந்து இன்னொன்று. மக்கள் ஏறினார்கள் இறங்கினார்கள். சிலரிடம் இருவரும் பேசினார்கள். பிறர் தங்களுக்குள் பேசிக்கொண்டார்கள். ஆனால் இவர்கள் இருவரும் பெரும்பாலும் மௌனமாகவே இருந்தார்கள். தொடர்ந்து பயணம் செய்தார்கள். ஏதேனும் சில ஓய்ந்துபோன பேருந்து நிறுத்தங்களில் கழிப்பறை இருக்கும் இடத்தை ஜாடையில் காட்டும் தலையசைப்பில் அந்தத் தனிமைவாசிகளின் தோழமை உணர்வு வெளிப்பட்டது. பயணங்களின் போது வாகனங்களுக்குள் ஒலிபெருக்கிகள் அலறின. என்றாலும் மக்கள்

தூங்கினர். ஓட்டுநர் வாகனத்தை ஓட்டிக்கொண்டிருக்கும் போது முன்பின் அறிமுகமற்ற பயணிகளின் தோளிலோ அல்லது மடியிலோ அவர்கள் தலை சரிந்து கிடக்கும். கொஞ்சம் சங்கடம். மன்னிப்புக்கேட்பது. மீண்டும் தூக்கத்திற்குள் நழுவுவது. முன்பின் அறிந்திராத எண்ணற்ற மொழிகளில் திரைப்படங்கள் ஒன்றன் பின் ஒன்றாகப் பேருந்துகளில் திரையிடப்பட்டன. படங்களில் மக்கள் பரஸ்பரம் சாகடித்துக்கொண்டனர், முத்தமிட்டும் கொண்டனர். வெட்டிக்கொண்டனர். கட்டிக்கொண்டனர். பயணம் முடிவுக்கு வந்தபொழுது அவர்கள் ஆயிரக்கணக்கான துடிக்கும் முத்தங்களைப் பார்த்திருந்தார்கள். ஒவ்வொரு முத்தக் காட்சியின் போதும் பயணிகளின்மீது மௌனம் மூடாக்குப் போட்டிருக்கும். ஒவ்வொரு முத்தக் காட்சியின் போதும் பயணியர் தத்தம் சொந்த நினைவுகளுக்கு, தத்தமக்கே உண்டான வலிகளுக்குப் போய் வந்தனர். அவ்வப்பொழுது ஒரு கனிவான புன்னகை யாரேனும் ஒருவரின் உதடுகளில் மலரும். “நீங்கள் வீட்டுக்குப் போகின்றீர்களா?” என்று போருட்டுக்குக் கேட்க வேண்டும் போல் தோன்றும். அந்த அயல்நாட்டு இளைஞன் என்ன கேட்கிறான் என்று விளங்காமல், மக்கள் அவனை அதிசயமாகப் பார்ப்பார்கள். அதிலிருந்து போருட் யாரையும் எதுவும் கேட்பதேயில்லை. அமைதியாகப் பயணம் செய்வது அப்படியொன்றும் கஷ்டமானதாக இருக்கவில்லை. தன்னருகே அமர்ந்திருக்கும், தனது மனைவியாகப் போகிற பெண்ணுக்குத் தான் அளித்த முத்தங்களைப் பற்றிச் சிந்திக்க அந்த மௌனப்பயணம் அவனுக்கு அவகாசம் கொடுத்தது. சில சமயங்களில் தலையை அவன் தோளில் சாய்த்து, அவனது கையைத் தேடிப் பற்றிக்கொண்டு அவள் தூங்கினாள். அவர்களின் பயணம் வாழ்நாள் முழுக்க நீடிக்கும் என்று அவனுக்குத் தோன்றியது.

நல்ல விஷயங்கள் எல்லாமே இரவில்தான் நடக்கும், இரவு என்றாலே பகலின் பரபரப்பை விட்டு விலகுவது என்பதுதான் மிகப்பெரிய விஷயம். என்னதான் உலகம் மேன்நிலையிலும் துரிதமாகவும் வலுவுடனும் இயங்க விடாப்பிடியாய் முயன்றாலும் உலகின் பெரும்பான்மையானது இரவில் உறங்கிவிடுகிறது. விழித்திருப்பவர்களுக்கு இது தம்மைத்தாமே சந்தித்துக்கொள்ளும் அவகாசத்தைக்கொடுத்தது. மனத்திற்குள்தான் என்ற போதும் சுயத்தை நோக்கிய பயணம் என்பது நீண்டது என்று போருட் நினைத்துக்கொண்டான். நடந்து முடிந்ததைப் பற்றி யோசிப்பது எவ்வளவு அர்த்தமற்றது என்பதை அவன் அறிந்தேயிருந்தான். ஆனாலும் அவன் அதைப் பற்றி யோசித்தான். வேறு எதைப்பற்றி யோசிப்பதும் சிரமமாக இருந்தது. சொல்லப்போனால் அவனுடைய பையன்கள் இருக்கிறார்கள். ஆனால் அவர்கள் எல்லா நேரமும்தான் இருக்கிறார்கள்; அவர்கள் முதன்முதலில்

அழுத நொடியிலிருந்து அவன் அவர்களை இடைவிடாது நினைத்துக்கொண்டுதான் இருக்கிறான். அவனுடைய இதயத்தின் குருதியோட்டம் போல், அல்லது அவனது நுரையீரலின் மூச்சியக்கம் போல் அவனுடைய குழந்தைகளும் வாழ்வின் முக்கிய அங்கமாகிவிட்டார்கள். அவனுடைய வாழ்நாளில் இது மாறுவதற்கில்லை. அவன் சுவாசிக்கிறான். அவனது குருதியோட்டம் சீராக இருக்கிறது. அவனுக்குக் குழந்தைகள் இருக்கிறார்கள். ஆனால் வித்தியாசமான வேறு சில விஷயங்கள் இருந்தன. வித்தியாசமானவையாய் இருக்கக் கூடியவை. ஆனால் அந்த வித்தியாசத்தைத்தான் உருவாக்க வேண்டியிருக்கிறது.

சேகரிப்பு மையத்திற்கு வெளியே போருட் காரை நிறுத்தினான். டிக்கியிலிருந்து இரண்டு பெட்டிகளை வெளியே எடுத்து ஒரு தள்ளுவண்டியில் வைத்தான். சில டஜன் பவுண்டுகள் கனம். அவனைப் பொறுத்த அளவில் அதிகம். அவர்களுக்கோ ரொம்பவும் குறைவு. எல்லோராலும் நுழைந்துவிட முடியாத இடங்களுக்குக் கதவுகளைத் திறந்து விடும் வழக்கமான உள் தகவல்களைக் காவலாளியிடம் கொடுத்தான். ஒன்றும் வகைப்படுத்தப்பட்ட தகவல்களில்லை. எல்லாமே பொதுவில் இருப்பவைதான். என்றாலும்கூட, பெரும்பாலான முதலீட்டாளர் களின் கைக்கு எட்டாதவை. வழக்கம் போல் அவன் ஒரு விரலை உதடுகளின்மீது வைத்தான். காவலாளி வழக்கம் போல் தலையசைத்து, ஓரடி பின் நகர்ந்து காகிதங்களுக்குள் கையை விட்டுத் துழாவினான். அதேவேளையில் போருட்டின் உடுப்புப் பைகளுக்குள் கைப்பேசி இருக்கிறதாவென்றும் பரிசோதித்தான். அவனுடைய பங்குத் தரகருக்கு இரவில் சரியாகத் தூக்கம் பிடிப்பதில்லை. எப்பொழுதுமே இப்படியான நள்ளிரவு அறிவுறுத்தல்கள்தான். லாபம் ஈட்ட வேண்டுமென்றால் காவலாளி இதை இருட்டில் பெற்றுக்கொள்வதைத் தவிர வேறு வழியில்லை. மேலும் போருட் பார்க்க விரும்பினால், அவன் இருட்டில்தான் வர வேண்டும். தான்வருவதாக அறிவித்து விட்டுச் செல்லும் போதெல்லாம் அவன் வருவதற்கு முன்பாகவே நிர்வாகம் எல்லாவற்றையும் தெளிவாகச் சுத்தம் செய்து வைத்திருப்பதையும் கதவைத் திறந்து செல்லும்போது குழந்தைகள் தன்னை வெறித்துப் பார்த்துக்கொண்டிருப்பதையும் அங்கு முதலில் சென்ற சில முறைகளுக்குப் பிறகு போருட் கவனித்தான். அதனாலேயே அவன் ரகசியமாக வரத்தொடங்கினான். வாயிற்கதவுக்குப் பின்புறத்திலிருந்து அதிகமாகவும் தெளிவாகவும் பார்க்க முடிந்தது.

அவன் கடைசியாக வந்துவிட்டுப் போனதற்கு அப்புறமாய் மையத்தின் நடவடிக்கைகளில் மாற்றமேதுமில்லை. நிகழ்கால

நிலவரம் குறித்து புரவலர்கள் உள்ளபடிக்குத் திருப்தியாகவே இருந்தனர். ஒவ்வொரு எளிய முகாமும் வெவ்வேறு வர்த்தக முத்திரைக்கு ஏற்ப அமைக்கப்பட்டிருந்தது. இலவசமாக ஏதாவது கிடைத்தால் போதும். சுவர்களின் நிறத்தைப் பற்றி மக்களுக்கு அக்கறையில்லை. இவர்கள் அப்படித்தான் நினைத்தார்கள். தங்கள் குடிசைக்கு அடிக்கப்பட்டிருக்கும் சிவப்பு வர்ணம் பிறையின் நிறம் அல்ல, மாறாக *பன்றி இறைச்சியை உண்ணுங்கள்* என்ற கோஷத்துடன் தென்னிலங்கைச் சந்தைகளுக்குள் நுழைய முயலும் பன்றிக்கறியைப் பதப்படுத்தும் நிறுவனத்தின் நிறம் என்பது முஸ்லிம்களுக்குத் தெரியாது! அது மெல்ல மெல்லவே ஊடுருவியது. ஆனால் அது விரும்பிய விளைவை ஏற்படுத்தியது.

வாசலுக்குப் பின்னால் இருந்து, போருட் ஒரு முஸ்லிம் குடும்பத்தின் அறைக்குள் எட்டிப் பார்த்தான். முன்பிருந்ததைக் காட்டிலும் இப்போது வித்தியாசமாக இருந்தது. ஒவ்வொரு முறை அவன் வரும்போதும் ஏதாவது வித்தியாசமாக இருக்கும். தொலைக்காட்சி பார்ப்பவர்களின் எண்ணிக்கை அதிகரித்திருந்தது. எப்பொழுது பார்த்தாலும் புதிய குழந்தைகள் படுக்கையில் மணிக்கணக்கில் அமர்ந்து, ஹோம் ஷாப்பிங்கின் விந்தைமிகு உலகத்தைப் பார்த்துக்கொண்டிருப்பார்கள். அல்லா பரிசு கொடுப்பதில்லை. புத்தரோ எதையுமே கொடுப்பவர் அல்ல. எனவே, அவர்கள் சாண்டாவிடம் தொப்பையை மெலிய வைக்கும் பட்டிகளை யாசித்தார்கள். அவர்களுடைய அன்னையர் அவர்களுடைய பானை வயிற்றை வருடிக்கொடுத்தனர். நீண்ட காலமாகவே எவ்விதமான நிவாரணப் பொருட்களும் அவர்களின் வீட்டு வாசலுக்கு வரவில்லை.

அடுத்த குடிசையில் ஆப்பிரிக்க செர்பியர்கள் குடியிருந்தனர். தங்களின் தலைநகரில் குண்டுகள் விழத்தொடங்கியபோது, அவர்கள் நாட்டை விட்டு வெளியேறி, கண்டத்தைவிட்டு வெளியேறி, தெற்கே ஓடி, ஒரு பரிவு மிகுந்த சர்வாதிகாரியின் நாட்டில் குடியேறினர். அவர் அவர்களுக்கு குடியுரிமையை விற்றார். பிறகு தற்சமயம் தமக்குப் பரிச்சயமானோர் யாருமற்ற, தம்மையும் யாரும் அறிந்திராத தமது ஆதித்தாயகத்திற்குத் திரும்பும் முனைப்பிலிருந்த தொடக்க கால வெள்ளைக் குடியேறிகள் விற்கும் தோட்டங்களை வாங்க அவர்களுக்கு அனுமதியளித்தார். ஆனால் இந்த விற்பனையின் மூலம் கிடைக்கும் வருமானம் சர்வாதிகாரியின் கடல் கடந்த வங்கிக் கணக்கு களைக் கொழுக்க வைக்கவும் அவரது கட்டுப்பாட்டைப் பராமரிக்கும் சிக்கலான முறைமையைப் பேணவும் அதே நேரத்தில் பெருகி வரும் பஞ்சத்தைச் சமாளித்து உணவளிப்பதற்கும் போதுமானதாக இல்லை, எனவே அவர் நாட்டை மீண்டும்

விற்க முடிவு செய்தார். இம்முறை அதன் சொந்த மக்களுக்கே. இப்பொழுது அவர் கருணை காட்டி நாட்டைவிட்டு வெளியேறும் விசாக்கள் வாங்க ஆப்பிரிக்க செர்பியர்களை அனுமதித்தார். தேசிய விமான நிறுவனம் தன் இறுதி விமானப் பயணங்களை மேற்கொண்டது. சில விமானங்கள் அயல்நாட்டு விமான நிலையங்களில் இருந்து மீளவில்லை. கடன்காரர்கள் தாம் கொடுத்திருந்த கடன்களை மீட்டெடுக்க முயன்றனர். விமானப் பணியாளர்களோ வளமான எதிர்காலத்தை நாடிச் சென்றனர். சில ஆப்பிரிக்க செர்பியர்கள், ஒரு மிட்டாய் நிறுவனத்தால் நிதியுதவி செய்யப்பட்ட பாலேட்டு வர்ணம் பூசப்பட்ட இந்தக் குடிசைகளுக்குப் புலம் பெயர்ந்தனர். இங்குத் தமக்குப் பரிச்சயமானவர்கள் யாரேனும் இருப்பார்கள் என்றோ, வேலை தேடி வடக்கே சென்றவர்களில் யாராவது தம்மை உறவினர்களாக அடையாளம் கண்டுகொள்வார்கள் என்றோ நம்பி இவர்கள் இங்கே வந்திருந்தார்கள். ஆனால் இவர்கள் மிக அதிகமான எண்ணிக்கையில் இருந்தனர். சொந்தபந்தங்களோ மிகக் குறைவாக இருந்தனர். எனவே இவர்கள் இங்கேயே தங்கி, கிடைத்த வேலையைச் செய்துகொண்டு, ஒப்பந்தப்படியான சதவீதத்தை நிர்வாகத்திற்குச் செலுத்தி விட்டு, மீதமுள்ளதை அன்றாட வயிற்றுப்பாட்டுக்குச் செலவிட்டு, அடுத்த போர் எப்போதோ என்று காத்திருந்தனர்.

முதல்முறையாக அவன் சேகரிப்பு மையத்தில் கால் வைத்தபோது, போருட்டின் கண்களுக்கு முன்பாக ஒரு புதிய உலகம் திறந்தது. நிச்சயமாக, சிலர் தன்னைவிட வித்தியாசமாக வாழ்கிறார்கள் என்பதை அவன் அறிந்தே இருந்தான். அவர்களில் சிலரை அவன் தனிப்பட்ட முறையில் அறிந்தும்கூட வைத்திருந்தான். அவர்களுடன் சில வார்த்தைகள் அவ்வப்போது பரிமாறிக்கொண்டான். ஆனால் புதிய சந்தைகளுக்கான சில புதிய யோசனைகளைப் பெறுவதற்காக, மையத்திற்குச் சென்று பாருங்கள் என்று தலைவர் அவனிடம் கூறியபோது, உலகம் அதன் நிலையை மாற்றிக்கொள்வதை, குறிப்பாகத் தன் சொந்த வணிகக் குறிகாட்டிகளுக்கு ஏற்றாற்போல் மாற்றிக்கொள்வதை ஊக்குவிப்பதற்குத் தலைவர் மேற்கொள்ளும் புத்திசாலித்தன மான, எளிமையான சிறிய விஷயங்களில் இதுவும் ஒன்று என்று போருட்டுக்கு முதலில் புரியவில்லை. இந்த இடம்பெயர்ந்த நபர்களுடன் காஃபி குடிப்பதே அதைப் புரிந்துகொள்ளப் போதுமாயிருந்தது. அவனது அறிவார்ந்த கோஷங்கள் அர்த்தமற்றுப் போகும் உலகங்கள் இருப்பதை, அவனது விளம்பரச் செய்திகளைக் கேட்காத உலகங்கள் அல்லது அப்படியே அதைக் கேட்டாலும் அவற்றைப் புரிந்துகொள்ள முடியாத உலகங்கள் இருப்பதை போருட் புரிந்துகொண்டான்.

போருட்டின் விளம்பரங்கள் விற்க முயலும் பொருட்கள் இதனால் விலை போகவில்லை. நிச்சயமாக, வணிகத்தில் ஈடுபட்டிருக்கும் அனைவருக்கும் வேறு உலகங்கள் இருப்பது தெரியும்தான். ஆனால் அவை யாவுமே முதன்மை உலகத்தின் பின்னால் நன்றாக மறைக்கப்பட்டுள்ளன. இந்நிலை அப்படியே தொடரும் என்றே அனைவரும் நம்பினர். இந்த வேறு உலகங்களின் படிமங்கள் வெளிப்படாமலில்லை. தனது சொந்த நகரத்திலேயே கூட தெருவில் தூங்கும் மக்கள் இருப்பதை போருட் பார்த்திருக்கிறான். ஒரு கைப்பேசியைத் தவிர வேறு எதுவும் இல்லாத மக்களை. ஆனால் அந்த மக்கள் அங்கே இருப்பது மக்கள் தொண்டுக்கான தந்திரமான விளம்பர உத்தி என்பது முற்றிலும் சாத்தியமற்ற நிலை அல்ல – என்ன இருந்தாலும் தொண்டு நிறுவனங்களும்கூடத் தங்களைச் சந்தைப்படுத்தியாக வேண்டும். மகிழ்ச்சிகரமான குடும்ப வாழ்க்கைக்கு உத்திரவாதம் தரும் பொருட்களை விற்பனை செய்யும் வணிக நிறுவனங்களின் விளம்பரங்களுக்குத் தோதாக இல்லை என்று நிராகரிக்கப்பட்ட முகங்களை போருட் அவர்களிடையே அடையாளம் கண்டிருக்கிறான். ஊதியம் இல்லாமல் யாராவது இப்படியொரு வேஷத்தை அவர்களாகவே தேர்வு செய்வார்களா?

ஆக, தேர்வு, அதுதான் முக்கியமானது: சரியான விஷயத்தைத் தேர்வு செய்வது. போருட், அவனது தலைமுறையின் அதிசயப் பையன். அவன் பட்டம் பெற்றவுடன் பல்கலைக்கழகத்தில் அவன் படித்த துறையிலேயே ஒரு பதவி கிடைத்தது. ஊர் சுற்றி முடித்துத் திரும்பி வந்த பிறகு அந்தப் பொறுப்பை ஏற்றுக்கொள்ளலாம் என்ற சலுகையின் பேரில் அவன் அந்த வாய்ப்புக்கு ஒப்புக்கொண்டான். அவனுடைய பேராசிரியர்கள் அவனைப் புரிந்துகொண்டவர்களாக இருந்தார்கள். அவன் நிறையப் பயணம் செய்தான். அது அப்படியொன்றும் தப்பான விஷயமில்லை. சுயவிவரக்குறிப்பில் அது கவர்ச்சியான அம்சமாக இருந்தது. ஒருவர் தொலைதூர நாடுகளுக்கெல்லாம் போயிருக்க வேண்டும். அவனுடைய பேராசிரியர்களும்கூட அவ்வாறு சென்றிருக்கிறார்கள். அயல்நாட்டில் பேராசிரியராகப் பணியாற்றியதில்லை என்றால் ஒருவர் பேராசிரியரே இல்லை. எவரும் அடுத்தவர்மீது உண்மையான அக்கறை காட்ட வேண்டும். இல்லாவிட்டால் நீங்கள் விரும்பியதை அடுத்தவருக்கு விற்க முடியாது, அது சரிப்படாது.

அதிலிருந்து விஷயங்கள் நினைத்தபடியே நடந்தன. அவன் அங்கே ஒரு மாணவனாகப் பயின்றவன். இனி ஆசிரியராகப் பணியாற்றப் போகிறான். பாத்திரம் மாறும். அவன் மகிழ்ச்சி யாகவே இருந்தான். இளம் மனங்களுக்கு ஒன்றைக் கற்பிப்பதைக்

காட்டிலும் மேன்மையான பணி வேறு எதுவுமில்லை என்று அவனுடைய பேராசிரியர்கள் சொல்லிக்கொடுத்திருந்தார்கள். இளம் மனங்கள் அவர்கள் சொல்லிக் கொடுத்ததை நம்பின. என்றாலும் நிச்சயமாக ஒவ்வொருவரும் அப்போதைக்கப்போது வேறுமாதிரியான கதைகளைக் கேட்பதுண்டு. சில சமயங்களில் மாலையில் மது அருந்தும்போது, பேராசிரியர்கள் சற்று வேறுமாதிரியாகப் பேசுவார்கள். சில சமயங்களில், குடியின் ஊடே கசப்பு வெளிப்படும். எல்லாமே ஒரு தொழிற்சாலை என்று யாரேனும் ஒருவர் முணுமுணுத்துவிட்டு, அவசர அவசரமாக வார்த்தைகளை உள்ளே ஊற்றி இறக்குவார்கள், என்னவோ வாய்தவறி சொல்லிவிட்டதைப் போல. அதன்பின் பேராசிரியர்களோடு மதுவருந்தச் செல்வது குறைந்துகொண்டே போகும். அவரவர் ரசனை அவரவர்க்கு எனும் கோட்பாட்டையே அனைவரும் பின்பற்றினர். போக, தீர்மானமான பற்றுறுதி இல்லாதவர்களுடன் அவர்களும் குறைவாகவே தொடர்பு வைத்துக்கொண்டனர்.

எல்லாம் நன்றாகவே ஆரம்பித்தது. மாணவர்களை ஒருங்கிணைப்பது, பாடங்களைத் தயாரிப்பது, விரிவுரையாற்றுவது, மாணவர்களைத் தரப்படுத்துவது என. உற்பத்தி வரிசை துரிதமாக இருந்தது. போருட்டும் அதற்கு ஈடுகொடுத்தான். எல்லோருமே வேகமாக இருந்தனர். மாணவர்களும் சரி, துறையினரும் சரி. பின்தங்கியவர்களைப் பிழைத்துப் போங்கள் என்று கடைசியாக மன்னித்து விட்டபோது தப்பித்தோம் பிழைத்தோம் என்று இடத்தைக் காலி செய்தனர். முன்கூட்டிய பணிஓய்வை ஏற்றுக்கொண்டோருக்கு வழங்கப்பட்ட இழப்பீட்டுத் தொகையை மூன்றில் ஒரு பங்கு உதவிப் பேராசிரியர் என்று அடுத்து அந்தப் பதவிக்கு வந்தவர்கள் நக்கலடித்தனர். அப்படி மூன்றில் ஒரு பங்குக்குதான் போருட் பொறுப்பேற்றுக் கொண்டான். பிறகு ஒரு பங்கு சேர்ந்தது, அதற்கப்புறமாய் மற்றொரு பங்கு சேர்ந்தது. போருட்டின் ஊதியம் குடும்பத்தை நடத்தப் போதுமானதாக உயர்ந்தது குடும்பச் சொத்துக்களில் கை வைக்க வேண்டி வரவில்லை.

வாழ்க்கை ஓரளவுக்கு நிலைபெற்றுவிட்டதாக மோனிக்கா எண்ணிய நேரம் பார்த்து, அவர்களுடைய வீட்டு உட்புற அலங்காரம் தமது எதிர்கால சமூக அந்தஸ்திற்குப் பொருந்தி வருகிறதென்று அவள் நினைத்திருந்த நேரம் பார்த்து, இனி குழந்தைகளுக்கான நேரம் என்று முடிவெடுத்திருந்த நேரம் பார்த்து, பல்கலைக்கழகப் பணியை இனிமேலும் தொடர வேண்டாம் என்று போருட் முடிவெடுத்தான். எல்லா மாணவர்களும் ஒரே மாதிரியான கேள்விகள் கேட்டுக்கொண்டிருந்ததில் அவன்

சலிப்புற்றான். சலிப்பு என்பதை விட, அவன் அவமானம் கொள்ள ஆரம்பித்தான். பல்கலைக்கழகம் ஒரு தனியார் நிறுவனமாக மாறி, கல்விக் கட்டணம் உயர்ந்துகொண்டே போன நிலையில் மாணவர்கள் அவனைக்காட்டிலும் பகட்டான முறையில் உடையணிந்து வரத்தொடங்கினார்கள். அவர்களுடைய காலணிகளில் எந்தவிதமான கறைகளையும் பார்க்க முடிய வில்லை. பற்கள் வெண்மையாக இருந்தன. தோலின் பழுப்பு மெருகேறியிருந்தது. அத்தோடு அது முடிந்துவிடவில்லை. அதிக கட்டணம் செலுத்தியதால் மாணவர்கள் அதிக கோரிக்கைகளை வைத்தனர். வாடிக்கையாளர்கள் தாம் கொடுத்த பணத்திற்கான மதிப்பைப் பெற விரும்பினர். விரிவுரை அரங்கத்திற்கான அட்டைச்சாவியையும் அந்த இயந்திர உபகரணத்தை இயக்குவதற்கான சங்கேதக் குறிகளையும் துறைச் செயலர் அவனிடம் ஒப்படைக்கும் நேரத்தில் கைத்துப்பாக்கியொன்றை யும் அவனிடம் கொடுத்தார். மாணவர்களோ அதைக் காட்டிலும் வசீகரமான புதிய கைத்துப்பாக்கிகளைப் பல்கலைக்கழகத் திற்கு எடுத்துவந்தனர். தேர்வு முடிந்து இரவு தாமதமாக வீடு திரும்பும் போது அவனுடைய பாதுகாப்பிற்கு எந்தவித உத்தரவாதமும் இல்லாமல் போயிற்று. மாணவர்கள் எல்லோரும் தேர்ச்சி பெறவுமில்லை. அமைப்பு அப்படித்தான் இயங்கியது. நாளாக, நாளாக சமூகம் வெற்றியாளர்களும் தோல்வியுற்றவர்களும் கொண்டதாக ஆனது. அதிலும் மேலும் மேலும் பிந்தையவர்களைக்கொண்டதாக. இப்படியான நிலையை ஏற்றுகொள்ளும் பக்குவத்திற்குத் தனது மாணவர்களைப் பழக்கப்படுத்த போருட் முயன்றான். என்னதான் இருந்தாலும் பல்கலைக்கழகம் அவர்களுடைய வாழ்க்கைக்கான கல்வியை வழங்கும் இடம் என்றே அடிக்கடி வலியுறுத்தப்பட்டு வந்தது. தன் மாணவர்கள் யதார்த்தத்தைப் புரிந்துகொள்ள வேண்டும் என்பதற்காக அவன் கையாண்ட முறைகளை அவர்கள் எவ்வாறு புறக்கணித்துப் பதிலுக்குத் தன்மீது பெட்ரோல் குண்டு வீசிவிடுவதாய் அடிக்கடி மிரட்டுகிறார்கள் என்று வழக்கத்திற்கும் மேலாக நீண்ட ஒரு இரவு உணவிற்குப் பிறகு டீனிடம் முறையிட முயன்றபோது, ஆசிரியர் பயிற்சி நிதியின் தயவில் அவன் ஒரு தற்காப்பு கலை பயின்று கொள்வதற்கு டீன் மிகுந்த பெருந்தன்மையுடன் அனுமதி வழங்க முன்வந்தார். போதாக்குறைக்கு, தான் சேகரித்து வைத்திருக்கும் துப்பாக்கி களை வேறு அவர் காட்சிப்படுத்தினார். இதற்கெனவே விசேஷ மாய் வடிவமைக்கப்பட்டிருந்த உடுப்புப்பெட்டியில் தனது அதிமதிப்புமிக்க பொருட்களை வைத்து மெய்க்காப்பாளன் ஒருவனைக் கொண்டு இழுத்து வரவும் அவர் ஏற்பாடு செய்திருந்தார். கல்விக் கட்டணத்திற்கான பாதுகாப்பான

முதலீடு. உணவு மேஜையில் அவனுக்கு அருகில் அமர்ந்திருந்த ஆசிரிய உறுப்பினர்கள் தலையசைத்துத் தங்கள் ஆமோதிப்பை வெளிப்படுத்தினார்கள். புடைத்திருக்கும் தமது மார்பையும் கால்சட்டைப் பைகளையும் கூடத் தட்டிக்காட்டினார்கள்.

வெளியேற வேண்டிய தருணம் எல்லோருக்கும்தான் உண்டு என்பதை போருட் புரிந்துகொண்டான். விளம்பரப் பிரதி எழுதும் அற்புதமான உலகில் தனக்கு வாய்ப்புகள் இருப்பதை அவன் கண்டு கொண்டான். அங்கே ஒரு நிரப்பப்படாத இடம் இருந்தது. அவனுக்கு முந்தைய தலைமுறையினர் கலாபூர்வ சோம்பலைத் தேர்ந்து விளம்பரத் தொழிற்சாலைகளை விட்டு ஓடிக்கொண்டிருந்தனர். தங்கள் முந்தைய தொழில்மீது கோபாக்னியை வீசியவர்கள் அதன் கவர்ச்சிகரமான அம்சங்களைப் பற்றிக்கொண்டிருந்தனர்: சுகவாழ்வை விற்கும் விளம்பர குருக்கள் என்பதற்குப் பதிலாக மாற்றத்தின் தத்துவவாதிகள், விமர்சன-யதார்த்த எழுத்தாளர்கள், ஊழிக்காலத் திரைப்பட இயக்குநர்கள், இருண்ட இசைக்கலைஞர்கள் என்றெல்லாம் அழைக்கப்பட்ட அவர்களுக்கு உடனடியான கொழுத்த பணம், விலையுயர்ந்த ஷாம்பெயின் பாட்டில்கள், அழகான பெண்கள் போன்றவை உரியவையாக ஆகின. மாறாக, இந்த அரிய வாய்ப்பைத் தவறவிட்டவர்கள் கிடங்குகளில் பணியாற்றுவோராய் கண்ணில் படாமல் மறைந்தனர். ஆனால் கிட்டத்தட்ட அனைத்து விளம்பரப் பழம் பெருச்சாளிகளுமே இத்துறையை விட்டு ஓடிக்கொண்டுதானிருந்தனர். முன்னணி வரிசை வாழ்க்கை நீண்ட காலம் தாக்குப்பிடிக்கக் கூடியதல்ல.

சமூக இயங்கியல் அதற்கேயான விளைவை ஏற்படுத்தியது. பல்கலைக் கழகங்கள் தமது தயாரிப்பு வேலையைத் தொடங்கிய போது, விளம்பரத் துறையில் ஏராளமான வேலைவாய்ப்பு உருவானது. இளைஞர்கள் அதைப் பயன்படுத்திக்கொள்ள ஓடோடி வந்தனர். ஆனால் அவர்களால் தேவைகளுக்கு ஈடுகொடுக்க முடியவில்லை. வணிகத்தின் தந்திரங்களை ஒரே இரவில் கற்றுக்கொள்வது கடினம். எனவே நிறுவனம் ஒன்றில் தான் ஏதாவது செய்ய விரும்புவதாக போருட் விண்ணப்பித்தபொழுது, தீர்க்க முடியாத தடையாக அதுவரையிருந்த அவனது முனைவர் பட்டம் திடீரென்று அப்படி இல்லாமல் ஆகிவிட்டது. வேறு நல்ல ஆட்கள் கிடைக்காத நிலையில் உயர்கல்வி பயின்றவர்களைக்கூடச் சேவைத் துறை வேலைக்கு அமர்த்தத் தயாராக இருந்தது.

அவன் சீக்கிரத்திலேயே மேல்நிலைக்கு உயர்ந்தான். நிறுவனம் சில கோடிகள் வருமானம் ஈட்டிய பிறகு, மிகவும் அட்டகாசமான விளம்பரங்களுக்கான மதிப்புமிக்க விருதான கோல்டன்

பாமர் விருதை ஒரு சில முறை பெற்ற பிறகு, உதவி விளம்பர பிரதி எழுத்தாளராகப் பணியில் சேர்ந்திருந்த போருட் கலை இயக்குனராகப் பதவிஉயர்வு பெற்றான். வாடிக்கையாளருக்குச் சந்தோஷம், முதலாளிக்குச் சந்தோஷம் போருட்டுக்குச் சந்தோஷம் மோனிக்காவுக்கும் சந்தோஷம். மேலும் மேலும் வாடிக்கையாளர்கள், மேலும் மேலும் விருதுகள், மேலும் மேலும் காசோலைகள் என்று போருட் பெற்ற வண்ணம் இருந்தான். மோனிக்கா மேலும் மேலும் காலணிகளை வாங்கித் தள்ளினாள். அதற்காக அவள் நன்றியுணர்ச்சியுடன் இருந்தாள். அவளுடைய தொழில் அப்போது அவ்வளவாக வளர்ந்திருக்கவில்லை. அதில் திருப்புமுனை பிற்காலத்தில்தான் ஏற்பட்டது. அக்கால கட்டத்தில், மனிதவள மேம்பாட்டைப் பற்றி தமக்கே எல்லாம் தெரியும் என்ற எண்ணத்தில் மக்கள் இருந்தார்கள். தாங்களாகவே அதைக் கையாள முடியும் என்று நினைத்தார்கள், முன்புபோலவே இப்போதும் பழைய முறை பலனளிக்கும் என்றெல்லாம் எண்ணிக்கொண்டிருந்த காலம் அது. தங்களை வளர்த்துக்கொள்ள வேண்டும் என்று எல்லோருக்குமே ஆசை வந்தபோது மனிதவள மேம்பாட்டு நிறுவனங்கள் பணத்தில் புரள ஆரம்பித்தன.

நாட்டின் மிகப்பெரிய நிறுவனம் தயாரித்துத் தரும்படிக் கேட்டிருந்த புதிய விளம்பர பிரச்சாரத்திற்கான சந்தை ஆராய்ச்சியைச் சாக்காக வைத்துதான் போருட் முதன்முதலில் அகதிகள் மையத்தைத் தேடிச் சென்றிருந்தான். பிரச்சாரத்திற்காக போருட் உருவாக்கியிருந்த பல கோஷங்களில் இருந்து, “அடுத்த இன்பம் மதம் சார்ந்ததாக இருக்கும் – இல்லாவிட்டால் இன்பமே இருக்காது” என்பதைத் தலைவர் தேர்ந்தெடுத்தார். வாடிக்கையாளரோ, அது இல்லாவிட்டால் இது என்று இரண்டு எதற்கு, முதல் பகுதியே ஏறக்குறைய ஏற்றுக்கொள்ளும்படியாகத்தான் இருக்கிறது; இந்த ‘இல்லாவிட்டால்’ சமாச்சாரமே எங்களுக்கு வேண்டாம் என்று சொல்லி நிராகரித்தார். தாங்கள் ஏற்கனவே அறிந்திருக்கும் ஒரு விஷயத்திற்காக. தங்களுக்குச் சொந்தமான இரண்டு தேசியப் பூங்காக்களின் மதிப்புக்கு ஈடான தொகையை ஏன் கொடுக்க வேண்டும் என்பது அவர்களுக்குப் புரியாத விஷயமாக இருந்தது. அந்தக் குறிப்பிட்ட வாடிக்கையாளரைத் திருப்திப்படுத்துவது என்பது கஷ்டம்தான். ஆனால் இந்த நெத்தியடி கோஷம், உலகமயமாதல் சங்கத்தின் மிகவும் வெற்றிகரமான பிரச்சாரத்தைக் காசாக்கிக்கொள்ள முனையும் மிகவும் மழுங்கலான முயற்சி என்பதை போருட்டுமே உணர்ந்திருந்தான். உலகின் எந்த மூலைக்குப் போனாலுமே போருட்டின் கோஷத்தை எதிர் கொள்ளாமல் ஒரு தடவைகூட நடந்து விட முடியாது: *உலகளாவிய வணிகர், உலகளாவிய வழிபாடு, உலகளாவிய செலவினம்.*

அந்த ஆறு சொற்களை வைத்து தான் சொல்லவந்த செய்தியைப் பற்றி போருட் தனது ராப்பயணங்களின்போது அடிக்கடி யோசித்தான். சொல்லப்போனால் ஒரு சொல்லும் அதனோடு இணைந்த வேறு மூன்று சொற்களும். அதையும் விட, ஒரு சொல்லும் அதனோடு இணைபட்டிருக்கும் சற்றே வேறான வடிவத்தில் உள்ள சொற்களும். வாடிக்கையாளர் அதை எப்படிப் புரிந்துகொண்டார் என்பது அவனுக்குத் தெரியும். எல்லாம் உலகமயம். எனவே இம்மாதிரியான செய்திக்குக் கட்டணம் கொடுத்தல் தகும். அதிலும், அந்த நிறுவனம் உலகளாவியது என்பதால், அதுவே எல்லாமும். தவிர, வாடிக்கையாளரின் வர்த்தகப் பெயரை மூன்று முறை திரும்பத் திரும்ப உச்சரிக்கும் எந்த வரியும் வெற்றிகரமாக விலைபோகும். போட்டியாளர்கள் பொறாமையோடு பகடி செய்ததுபோல. அந்த ஆறு சொற்களின் ஏனைய அம்சங்களைப் பற்றி யோசித்தபோது, பரிணாமக் கோட்பாட்டோடு பெயர்ச்சொற்களின் வரிசை ஏதோ ஒரு விதத்தில் இயைந்து போவதையும் அவன் புரிந்துகொண்டிருந்தான். அவன் அந்தக் கோஷத்தைக் கச்சிதமாகவே அமைத்திருந்தான். ஆனால் அவன் என்ன சொல்லயிருந்தான்? அவனுடைய இந்தக் கோஷத்தைப் பார்க்கும் மக்கள் அதை எப்படிப் புரிந்து கொண்டார்கள்?

ஏனைய வணிகத்துறைகளில் உள்ளனவற்றைப் போன்று இந்த வணிகத்தில் உள்ள சில விஷயங்களும் யூகிக்கக்கூடியன வாகவே இருந்தன. ஆனால் அவை போக, பிற விஷயங்கள் முற்றிலும் வேறுபட்டவை. கணிக்க முடியாமை என்பது கிளர்ச்சியூட்டுவதாக இருந்தது. கிளர்ச்சி லாபம் ஈட்டியது. நேரமும் பொருத்தமாக அமைந்தது. மக்களுக்குப் போர் சலித்து விட்டது. அமைதிக்கு ஒரு வாய்ப்பைக் கொடுக்க முடிவெடுத்திருந்தனர். சமரசத்திற்கான நேரம் கூடிவிட்டது. எதிரெதிர்த்தரப்பு வீரர்கள், கற்பழித்தவர்கள் அவர்களால் பாதிக்கப்பட்டவர்கள் என அனைத்துத் தரப்பினரும் லாபத்தைப் பங்கிட்டுக்கொள்வது பற்றிச் சுமுகமாய்ப் பேசித் தீர்த்துக்கொள்ள அமர்ந்தனர். போருட்டின் நிறுவனம் உலக அளவில் இயங்கியது. அது தனிப்பட்ட மாநிலச் சந்தைகளுக்கு ஏற்றாற்போல் தன்னைத் தகவமைத்துக்கொண்டது. கம்யூனிசம் ஒரு காலத்தில் கோலோச்சி, இப்போது மிகவும் திறமையான முதலாளித்துவம் நிர்வகிக்கும் இடத்தில், நிலைமாற்றிக் கொண்ட கம்யூனிஸ்டுகள் தங்களை நிர்வாக வாரிய உறுப்பினர்கள் எனும் ஹோதாவில் நேர்த்தியாகப் புதுப்பித்துக்கொண்டு, மிகவும் பணம் கொழிக்கும் அரசுத் தொழில்களைத் தமக்குள் பங்கிட்டுக்கொண்டு, தமக்குத்தாமே ஈவுத்தொகையைப் பெற்றுக்கொள்ளத்தொடங்கினர். சோம்பலின் காலம் முடிந்துவிட்டது, இனி அவனவன் பாட்டை அவனவன்

பார்த்துக்கொள்ள வேண்டும், இனியும் இலவசக் கல்விக்கோ, மருத்துவ சேவைக்கோ தாங்கள் பாத்தியப்பட்டவர்கள் இல்லை எனும் நிதர்சனத்தை இளைஞர்கள் இன்னும் புரிந்துகொள்ள மறுக்கிறார்களே என்ற அறச்சீற்றம் வேறு அவர்களுக்கு இருந்தது. தங்கள் தேவைகளைத் தாங்களே பார்த்துக்கொண்டார்கள் அவர்கள். அவர்களிடம் பணம் இருந்தது. வேறு யாரையும் அவர்கள் அண்ட விடவில்லை. மற்றவர்கள் முதலில் வாய்க்குள்ளேயே முணுமுணுத்தார்கள், பின்னர் வாய்விட்டுப் புலம்பினார்கள். பின்பு உரக்க. எங்கள் குரல் கேட்கவில்லை என்றால் மேலும் உரத்துக் கூச்சலிடுவோம் என்று மிரட்டினார்கள். குறுங்குழு அதிகார அரசு தனது ஆலோசகர்களிடம் யோசனை கேட்டது. உங்களிடம் பணம் இருக்கிறது, தேவை நல்லதொரு பிம்பம். அனுபவம் வாய்ந்த ஆலோசகர்களிடமிருந்து அதை விலைக்கு வாங்க முடியும் என்று அவர்கள் ஆலோசனை சொன்னார்கள். தமக்குத் தேவைப்பட்ட பிம்பத்தை ஆட்சியாளர்கள் விலை கொடுத்து வாங்கினார்கள். அவர்களின் வியாபாரமும் செழித்தது.

போதும் போதுமென்று கதறி மாற்றம் வராதா என்று ஏங்கும் அளவுக்கு மக்களை உரித்தெடுத்த முதலாளித்துவம் இருந்த இடத்தில், பிற அமைப்பின் நேர்மறையான அம்சங்கள் அடிக்கோடிடப்பட்டுக் காட்டப்பட வேண்டும். இலவசம், அது இது என்று. இப்போது நீங்கள் பல் மருத்துவரிடம் செல்ல எதையும் அடமானம் வைக்க வேண்டியதில்லை, முனிசிபல் பூங்காவில் உலா வருவதற்கு யாரும் கட்டணம் வசூலிக்க மாட்டார்கள், இனி உங்கள் பிள்ளைகள் பள்ளிப் பட்டயங்களை விலை கொடுத்து வாங்க வேண்டியதில்லை, இருக்கும் அனைத்தையும் நாங்கள் மறுவிநியோகம் செய்வோம், அதில் உங்களுக்குக் கிடைக்கும் சிறு பங்கு என்பது அப்படியொன்றும் சிறியதாக இருக்காது என்பன போன்ற நேர்மறையான அம்சங்கள். இசையத் தூண்டுதல் என்பது எவ்வளவு முடியுமோ அவ்வளவு கவர்ச்சி தேவைப்படுவது. ஆனால் உருமாற்றம் செய்யப்பட்ட நாடுகளில் எந்த ஒரு கவர்ச்சியும் மீந்திருக்கவில்லை. மாற்றங்கள் எல்லா நேரத்திலும் சீராக நடந்துவிடவில்லை. மாறாக, மெருகூட்டல் தேவைப்படும் சில கீறல்கள் இருந்தன. புதிய தேசிய வரவுசெலவுத் திட்டத்தில் பணம் ஒதுக்கக்கூடிய எந்த விஷயத்தையும் சரிசெய்ய போருட்டின் நிறுவனத்தால் நிச்சயமாக முடிந்தது. புதிய தேசியமயமாக்கல் முதல்முறையைக் காட்டிலும் எளிமையாக இருந்தது. சொல்லப்போனால் இப்போது கீறல்கள் மிகமிகக் குறைவாகவே இருந்தன.

பயணம் செய்வதை எப்போதும் விரும்புவதால், போருட் தொலைதூரங்களுக்குச் செல்லும் கணக்கியல் நிபுணனானான்.

எங்கு வேண்டுமானாலும் சென்று எங்கிருந்து வேண்டுமானாலும் திரும்பி வந்தான். போருட்டின் அலுவலக அறைக்குள் தலைவர் அவ்வப்போது நுழைவார். உற்சாகப்படுத்தும் தலையசைப்புடன் போருட்டின் கணக்கில் வரவு வைக்கப்பட்டுள்ள தொகைகளைக் காட்டும் ஒரு துண்டு காகிதத்தையும் சில தருணங்களில் மிகவும் விலையுயர்ந்த மதுக்குப்பி ஒன்றையும் வைத்துவிட்டு, மீண்டும் தலையசைத்து வெளியேறுவார். ஆரம்பத்தில், மதுவைப் பகிர்ந்துகொள்ள தனது முன்னாள் சகாக்களுக்கு போருட் அழைப்பு விடுப்பதுண்டு. ஆனால் மதுவின் மீதிருக்கும் தாகத்தால் அல்லாமல் அவனுடைய அலுவலக அறைக்குள் அவர்களைக் கலவரப்படுத்தும் ஏதோ ஒரு அம்சம் தென்படுவத்தின் காரணமாகத்தான் மதுவை அவர்கள் அவசரமாய்க் காலி செய்கிறார்களோ எனும் சந்தேகம் ஏற்பட்டவுடன் அவன் மதுக்குப்பிகளை வீட்டிற்கு எடுத்துச் செல்ல ஆரம்பித்தான். எப்பொழுதாவது அவனும் மோனிக்காவும் அவற்றுள் ஒன்றைத் திறப்பார்கள். நண்பர்கள் வீட்டிற்கு வருவதை நிறுத்தி வெகுகாலமாகியிருந்தது.

ஆக, இதற்காகத்தான் இப்போது அவன் இங்கே சேகரிப்பு மையத்தில் இருக்கிறான். குழந்தைகள் அவனை அடையாளம் தெரிந்துகொண்டு கூப்பிடத்தொடங்கினர். தொலைக்காட்சித் திரைகளின் ஒளியில் அவர்களுடைய உடைந்த பற்கள் பளபளத்தன. அவர்களின் தாய்மார்கள் அவர்களை மீண்டும் திரைகளுக்கு முன்னால் சூ என்று விரட்டினர். பின்னர் தலையைக் குனிந்துக்கொண்டு, இரண்டு பெட்டிகளின்மீது பார்வையைப் பதித்தவாறே அவனை அணுகினர். போருட் சுற்றிலும் பார்த்தான். இப்போது தாங்கள் என்ன செய்ய வேண்டும் என்று அவர்கள் நன்றாகவே அறிவார்கள்.

அவர்கள் இரண்டு முதிய பெண்களைக் கூப்பிட்டார்கள். முகாம்களில் வசிக்கும் பல இனங்களைச் சேர்ந்தவர்களை ஆளுக்கொரு பாதியாகப் பிரித்து இந்த இருவரும் தமது கட்டுப்பாட்டின் கீழ் வைத்திருந்தனர். தலையசைத்து, ஒவ்வொரு பெண்ணின் முன்னும் ஒரு பெட்டி என போருட் வைத்தான். அவர்கள் தங்கள் வண்ணமயமான பாவாடைக்கு உள்ளே இருந்து கத்திகளை எடுத்து, பெட்டிகளின் மேற்புறத்தைச் சாமர்த்தியமாகக் கீறித் திறந்தனர். உள்ளே இருப்பவற்றைப் பார்த்தவுடன் அவர்கள் சந்தோஷத்தில் வாயைப் பிளந்தார்கள். குழந்தைகள் இரண்டு வரிசைகளாய் நின்றார்கள். ஒவ்வொருவரும் பெட்டியிலிருந்து தலா ஒரு பழத்தைத் தேர்ந்தெடுத்தனர்: ஒரு ஆப்பிள், ஒரு ஆரஞ்சு, ஒரு வாழைப்பழம், ஒரு பப்ளிமாஸ், ஒரு தக்காளி, ஒரு பேரிக்காய் இப்படி. சில பழங்கள் மிகவும் அடிபட்டிருந்ததை

போருட் கவனித்தான். அடுத்தமுறை பெட்டியில் பழங்களை அடுக்கும் போது கொஞ்சம் கவனமாக இருக்க வேண்டும். இந்த முறை எல்லாமே அவசரகதியில் நடந்துவிட்டது. பாலத்தின் கீழ் போதுமான வெளிச்சம் இல்லை. வியாபாரிகள் காவல்துறைக்குப் பயந்தார்கள்.

வரிசையில் நின்றிருந்த குழந்தைகள் எல்லோரும் போனதும் பெரியவர்கள் அருகில் வந்தனர் இரண்டு முதிய பெண்களிடமும் தலா ஒரு பணக்கட்டைக் கொடுத்து, "வழக்கம் போல்" என்றான் போருட். அவர்கள் தலையாட்டினார்கள். அவன் சொன்னதற்கு மாறாகப் பணத்தைப் பயன்படுத்தினால் அதன் பிறகு எவ்வித நிவாரணமும் கிடைக்காதென்பது அவர்களுக்குத் தெரியும். பழம் மற்றும் காய்கறி வியாபாரிகள் அனைவரிடமும் போருட் முக்கிய வாடிக்கையாளர் என்பதையும் யாரோ ஒரு வியாபாரி போலியானவற்றை அவனிடம் விற்க முயன்றபோது ஒரு வார்த்தையும் பேசாமல் அவன் வெளியேறியதையும் அன்றிரவு உருகிய பிளாஸ்டிக்கின் துர்நாற்றத்தைத் தவிர வேறு எதுவும் மிஞ்சாதபடிக்கு இரவில் அந்த வியாபாரியின் கிடங்கு புகைமண்டலமாகப் போனதையும் அவர்கள் அறிந்திருந்தனர். இப்படியான செயல்களை போருட் செய்யக்கூடியவன் என்று யாரும் நினைக்கவில்லை. ஆனால் இந்த வணிகத்தில் ஏராளமான வேறு சிலர் கௌரவத்திற்கும் நல்ல பெயருக்கும் மதிப்பளித்து மோசடிகளை வேரறுக்கத் தயாராக இருந்தனர். போட்ட ஒப்பந்தப்படி நடந்துகொள்வது நல்லது. மோசடி செய்பவர்களைக் கறுப்புச் சந்தை பொறுத்துக்கொள்ளாது. ஒப்பந்தக்காரர்கள் சட்டப்பூர்வமாக ஏமாற்றினால் அவர்கள் சட்டத்தால் விசாரிக்கப்பட்டனர். இது நீண்ட காலம் இழுத்தது. இறுதியில் ஒன்றுமில்லையென்றாகியும் போனது. ஆனால் கறுப்பு சந்தையில் ஏமாற்றி சிக்கிக்கொண்ட நபர் இரவின் இருட்டில் காணாமல் ஆகி விடுவார்.

போருட் அகதி முகாம் சுவரின்மீது சாய்ந்தான். அவனுக்குத் தலை சுற்றியது. நீண்ட நேரமாக அவன் எதுவுமே சாப்பிடவில்லை. தானும் அந்த வரிசையில் நின்று வாழைப்பழமோ எதையோ எடுத்துக்கொண்டால் என்ன என்ற சபலம் அவனுக்கு ஏற்பட்டது. ஆனால் இது கொடையாளன் என்ற தனது பிம்பத்தைக் கடுமையாகச் சிதைத்து விடும் என்று தனக்குத்தானே அவன் நினைவுபடுத்திக்கொண்டான். எந்த புத்தியுள்ள மனிதன் தன்னிடம் அளவுக்கதிகமாக இல்லாத ஒன்றைக் கொடுப்பான்? ஒருவேளை, அவனுக்குச் சோர்வு மட்டுமே இருக்குமாயிருக்கும். ஒருவேளை, அவன் இல்லம் மீளும்போது பிரதான சாலையில் இருந்து இறங்கி காடுகளில் தட்டுப்படும் ஏதேனும் ஒரு பாதையில்

குட்டித் தூக்கம் போடலாமாயிருக்கும். ஒருவேளை, குறைந்து வரும் அவனுடைய கையிருப்பை எவ்வாறு அதிகரிப்பது என்பது பற்றிக் கனவில் அவனுக்கு வேறு ஏதேனும் யோசனைகள் உதிக்குமாயிருக்கும். அகதி முகாமில், அவனுடைய பெட்டியில், அவனுடைய உடலில், அவனுடைய வங்கிக்கணக்கில். ஒருவேளை. எல்லாமே சாத்தியமாகிக்கொண்டுதான் இருந்தன.

அவன் விடைபெறத் தலையசைத்தான். குழந்தைகள் கையாட்டத் தொடங்கின.

காவலாளி போருட்டை அருகில் வரும்படி சைகை செய்தான். அவனைத் தன்னுடைய காவலாளி குடிலுக்கு அழைத்துச்சென்றான். அங்கிருந்த மேஜை மீது நிதிப் பொறியியல் பற்றிய புத்தகங்கள் அடுக்கியிருப்பதையும் சுவரில் மின்னணு சாதனங்களின் வரிசையொன்றிருப்பதையும் போருட் பார்த்தான். அந்தச் சாதனங்களுக்குள் காவலாளி பதற்றத்துடன் சில கட்டளைகளை இட்டான். உடனே கட்டுப்பாட்டுப் பலகையில் எரிந்து கொண்டிருந்த விளக்குகளில் சில அணைந்தன.

"உங்களுக்கு ஒரு செய்தி வந்திருக்கிறது" என்றான் அவன் போருட்டிடம்.

"செய்தியா? யாரிடமிருந்து?"

"எனக்குத் தெரியாது. இன்றைய தகவலின் அடிப்படையில் வழிகாட்டுதல்களை வழங்கக் கேட்டு எனது தரகரை அழைத்தேன். அவரோ அந்தத் தகவலை வழங்குபவருக்கு ஒரு செய்தி இருப்பதாகக் கூறினார்."

அது சரிதான். அறிவு எனும் சொல் ஒரு துப்புக் கொடுக்கிறது. இந்த மாதிரியான சேர்மானம் யாரிடமிருந்து வருகிறது என்பது அவர்களுக்குத் தெரியும். ஆனால் அவர்கள் ஏன் என்னைத் தேடுகிறார்கள்? நான் எதுவும்_____

"என்னிடம் சொன்னதை மட்டும்தான் நான் குறித்துக் கொண்டிருக்கிறேன். எனக்கு இதில் எதுவுமே புரியவில்லை," என்று காவலாளி ஒரு துண்டுக் காகிதத்தை போருட்டிடம் கொடுத்தான். பின்னர் தனது உதடுகளின் மீது ஒரு விரலை வைத்து சுவரில் பதிந்திருந்த கட்டுப்பாட்டுப் பலகை மீது கையை வேகமாக நகர்த்தினான். விளக்குகள் மீண்டும் ஒளிர்ந்தன.

அந்தக் குறிப்பில் காணப்பட்ட அர்த்தமற்ற வார்த்தைகளைப் புரிந்துகொள்வதில் போருட்டுக்குச் சிரமம் ஏதும் இருக்கவில்லை. அந்தக் குறியீடு அவனுக்கு மிகவும் பழக்கமானது.

நாளை ஒரு மணிக்கு என்னை வந்து பார். நல்ல வேலை ஒன்றிருக்கிறது. உன்னுடைய ரசனைக்குகந்தது.

தலைவர்

நன்றி என்று சொல்ல போருட் வாயெடுத்தான். ஆனால் காவலாளி தலையைப் பலமாக ஆட்டி அவனைக் கதவுக்கருகில் தள்ளிச்சென்றான்.

அழைப்பு. தலைவரைப் பார்க்க. இவ்வளவு மாதங்களுக்குப் பிறகு.

இது அவன் கொஞ்சமும் எதிர்பார்த்திராத அழைப்பு. ஆனால் மறுத்து விட இயலாத அழைப்பு. சரியான நேரம் பார்த்துதான் வந்திருக்கிறது.

4

சுதந்திரவாத டேங்கோ[1]

இது அவன் கொஞ்சமும் எதிர்பார்த்திராத அழைப்பு. ஆனால் மறுத்துவிட இயலாத அழைப்பு. சரியான நேரம் பார்த்துதான் வந்திருக்கிறது.

விளாடிமிர் தனது தாத்தாவின் கதையைத் துண்டுதுண்டாகத்தான் தெரிந்துகொண்டான். இரவு உணவின் போது சில கோப்பைகள் மது உள்ளே போனதும் முதியவரின் வாயிலிருந்து வந்த சிறுசிறு துண்டுகளாக. விளாடிமிர் புரிந்துகொள்ள முடிந்தவரை, தொலைதூரத்திலிருந்த அவரது நாட்டில் பழங்குடிகளுக்கிடையே நடந்த புரிந்து கொள்ள முடியாத மோதலில் ஏதோ ஒரு ராணுவ அலகின் தலைவராக அவர் இருந்திருக்கிறார்.

1. டேங்கோ என்பது இருவர் இணைந்து ஆடும் ஆட்டம். அடிமைகளின் இசை வடிவமாகவே ஆரம்பத்தில் டேங்கோ எனும் சொல் அறியப்பட்டிருந்தது. பத்தொன்பதாம் நூற்றாண்டின் இறுதியில் ஆர்ஜென்டினா நாட்டுக்கும் உருகுவே நாட்டிற்கும் இடையேயுள்ள இயற்கையான எல்லைக்கோட்டுப் பகுதிகளில் இந்த ஆட்ட வகை பரிமளித்தது. வறிய மக்களின் களிப்பாட்டமாக உருவெடுத்த இது தொடக்கக் காலத்தில் துறைமுகங்களை ஒட்டியிருந்த மதுவகங்களிலும், பாலியல் தொழிலகங்களிலும் மட்டுமே பேணப்பட்டு வந்தது. பாலியல் இச்சையைத் தூண்டுவதாகக் கருதப்பட்ட இந்த ஆட்டத்தை அப்போதிருந்த காலனி அரசு தடை செய்திருந்தது. 2009ஆம் ஆண்டில் ஆர்ஜென்டினாவும் உருகுவேயும் சமர்ப்பித்த விண்ணப்பத்தை ஏற்று, யுனெஸ்கோ அமைப்பு இந்த ஆட்டத்தைக் கலாச்சாரப் பாரம்பரியப் பட்டியலில் இணைத்தது.

விளாடிமிருக்கு அது முற்றிலும் அந்நியமான நாடு. தாத்தாவின் முனகல்களிலும், நெடிய மாக்கடல் பயணத்தைத் தாக்குப்பிடித்து ஓடிக்கொண்டிருக்கும் கீறல் விழுந்த வினைல் இசைத்தட்டுகளில் ஒலிக்கும் லயமற்ற, சகிக்கவியலாத நாட்டிய இசையிலும் மட்டுமே உயிர்ப்புடன் இருக்கும் நாடு.

தாத்தாவின் கதை எப்போதும் ஒரே மாதிரியாகவே இருந்தது. இறக்குமதி செய்யப்பட்ட துகிலில் தைத்த மிடுக்கான சீருடையில், அறம் சார்ந்த காரணங்களுக்காகப் போர் புரிகிறோம் எனும் இறுமாப்போடு அவர் நடைபோட, தெருக்களில் மக்கள் கையசைக்க, அது பெருமிதத்தோடு தொடங்கும். ஆனால் பிறகு அவருடைய படை தோற்று அதற்கப்புறம் காணாமலே போய்விட்டது. இறுதியில் தாத்தா ஏதோ ஒரு துறைமுகத்திற்கு வந்து சேர்ந்தார். கப்பலின் இயந்திரங்கள் புறப்பாட்டுக்குத் தயாராகியிருந்தன. காகிதத்தில் ஒரு சில வரிகள் எழுதி வைத்து நாட்டை விட்டுக் கிளம்புவோருக்குச் சிலுவைக்குறியிட்டு ஆசீர்வதித்து அனுப்ப வந்திருந்த நபரின் கைகளில் அந்தத் துண்டுச் சீட்டை திணித்துத் தன் பெற்றோர்களிடம் சேர்ப்பித்து விடும்படிக் கேட்டுக்கொண்டதுதான் அவரால் செய்யக் கூடியதாக இருந்தது. தான் கிளம்ப வேண்டியிருப்பதாகவும் எவ்வளவு விரைவில் கூடுமோ அவ்வளவு விரைவில் மீள்வதாகவும் தாத்தா அதில் எழுதியிருந்தார். அவர்களுக்கு நிச்சயம் தெரியப்படுத்திவிடுவதாக கருப்பு உடுப்பில் இருந்த அந்த நபர் தலையாட்டினான். தோற்றுப்போன சமரையும் இருப்புப்பாதையின் ஏதோ ஒரு முனையில் உள்ள பதுங்கு குழியில் தான் கைவிட்டு வந்திருக்கும் தன்னுடைய படைவீரர்களையும் இன்ன பிற அனைத்தையும் விட்டோடும் அவசரத்திலிருந்த தாத்தா அவனுடைய கையைப்பற்றிக் குலுக்கினார்.

தனது பெற்றோரைக் காண அவர் திரும்பிச் செல்லவேயில்லை. எப்போது எல்லையைத் தாண்டினாலும் அவரை மீண்டும் பார்க்கவே முடியாமல் ஆகி விடும் என்ற அவரது நம்பிக்கையைத் தாயகத்தில் இருந்து வந்த செய்திகள் அனைத்தும் உறுதிப்படுத்தின. அவர் இறக்க விரும்பியிருந்தால், அவருக்கு ஏற்கனவே ஒரு வாய்ப்பு கிடைத்திருந்தது. ஆனால் அவர் அதைக் கடந்துவிட்டார். இப்போது காலம் மிகவும் கடந்துவிட்டது. அதனால், ஒவ்வொரு ஞாயிற்றுக்கிழமையும் தேவாலயக் கூட்டு வழிபாட்டிற்குப் பிறகு ஸ்ட்ரா வைத்து தேநீர் பருகி, கடலுக்குச் சென்று, வெறித்துப் பார்த்தபடி அவர் வாழ்க்கையைத் தொடர்ந்தார். நடப்பு மாறும் என்று அவர் காத்திருந்தார். ஆண்டுகள் கடந்தன. ஒரு நாள் அஞ்சலில் அவருக்கு ஒரு ஓலை வந்தது. பெரும்பான்மையினரின் தலைவிதியை உங்களால் மாற்ற

முடியாவிட்டால், நீங்கள் அதைப் பகிர்ந்துகொள்ள வேண்டும்[2] எனும் வாசகம் அதில் காணப்பட்டது. தனது அணியில் இருந்து போராடிய ஒரு முன்னாள் தோழரின் சொல்நடையை அவ்வாசகம் நினைவுபடுத்துவதை அவர் உணர்ந்தார், ஆனால் அந்தச் செய்தியின் அர்த்தத்தை அவரால் விளங்கிக்கொள்ள முடியவில்லை.

அவருடைய வட்டத்திலிருக்கும் அனைத்து உறுப்பினர்களும் பல பத்தாண்டுகளாய் எதிர்பார்த்திருந்த நாளும் வந்தது. தாங்கள் நாடுகடத்தப்பட்ட நிலை ஒருவழியாக முடிவுக்கு வந்துவிட்டதென்று அவர்கள் களிப்பில் மிதந்தார்கள். இப்பொழுது தம் நாட்டுக்கு அவர்கள் உதவ முடியும். நாடும் அவர்களின் தேவையை உணர்ந்திருந்தது. தாத்தா கூட அந்த அறநோக்கத்துக்காகக் கொஞ்சம் பணம் கொடுத்தார். அதுவும் போக, தன் மகனை அங்கே அனுப்பி வைக்க உறுதி பூண்டார். அவருக்குமே கூட அப்படியொன்றும் வயதாகியிருக்கவில்லைதான். என்ன நடந்தது என்பதை ஒரு சிலர் இன்னமும் கூட நினைவில் வைத்திருக்கக்கூடும். யாரேனும் ஒரு சிலர் அவன் அதே விதியைப் பங்கிட்டுக்கொள்ள வேண்டும் என்று கருதலாம். ஆனால் அங்கே அவனுக்கு ஏதுமில்லை, அவன் பிறந்த மண்ணான இதுதான் அவனுடைய நாடு, தன் தந்தையின் தலைமுறைக்கால அற்ப சச்சரவுகள் பற்றிய அக்கறை தனக்கில்லை என்றெல்லாம் கூறி அவருடைய மகன் அங்கே போக மறுத்துவிட்டான்.

மேலும் சில ஆண்டுகளைச் சிந்தனையிலேயே கழித்தார் தாத்தா. இடைப்பட்ட காலத்தில் அவருடைய மகனுக்கு ஒரு மகன் பிறந்தான். பிற்பாடு மகன் காணாமல் போனான். அவனுடைய மகன் வாலிபனாக வளர்ந்தான். பயணங்கள் மேற்கொள்ளத் தயார் நிலையில் இருந்தான். தாத்தா இதைக் கொஞ்ச நாட்களாக யோசித்துக்கொண்டிருந்தார். பிறகு விளாடிமிரைக் கூப்பிட்டனுப்பினார்.

“உன் அப்பாவும் நானும் எப்போதுமே ஒத்துப் போனதில்லை,” என்று நேரடியாக விஷயத்திற்கு வந்தார். “அதைப்பற்றி வருத்தப்படாதே. ஒருவேளை, எல்லா அப்பாக்களுக்கும் மகன்களுக்குமான உறவு இப்படித்தான் இருந்திருக்குமோ என்னவோ, அதைப்பற்றி எனக்கொன்றும் அதிகம் தெரியாது. இனிமேல் அதைத் தெரிந்துகொண்டு ஒன்றும் ஆகபோவதில்லை.

---

2. இந்த நாவலின் ஆசிரியர் ஆந்த்ரே ப்லாட்னிக்கின் சிறுகதைகளுள் ஒன்றான ‘ஐசாக்’ கில் முதன்முதலில் பயன்படுத்தப்பட்டுப் பிறகு சிறு சிறு மாற்றங்களோடு வேறு சில படைப்புகளிலும் அவர் பயன்படுத்தியிருக்கும் கருத்து. (தகவல்: ஆந்த்ரே ப்லாட்னிக்)

அது போகட்டும், விடு. அதைத் தெரிந்துகொள்வதில் எனக்கு ஆர்வமும் இல்லை. ஆனால் என்னிடம் இருக்கும் கொஞ்சநஞ்சப் பணத்தைக் கொடுத்துவிட அப்படியொன்றும் தாமதமாகிவிட வில்லை. இனிமேற்கொண்டு அது எனக்கும் ரொம்ப காலத்திற்குத் தேவைப்படாது. அந்தப் பணத்தைக் கொண்டு நம் பழைய நாட்டைப் பார்த்து வர உன்னை அனுப்பவும் தாமதமாகி விடவில்லை. போ. போய்ப் பார்த்துவிட்டு வந்து என்னிடம் சொல். அங்கு என்ன நடக்கிறது என்பதைக் கண்டு கொள்ளாதே."

விளாடிமிர் மிக நல்ல பையன். புதிய கட்டை வகைப் பியானோ அக்கார்டியன் வாத்தியத்தை விரும்பாமல், பழைய பொத்தான் வகைப் பியானோ அக்கார்டியனை வாசிப்பவன். பிறகு அதையும் கூட விற்று விட்டு அதற்குப் பதிலாக மின்சார கிதாரை வாங்கி இருப்பவன். என்றாலும், தனது மொழியும், தாத்தாவின் மொழியின் துணுக்குகளுமாகக் கலந்து அவன் தாத்தாவோடு பேசவாவது செய்வான். எவ்வளவோ இளைஞர்கள் அதைக்கூடச் செய்வதில்லை. தாத்தாவின் மொழியை விடுங்கள். தமது பெற்றோரின் மொழியைக்கூட அவர்கள் கற்றுக்கொள்வதில்லை. பணம் தேவை என்றால் மட்டுமே அவர்கள் பெரியவர்களுடன் பேசுவார்கள். இப்படியெல்லாம் தாத்தா யோசித்துக்கொண்டிருந்தார். எல்லாம் காலத்தின் கோலம். நிறைய விஷயங்கள் தப்பாகிக்கொண்டிருக்கின்றன.

விளாடிமிர் சரியென்று தலையசைத்தான். அவன் கட்டாயம் போகத்தான் போகிறான். பயணம் செய்வதே சந்தோஷம் தருவதுதானே. போக, அவனுடைய தற்போதைய வாழ்க்கை அவனை மூச்சுத் திணற வைத்துக்கொண்டிருந்தது. அது அவனுடைய எதிர்பார்ப்புகளுக்கு ஏற்ப இல்லை. நிகழக்கூடாதவை மேலும் மேலும் நிகழ்ந்துகொண்டிருந்தன. வெளியேற வேண்டிய நேரம் வந்து விட்டது. தன்னைச் சோதனை பண்ணிப் பார்க்க. தான் எப்படிப்பட்டவனாக இருக்க வேண்டும் என்று தன்னைத் தெரிந்த நபர்கள் சூழ்ந்திருக்காத போது தான் எப்படிப்பட்டவனாக இருக்கிறோம் என்பதைத் தெரிந்துகொள்ளவதாக. அவன் போகத்தான் போகிறான்.

"அங்கிருந்து உங்களுக்காக நான் ஏதாவது கொண்டுவர வேண்டுமா தாத்தா?" என்றான்.

அவனை வரச்சொல்லி ஜாடை காட்டினார் அவர். "நான் அங்கே திரும்பிப்போக முடியுமா என்று பார். என்னை யாருக்கும் நினைவிருக்கிறதா என்று பார்," என்றார்.

அது மிக வேடிக்கையான குறிக்கோள் என்று விளாடிமிர் நினைத்தான். குளியலறை வரைகூட நடக்கச் சிரமப்படுகிறவர்

தாத்தா. அப்புறமல்லவா கடல்தாண்டிப் போவது. எப்படி யிருந்தாலும் அவர் அவனுடைய தாத்தா. அவர் மகிழ்ச்சியாக இருக்க வேண்டும் என்று அவன் ஆசைப்பட்டான். தாத்தாவின் ஆசைப்படியே விஷயங்கள் இருக்க வேண்டும் என்று அவன் விரும்பினான்.

"நிச்சயமாக அவர்கள் உங்களை ஞாபகம் வைத்திருப்பார்கள் தாத்தா. நிச்சயமாக வைத்திருப்பார்கள்." என்றான் அவன் வேகமாக.

ஆனால் தாத்தா இருக்காதென்று தலையாட்டினார்.

"அப்படியெல்லாம் நீயாக நினைத்துக்கொள்ளாதே விளாடிமிர். போய்ப் பார்த்து நிச்சயப்படுத்திக்கொண்டு வா. ஏனென்றால், நாமாகவே ஒன்றை நமக்குத் தெரியும் என்று எண்ணிக்கொள்வதைவிட அதை உறுதிப்படுத்திக்கொள்வதுதான் நல்லது. ஏனென்றால் நான் கேட்க ஆசைப்படுவது அதையல்ல.

கூதிர்காலக் குளிரில் கிளம்பி, குறுகிய இடத்தில் முழங்கால்களை மடக்கி, பல்லைக் கடித்துக்கொண்டு விமான இருக்கையில் உட்கார்ந்தபடியே நாள் முழுவதையும் கழித்து, இதமான வேனிற்கால நாளில் கைகால்களை நீட்டி மடக்கும்வரை இதெல்லாம் விளாடிமிரின் மனத்தில் ஓடியபடியே இருந்தது.

கருநீல கடவுச்சீட்டில் இருந்த அவன் பெயரைப் பார்த்ததும், "நீ நம்மாளுதானே?" என்றார் குடியேற்ற அலுவலர். இதுவரை யாரும் அவனிடம் இப்படிக் கேட்டதில்லை என்று விளாடிமிர் நினைத்தான். இதனாலெல்லாம் தங்களை ஒன்றும் அசைத்து விட முடியாது என்று ஒரு சிலர் அடமாக நம்பினார்கள். பிறரோ அதைப்பற்றி அக்கறைப்பட்டதில்லை.

"நான் உங்க ஆளுதான், நீங்கள் ஏற்றுக்கொண்டால்," என்றான் விளாடிமிர் சிரித்துக்கொண்டே.

"வீடு மீளும் உனக்கு நல்வரவு!" என்று வாழ்த்துச்சொல்லி அந்த அலுவலர் விளாடிமிரிடம் கடவுச்சீட்டைத் திருப்பித் தந்தார்.

வீடா என்று நினைத்தான் விளாடிமிர். *என் வீடு உன் வீடும் ஆகும்* என்று அவனுடைய அண்டை வீட்டுக்காரர்கள் ஸ்பானிஷ் மொழியில் சொல்வதுண்டு. ஆனால் அது வெறும் வழக்கு. அவர்களுடைய வீடே கூட உண்மையில் அவர்களுடையது இல்லை. அது வாடகை வீடு. வீட்டிலிருந்து வெகு தூரம் வந்த பிறகு இங்கே இன்னொரு வீடு. ஒரு சுற்றில் எல்லாமே மீண்டும்

என்னை மாற்று 47

வருவதைப் பார்க்க. இதைச் சொன்னால் தாத்தா நிச்சயம் சந்தோஷப்படுவார்தானே? இல்லையா?

ஒரு காலத்தில் ராணுவ வளாகமாக இருந்தபோது அதனுள் சிறைச்சாலைக்கென்று ஒதுக்கப்பட்டிருந்த கட்டடம் தற்போது இளைஞர் விடுதியாக மாற்றப்பட்டிருக்கிறது. அங்கே போய்ச்சேரும்வரை விளாடிமிர் இதையே யோசித்துக் கொண்டிருந்தான். நடைபாதையின் மீது ராணுவ வீரர்களின் கனத்த காலணி அதிரும் ஓசையைத் தன்னுடைய தாய்நாட்டில் அவன் ஒரு நாளும் கேட்டதில்லை. ஆனால் அதைப்பற்றிய பேச்சை நிறையவே கேட்டிருக்கிறான். அதைக் காட்டிலும் அதிகமாக, அந்த ஓசை மீண்டும் கேட்டு விடவே கூடாதென்பது பற்றியும். அந்த ஓசையில் மாயமாகிப்போன ஒருவராவது ஒவ்வொரு வீட்டிலும் இருந்தார்கள். ஒவ்வொரு வீட்டிலும் இல்லையென்றாலும் ஒவ்வொரு குடும்பத்திலும். ஒவ்வொரு குடும்பத்தில் இல்லையென்றாலும், ஒவ்வொரு பரிச்சய வட்டத்திலும். தரையதிர நடந்தவர்களை போலவே அந்த ஓசையில் மாயமானவர்கள் எல்லோருமே தனிப்பட்டுத் தெரிந்தார்கள். ஏறத்தாழ ஒவ்வொரு வீடும் அவர்களை அறிந்து வைத்திருந்தது. தான் ஆயுதமேந்த வேண்டிய நிலை ஏற்பட்டால் எப்படி உணர்வோம் என்று அவன் கற்பனை செய்தான். அவனுடைய கண்கள் குளமாயின. நல்ல வேளையாக அவன் பிற்பாடு பிறந்தான்.

இளைஞர் விடுதியின் பதிவு மேஜைக்கருகில் தன்னுடைய உடைமைகளை வைப்பதற்கு முன்பாகவே ஒரு மின்சார கிதார் இசை சுவரைத் துளைத்துக்கொண்டு வந்தவுடன் விளாடிமிருக்கு மிகவும் மனநிறைவாக இருந்தது. சொல்லப்போனால் பல கிதார்கள். ஒவ்வொன்றும் அதனதன் லயத்தில். சிலது வீட்டிலிருப்பதைப் போன்றே ஒலித்தன. குடியேற்ற அலுவலர் வெறுமனே நட்பாக மட்டும் சொல்லவில்லை. அவர் சொன்னது உண்மையிலேயே சரியாகக்கூட இருக்கலாம் என்ற எண்ணம் அவன் மனத்தில் ஓடியது.

தூக்கம் சொக்க ஆரம்பித்ததையும் மீறி அவன் விழித்துக் கொண்டிருக்க முனைந்தான். வேகமாய்க் குளித்துவிட்டு வீட்டிலிருக்கும் உணர்வைப் பெற கொஞ்சம் துணிமணிகளை அறையெங்கும் கன்னாபின்னாவென்று போட்டு வைத்தான். பிறகு கீழ்தளத்தில் இருந்த காஃபிக்கடைக்கு வந்தான்.

பானப்பட்டியலை சந்தேகத்துடன் ஆராய்ந்தான். நம் ஊர் தேநீர் இங்கே கிடைக்காது. இந்த ஐரோப்பிய வகைத்

ஆந்த்ரே ப்லாட்னிக்

தேநீரைவிட ஒரு கோப்பை லாத்தே[3] காஃபி அதிக உற்சாகம் தரும் என்று நினைத்தான். காஃபியைப் பருகிய பின் அதற்கான கட்டணச்சீட்டைக் கேட்டான். இருபது டாலர் நாணயமொன்றை இனாமாகத் தட்டில் வைத்தான். பரிசாரகனின் ஆச்சர்யப் பார்வையும் அவன் அந்த நாணயத்தைப் பைக்குள் போட்டுக்கொண்ட வேகத்தையும் பார்த்து உள்ளூர் மதிப்பில்தான் பரிசாரகர் சேவையை அளவுக்கதிகமாய் மதிப்பிட்டுவிட்டோம் என்று அவனுக்குப்பட்டது. ஆனால் அவனுடைய தாத்தா எக்கச்சக்கமாய் டாலர் கட்டுகளை அவனிடம் கொடுத்திருக்கிறார். அதனால் மனக்கணக்குப்போட்டு செலவு செய்ய வேண்டிய அவசியமில்லை என்று தேற்றிக்கொண்டான். தன்னுடைய பேட்டையில் இருக்கும் கடைகளில் இந்த மனக்கணிப்பான் எனும் சாதனம் வேலை செய்யாமல் ஓய்ந்ததேயில்லை.

"நீ இன்னமும் உள்நாட்டு நாணயப் புழக்கத்துக்கு மாறவில்லையா?" அவனுக்குப் பக்கத்து மேஜையில் இருந்த மூத்த பெண்மணி அவனிடம் உலகமொழியில் கேட்டாள்.

தன்னை நோட்டம் பார்க்கிறாளோ? ஒரு நொடி விளாடிமிருக்குப் படபடத்தது. ஆனால் உடனே நிதானித்து முறுவலித்தான். இது வேறோர் உலகம். வேறுபட்ட பழக்கவழக்கங்கள். வித்தியாசமான பெண்கள். வித்தியாசமான மொழி. வித்தியாசமான தேநீர். வித்தியாசமான நாணயமும் கூட.

"நான் இப்பொழுதுதான் இங்கே வந்தேன்," என்றான். "நீங்கள்?"

"நானும் இப்பொழுதுதான் இங்கே வந்தேன்," என்றாள் அவளும். "ஏதாவது பருகலாம் என்று. மற்றபடிக்கு நான் பிறந்ததிலிருந்தே இந்த நகரில்தான் வசிக்கிறேன். அனேகமாக, இங்கேதான் உயிர் ______________" அவள் பேச்சைக் கத்தரித்துக் கொண்டாள்.

உயிருள்ளவரை உங்கள் நாட்டில் என்று நினைத்துக் கொண்டான் விளாடிமிர். தன்னுடைய கண்டத்தில் காணப்படும் ஏதோ விளம்பர கோஷம் போல் அது ஒலிப்பதாகப்பட்டது. ஆனால் அந்தக் கோஷம் பிரபலமாயிருந்த காலகட்டத்திலும் இடத்திலும் தமது நாட்டில் உயிர்விடுவதென்பது சுதந்திரத் தேர்வாக இருந்ததில்லை. அப்பொழுது கடவுச்சீட்டுக்

---

3. லாத்தே: மேனாட்டவர் பொதுவாய்ப் பருகும் பால் சேர்க்காத கடுங்காஃபித் திரவத்திலிருந்து மாறுபட்டு, காய்ச்சிய பாலும் மேற்பரப்பில் மெல்லிய வெண்ணெய்ப் படலும் சேர்க்கப்பட்ட காஃபி வகை.

கிடையாது. தாயகத்தைக் கொடையளித்த தீவிலிருந்து நீச்சலடித்து வெளியேறுவதும் மரணம் என்பதும் மட்டுமே இரண்டு தேர்வுகளாயிருந்தால் அது வாழ்க்கையைக் காட்டிலும் மிக மிக நீண்டதாக இருக்கும்.

"விளாடிமிர்" என்று சொல்லி அவன் எழுந்து முன்னே போனான்.

"மோனிக்கா" என்றாள் அவள், பாதி எழுந்து அவன் நீட்டிய கையைக் குலுக்கியபடியே. "என்னோடு சேர்ந்து சாப்பிடலாமா?"

தன்னுடைய நாட்டில், தன்னுடைய பேட்டையில் தன் தாயின் வயதுக்கு நிகரான வயதிருக்கும் ஒரு பெண்மணியுடன் ஒருநாளும் சேர்ந்து காஃபி சாப்பிடத் துணிய மாட்டோம் என்று நினைத்தவாறே தன்னுடைய காஃபிக் கோப்பையை அவளுடைய மேஜைக்கு மாற்றினான் விளாடிமிர்.

"அது அங்கேயே இருக்கட்டும். எப்படியிருந்தாலும் அது காலிதானே," என்றாள் புதிதாய் அறிமுகமானவள். "போக, இந்த நாட்டில் காஃபியை விட நல்ல பானங்கள் இருக்கின்றன. நினைத்துப் பார்த்தால், காஃபியை விட மற்றெல்லாமே நல்லவைதான்."

தேநீரைத் தவிர என்று நினைத்துக்கொண்டான் விளாடிமிர். இந்தப் பரிதாபமான தேநீர்ப்பைகள்தான் உண்மையிலேயே இங்கே உங்களுக்குக் கிடைக்கிறதா?

"இதில் பெரிய வல்லுநர் போல்தான் தெரிகிறீர்கள். உங்கள் பரிந்துரை என்ன?" என்றான் அவன். ஆனால் உடனடியாகவே தன்னுடைய பேச்சுக்காக மனம் நொந்தான். நான் மறைமுகமாக அவளைத் தூண்டி விடுகிறேனோ? அவள் சீற்றம்கொண்டு விடுவாளோ? நான் சரசமாடுகிறேனா? அவள் அதற்கு இணங்குவாளா? இரண்டு நிலைகளுமே மோசமானவைதான்.

"வைன்," என்றாள் அந்தப் பெண், பதட்டமில்லாமல். "நாங்கள் வைனுக்குப் பேர் போனவர்கள்."

என்னுடைய நாட்டில் இல்லை. வைனுக்குப் பேர் போனவர்கள் நீங்களில்லை என்று நினைத்தான் விளாடிமிர். உங்கள் நாட்டைப்பற்றி எங்கள் பல்கலைக்கழகங்களில் தெரிய வந்ததற்குக் காரணம் எங்கள் நாட்டிற்கு வந்து முழு வெண்மையில் உடை தரித்து எங்கள் நாட்டு அழகியொருத்தியைக் கல்யாணம் செய்துகொண்டு, குடியுரிமை பெற்று, அதிபர் தேர்தலில்

போட்டியிட்ட, துருதுருவென்றிருக்கும் ஒரு தத்துவஞானிதான்[4]. இல்லாவிட்டால் உங்கள் நாட்டைப்பற்றி எங்களுக்கு எதுவுமே தெரிந்திருக்காது. எங்களிடம் எங்களுக்கே சொந்தமான வைன் இருக்கிறது. நாங்கள் அதை ஏற்றுமதி செய்கிறோம்.

ஆனால் அந்தப் பெண்ணுக்கு அவனுடைய சிந்தனைகள் காதில் விழ வாய்ப்பில்லை. அவள் பரிசாரகனை வருமாறு சைகை செய்து விளாடிமிருக்கு விளங்காத எதையோ சொன்னாள். அவன் உடனே எச்சரிக்கையடைந்தான்.

“இது என்னுடைய முறை,” என்றாள் அந்தப் பெண். தனது கால்சட்டைப் பைக்குச் சென்ற கையை விளாடிமிர் எடுத்தான்.

“ஆனால், நான் ஆண்,” என்றான். தான்தான் அந்தச் சூழ்நிலையில் மேலோங்கி இருப்பதான தொனியோடு சற்று நகைச்சுவையாய்த் தன் பேச்சு ஒலிக்க வேண்டும் என்று விளாடிமிர் விரும்பினான். ஆனால் அது என்னவோ பரிதாபமான தொனியில்தான் ஒலித்தது.

மோனிக்கா முறுவலித்தாள்.

“நீ ஒன்றும் நான் சந்திக்கும் முதல் ஆணல்ல. அது மட்டுமல்ல. நிச்சயமாக, நான் வைன் வாங்கித் தரும் முதல் ஆளுமல்ல. அதற்குப் பணம் செலுத்தும் முதல் ஆளுமல்ல”,

ஒரு சில கோப்பை வைன் உள்ளே இறங்கிய பிறகுதான் அவளுடைய வார்த்தைகளுக்கு ஆழமான அர்த்தம் இருக்கிறதென்று விளாடிமிருக்கு உறைத்தது. எவ்வளவுதான் தன்னுடைய நீண்ட பயணத்தால் உண்டான அயர்ச்சியின்மீது பழியைப்போட முயன்றாலும், மோனிக்கா வைன் குடிக்கும் வேகத்துக்கு ஈடுகொடுக்கும் விதமாக ஷிராஸ் எனும் செந்நிற திராட்சை மதுவைத் தான் குடித்துப் பழகவில்லை என்று விளாடிமிர் ஏற்றுக்கொள்ள வேண்டியதாயிற்று. கொஞ்சம் நடந்தால் போதும் படுக்கைக்குப் போய்விடலாம் எனும் சுகமான நினைப்பொன்றே அவனை ஒருநிலைப்படுத்தி வைத்திருந்தது. என்ன, கொஞ்சம் படியேற வேண்டும். ஏறுவது பெரும் சவாலாகும் பட்சத்தில்,

4. ஸ்லோவீனியத் தத்துவவாதி ஸ்லாவாய் ஷீழெக். 1990ஆம் ஆண்டில் ஸ்லோவீனியாவில் நடைபெற்ற முதல் சுதந்திரப் பொதுத்தேர்தலில் தாராளவாத மக்களாட்சிக் கட்சியின் சார்பில் நான்கு நபர் கூட்டு அதிபர் பதவிக்குப் போட்டியிட்டுத் தோற்றவர். இவருடைய மூன்றாவது மனைவி அனலியா ஹூனி முன்னாள் ஆர்ஜென்டினா மாடல் அழகியும் லக்கான் பற்றிய ஆய்வாளரும் ஆவார். (தகவல்: ஆந்த்ரே ப்லாட்னிக்)

கைப்பிடி எப்படியும் தனக்குக் கைகொடுக்கும் என்று விளாடிமிர் நம்பினான்.

அவனுடைய கழிவிரக்கத்தைப் புரிந்துகொண்டவள் போல் மதுவிடுதியை மூடப்போகிறார்கள் என்று யதார்த்தமாகச் சொன்னாள் மோனிக்கா. ஆமோதித்துத் தலையாட்டிய விளாடிமிர் உரையாடலை முடிக்க சொற்களை யோசித்த வண்ணம் இருந்தான்.

"வேறு சில திறந்திருக்கும்," என்றாள் அவள்.

இது என்ன மாதிரியான இடம் என்று விளாடிமிர் வியந்து கொண்டிருந்தான். என்னுடைய நாட்டில் – குறைந்தபட்சம் என்னுடைய தெருவில் – ஒரு பெண் ஒரு போதும் _____

பிறகு தனக்கு அப்படியொன்றும் பெண்களைப் பற்றி அதிகம் தெரியாது என்பதைத் தனக்குத்தானே நினைவூட்டிக்கொண்டான்.

"நாம் போவோமா?" என்றாள் மோனிக்கா சில பல்வண்ணப் பணத்தாள்களை எண்ணிப் பார்த்துப் பரிசாரகனிடம் கொடுத்தவாறே. அந்தப் பரிசாரகன் அலட்சியமாய் அவற்றைப் பைக்குள் திணித்துக் கொண்டான்.

"ஆனால் ____" என்று விளாடிமிர் யோசனையோடு முனகினான். இது ஒன்றும் நல்ல யுத்தி இல்லை. மிக மென்மையான எதிர்ப்பு. இந்தச் சூழல் மென்மையான எதிர்ப்புக்கானதல்ல. இந்தச் சூழல் மனஉறுதிகொண்ட ஆணை எதிர்பார்க்கிறது. யார்தான் ஆனால் என்று முனக மாட்டார்கள்? யார் முடியாது என்று சொல்வார்கள்? அல்லது எங்கே என்று?

"கவலைப்படாதே," என்றாள் மோனிக்கா இதமாக. அவன் ஆச்சரியப்படும்படி, தான் எவ்வளவு பதற்றத்தோடு இருக்கிறோம் என்பதை அறிந்தவள் போல் அவள் தன் கையைப் பிடித்துக்கொள்வதை விளாடிமிர் உணர்ந்தான். "எங்கே என்று எனக்குத் தெரியும். இது ரொம்ப காலமாக என்னுடைய நகரமாக இருக்கிறது. ரொம்ப காலமாக, மறந்து விடாதே."

அவளை விட நான் ரொம்பவுமே இளையவனாக இருப்பதால் நான் எதையும் பற்றிக் கவலைப்பட வேண்டியதில்லை என்று அவள் எனக்குத் தைரியம் சொல்கிறாளோ!

கண்ணாடிச் சில்லுகளும் நசுக்கி எறியப்பட்ட பீர் தகரக்குவளைகளுமாய் இறைந்து கிடந்த இருண்ட எதிர்ச்சாரி முற்றத்திற்குள் அவளை அவன் பின்தொடர்ந்தான்.

"எங்கே போகிறோம்?" என்று எப்படியோ சமாளித்துக் கொண்டு அவன் கேட்டான். "எங்கேதான் இருக்கிறோம்?"

"அதோ அங்கே பின்புறத்தில் எங்கள் கலாச்சார அமைச்சகம் இருக்கிறது," என்று விளக்கினாள் மோனிக்கா. "இடப்புறத்தில் இனவரைவியல் அருங்காட்சியகம் இருக்கிறது. நமக்கு நேர் முன்னாடி போதைப்பொருள் அடிமைகளுக்கான வெளிநோயாளிகள் மருத்துவமனையொன்று இருக்கிறது."

தலையசைத்துக் கேட்டுக்கொண்டான் விளாடிமிர். நான் ஏதாவது சொல்லியாக வேண்டும் என்று பதற்றத்தோடு நினைத்தான். இதில் எல்லாம் ஏதோ ஒரு செய்தி பொதிந்திருக்கிறது.

கடைசியில், "வலப்புறத்தில்?" என்று கேட்டான், ஓர் அடி மடையனைப் போல் உணர்ந்தவாறு.

"ஒரு கார் விற்பனை நிலையம்," என்றாள் மோனிக்கா எவ்வித உணர்ச்சியையும் வெளிப்படுத்தாமல். சற்றே இடைவெளி விட்டு, "உலகின் ஒரு சில பகுதிகளில் கார்கள் காலகாலத்துக்குமானவையாய் இருப்பதில்லை என்று கேள்விப்படுகிறேன். அவை பழுதாகி நின்றுபோனால், அவற்றை நசுக்கி, பாளங்களாக ஆக்கி மூன்றாம் உலகிற்குக்கொண்டு சென்று விடுகிறார்களாம். அந்த அளவிற்கு இங்கே நாங்கள் இன்னும் போகவில்லை."

நீ பேசுவதைக் கேட்டால், அதற்காக வருத்தப்படுபவள் போல் தெரிகிறது. என்னுடைய நாட்டில் – என்னுடைய நாட்டில் நாங்கள் மனிதர்களையே நசுக்கி பாளங்களாக ஆக்கி விடுகிறோம் என்று எனக்குப் படுகிறது. உன்னை நீயே சரியாக்கிக்கொள்ள வில்லை என்றால் நீ சமூகத்துக்கு நேர்ந்து விடப்படுவாய்.

அவனுடைய சிந்தனைகள் அவனுக்குள்ளேயே உறைந்து நின்றன. விளாடிமிர் அவற்றைத் தொடர்ந்து போக முயன்றான். உண்மையில் தான் என்னதான் யோசித்துக்கொண்டிருக்கிறோம் என்று தெளிவுபடுத்திக் கொள்ள. ஆனால் அது ஒன்றும் எளிதாயில்லை. மாறாக, அது ரொம்பவும் சிக்கலாக இருந்தது. *என்னுடைய எந்த நாட்டில்? அங்கே விட்டு வந்திருக்கும் அந்த நாட்டிலா? அல்லது இங்கே இப்பொழுது இருக்கும் இந்த நாட்டிலா? நான் விட்டு வந்திருக்கும் – தாத்தாவுக்காக என்று சொல்லத் தேவையில்லை – ஒருவேளை, நல்லதற்காகத்தானோ – அந்த நாட்டிலா? அல்லது இங்கே இப்போது நானிருக்கும், இந்த நாட்டிலா? ஒரு புதிய நமதைத் தேடி வந்திருக்கும் இந்த நாட்டிலா? இதெல்லாமே நன்றாகத்தான் தொடங்கியது. ஆரம்பத்தில். எல்லையைக் கடப்பது நன்றாகவே நடந்தது. அந்த கிதார்களின் ஓசைகூட நன்றாகவே இருந்தது. ஆனால்____________*

அவனால் சமாளிக்க முடியாதபடிக்கு அடையாளங்கள் பல்கிப் பெருகி அவையும் பிளவுண்டன. நான் குடித்திருக்கிறேன்

என்று அவன் தனக்குத் தானே சொல்லிக்கொண்டான். ஆனால் பிளவுண்ட அடையாளங்களுக்கும் அதற்கும் எந்த சம்பந்தமுமில்லை. அவன் உண்மையில் இரண்டு தரப்பிலிருந்துமே வந்திருக்க சாத்தியம் இருக்கிறது என்பதை, இந்தப் பக்கத்தவன் என்று அவனுடைய தாத்தா சொன்னதை, அந்தப் பக்கத்தவன் என்று அவனுடைய அப்பா சொன்னதை,–அவர்கள் இருவரும் சொன்னது ஒரு பக்கம் நியாயமாகவும் இன்னொரு பக்கம் தப்பாகவும் இருப்பதை – எல்லாம் அவன் அங்கே வந்து சேர்ந்ததிலிருந்து யோசித்துக்கொண்டே இருக்கிறான். பொத்தான் வைத்த அக்கார்டியனை வாசிக்கும் சிறுவனாக, மின்சார கிதாரை வாசித்துக்கொண்டிருந்த வாலிபனாக, இறையுணர்வு மேம்படுவதற்காக ஞாயிற்றுக்கிழமை தேவாலயப்பள்ளிக்குச் செல்லும் போது அண்டையிலுள்ள சகாக்கள் பார்த்துப் பரிகசிப்பார்களோ என்று அஞ்சிய சிறுவனாக, அளவுக்கதிகமாய் வைன் பருகிய வாலிபனாக, சொல்லப்போனால், மிதமிஞ்சி அருந்தியவனாக, பதற்றமாய் அவன் பதித்த முத்தத்தையும் என்ன நடந்ததென்று உணர்ந்தவுடன் அச்சத்தோடு அகன்று விரிந்த அவனுடைய பள்ளித் தோழியின் விழிகளையும் அந்த முத்தத்தை அவள் விரும்பவே செய்தாள் என்பதையும் அன்றாடம் இரவில் நினைத்துப் பார்க்கும் இளைஞனாக, தாயின் வயதிருக்கும் ஒரு பெண்மணி தன் கையை இணைத்துப் பிடித்திருக்கும் ஓர் ஆடவனாக, கொஞ்சமும் அதை விரும்பாமல் இல்லை என்பவனாக, அவன் _________.

"உன்னிடம் நான் ஒரு விஷயம் சொல்ல வேண்டும்" என்றாள் மோனிக்கா அவன் காதோரம் நெருக்கமாய் இழைந்துகொண்டே.

"சொல்" என்றான் விளாடிமிர்.

"சிந்திப்பதற்கான நேரம் என்று ஒன்று இருக்கிறது. அதே போல் சிந்திக்கக் கூடாத நேரமென்றும் ஒன்று இருக்கிறது. ஏற்றுக்கொள்ளவே முடியாத ஒரு சில விஷயங்கள் இருக்கின்றன. அதே போல், ஏற்றுக்கொள்வதைத் தவிர வேறு வழியில்லாத விஷயங்களும் இருக்கின்றன".

அவனால் யோசித்துப் பார்க்கவே முடியாத விஷயம் இது என்று விளாடிருக்குத் தெரியும். இதைப்பற்றி அவன் யோசிக்கவே கூடாததும் கூட. மோனிக்காவின் மூச்சுக்காற்று அவனுடைய சருமத்திற்கு மிக அருகில் உரசிக்கொண்டிருந்தது. அவனுடைய சருமமும் அதற்கு எதிர்வினையாற்றிக் கொண்டிருந்தது. அது நகர்ந்தபடியிருந்தது. அவளுடைய மூச்சுக்கு மிக மிக நெருக்கமாக நகர வேண்டும் என்று அது விரும்பியது. இது ஒரு புதிய பரிச்சயமேயில்லாத உணர்வு. இதில் எவ்விதக் குற்றவுணர்வும்

இல்லை. அவனுடைய பள்ளித் தோழியுடனான விஷயத்தில் வேறு தினுசாக இருந்தது. குற்றவுணர்வு மிகுந்திருந்தது. வைனின் தாக்கமும் இல்லை. வேறு வகையான உந்துதலின் ஒட்டுறவு. அல்லது பரஸ்பர ஒத்துணர்வு. இதோ இங்கே இந்த நதியின் போக்கோடு போ எனும் உந்துதல். என்ன நடக்குமோ நடக்கட்டும், குற்றவுணர்வு இல்லாத நிலை. புதிய, பரிச்சயமற்ற உணர்வு.

"நாம் எங்கே போகிறோம்?" என்றான்.

"வீட்டிற்கு" என்றாள் மோனிக்கா. "வீடு என்பது ஒரு புகலிடம். ஒரு சில வேளைகளில் புகலிடத்திற்கு நாம் பின்வாங்க வேண்டியிருக்கும்."

அவள் இங்கே வெடித்துச் சிரித்திருக்கலாம் என்று அவன் நினைத்தான். இங்கே வெடித்துச் சிரித்து அவனைப் போகச் சொல்லிவிடலாம். ஆகட்டும், பார்த்துவிடலாம். நாம் தொடங்கியதைக் கடைசிவரை பார்த்து விடத்தான் வேண்டும்__________

கதவு சதிகாரத்தனமாய்க் கிறீச்சிட்டு, விளாடிமிரைத் திரும்பி, படிக்கட்டில் இறங்கி, இரவின் இருளுக்குள் வெளியேறி, முன்பின் தெரியாதநகருக்குள் தன்னந்தனியாகத்தன் வீட்டிற்கு–அவனுடைய தற்காலிக இருப்பிடத்திற்கு, அவனுடைய விடுதி அறைக்கு, வேறு யாரோ அமைத்துக் கொடுத்திருக்கும், நேர்த்தியாக்கி வைத்திருக்கும் அறைக்கு, தனக்குச் சொந்தமானதைப் போல் தோன்ற துணிமணிகளைச் சுற்றிலும் இறைத்துப் போட்டிருக்கும் அறைக்கு, தாத்தா தன்னை அனுப்பி வைத்திருக்கும் இந்த நகரில், இந்த நாட்டில், வேறெதைக் காட்டிலும் அதிகமாய்த் தனது என்று சொல்லிக்கொள்ளத்தக்க அறைக்கு – வழிதேடிக் கண்டுபிடித்து, ஓடி விட உந்தியது. தாத்தா எதற்காக அனுப்பி வைத்தார்? *அவர் இப்பொழுது என்னைப் பார்த்தால் என்ன நினைப்பார்? நான் வீட்டிற்குப் போக வேண்டும். தற்காலிகமாகவேனும் என்னுடையதாக இருக்கும் அந்த அறைக்காவது. இப்படித் தெரியாத ஒன்றுக்குள் என்னை இட்டுச் செல்ல நான் அனுமதிக்கக் கூடாது. குறைந்தபட்சம் நான் முயலவாவது வேண்டும். வழியெல்லாம் எப்படியாவது கண்டுபிடித்துக்கொள்ளலாம். அல்லது விடியும்வரை காத்திருந்து வழி கேட்டுக் கொள்ளலாம்.* இப்படியெல்லாம் யோசித்து, பேச வாயைத் திறந்தான். விடைபெறும் நேரம் உண்மையிலேயே வந்து விட்டதென்று சொல்ல. ஆனால் மோனிக்கா அவனைப் பார்த்தாள். ஒரு விரலை அவன் உதட்டின் மீது பதித்து.

"ஷ்ஷ்ஷ்," என்றாள். "குழந்தைகள் தூங்கிக்கொண்டிருக்கிறார்கள்."

என்னது? குழந்தைகள் தூங்குகிறார்களா? இங்கே நான் என்ன செய்துகொண்டிருக்கிறேன்? இப்படியொரு சூழ்நிலையை அனுமதித்திருக்கும் உலகின் நிலை குறித்து அவன் அதிர்ந்துபோனான். ஆனால் பூனை போல் மெல்ல அடி வைத்து முன்னேறினான். இந்தச் சூழ்நிலை இதையே வேண்டுகிறது என்று கற்பனை செய்தபடி. கீழேயிருக்கும் வரவேற்பறைக்கு மோனிக்கா தன்னை வழிநடத்திச் செல்ல, கதவைத் திறக்க, அவன் குழப்பத்தோடு தயங்கிய நொடியில் ஓர் இருண்ட குகைக்குள் அவனைத் தள்ளி விட அனுமதித்தபடி. அதுதான் வீட்டின் முக்கியப் படுக்கையறை. கல்யாணப்படுக்கை கொண்ட படுக்கையறை. என்னவொரு விரசம் தட்டும் சொல். உலகமொழியில் அதற்குப் பெயர் இரட்டைப் படுக்கை. ஜெர்மன் மொழியிலும் இரட்டைப் படுக்கைதான். இரட்டை என்பது கூட மேலானது. அது அகன்ற என்ற _____.

"இதற்கு மேலும் நமக்கு வைன் தேவையில்லை என்று நினைக்கிறேன்," என்றாள் மோனிக்கா. "அது மட்டுமல்ல, போதுமளவுக்குப் பேசியும் விட்டோம் என்று தோன்றுகிறது."

அவள் படுத்துக்கொண்டாள். அவளைத் தாண்டியும், அவளுக்கு அப்பாலும் இருளுக்குள் பார்க்க விளாடிமிர் முயன்றான். ஆனால் முடியவில்லை. இருளுக்குள் எதுவுமில்லை. படுக்கையிலோ, உண்மையில் அவனுக்கு மிக நெருக்கத்தில், ஒரு பெண் இருக்கிறாள். முதிர்ந்த பெண் என்பது உண்மைதான். ஏதோ குழந்தைகளின் தாய். அவள் சொன்னதை அவன் சரியாகத்தான் புரிந்துகொண்டிருக்கிறான் என்றால். இது இன்னொரு விதமான சோதனையில்லை என்றால். இப்படியொரு காட்சியை அவன் கனவு கண்டிருந்த போது கனவில் கண்டிருந்த பெண்களிலிருந்து மாறுபட்ட பெண். ஆனால் அவர்களைப் போலல்லாது உண்மையானவள். அவளுடைய உடல்துடித்துக் கொண்டிருப்பதை அவனால் உணர முடிகிறது. அந்தத் துடிப்பைச் சூழ்ந்திருக்கும் காற்று அசைகிறது. இறைக்கல்விக் கூடத்தில் அவர்கள் வாடிக்கையாய்ப் பாடும் பாடலை நினைத்துக்கொண்டான். ஓர் இளம் துறவியை நெறி பிறழச் செய்யும் கைம்பெண்ணைப் பற்றியது _____.

இங்கே பார். எதற்காகக் காத்துக்கொண்டிருக்கிறாய்? எதைப் பற்றி யோசனை?"

உண்மையில் எதற்காகத்தான் நான் காத்துக்கொண்டிருக்கிறேன்? என்னதான் யோசனை எனக்கு?

கோடிகோடி நுண்ணிய கண் சிமிட்டும் விடைகள் அவன் மனத்தில் மின்னலடித்தன. அவற்றில் ஒன்றுகூட சரியானதாகப் படவில்லை.

"குழந்தைகளுக்குக் காதில் விழுந்து விடும் _____"

"அவர்களுக்கு எதுவுமே கேட்காது. இங்கே இருப்பவை மிகத் தடிமனான கதவுகள். உலோகக்கவசமிட்டவை. எல்லாக் கதவுகளுமே. காலத்தின் கோலம்."

_____ தன்னுடைய கடமையில் எல்லை மீறி விட்டதற்காகவும் கடவுளை மகிழ்விக்கும் விதத்தில் அந்தக் கைம்பெண்ணிற்கு ஆறுதல் தரத் தவறியதற்காகவும் தனக்குக் கிடைக்கும் தண்டனையைப் பற்றி அந்த இளம் துறவி யோசிக்கிறான். ஆனால் தண்டனை என்பது விசித்திரமானது. ஏனெனில் தான் என்ன செய்ய வேண்டுமோ அதைத்தான் அவன் செய்தான். தன்னுடைய அகக்குரலுக்குச் செவிசாய்த்தான். தனக்குச் சரி என்று பட்டதைச் செய்தான். அப்படித்தான் அவர்கள் பாடுவார்கள். பிறகு சிரித்தபடிக் கலைவார்கள். ஒவ்வொருவரும் அவரவருக்கான கற்பனைகளோடு. அவரவருக்கான சிந்தனைகளோடு. அவரவர் கையெழுத்துகளில் _____

ஜன்னல் திரைச்சீலைகளை அவள் விலக்கவில்லையே என்று நினைத்தான் விளாடிமிர். படுக்கை வெளியில் தெரிவதை விரும்பவில்லையோ _____

"வா" என்றாள் அவள் மீண்டும். "வேறு எந்தத் தேர்வுரிமையும் இல்லை. வேறு தேர்வே இல்லை."

வேறு தேர்வு ஏதும் இல்லை என்ற அவளுடைய உறுதிநிலையை விளாடிமிரால் ஏற்றுக்கொள்ள முடியவில்லை. ஆனால் வேறு மாதிரி ஒன்றை எப்படித் தேர்வது என்று அவனுக்கு விளங்கவில்லை. அதலபாதாளத்தின் விளிம்புக்கு இழுத்துச் செல்லும் கண்ணுக்குப் புலனாகாத சக்தியொன்று இருக்கிறது. இல்லையில்லை. இது அதலபாதாளம் இல்லை. சீழ்க்கட்டி. இல்லை. மிதமிஞ்சிய நிலை. நுழைவுரிமை. மறுப்பேதுமின்றி உடன்படுதல். உடன்பாடு _____

அவனுடைய சிந்தனை கட்டுக்கடங்காது இருந்தது. மோனிக்கா அவனுடைய கையை ஏற்கெனவே பற்றியிருந்தாள். பிறகு எல்லாவற்றையும். இனி திரும்பிச் செல்வதற்கில்லை. வெறும் வழுக்கல்தான். மேலும். மேலும் மேலும். அவளுடைய வேட்கை அவளுடைய கால்களின் ஊடாகப் பரவிச் செல்வதை அவனால் உணர முடிந்தது. தன்னுடைய மூச்சை நிதானப்படுத்தி, எங்கோ தொலைவில் இருக்கும் அந்த மெலிந்த,

வயதேறிக்கொண்டிருக்கும் பாப் பாடகி, குழந்தை போல் கீச்சிடும் தேவதை, மேடன்னாவையோ, அல்லது கடவுளுக்கு நிகரான தடித்த கால்பந்தாட்ட வீரன் மரடோனாவையோ நினைத்துக்கொள்ள முயன்றான். எதையாவது, எதையாவது, தான் உணர்ந்து அனுபவித்துக்கொண்டிருக்கும் விஷயத்தைத் தவிர _____

அவனுக்கு நினைவுகளே இல்லாததைப் போல் இருந்தது. அவனுக்கு வேறெதையுமே நினைக்கத் தோன்றவில்லை. காலம் மாயமானது. பிரபஞ்சத்தின் நிதானமான வெடிப்பு அவனுடைய மூளையெங்கும் பரவியது. அதிர்வுகள் எல்லாம் தணிந்தவுடன் அவன் உணர்ந்த முதல் விஷயம் அவன் இன்னும் சுவாசித்துக்கொண்டிருக்கிறான் என்பதே. தன் உடலை அவன் ஆராயத்தொடங்கினான். எல்லாமே அதனதன் இடத்தில் இருந்தன. எதுவும் காணாமல் போயிருக்கவில்லை.

அவன் தன்னைச் சுற்றிலும் பார்த்தான். இன்னும் அதே அறைதான். அதே நகரம்தான். அதே நாடுதான். அதே உலகம்தான். அவனும் கூட அனேகமாக அதே ஆள்தான். முற்றிலும் மாறிப் போனவனாக அவன் தன்னை உணர்ந்த போதும். அவனுக்குப் பக்கத்தில் படுத்திருப்பவள் ஒரு பெண். கலவிகொண்டதைத் தவிர வேறு வகையில் அவன் அறிந்திராத பெண். என்றாலும் அவள் அவனுக்கு அருகே படுத்திருக்கிறாள். அவனுக்குப் பரிச்சயமானோர் அனைவருமே இந்தப் புவியின் மறுபுறத்தில் இருந்தனர்.

படுத்திருக்கும் உடலைக் கவனித்தவாறே தன்னுடைய புத்தியில் இனி என்ன சிந்தனை ஓடத்தொடங்கும் என்று பார்க்கக் காத்திருந்தான். ஆனால் அதில் ஒன்றுமில்லை. ஒன்றுமேயில்லை.

அமைதியை உற்று நோக்கினான். இதமாக இருந்தது.

அவளை நோக்கிக் குனிந்து அவள் மூச்சு விடுவதைக் கவனித்தான். அது நிதானமாக, அமைதியாக, சீராக இருந்தது. இடி முழக்கமெல்லாம் அவனுக்குள்ளிருந்துதான் வந்துகொண்டிருக்க வேண்டும். அவன் அவளையே கவனித்துக்கொண்டிருந்தான். பிறகு, அவள் செவிக்கருகில் உதடுகளைக் குவித்து "நான் உன்னைக் காதலிக்கிறேன்," என்றான்.

உடனே அவன் ரொம்பவும் தர்மசங்கடமாக உணர்ந்தான். அவள் என்ன நினைப்பாள்! விடலைப்பையன். அனுபவமில்லாதவன். ஆனால், ஒருவரின் காதலை வாய்விட்டுச் சொல்லா விட்டால் காதல் என்பதே இல்லை. காதலைச் சொல்லியாக வேண்டும். எவ்வித வெட்கமுமின்றி _____

மோனிக்கா அதற்குள்ளாகவே உறங்கிப் போயிருந்தாள். அவன் உச்சரித்த சொற்கள் அவன் கவனிக்க வேண்டுமென்று காற்றில் மிதந்தபடி இருந்தன. அவை வித்தியாசமாக ஒலித்தன. அவற்றை எப்படியெல்லாம் சொல்ல வேண்டும் என்று தன்னுடைய தனியறையில், வாய் தலையணையில் புதைந்து, அவன் ஒத்திகை பார்த்திருந்த நேரங்களிலெல்லாம் ஒலித்ததைக் காட்டிலும் முற்றிலும் வித்தியாசமாக.

அதே சொற்களை மீண்டும் உச்சரித்து அவற்றைச் செவி மடுக்க வேண்டும் என்று அவனுக்குப்பட்டது. ஆனால் அது சரியான செயலென்று அவனுக்குத் தோன்றவில்லை. அவள் உறங்கும் பொழுது கூடாது. எனக்கு நானே காதலைப்பற்றிப் பேசிக்கொள்வதா? அந்த நிலையையெல்லாம் அவன் கடந்திருந்தான். அந்தக் காலத்திற்கு அவன் ஒருபோதும் மீளப் போவதில்லை.

திடீரென்று அவனுக்கு அடக்க முடியாமல் தாகம் எடுத்தது. ஆனால் படுக்கையறையை விட்டு வெளியே செல்ல அவனுக்குத் துணிவு வரவில்லை. நீர்க்குழாயை எங்கே தேடிக் கண்டுபிடிப்பதென்று அவனுக்குத் தெரியாது. தனக்குப் பரிச்சயமில்லாத, ஏதோ குழந்தைகள் உறங்கிக்கொண்டிருக்கும் அறைக்கதவைத் தவறித் திறந்து விடாமல் இருக்க சாத்தியமில்லை. வேறே வழியில்லை. அவன் செய்யக் கூடியதெல்லாம், அவள் விழித்தெழட்டுமென்று காத்திருந்து, நடப்பது நடக்கட்டுமென்று வாளாயிருப்பது மட்டும்தான். கையறுநிலையில் அவன் அந்த இருட்டு அறைக்குள் கண்களால் துழாவினான். ஒரு வழியாக பூக்கள் செருகப்பட்டிருந்த ஒரு ஜாடியைப் பார்த்தான். கையை நீட்டி அதை லேசாக ஆட்டிப் பார்த்தான். ஒரு துளி நீர் சிதறிய சத்தம் கேட்டது. சற்றுத் தயங்கினான். ஆனால் அவனுடைய உடலின் தேவைகள் இளகிக்கொடுக்காதவையாக இருந்தன. மனத்தைத் திடப்படுத்திக்கொண்டு ஜாடியைத் தலைகீழாய்க் கவிழ்த்தான். பிறகு மலர்களை அவசரமாய் ஜாடிக்குள் திணித்தான். நீர் பரிச்சயமில்லாத சுவையில் இருந்தது. அவன் இதற்கு முன் எப்போதும் அறிந்திராத வாழ்வின் ருசியை அச்சுவையில் உணர்ந்தான்.

அது புதிதாக இருந்தது. அது இதமாக இருந்தது. அந்தப் பட்டை தேய்க்கப்பட்ட கண்ணாடிப் படிக ஜாடியை இருந்த இடத்தில் வைத்த பிறகு, அதன் மீது தன் கை பட்டு ஓசையெழுப்பி இந்தப் புதிய இணக்கமான ஒழுங்கு வரிசையைக் குலைத்து விடக் கூடாதெனும் கவனத்துடன் நகர்ந்தான்.

5

பிளவுபட்ட குவாட்ரில்[1]

அந்தப் பட்டை தேய்க்கப்பட்ட கண்ணாடிப் படிக ஜாடியை இருந்த இடத்தில் வைத்த பிறகு, அதன் மீது தன் கை பட்டு ஓசையெழுப்பி இந்தப் புதிய இணக்கமான ஒழுங்கு வரிசையைக் குலைத்து விடக் கூடாதெனும் கவனத்துடன் நகர்ந்தான். விருந்துகொடுப்பவர்கள் நிச்சயமாகத் தலையைத் திருப்பிப் பார்ப்பார்கள். கிசுகிசுப்பார்கள். ஜாடை காட்டுவார்கள். அங்கிருக்கும் பணியாள் யாரேனும் நிச்சயமாக நெருங்கி வந்து நின்று எங்கே இன்னொரு முறை தவறு செய்து விடுவானோ எனும் ஐயத்தில் அவனுடைய ஒவ்வோர் அசைவையும் உற்று கவனிக்கலாம். அவர்கள் இன்னுமே ஷேம்ப்பேன் அருந்திக்கொண்டிருந்தார்கள். அந்தியிலிருந்து சந்திவரை ஷேம்ப்பேன் பெருக்கெடுத்து ஓடும் வகையான விருந்துகளுள் இதுவும் ஒன்று. குமிழிகள் சிறுநீர்ப்பைகளுக்குள் புகுந்துகொள்ளும். தனியாரின் இடங்களுக்குள் மக்கள் நுழைவர். அவர்களுடைய உள்ளுக்குளிருக்கும் உலகம் மேற்பரப்பிற்கு எழும்பும். அரட்டையில் மேலும் மேலும் விஷயங்கள் வெளிப்படும். பேரங்கள் எல்லாம் துரிதமாய் முடியும். ஈட்டியிருக்கும் லாபத்தில் ஒவ்வொருவரும் மகிழ்ந்திருப்பர். எல்லாமே பெருக்கெடுத்துப் பாயும். எல்லோருமே சந்தோஷக் குமிழிகளோடு களிப்பர்.

1. நான்கு இணையர்கள் சதுர வடிவில் ஒன்றிணைந்து ஆடும் கூட்டு நடனம். இவ்வகை நடனம் 18ஆம் மற்றும் 19ஆம் நூற்றாண்டுகளில் ஐரோப்பாவில் பிரபலமாக இருந்தது. யாரேனும் ஒருவரோ அல்லது இருவரோ சதுரத்தின் நடுவில் வந்து ஆடிப் பிரிந்து போவார்கள்.

பொருத்தமான இடத்தில் பொருத்தமானதை ஊற்றிக்கொடுத்தால் நடக்கும் விஷயங்கள் இவைதான்.

முதன்மை விருந்தோம்புநர் அந்த அறையின் நடுவே எழுந்து நின்று தனது வெள்ளித் தேக்கரண்டியால் கண்ணாடிப் படிகக் கிண்ணத்தைத் தட்டினார்.

மதுக்கிண்ணங்களின் கிணுகிணுப்பு நின்றது. அந்த மனிதர் ஏராளமான பணத்தை நாட்டுக்குள் கொண்டு வந்திருக்கிறார். கூடவே வேறுபட்ட பழக்கவழக்கங்களையும். நினைத்துப் பார்க்கவியலாத புதிய உயரங்களுக்கு எல்லைகளை உயர்த்தியிருக்கிறார். அவர் பேசுவதைக் அவசியம் கேட்க வேண்டும்.

அவர் இவ்வாறு பேச்சைத்தொடங்கினார்: “மிஸ்டர்ஸ் அண்ட் மிஸ்ட்ரசஸ்.”[2]

அமுக்கமான ரீங்காரம் அறையெங்கும் எழுந்தது. மேற்கத்தியவர்கள் மட்டுமே வியாபாரம் செய்துகொண்டிருந்த காலத்தில் கொஞ்சமாவது மரியாதையின் சாயல் இருந்தது. பாவனைகள் பேணப்பட்டன. அவர்களுக்குப் பண்பாடிருந்தது. தங்களின் மொழியிலேயே பேசினர். உள்ளூர்ப் பழக்கவழக்கங்கள் பரிச்சயம் ஆகியிராத இடங்களுக்கு மொழிபெயர்ப்பாளர்களை உடனழைத்து வந்தனர். ஆனால் புதிதாய் வரும் இந்தக் கிழக்கத்தியவர்கள்! இதெல்லாம் எங்களுக்குப் பொருட்டே இல்லை என்பதைப்போல.

“உங்களில் பலரும் கேட்கலாம், நான் எவ்வாறு நிதி எனும் நதியை மடைமாற்றி உங்கள் கணக்கில் வரவு வைக்கப் போகிறேனென்று”.

உண்மைதான் என்று நினைத்தான் போருட். இதைக் காட்டிலும் பெரிய சந்தைகள் வேறு பல நாடுகளில் இருக்கின்றன. லாபம் அதிகம். வேலைக்கூலி மலிவு. என்றாலும் கூடக் கிழக்கிலிருந்து இங்கே வந்து கொண்டே இருக்கிறார்கள். புதிது புதிதாக ஆட்கள், நிறுவனங்களின் தலைவர்கள், மேலாளர்கள், விலைமாதர்கள், காவலாளிகள், குடக்கூலி பெற்றுப் பிழைப்போர். மிகுந்த அதிகாரமும் பணமும் பெற்றவர்கள். அவர்களைப் பொறுத்த மட்டில் சட்டம் என்பது இருக்கிறது. அவ்வளவுதான் அதன் பரப்பு. நிர்வாகமென்னவோ அதற்கேயுரிய நியதிகளோடு இயங்கிக்கொண்டிருந்தது.

2. மிஸ்ட்ரஸ் எனும் ஆங்கிலச் சொல் மிஸ்டர் எனும் மரியாதை விளியின் பெண்பால் சொல்லாக ஆங்கிலம் முதல்மொழியாக இல்லாதவர்களால் கையாளப்படுகிறது. மாறாக, ஆங்கிலத்தைத் தாய்மொழியாகக் கொண்டோர் காமக்கிழத்தி எனும் பொருளில் அதைப் பயன்படுத்துகிறார்கள்.

"என்னுடைய கதை சிக்கலில்லாதது. பண ஓட்டத்தின் பின் ஓடு."

கேட்டுக்கொண்டிருந்தவர்கள் திருப்தியாகத் தலையாட்டினார்கள். நாங்களும்கூட. நாங்களும் கூடத்தான். அவர்களுடைய புன்முறுவல் சொன்னது.

"எங்களிடம் பெரிய முதலீட்டாளர்களும் இருக்கிறார்கள். சிறிய முதலீட்டாளர்களும் இருக்கிறார்கள். சிறிய முதலீட்டாளர்கள் ஓட்டத்தோடு போகின்றவர்கள். என்ன கிடைக்கிறதோ அதைப் பெற்றுக்கொள்பவர்கள். சந்தோஷமாய்ச் சிரிப்பவர்கள். அது எங்கே ஓடிச் சேர்கிறதென்பது அவர்களுக்குத் தெரியாது."

கேட்டுக்கொண்டிருந்தவர்களுள் சிலரின் வாயோரம் தளர்ந்தது. ஆனால் மீண்டும் விறைப்பானது. இது விருந்துநரின் பகட்டுப் பேச்சின் ஒரு பகுதியா அல்லது யாரையாவது குறிப்பாக மனதில் வைத்துக்கொண்டு பேசுகிறாரா என்று நிதானிக்க முடியாமல். ஒரு வேளை இங்கே ஷேம்பேன் அருந்திக்கொண்டிருக்கும் யாரேனுமோ? இதுவே இறுதி முறையாக இருக்கப்போகும் ஒருவரா?

"ஆனால், பெரிய முதலீட்டாளர்கள் எப்பொழுதுமே பெரிய ஆட்கள்தான். ஏனென்றால், அவர்கள் மாற்றத்தை நிகழ்த்துகிறார்கள். ஓட்டத்தோடு ஓட மறுப்பவர்கள்."

மக்கள் வேகமாகத் தலையாட்டினார்கள்.

"முதலீடு மாற்றத்தைக்கொண்டு வரும். ஒவ்வொரு ஓட்டத்தோடும் ஓடு. நாட்டோடு பிணைத்துக்கொண்டல்ல. வாசனையில்லை. ருசியுமில்லை. எல்லோரும் எடுத்துக்கொள்ளும் பழநீரைப் போல."

நீரைப் போல் என்று நினைத்துக்கொண்டான் போருட். நீர் இல்லாமல் முடியாது. அதே போல் அபரிமிதமான நீரை வைத்துக்கொண்டும் சமாளிக்க முடியாது. சரியான அளவில் வேண்டும். அதுதான் முறை. சரியான அளவு.

"அதே போல் நீருக்கும் எல்லா உயிரினங்களும் வேண்டும். இதுவும் பொதுவானதுதான். நீரில்லாமல் முடியாது. முடியவே முடியாது."

தலையாட்டல் அரங்கில் அலையெனப் பரவியது.

"நமக்கு உடம்பு முடியவில்லை என்றால், டாக்டரைப் பாக்கப்போகிறோம். அவர் சோதித்துப்பார்த்துவிட்டு, ஒன்றுமில்லை, நிறைய தண்ணீர் குடியுங்கள் என்கிறார். நிறைய."

அவருக்குச் சறுக்கிக்கொண்டிருக்கிறது என்று நினைத்தான் போருட். அவருடைய முழு உரையையும் மனப்பாடம் பண்ணாமல் வந்துவிட்டார். நேரமில்லாமல் போயிருக்கும்.

"நிறைய," என்று மக்கள் முணுமுணுத்தார்கள். "நிறைய"

"அதனால்" என்றார் பேச்சாளர், தன்னுடைய ஷேம்பேன் கிண்ணத்தை உயர்த்தியபடி. "தண்ணீரே நீண்ட ஆயுளுடன் வாழ்க!"

" தண்ணீரே நீ வாழ்க" என்ற கோஷச் சிதறல் தெறித்தது கூட்டத்துக்குள்.

போருட்டுக்கு மிகவும் பக்கத்திலிருந்தவர் அவருக்கு அடுத்ததாக அமர்ந்திருந்த நபரின் தோளில் சாய்ந்து கிசுகிசுத்தார். "நிரப்பும் இயந்திரகம்." என்பதை மட்டும்தான் போருட்டால் கேட்க முடிந்தது. அவர்களுடைய மதுக்கிண்ணங்களை நிரப்ப பாதுகாப்புக் காவலாளி உடனே வந்து விட்டான். கிசுகிசுப்பு நின்றது.

கண்ணாடிக் கோப்பைகள் மீண்டும் கிணுங்கத்தொடங்கின. மக்கள் ஒருவரோடொருவர் கலக்கத்தொடங்கினார்கள். விருந்து முடியத் தொடங்கியது. குறைந்தபட்சம், வணிகத்தில் ஈடுபடுவதற்கென்று வந்திராத விருந்தினர்களுக்காவது. அவ்வாறு வந்திருப்பது தான் மட்டுமல்ல என்பதை போருட் உணர்ந்துகொண்டான். எல்லா இடங்களிலுமே பார்வையாளர்கள் இருக்கிறார்கள். பார்வையாளர்கள் இருந்தே தீர வேண்டும். இல்லாவிட்டால் காட்சி இல்லை. கையில் கோப்பையை உருட்டியபடி, அவ்வப்போது ஒரு மிடறு விழுங்கிக்கொண்டு, அவன் அங்கே நடப்பவற்றைக் கவனித்துக்கொண்டிருந்தான்.

அந்தப் பெண் உடைகளைக் களையத் தொடங்கினாள். எதற்காகவென்று யாருக்கும் விளங்கவில்லை. முதலில் மேலாடையைத் தலை வழியாகக் கழற்றினாள். அது ஒரு பிரபல வடிவமைப்பு ஆடையக உடையின் பரிதாப நகல். அவளுடைய பொதுவான தோற்றத்தில் களியாட்ட நிகழ்ச்சிக்கு ஏற்ற அம்சங்கள் இல்லை. அவள் இளம் வயதுக்காரி. ஆனால் கொஞ்சம் கசங்கித் தெரிந்தாள். அது மிக இயல்பாக இருந்தது. அதனாலேயே எதிர்பாராததாகவும். சொல்லப்போனால், கண்றாவியாக. அறையில் அரட்டை சிற்றலைகளாக வட்டம் சுருங்கி ஓய்ந்தது. அவன் அவளுக்கு மிக அருகில் நின்றுகொண்டிருந்தான். ஆனால் விருந்தில் அவன் யாரோடும் பேசிக்கொண்டிருக்கவில்லை என்பதால் அது ஒரு பொருட்டாகவேயில்லை.

அவள் தன்னுடைய பாவாடையைக் களைந்தாள். பிறகு மார்க்கச்சு.நாப்கினின் ஒரு பகுதி வெளியே துருத்திக்கொண்டிருக்க, ஜட்டியைத் தவிர வேறேதும் உடம்பில் இன்றி அவர்களுக்கெதிரில் அவள் நின்ற நேரத்தில் அடுத்து என்ன செய்வதென்று உண்மையிலேயே விளங்காமல் மீண்டும் தன் ஆடைகளை ஒவ்வொன்றாய் எடுத்து அணிந்துகொண்டாள். கவனம் கலைந்து, மக்கள் தத்தம் மதுக்கிண்ணங்களைக் காலியாக்கவும் மீண்டும் நிரப்பிக்கொள்ளவும் தொடங்கினார்கள்.

அந்தப் பெண் அரங்கின் மையத்தில் நின்றாள். யாருமே அவளருகில் செல்லவில்லை. போருட் தன்னுடைய கைக்கடிகாரத்தைப் பார்த்தான். அது ஓடிக்கொண்டிருந்தது. அதன் முட்களைக் கவனித்துப் பார்த்தான். அதில் இதமளிக்கும் ஏதோ ஒன்று இருந்தது. தொடங்கிய இடம் நோக்கிப்பின்னால் நகர்தல்.

அவன் அந்தப் பெண்ணைப் பார்த்தான். தான் அவளைப் பார்க்கிறோம் என்பது குறித்து, அவள் அங்கே இருப்பதைப் பற்றிய திடீர்ப் பிரக்ஞை குறித்து, அவனுடைய கைக்கெட்டும் தூரத்தில் அவள் இருப்பது குறித்து அலன் வியப்படைந்தான். தனிமை அவன் விரும்பி ஏற்றுக்கொள்ளும் ஒன்றல்ல. இதுவரை அது அவனுக்குத் தோன்றியதேயில்லை.

அந்தப் பெண்ணைப் பார்த்துத் தலையசைத்தான். அவளும் பார்த்தாள்; வேறு என்ன செய்வதென்று புரியாமல் பதிலுக்குத் தலையசைத்தாள். அவர்கள் இருவருக்கும் இடையில் இருந்த சில தப்படிகளை அவன் நடந்து பின்னர் நெருங்கினான்.

“நன்றாகச் செய்தாய்,” என்றான். “இன்னும் கொஞ்சம் பயிற்சியும், பழக்கமும் உதவக் கூடும். இருந்தாலும் நன்றாகவே இருந்தது.”

அவனுடைய பேச்சை அந்தப் பெண் பொருட்படுத்தவில்லை.

“நீ எனக்குச் சரிப்பட்டு வருவாய் என்று தோன்றவில்லை. பேசாமல் இங்கிருந்து போய் விடு,” என்று சன்னமான குரலில் சொன்னாள்.

அவன் தலையாட்டினான்.

“போகத்தான் போகிறேன். நிச்சயமாக. இரவு கிட்டத்தட்ட முடியப் போகிறது. என்னோடு வர விருப்பமா?”

கண்களை உயர்த்தி அவனைப் பார்க்காமலேயே இறைச்சித் துண்டுகளுக்கு நடுவே கிடந்த தன்னுடைய பணப்பையை எடுத்துக்கொண்டாள். அருவருப்பான அலங்கோலமான காட்சி.

ஆனால் அவன் அதைப்பற்றியெல்லாம் கவலைப்படவில்லை. கடந்த மூன்று நாட்களாக அவன் எதுவுமே சாப்பிட்டிருக்க வில்லை. இப்படி மெலிந்தாவது தன் விரலை இறுக்கப் பற்றியிருக்கும் திருமண மோதிரத்தைக் கழட்டி விடலாமென்ற நம்பிக்கையில்தான். என்றாலும்கூட அந்த மோதிரம் விட்டுக் கொடுப்பதாயில்லை. தலையைச் சட்டென்று தூக்கிப் பார்க்கும் போதெல்லாம் இப்போது அவனுக்குத் தலை சுற்றியது.

“எங்கே?” என்றாள் அவள்.

“ஒரு வசதியான இடத்திற்கு,” என்று யோசிக்காமலே பதில் சொன்னான். ஆனால் உடனே அப்படியொரு இடம் எங்கே இருக்கிறது என்று யோசிக்க ஆரம்பித்தான்.

கார் நிறுத்தும் இடத்தின் காவலாளிக்கு மடித்த பணத்தாளைக் கொடுத்துவிட்டு, ஸ்டியரிங் சக்கரத்தைக் கவ்வியிருந்த தடைக்கம்பத்தை நீக்கினான். அவள் தயங்கினாள். கடைசியில் அவள் தன் காருக்குள் ஏற மாட்டாளோவென்று நினைத்தான். விஷயம் கிட்டத்தட்ட ஆர்வத்தை உண்டாக்கிக்கொண்டிருந்தது. ஆனால் அவள் ஏறத்தான் செய்தாள். தனது பணப்பையை மடியில் வைத்து அணைத்துக்கொண்டு.

மெதுவாகக் காரை ஓட்டியபடியே, அவளை உண்மையில் தன்னுடைய விடுதியறைக்கு அழைத்துச் செல்வதா அல்லது வேறு ஏதேனும் ஓரிடத்தை யோசிப்பதா என்று முடிவெடுக்க முயன்றவாறிருந்தான் போருட். ஆனால் தேர்வு அவன் கையில் இல்லாதபடிக்குச் சாலை அவனை இட்டுச் சென்றது. மழையில் குளித்தெழுந்த கட்டட முகப்புகள் விரைந்து பின் சென்றன. நகரம் ஓசையற்று இருந்தது. எரிந்துபோன சாராயக்கிடங்கின் கருகிய எச்சங்களின்மீது **துரோகிகள்** என்று சிவப்பு வர்ணத் திவலைகளில் எழுதப்பட்டிருந்ததைத் தவிர அந்தக் கட்டடத் தொகுதி முழுவதும் சாம்பல் வர்ணத்தில் இருந்தது. அந்தப் பிரம்மாண்ட எழுத்துகளுக்கு அடுத்ததாக ஐந்து முனை நட்சத்திரம் ஒன்றும் காணப்பட்டது.

ஒவ்வோர் இரவிலும் நடப்பது போல், அறையின் சாவி பூட்டுக்குள் சிக்கி கொண்டது. கதவைத் திறந்தவுடன் அந்த வேற்று இடம் அவனைப் பார்த்து உறுமியது. தப்பு என்று அவன் நினைத்துக்கொண்டான். இருவரும் அவரவர் வழியில் போக நான் அனுமதித்திருக்க வேண்டும். என்னால் சமாளிக்க முடியாத ஒன்றை நானாகவே இழுத்துவிட்டுக் கொண்டிருக்கிறேன்.

அவள் உட்காருவதற்கு அங்கேயிருந்த திவான் போன்ற ஒன்றைச் சைகையால் சுட்டினான். அவள் அமர்ந்தாள்.

எப்படியிருந்தாலும் வேறு வழியில்லை. அடுத்து என்ன வரும் என்பதை நினைவுபடுத்திக்கொள்ள முனைந்தான்.

"உனக்கு வேண்டுமானால் _____" என்று இழுத்தான். எவ்வளவுதான் முயன்றாலும் அந்தக் கேள்வியை எப்படி முடிப்பதென்றே அவனுக்கு விளங்கவில்லை. கொஞ்சம் மது அருந்துகிறாயா? ஏதாவது சாப்பிடுகிறாயா? புகை பிடிக்கிறாயா? எதையாவது பார்க்கிறாயா?

அவள் அவனையே வெறித்துப் பார்த்தாள். அவள் தலையசைத்து பதில் சொல்வாள் என்று காத்திருந்து ஓயும் நேரத்தில் "என்ன?" என்று கேட்டாள்.

என்ன சொல்வதென்று அவன் தடுமாறினான்.

"அண்டை வீட்டாரை வேடிக்கை பார்க்கிறாயா?"

"அண்டை வீட்டுக்காரர்களையா?"

"பைனாகுலர்ஸ் வழியாக. ஜன்னல் வழியாக."

அவள் முகம் சுளித்தாள். "சே. சே. அதெல்லாம் நான் செய்ய மாட்டேன். அது, அது நியாயமில்லை."

அவளுடைய சொற்களை அவன் யோசித்தான். நியாயம்?

"எப்படியிருந்தாலும் என்னிடம் பைனாகுலர்ஸ் இல்லை," என்றான் அவன் மெல்ல. எனக்கு அண்டை வீட்டுக்காரர்களாவது இருக்கிறார்களா? அவனால் நினைவுக்குக்கொண்டு வர இயலவில்லை. நான் எப்பொழுதாவது ஜன்னல் வழியே பார்த்தாவது இருக்கிறேனா?

அவனால் இப்பொழுது செய்ய முடிந்ததெல்லாம் அவளுக்குப் பக்கத்தில் உட்கார்வதுதான். ரொம்பவும் களைப்பாக உணர்ந்தவாறே, ரொம்பவும் அலுப்போடு அவளுடைய மேல்சட்டையை உருவ முயன்றான்.

"வேண்டாம்," என்றாள் அவள். "அதைத் தொடாதே."

அவளைத் தொடுவதை நிறுத்துவது அவன் எதிர் பார்த்திருந்ததைக் காட்டிலும் எளிதாகவேயிருந்தது. "இல்லை. தொடவில்லை," என்று சொல்லிவிட்டு கைகளைத் தேய்த்துக்கொண்டான். கடந்த சில நாட்களில் எண்ணற்ற தடவைகள் செய்ததைப் போல. அப்பொழுதும் அந்த மோதிரம் விட்டுகொடுப்பதாய் இல்லை.

எவ்வளவு என்று முதலிலேயே பேசி வைத்துக்கொண் டிருந்தால் இது சரிப்பட்டிருக்கும், தெளிவாகியிருக்கும்.

நேர்மையான, வெளிப்படையான விஷயமாகியிருக்கும். இருவருமே என்ன எண்ணத்தில் இருக்கிறோம் என்று விளங்கியிருக்கும்.

அந்தப் பெண் அறையைச் சுற்றிலும் நோட்டம் விட்டாள். அவளுடைய கண்களை நேருக்கு நேர் பார்ப்பதை அவன் தவிர்த்தான். அவற்றில் கவியப் போகும் சங்கடத்தைப் பார்க்க தர்மசங்கடப்பட்டு.

"இப்படியே வாழ்ந்துகொண்டிருப்பது இனியும் இயலாத காரியம்," என்றாள் அவள் கடைசியில், அவனை ஏறெடுத்துப் பார்க்காமலே.

அவன் நெட்டுயிர்த்தான். "நான் இல்லை_____" என்றான். என்ன நான் இல்லை_____? வாழ்வதில்லை? மீண்டும் அவன் சொற்கள் கிடைக்காமல் தவித்தான். என்றாலும், இந்த அளவுக்கு மறுப்பு என்பதே நல்ல விஷயம்தான். தான் தேர்ந்துகொள்ள ஏதோ இருப்பது போல் உணர்ந்தான். "நான் சுத்தப்படுத்தி விடுகிறேன்."

"சுத்தப்படுத்த ஒன்றுமேயில்லை. நான் அதைச் சொல்ல வில்லை," என்றாள் அவள்.

பிறகு எதை? அவன் மீண்டும் அந்த அறையைச் சுற்றிலும் பார்த்தான். ஒருவேளை, அவளுடைய பார்வையிலிருந்து அவன் வேறு எதையேனும் பார்க்கக் கூடும். அவன் அவ்வாறு பார்க்க உண்மையிலேயே ஆசைப்பட்டான்.

"அந்த விருந்தில் நடந்த அந்த நிகழ்சிக்காகவா என்னை நீ இங்கே அழைத்துவந்தாய்?"

அவள் ஒன்றும் தெரியாதவள் போல் பாசாங்கு செய்கிறாளா? என்னை ஒரு கேடு கேட்ட பயல் என்று சொல்லப் போகிறாளோ? அது வேறு விதமான அர்த்தத்தைக் கொடுக்கும். வேறு திசையைக் காட்டும். அங்கிருந்து விஷயங்கள் வேறு தினுசாய் முன் செல்லத் தொடங்கும்.

"அந்த விஷயத்தினால்தான் உன்னை நான் கவனித்தேன். அப்படிப்பட்ட செயல்களையெல்லாம் நீ அடிக்கடி செய்வதுண்டோ?" என்றான்.

"யாருக்கும் என்னைத் தெரியாதென்றால் மட்டும்."

"உன் ஆடைகளை எதற்காக நீ அவிழ்க்க வேண்டும்?"

"என்னைக் காட்டிக்கொள்ளத்தான். நீ என்னைப் பார்த்தால் அடையாளம் கண்டுகொள்வாய்."

என்னை மாற்று

போருட் முறுவலித்தான். அவன் நம்பிக்கை வீண் போகவில்லை. ஹா! மிகப்பெரிய வார்த்தைகள். ஆக, இது வேறு ஏதோ விஷயம். இந்த சந்திப்புக்கு வேறேதோ அர்த்தம் இருக்கிறது. இதற்கு நிச்சயமாக அர்த்தம் இருக்கிறது. பார்ப்போம்.

"உன்னை யாராவது கவனிப்பதுண்டா?"

"சில வேளைகளில். நான் ஒரு துப்பாக்கியை எடுத்து வந்தால் இதைக்காட்டிலும் அதிகமாய் அவர்கள் என்னைக் கவனிப்பார்கள். அதே நேரத்தில் அவர்கள் இப்போதைக் காட்டிலும் அதிகமாய் அஞ்சி நடுங்குவார்கள்."

இந்தப் பெண்ணிடம் ஏதோ சரியில்லை. அல்லது என்னிடத்திலா? எனக்குப் புரியவில்லை.

"துப்பாக்கியா?"

"நான் வழக்கமாய் துப்பாக்கி எடுத்து வருவதுண்டு. ஆனால் இப்பொழுது என்னிடம் கிடையாது. எல்லாம் வேறு மாதிரியான காலங்கள். ஆனால் துப்பாக்கி இல்லாமல் என்னை மிகச் சிலரே அடையாளம் கண்டு கொள்கின்றனர்."

"உன்னை யாராவது அடையாளம் கண்டுகொண்டால் என்ன நடக்கும்?"

அவள் அவனை ஆச்சரியமாகப் பார்த்தாள்.

"விஷயங்கள் மாறும்"

இவள் எனக்கு ஊறு விளைவித்தால் யாருக்காவது தெரிய வருமா? எனக்கு அண்டை அயலார் இருக்கிறார்களா? நான் அவளை முதலில் தாக்கி விட வேண்டுமோ? முன்கூட்டிய தற்காப்புக்காக?

அவன் ஜன்னல் வழியாக இருளினூடே எதிர்த்தாற் போலிருந்த ஜன்னலை பார்த்தான். மிக உரத்து ஒலித்த தொலைக்காட்சியொன்றில் பார்க்க நன்றாக இருந்த பொன்னிறக் கேச இருபாலின மாந்தரும் தா, தா, எனக்குத் தா ஒரு துப்பாக்கியை நள்ளிரவுக்குப் பிறகு[3] என்று பாடிக்கொண்டிருந்தனர். அவர்களைக் கேட்க அங்கே ஒருவருமே இல்லை. அந்தச் செய்தி அவனுக்காக மட்டுமே ஒலித்ததைப் போலிருந்தது.

முதலில் விருந்துக்கும் பிறகு இங்கே, தன்னுடைய அறைக்கும் அவள் எதற்காக வந்திருக்கிறாள் என்று புரிந்து விட்டதென்று அவன் தீர்மானித்தான். அவள் வெளியேறி விடுவாள். அப்பொழுது

---

3. 1972ஆம் ஆண்டு உருவான ABBA எனும் ஸ்வீடன் நாட்டு பாப் இசைக்குழுவின் பாடல்.

நிச்சயமாகத் தன்னுடன் எதையேனும் எடுத்துச் செல்லத்தான் போகிறாள். நான் முதலிலிருந்து தொடங்க வேண்டுமென்றால், எல்லாவற்றையுமே விட்டொழிக்க வேண்டும். எல்லாமே கைவிட்டுப் போக வேண்டும். பணம் ஒன்றும் பிரச்சினையில்லை. ஆனால் இது. வெகு காலமாகவே அது வீட்டை விட்டுத் தொலைய வேண்டும் என்று அவன் விரும்பினான். யாராவது காயப்பட்டு விடுவார்கள் எனும் இடைவிடாத அச்சுறுத்தலை அது உண்டாக்கிக்கொண்டிருந்தது. ஒரு வேளை அவனேகூட.

"உனக்காக நான் ஒரு பொருளை வைத்திருக்கிறேன்," என்றான் அவளிடம். "ஆம். உண்மையிலேயே வைத்திருக்கிறேன். ஒரு வேளை அவர்கள் உன்னைக் கவனிக்காமல் போனால். விஷயங்களை மாற்ற."

தான் பேசிய சொற்களைத் தானே கவனித்துக்கொண்டிருந்தான். இட வெளியில் அவற்றின் நிலையை. அவை மிக மென்மையாக நிலை கொள்ளுவதைப் போல் தோன்றியது.

அவள் காத்துக்கொண்டிருந்தாள்.

"நான் ஒரு துப்பாக்கி வைத்திருக்கிறேன்." வெளிப்பட்டவுடன் இந்த வார்த்தைகள் பலமாய் விழுந்ததைப் போல் உணர்ந்தான். தொப்பென்று நேராய்ப் போய்த் தரையில் விழுந்ததற்குப் பதிலாக அவை காற்றில் இன்னும் கொஞ்ச நேரம் தங்கியிருந்திருக்க வேண்டும். – ஆனால் அவற்றை அவன் சொல்லிவிட்டான். இனித் திரும்பப் பெற முடியாது.

அதை வைத்துக்கொண்டு நான் எதுவுமே செய்யவில்லை என்பதைத் தெரிந்துகொண்ட பிறகு – ஒரு வேளை அவள் ஏதாவது செய்யலாம். எனக்கே கூட.

"மண்டு" என்றாள் அவள். அது செவியில் இனிமையாய் ஒலித்தது. நட்பாய். இதமாய். நெருக்கமாய். "ஆயுதங்களைக் கொண்டு மாற்றங்களை ஏற்படுத்தி விட முடியாது. இப்பொழுதெல்லாம் அது மாறிவிட்டது. மாற்றம் என்பது உள்ளே இருந்து நிகழ வேண்டும். உயிர்ப்பொருளில். அப்படி நிகழ்வதுதான் நல்லது. அதுதான் மிகவும் பயனளிக்கக் கூடியதாக இருக்கும். அதை நீ உணரும் பொழுதே மிகவும் தாமதமாகி விட்டிருக்கும்."

அவன் தலையாட்டினான். தானே சொல்லியிருக்காத விஷயங்களுக்கெல்லாம் அவன் தலையாட்டிக்கொண்டிருக்கிறான். ஏதோ ஒரு மாற்றம் அங்கே ஏற்கெனவே நிகழ்ந்திருந்தது. *இனி அடுத்த வேலையைப் பார்க்கும் நேரம். வேறு சில மாற்றங்களை ஏற்படுத்து.* எங்கிருந்து தொடங்க வேண்டும் என்று அவனுக்குத்

தெரியும். அவளுடைய வார்த்தைகள் இதமாகவே இருந்தன. என்றாலும் அவை வெறும் சொற்கள்தானே.

“கவனி. கொஞ்சம் பரிதாபத்திற்கு இடமளிப்பவர்களாக இருப்போம். அது தலைமுறை தலைமுறையாய், கை மாறிக் கையென அது சென்றுகொண்டே இருக்கும். அது உன்னுடைய தாகவே இருக்கட்டும். நல்லதற்கு. ஒரு மாறுதலுக்கு.” என்னுடைய குழந்தைகள் அதை ஒரு நாள் பார்க்க நேர்வதா? வேண்டாம். தயவு செய்து, வேண்டாம். இந்த உலகோடு என் வஞ்சத்தைத் தீர்த்துக்கொள்ள நான் வேறு வழிகளைப் பார்க்கிறேன்.

அவள் தலையாட்டினாள்.

“அதைத் தொலைத்துத் தலை முழுக வேண்டுமென்று நீ நினைத்தால் உன் கைகளிலிருந்து அதை நான் எடுத்துக்கொள்ள முடியும். அதற்காகத்தானே நான் இங்கே இருக்கிறேன்,” என்றாள் அவள் மென்மையாக.

அவளுக்கு அது நிச்சயம் தெரிந்திருக்காது. அது தனக்குத் தெரியும் என்பது போல் அவள் நடந்துகொண்டாலும். அவன் பார்வை கலங்கலாகியது. இவ்வளவு நாட்களில் முதல் தடவையாக அவனுக்குப் பசித்தது. வெறும் தலைசுற்றலோடு போகவில்லை. தனக்கு ஏதோ போதாமல் இருக்கிறது என்பதை அவனுடைய உடல் உணர்த்திக்கொண்டிருந்தது. எதையோ ஒப்படைக்க. எதையோ பெற்றுக்கொள்ள. உலகின் லயத்தைவிட்டு அவன் வெளியே காலடி எடுத்து வைத்து விட்டான். அதற்கான விலையைத் தந்தாக வேண்டும். அவனூடாக மிகச் சொற்பமான விஷயமே பாய்ந்து கொண்டிருந்தது. சமையலறைக்குச் சென்று கழுவுத் தொட்டியின் அடியில் தேடினான்.

துப்பாக்கியைக் காணோம். அதுதான் அவன் முதன்முதலாக இங்கே எடுத்து வந்த பொருள். இந்த வாடகை இடத்தைத் தனக்குச் சொந்தமானதென்று அடையாளப்படுத்த கொண்டுவந்த பொருள். ஒவ்வொரு முறை அவன் சமையலைறைக்குள் நுழையும் போதும் அங்கே அடியில் கைவிட்டு அதைத் தொட்டுப் பார்ப்பான். கடந்த சில வாரங்களாக அவன் அதைச் செய்ய வில்லை. அதை மேஜைமீது எடுத்து வைத்தால் பிறகு மீண்டும் உள்ளே வைப்பது முடியாமல் போய்விடும் எனும் அச்சத்தால் அவன் அதைச் செய்யாமல் விட்டிருந்தான். அது அவனுக்காக நிரந்தரமாய்க் காத்துக்கொண்டிருக்கும் என்று அவன் தீர்மானமாக இருந்தான். எல்லாம் முடிந்துவிட்டதென்று தாத்தா ஒரு வழியாக ஒப்புக்கொண்டு, அவனுடைய பாட்டியிடம் கொஞ்ச நேரம் தங்கள் இருவரையும் தனியே விடக் கேட்டுக்கொண்டு, அதை எங்கே தேடி எடுக்க வேண்டுமென்று அவர் சொல்லும் வரைக்கும்

தாத்தா வீட்டில் அவனுக்காக அது காத்துக்கொண்டிருந்ததைப் போல். அதைக் கண்டுபிடித்துக் கைகளில் எடுத்துப் பார்க்க அவன் முயன்ற நேரத்தில் தாத்தா உஷ் என்று எச்சரித்து அதை மீண்டும் அங்கேயே வைக்கும்படி ஜாடை காட்டினார். "இன்னும் நேரம் வரவில்லை" என்று முனகினார். "இன்னும் வரவில்லை".

அப்படியொரு பொருளைத் தாத்தா வைத்திருப்பதைப் பார்த்து அவன் அதிர்ந்துபோனான். அவர் நல்ல உடல் நலத்தோடு இருந்த காலத்தில் எறும்புகளை மிதித்தும் கொசுக்களை விரட்டியும் காலத்தை ஓட்டியவர். "இந்தத் துப்பாக்கி," என்றார் அவர். "இது என்னிடம் இருந்தது. இந்தத் துப்பாக்கி வந்து." அவனுடைய கைகளைப் பிடித்துக்கொண்டு அவர் கண்களை மூடினார். தாத்தாவின் படுக்கைக்கருகில் அவருடைய கைகளைப் பிடித்தபடி நின்றுகொண்டிருந்த பேரன், "எந்தப் போரில் நீங்கள் சண்டையிட்டீர்கள் தாத்தா?" என்று கேட்க நினைத்தான். எல்லோருமே ரகசியம் காத்த போர்கள் இருந்தனவென்று, யாருமே பேசத் தயங்கிய போர்கள் இருந்தனவென்று அவன் அறிந்திருந்தான். ஆனால் அவன் கேட்பதற்கு முன்பாகவே அதற்கான பதிலைச் சொல்லக்கூடியவர் வேறெந்த ஓசையும் இனி எழுப்ப மாட்டார் என்பதை உணர்ந்துகொண்டான்.

தாத்தாவின் கை அசைவில்லாமல் போனதைப் பார்த்து அவன் உடனே கூக்குரலிட்டான். பாட்டி ஓடி வந்தாள். தாத்தாவின் கண்கள் அகலத் திறந்து கிடந்ததைப் பார்த்து வீறிட்டாள். அவனுடைய அப்பாவைக் கூப்பிட்டாள். "இது குழந்தைகளுக் கான சமாச்சாரமில்லை," என்று கடுமையாகச் சொன்னாள். அவனுடைய அப்பா குழம்பிப் போயிருந்தார். பாட்டியைப் போலில்லாமல், அப்பா மரணத்தை எதிர்பார்த்திருக்க வில்லையோ என்று தோன்றியது. ஆனால் போருட் எதிர்பார்த்திருந்தான். அவன் தூங்கி விட்டான் என்று பெரியவர்கள் நினைத்துக்கொண்டிருந்த நேரத்தில் அவன் ஒட்டுக்கேட்டவாறிருந்தான். உண்மையைச் சொல்வதென்றால் *ஸ்டார் வார்ஸ்* எனும் தொலைகாட்சித் தொடரைப் பார்க்கும் வயது தனக்கு வந்துவிட்டது என்று தன் பெற்றோரை எப்படி ஏற்றுக்கொள்ள வைப்பது என்ற கற்பனையில்தான் அவன் இருந்தான்.

துப்பாக்கியைப் பற்றி அவன் ஒருபோதும் எதுவும் சொன்னதில்லை. குறிப்பாகப் பாட்டியிடம். அவள் வீட்டுக்கு அவன் வரும்போதெல்லாம் அவனுக்காக அவள் காத்துக் கொண்டிருப்பாள். கடைசியில் படுத்தபடுக்கையாய் இருந்த நிலையிலும்கூட. கழிப்பறைக்குச் செல்வதாய்ப் போக்குக்காட்டி விட்டுத் தாத்தாவின் அறைக்குள் அவ்வப்பொழுது கள்ளத்தனமாய்

நுழைந்து தான் வைத்த இடத்திலேயே அந்தத் துப்பாக்கி இருக்கிறதா என்று அவன் உறுதிப்படுத்திக் கொள்வான். அது அங்கேதான் இருந்தது. அவன் வளர்ந்து, போருக்குப் போகுமளவுக்குப் பெரிய பையனான பிறகு, அமைதி நிலவும் காலகட்டங்களில் தொழில்ரீதியான போர்வீரர்களிடம் போர்கள் ஒப்படைக்கப்பட்ட பிறகு, ஒரு முறை அவனும் அப்பாவும் வழக்கமாய் விளையாடும் சதுரங்க ஆட்டத்திற்குப் பிறகு, எவ்வித சலுகையும் இல்லாமலே அப்பா ஒருவழியாய் ஆட்டத்தில் வெற்றி பெற்ற பிறகு, அவர்கள் இருவருக்கு மிடையில் இதுவரை உணரப்பட்டிராத சமநிலையின் நெருக்கம் உருவாகிக்கொண்டிருந்த பொழுது, தைரியத்தை வரவழைத்துக்கொண்டு அவன் கேட்டான்: "தாத்தா வீட்டிலே ஒரு துப்பாக்கி வைத்திருந்தாராமே! உங்களுக்குத் தெரியுமா? பாட்டி ஏதோ சொன்னார்கள்," என்றான். அப்பா சிடுசிடுத்தார். நினைத்த அளவுக்குத் தான் இன்னும் வளர்ந்திருக்கவில்லை என்று போருட் நினைத்துக்கொண்டான். அப்பாவுமே கூட. தான் தப்பு செய்துவிட்டதாகவும் அவன் உணர்ந்தான். இனி இப்படியொரு மாலைப்பொழுதோ இப்படியொரு நெருக்கமோ அமையாது என்றும் புரிந்துகொண்டான். ஒரு வேளை, இன்னொரு சதுரங்கப் பந்தயம்கூட. எப்பொழுதும் போல் வெள்ளை ராஜாவைக் கடைசியாக வைத்து, சதுரங்கக்காய்களைப் பெட்டியில் அடுக்கிய பிறகு, அப்பா பதற்றமில்லாமல் சொன்னார்: "நான் இதுவரை யாரையும் கொன்றதில்லை. வயதானவனான பிறகு உனக்கும் இதே போல் சொல்ல முடிந்தால் உன்னை அதிர்ஷ்டசாலி என்று நினைத்துக்கொள்."

துப்பாக்கியைப் பற்றி அவன் மீண்டும் பேசவேயில்லை. அப்பாவும் பேசவில்லை. பாட்டி இறந்து அவளுடைய குடியிருப்பைக் காலி செய்யும் நேரத்தில் அப்பா தாத்தாவின் அறைக்குள்ளிருந்து வெளியே வர வெகு நேரமான போதுகூட. அவர் வெளியே வந்தவுடன் போருட்டைக் கண்டுகொள்ளவே யில்லை. போருட்டோ அவரையே எதிர்பார்ப்புடன் பார்த்துக்கொண்டிருந்தான். அவர் ஏறிட்டுப் பார்த்தால் சவாலாய், "ஏதாவது சிக்கலா அப்பா?" என்று கேட்கத் தயாராய் இருந்தான். துப்பாக்கி எப்பொழுதோ காணாமல் போயிருந்தது. போருட் சென்று பார்த்த நாட்களில் எல்லாம் பாட்டி அடிக்கடித் தூங்கிவிடுவாள். நாளாக, நாளாக அவன் விடைபெற்றுப் போவது அதிக மனக்கலக்கத்தை அவளுக்கு ஏற்படுத்தியது. ஏதோ அதுதான் கடைசித் தடவை என்பதைப் போல். அவள் உறங்காத பொழுதில் கூட, போருட் சொல்லும் குட்பை காதில் விழாததைப் போல் அவள் பாசாங்கு செய்வாள். அதனால் அவளைத் தொந்திரவு செய்யாமல் ஓசையின்றிக்

கிளம்பிச் செல்வதே நல்லதென்று போருட் தீர்மானித்திருந்தான். அப்படியொரு சந்தர்ப்பத்தில் அவன் அந்தத் துப்பாக்கியை எடுத்துச் சென்றிருந்தான். ஒவ்வொரு குடும்பத்திற்குமே அப்படியொரு பொருள் எப்பொழுதாவது பயன்படும் என்ற எண்ணத்தில்.

துப்பாக்கியைக் காணோம். யார் எடுத்திருப்பார்கள்? எப்படி? பல்வேறு சாத்தியங்கள் இருந்தன. தெற்கிலிருந்து வந்த ஆட்கள் எது வந்தாலும் வரட்டும் என்று தயாராகிக் கொண்டிருந்தார்கள். அவர்களுடைய சாவிகள் இவனுடையதைப் போல் பூட்டில் சிக்கிக்கொள்ளாதவை. புகார் செய்யலாமா? வாய்ப்பேயில்லை. அதுதான் உண்மையில் சிக்கலில் மாட்டி விடும். ஒவ்வொரு துப்பாக்கிக்கும் ஒரு கதையிருந்தது. தனது தாத்தாவின் படுக்கையருகில் நின்ற குழந்தை இந்தக் கதையை ஒரு போதும் கேட்க வேண்டியதில்லை என்று புரிந்து கொள்ளும் நிலைக்கு இப்போது ஒரு வழியாய் வளர்ந்துவிட்டான். தன்னுடைய கதையே போதுமெனும் அளவிற்குச் சிக்கல் நிறைந்ததாயிருக்கிறது.

தன்னுடைய கடந்த காலத்தின் எச்சம் அந்தத் துப்பாக்கி யோடு குடியிருப்பைவிட்டு வெளியேறியிருக்கிறது என்று அவன் தனக்குத் தானே சொல்லிக்கொண்டான். குப்பை டப்பாவைக் கவிழ்த்தான். அதிலிருந்ததெல்லாம் வெளியே கொட்டியது. அழுகும் பழம். பூஞ்சை பிடித்த ரொட்டி. காலி டப்பாக்கள். எதெது என்னென்ன என்று வேறுபடுத்துவதே சிரமம்.

உருப்படியானதென்று அதில் ஒன்றுமே இல்லை. அவன் வாக்களித்து விட்டான். மனத்தில் தீர்மானித்துவிட்டான். இனிப் பின்வாங்குவது முடியாது. நீ வாக்களித்திருந்த துப்பாக்கி எப்படியும் வந்தாக வேண்டும். அதை எப்படியும் சரி செய்ய வேண்டும். பணத்தால். இன்னமும் ஏதேனும் மீந்திருந்தால். தன் உடுப்புப் பைகளைத் தடவிப் பார்த்தான். ஏதாவது ஒரு ஏடிஎம் இயந்திரத்தைத்தான் நாடிச் செல்ல வேண்டியிருக்கும். தன்னுடைய கணக்கில் ஏதோ கொஞ்சமாவது மீதமிருக்கும். தான் எல்லாப் பணத்தையும் வழித்து எடுத்திருக்க வாய்ப்பில்லை.

பணத்தையெல்லாம் வேகமாக விநியோகித்துவிட்டதாக அவனுக்குத் தோன்றியது. அளவுக்கதிகமான பாதிக்கப் பட்டவர்களைப் பார்த்து விட்டான். அவன் மேற்கொண்ட நடவடிக்கை அதீத வெற்றிகரமாய் அமைந்துவிட்டது.

அவன் மீண்டும் சமையலறைக்குள் நுழைந்தான். நான் ரொம்பவும் மனம் சோர்ந்து போயிருப்பதாகத் தெரியவில்லை என்று நினைக்கிறேன்.

"என்னவோ நடந்திருக்கிறது. என்னால் இன்னதென்று சொல்ல முடியாத என்னவோ," என்றான்.

அவள் புன்னகைத்தாள்.

"நீ சொல்லவே தேவையில்லை. எனக்குத் தெரியும். என்னுடைய வாழ்வின் கதை. நான் எங்கே போனாலும், மக்களால் விளக்கம் சொல்ல முடியாத விஷயங்கள் நடந்து விடுகின்றன. அதனால்தான் அவர்கள் என்னைக் கண்டு அஞ்சுகிறார்கள்."

"எனக்கும் அப்படியேதான்" என்றான் அவன். "எனக்கும் அப்படித்தான். வேறு வழி ஏதாவது இருக்கிறதா பார்க்கிறேன்."

வாசல் எதிரில் நின்றவாறு அவள் அவனைப் பார்த்துக் கொண்டிருந்தாள். இவளென்ன, என்னுடைய வீட்டிலிருந்து என்னையே வெளியே போக விட மாட்டாளோ? அப்படியொரு சூழ்நிலை வேடிக்கையானதென்று நினைத்தான் போருட். நடக்கவே முடியாததில்லை என்றாலும். ஆனால் அவள் சற்றே தலை தாழ்த்தி ஒதுங்கி வழிவிட்டாள்.

அவர்கள் வெளியே சென்றார்கள். இருள் பிரியும் வேளை. இருளின் போர்வையில் மறைந்திருந்த அனைத்தும் பார்வைக்குப் புலனாகிக் கொண்டிருந்தது. எதற்கும் பயன்படாத பொருட்கள் முற்றத்தில் குவிந்து கிடந்தன. மதிப்புமிக்க அங்காடியொன்று தரைதளத்தில் கடைவிரித்த நாளாய் வளிமண்டல அமைப்பு இரண்டு நாட்களுக்கொரு முறை மாற்றப்பட்டுக்கொண் டிருந்தது. இருந்த போதும், வாடிக்கையாளர் ஒருவருமே வந்தபாடில்லை. அந்த அளவுக்குப் பணம் படைத்தவர்கள் அங்காடிகளில் பொருட்களை வாங்குவதில்லை. குறிப்பாக இப்படிப்பட்ட கிழக்கத்திய மக்கள் வசிக்கும் பகுதிகளில்.

மூலையில் இருந்த நெரிசலான வட்டத்தில், இருள் மெல்ல விலகிக்கொண்டிருக்க, இளைஞர்கள் கஞ்சாவைப் பகிர்ந்து புகைத்துக்கொண்டிருந்தனர். அவர்களிடம் அக்கம்பக்கத்து நிராதரவான பெண்கள் சில சமயம் 'தம்' ஒன்றை யாசிப்பதுண்டு. அது மிகவும் கஷ்டமான காலம். ஒரு கஞ்சா சிகரெட்டை இளைஞர்களே பகிர்ந்துதான் கொள்கிறார்கள் என்பதை அந்தப் பெண்கள் அறிந்திருந்த போதும். அந்தப் பயல்களும் தலையசைத்து, தம் கையில் புகைந்துகொண்டிருப்பதை அந்தப் பெண்களுக்குக் கொடுப்பதுண்டு. அந்தப் பெண்கள் இறுக்கம் தளர்ந்து மகிழ்ச்சியாய் வீட்டிற்குச் செல்வார்கள். அந்த வறிய இளைஞர்களின் தயவால், தலைமுறை பேதமின்றி நிலவும் ஒற்றுமை பற்றிய மகிழ்ச்சியுடன். அவர்கள் வறியவர்களா இல்லையா என்று போருட் நன்கறிவான். இதுவரை இருமுறை

அவன் தன்னுடைய கார்க் கணினியை அவர்களிடமிருந்து விலைக்கு வாங்கியிருக்கிறான். ஒரு சில நியதிகளைப் புரிந்து கொண்டிருந்ததால் அவனால் அவர்கள் மீது வன்மம் பாராட்ட முடியவில்லை. அவர்களாவது தெருவில் சுற்றிக்கொண்டிருந்தார்கள், திரை மரபணு மாற்றிகளான தமது குழந்தைச் சகோதரர்களைப் போலன்றி.

“ஹாய்” என்றான். இன்னும் ஓரடி முன்னால் செல்ல வேண்டியிருக்குமோ என்று யோசித்தவாறே.

அவர்கள் அவனைப் பார்த்தார்கள். ஆனால் எதுவும் பேசவில்லை.

“எனக்கு ஒன்று வேண்டும்,” என்றான்.

“அது நாங்கள் இல்லை” என்றான் அவர்களுள் ஒருவன். “வேறு யாராகத்தான் இருக்க வேண்டும்.”

“என்ன?” என்றான் போருட்.

“உன்னுடைய கார்க் கணினி, சரிதானே?”

“இல்லை. எனக்கு ஒரு துப்பாக்கி வேண்டும். அல்லது அது மாதிரி ஒரு பொருள்.”

அவர்கள் ஒருவரையொருவர் பார்த்துக்கொண்டார்கள்.

“இதில் எங்களுக்குச் சம்பந்தமில்லை,” என்றான் அவர்களுடைய தலைவன். “நாங்கள் அமைதியை நேசிப்பவர்கள். எங்களில் யாரும் போருக்குப் போகிறவர்கள் இல்லை. எங்களுக்கு விலக்கு அளித்திருக்கிறார்கள்.”

அவர்களுடைய கால்சராய்ப் பைகள் புடைத்திருப்பதை போருட் பார்த்தான். அவனுடைய நகங்கள் உள்ளங்கைகளுக்குள் ஆழ அழுந்தின. பொறுமை. நீ அமைதியாய் இருக்க வேண்டும் என்று தனக்குத் தானே சொல்லிக்கொண்டான். அந்தக் கட்டளை மனமெங்கும் பரவியது. வேறு எதற்கும் இடம் கொடுக்காமல்.

“சும்மா விளையாடாதீர்கள். கலாச்சார மையத்தில் நீங்கள் குறி பார்க்கும் பயிற்சி எடுக்கிறீர்கள் என்று எனக்குத் தெரியும். அது எல்லோருக்கும் தெரிந்ததுதானே.”

அவர்கள் தலையை வேகமாக ஆட்டினார்கள்.

“அது நாங்களில்லை. அதெல்லாம் சேரிப் பயல்கள்.”

“அவர்களா? அவர்கள் இதெல்லாம்________”

இப்பொழுது அவர்கள் எல்லோருமாய் சேர்ந்து ஒரே சமயத்தில் அவனை அமைதிப்படுத்த முயன்றார்கள்.

“இல்லை செய்ய மாட்டார்கள். இனிமேற்கொண்டு. ரொம்ப நாட்களுக்கு.”

இந்த விஷயத்திற்குள் மூக்கை நுழைப்பதையல்ல அவன் இப்போது விரும்பியது. இதை அவன் தனக்கு நினைவூட்டிக்கொண்டான். தெற்குப் புறநகர்ப் பகுதிகளோடு போர் புரிவது அல்ல இப்போதைய தேவை. அதெல்லாம் ரொம்பப் பெரிய விஷயம். அதை அப்படியெல்லாம் சரி செய்து விட முடியாது. வேறு எதையாவதுதான் செய்தாக வேண்டும். கொஞ்சம் வித்தியாசமாக.

“எனக்குக் கொஞ்சம் பணமும் வேண்டியிருக்கிறது. கார்க் கணினி வாங்க.”

அவர்கள் நம்ப முடியாமல் அவனைப் பார்த்தார்கள்.

“நம்ப முடியவில்லை” என்று ஜெர்மன் மொழியில் அவர்கள் முணுமுணுத்தார்கள்.

“அவனுக்குக் கிறுக்குப் பிடித்திருக்கிறது. புது விதமாய்” (‘புது விதமாய்’ என்பதை ஜெர்மன் மொழியில் உச்சரித்து) ஒருவன் சிரித்தான்.

“இங்கேர்ந்து போயிடு. நாங்க விக்கறோம். நீ வாங்கற. இதான் நடப்பு. இப்பப் போயி இத மாத்தணுன்னு நெனக்காத,” என்றான் இன்னொருவன் கொச்சையாக. “நீ ரொம்ப நொந்து போயிருக்கற. நாங்க ஒத்தாச பண்ணலாந்தான். ஆனா எப்பிடி? எங்ககிட்ட கஞ்சா கெடயாது. துப்பாக்கி கெடயாது. பணமும் கெடயாது. இல்ல. இன்னிக்கு எதுவுமே இல்ல. வேணுன்னா ஒரு ‘தம்’ தர்றோம். வேணுமா?”

அந்தப் பரிச்சயமான சுவையுணர்வு அவன் உடலெங்கும் பெருக்கெடுத்துப் பரவியது. அவன் அந்த உணவகத்தைப் பார்த்தான். தன் சமையலறைத் தரையில் கிடந்த பூஞ்சை பிடித்த ரொட்டியை நினைத்தான். அவனுடைய நாவில் நீர் ஊறியது.

“வேண்டாம். என்னால் முடியாது. கசப்பான நினைவுகள்,” என்றான்.

“கசப்பான உணர்வுகளே வேண்டாம். வாழ்க்கை இப்படித்தான் போகிறது. எல்லோருமே அவரவர்களால் முடிந்த அளவுக்கு அனுபவித்துக் கொள்கிறார்கள்.” அவர்கள்

சிரித்தார்கள். ஹை ஃபை சொல்லி ஒருவர் கையை மற்றவர் தட்டிக்கொண்டார்கள். பிறகு மீண்டும் கஞ்சாவைப் பகிர்ந்துகொள்ள ஆரம்பித்தார்கள்.

அவனுக்கு வேறு என்ன சொல்வதென்று தெரியவில்லை. அவனும் அந்தப் பெண்ணும் தெருவில் இறங்கி நடக்க ஆரம்பித்தார்கள். ஒவ்வொரு இரவும் செய்வதைப் போலவே அந்தப் பேராசிரியர் தன்னுடைய மூலையில் அமர்ந்திருந்தார். தன்னுடைய தொப்பியைத் தரையில் வைத்து அக்கார்டியனை வாசித்த படியே பாடினார். அந்தப் பாடல் ஏதோ ஒரு நாட்டின் ரம்யத்தைச் சொல்லிக்கொண்டிருந்தது. அந்தப் பேராசிரியர் பாடலை முனகிய விதம் சகிக்க முடியாமல் இருந்ததால் அது எந்த நாடு என்பதைப் புரிந்துகொள்ள முடியவில்லை. அவருக்குப் புதுப்பற்களைக் கட்டுவதற்கு மாத்திரமல்லாமல், வேறேதோ ஓர் அறுவை சிகிச்சைக்காகவும் பணம் தேவைப்பட்டது. மற்றவர்களுக்குக் கொடுத்த அதே அளவிற்கு இவருக்கும் போருட் பணம் கொடுத்திருந்தான். ஆனால் அது நிச்சயமாகப் போதுமானதில்லை. அவருடைய தொப்பிக்குள் எச்சிலைக் காறி உமிழ்ந்தபடி மூன்றடுக்கு உடுப்பணிந்தவர்கள் அவரைக் கடந்து சென்றார்கள். புழுங்கும் வெப்பத்தையும் மீறி அவர்கள் வதனத்தை ஒரு துளி வேர்வையும் பாழாக்கியிருக்கவில்லை. அவர்களுடைய சருமத்திற்கடியில் அப்படி என்னதான் இருக்குமோவென்று போருட் வியந்தான். இதற்கெல்லாம் தோதான ஒட்டுறுப்பு அறுவை சிகிச்சை நிபுணர்கள் இருக்கிறார்கள் என்பதை அவன் உண்மையிலேயே அறிந்திருக்கவில்லை.

கொஞ்சம் பணத்தாள்களைப் பேராசிரியரின் தொப்பிக்குள் வீசினான் போருட். இப்பொழுது நான் கட்டாயமாக ஏடிஎம்மைத் தேடிச் சென்றாக வேண்டும் என்று நினைத்துக்கொண்டான்.

"ஃபன்றி, ஃபன்றி" என்று தன் நன்றியை முனகினார் அந்தப் பல்லில்லாப் பேராசிரியர். போருட் அவருக்குத் தலையசைத்து விட்டு நகர்ந்தான்.

ஏடிஎம் முன்பாக ஒரு வரிசை நின்றிருந்தது. சொல்லப் போனால் சிறிய கூட்டம். பணம் எடுக்க வந்திருந்தோர் ஒருமித்த கடுப்புடன் முனகிக் கொண்டிருந்தார்கள். அந்த இயந்திரம் வேலை செய்யவில்லை.

"அந்த அயல்நாட்டவர்கள்தான். எல்லாமே அந்த அயல் நாட்டுக்காரர்களால்தான்," என்று யாரோ ஒருவர் முணுமுணுத்தார். "இந்த மேலைநாட்டவர்கள் எல்லாவற்றையும் குட்டிச்சுவராக்கி வைத்திருக்கிறார்கள்."

என்னை மாற்று 77

மேலைநாட்டவர் உண்மையில் இன்னும் நகருக்குள் வந்திருக்கவில்லை. சொத்துகளையும் உடைமைகளையும் தாங்கள் வாங்கிக் குவித்திருக்கும் இந்தக் காட்டுமிராண்டி நாட்டில் தங்கள் குழந்தைகள் படிக்க நல்ல பள்ளிகள் இல்லை என்பதை நிறுவனங்களின் நிர்வாகக் குழுக்களிலிருந்த அம்மக்கள் உணர்ந்திருந்தார்கள். பாலினேசியாவில் தீவுகளை வாங்கிப் போட்ட பிறகு அதன் தட்ப வெப்ப நிலை தமது குழந்தைகளுக்குத் தோதானதாக இல்லை என்பதை உணர நேர்ந்ததைப் போல். அவர்கள் வாங்கிய புதிதில் அந்த இடங்கள் சிதிலப்படாமல், தொன்மை மாறாமல் இருந்தன என்பதென்னவோ உண்மைதான். ஆனால் அவற்றை வாங்கியவர்களுக்கு அப்பொழுது குழந்தைகள் பிறந்திருக்கவில்லை. மேலும் அவர்கள் அங்கே போனதுகூட இல்லை. பதிலுக்குத் தங்களுடைய பிளவுபட்ட அடிப்படைத் துகள்களையே அங்கே அனுப்பி வைத்தார்கள்.

அடுத்த ஏடிஎம்மும் வேலை செய்யவில்லை. மூன்றாவது ஏடிஎம்தான் இயங்கிக்கொண்டிருந்தது. ஒரு வேளை ஒவ்வொரு மூன்றாவது ஏடிஎம் மட்டுமே நாடெங்கும் இயங்கிக்கொண்டிருக்கின்றனவோ என்று போருட் நினைத்துக்கொண்டான். அயல்நாட்டவர்கள் சொந்தமாக்கிக் கொள்ளும்போது நிலைமை சீரடைந்து விடும் என்பதற்கு இதெல்லாம் நிரூபணமோ. அப்படியொரு காலகட்டத்திலும் யாராவது பணத்தை எடுத்துக்கொண்டிருந்தால். ரொக்கப்பணத்தைக் காலாவதியான, அசிங்கமான, சந்தேகத்திற்குரிய பொருளாகப் பாவித்தது மேல்தட்டு வர்க்கம். வெகுஜனத்திடம் பணம் என்ற சமாச்சாரமே இருக்கவில்லை.

தன் கணக்கிலிருந்த மிச்சசொத்தையெல்லாம் அவன் வழித்துக் கொண்டான். இனியும் பணம் தேவைப்பட்டால், என்னுடைய சிறுநீரகத்தையோ அல்லது வேறெதையோ எப்பொழுதுமே விலைபேசி விடலாம். பிறகு, என்னுடைய பொருளாதார நிலை மேம்பட்டவுடன் அதை நான் திரும்பவும் விலை கொடுத்து வாங்கிக்கொள்ளலாம் என்று நினைத்துக்கொண்டான் போருட்.

மூலையில் வேட்டைக்கான பொருட்களை விற்கும் கடையொன்று உண்டு. கைக்கடிகாரத்தைப் பார்த்தான். ஒரு வேளை, ஒரு வேளை திறந்திருக்கலாம். இந்நேரத்திற்கு வேறு வாடிக்கையாளர்கள் யாரும் இருக்க வாய்ப்பில்லை. குறைந்த பட்சம் அவனுக்குத் தெரிந்தவர்களாவது. அப்படியொரு இடத்திற்குள் காலடி எடுத்து வைப்பதே ஒருவருடைய பெயருக்கு இழுக்கு. அதை விடவும், கர்மாவுக்கே இழுக்கு. ஆனாலும் சில நேரங்களில் உள்ளுணர்வுக்கு எதிராக, பொதுக்கருத்துக்கு

எதிராகச் செயல்பட வேண்டியிருக்கிறது. மனத்தை திடப்படுத்திக் கொண்டு அவன் உள்ளே நுழைந்தான்.

“எனக்கு ஒரு துப்பாக்கி வேண்டும்,” என்றான் நட்பாய் முறுவலித்தவாறு.

அங்கிருந்த பெண் உதவியாளர்கள் இருவரும் அவனைச் சந்தேகத்துடன் பார்த்தார்கள்.

“அதற்கு இசைவாணைச்சீட்டு வேண்டும்,” என்று அவர்களுள் இளையவள் மெல்லச் சீறினாள். “நீங்கள் ஏதாவது சங்கத்தில் உறுப்பினராக இருக்க வேண்டும்.”

“எந்தச் சங்கத்தில்?”

அவர்கள் ஒருவரையொருவர் பார்த்துக்கொண்டார்கள். “அதாவது. வேட்டைக்காரர் சங்கம் மாதிரி. அல்லது ________”

இல்லாவிட்டால் வேறு என்ன என்பது சொல்லப்படாமலேயே நின்றுபோனது. அவன் தரப்பில் என்ன சொல்லப் போகிறான் என்று அந்தப் பெண்கள் பார்த்துக்கொண்டிருந்தார்கள். ஏதாவதொரு சங்கத்தின் பெயரைச் சொல்வானோவென்று. அவனுக்குச் சொல்ல எதுவும் இருக்கவில்லை. தன்னுடைய உடுப்புப்பைகளை அவன் தடவிப் பார்த்தான். தப்பான பைக்குள் உறுப்பினர் அட்டையை வைத்துவிட்டு இப்போது தேடி எடுத்துக் கொடுக்கும் ஆள் போல் தான் நிச்சயமாகத் தோற்றமளிக்க வில்லை என்பதை நன்கு உணர்ந்திருந்த போதும்.

“உண்மையில் எதற்காக உங்களுக்குத் துப்பாக்கி தேவைப்படுகிறது?” என்றாள் அந்த விற்பனைப் பிரிவு உதவியாளர்களுள் மூத்தவள், சற்றுக் கிட்டே குனிந்தவாறு. ஏதோ ஒரு மூலிகைச் சரக்கின் வாடை அவள்மீது வீசியது. அநேகமாய் ஜூநிப்பர் பிராந்தியாக இருக்கலாம். முள்ளுமுள்ளான காட்டு வகை.

மூலையில் பொருத்தப்பட்டிருந்த கண்காணிப்புக் கேமரா அவன் மீது குவிந்திருந்தது. இருமி கைகளால் முகத்தை மறைத்துக்கொள்ள வேண்டும் எனும் உந்துதல் அவனுக்குள் எழுந்தது.

“உண்மையில். உண்மையாகவே, எனக்கு தேவை துப்பாக்கியில்லை. உண்மையில் நான் ஒரு திசைகாட்டியை வாங்கிக்கொள்கிறேன். என்னுடையது தொலைந்துவிட்டது.”

அந்தப் பெண்கள் கண்களில் சீற்றம் பொங்க இவனைப் பார்த்தார்கள்.

"எங்களிடம் ஏராளமாய்த் திசைகாட்டிகள் இருக்கின்றன," என்று அந்த இளைய பெண் ஒரு வழியாகச் சொன்னாள். "திசைகாட்டிகளுக்கு ஏகக் கிராக்கி."

இழுப்பறையிலிருந்து பெட்டியொன்றை எடுத்து அவன் பக்கமாய்த் தள்ளினாள். அடுத்தவள் பாதுகாப்புக் கட்டுப்பாட்டு விசைகளின்மீது கையை வைத்துக்கொண்டாள்.

கதவருகில் இருந்து இருமும் சத்தம் கேட்டது. தன்னுடைய தோழியை எட்டிப்பார்த்தான். மான் கொம்புகளுக்கிடையில் மாட்டப்பட்டிருந்த பெரிய கடிகாரத்தை அவள் சுட்டிக் காட்டினாள். நாட்டின் தன்னம்பிக்கை மீது பெரும் தாக்கத்தை ஏற்படுத்தியிருப்பதற்காக அடிக்கடி பாராட்டப்படும் மிகப் பிரபலமான வடிவமைப்பாளரின் கைவண்ணம். அந்தக் கடிகாரத்தின் இயந்திர நுட்பம் ஆசியாக் கண்டத்திலிருந்து இறக்குமதி செய்யப்பட்டிருந்தது. நேரத்தைத் துல்லியமாகக் காட்ட வல்லது. கடிகார முட்கள் மாலை நேரத்தைத் தாண்டி நகர்ந்துகொண்டிருந்தன.

"உண்மையில்," என்று அவன் மீண்டும் தொடங்கினான். "உண்மையிலேயே நான் அப்புறமாய் வருகிறேன். இன்று திசைகாட்டி வாங்க நல்ல நாள் இல்லை."

அந்த இரண்டு கடை ஊழியர்களும் ஒருமித்துத் தலையாட்டினார்கள். மூத்தவள் கட்டுப்பாட்டுப் பொறியிலிருந்து நகர்ந்துகொள்ள, துப்பாக்கிகள் அடுக்கப்பட்டிருக்கும் அலமாரிக்கருகில் இருவரும் ஒன்றாகச் சென்றார்கள். அவன் தன் முதுகை அவர்களுக்குக் காட்டாதபடி கதவுப்பக்கம் நகர்ந்தான்.

"அவ்வளவு சீக்கிரமாய் விட்டுவிடக் கூடாது. நாம் சந்தைக்குப் போகலாம். எங்களுடைய சந்தையில் எல்லாமே தரமானதாகவும் மலிவாகவும் கிடைக்கும் என்று உறுதி கூறித்தான் அயல்நாட்டுக்காரர்களை நம் நாட்டிற்கு ஈர்க்கிறோம்," என்று அவளிடம் சொன்னான்.

நான் நம்பிக்கையிழந்துகொண்டிருக்கிறேன். நான் நம்பிக்கையோடு இருக்க வேண்டும்.

வெக்கை கூடிக்கொண்டேயிருந்தது. சாலையின் குறுக்கே இருக்கும் நடைவாசிகள் மண்டலத்தில் ஒரு குழந்தை அவன் கையைப் பிடித்து இழுத்தது. "ஏதாவது காசு கொடுப்பீர்களா?" என்றான் அந்தப் பயல். அவன் குரலில் மிகுந்த சோர்விருந்தது. இவன் என்ன சொல்லப்போகிறான் என்பதைக் கேட்டுக்கொள் வதற்கு முன்பாகவே அடுத்த பலி யாரென்று அவன் கண்கள் சுற்றிலும் நோட்டமிட்டுக்கொண்டிருந்தன.

அந்தப் பையனின் உடைகளைப் பார்த்தான். தொழில் நுணுக்கத்தோடு தையல் பிரிந்திருந்தது. நீரில் கரையும் வர்ணங்களால் கறைபட்டிருந்தது. விரைவாக நீங்கி விடும். ஒரு சீருடை.

"பணத்தை வைத்துக்கொண்டு நீ என்ன செய்யப்போகிறாய்?"

"என்ன செய்யப்போகிறேனா? முதலீடு செய்வேன். வேறென்ன செய்யப்போகிறேன்?" என்றான் அந்தக் குழந்தை. "பணம் புழக்கத்திற்கு வர வேண்டும். அதுதான் விஷயம். அதனால் சீக்கிரமாக அதை என்னிடம் கொடுங்கள். எவ்வளவு தாமதப்படுத்துகிறீர்களோ அவ்வளவுக்கு அதனுடைய மதிப்புக் குறையும். எனக்கென்று கடமைகள் இருக்கின்றன."

பயிற்றுவிக்கப்பட்ட ஏழ்மை. அமைப்புரீதியாக்கப்பட்ட, பேணி வளர்க்கப்பட்ட ஏழ்மை. இதன் இன்னொரு வடிவம் இந்தத் தெருவில் அனுமதிக்கப்படுவதில்லை. பயிற்சியற்றவர் களுக்கு இங்கே இடமில்லை.

அந்தக் குழந்தை இப்பொழுது சுற்றும் முற்றும் பார்க்கத் தொடங்கியது. கடந்துசெல்லும் நடைவாசிகளை இல்லை. மாறாக, நிர்வாகம் கண்காணித்துக்கொண்டிருக்கலாம் என்று தோன்றுகிற வாயிற்கதவுகளை. அவனுடைய தொழில் ஒரேயடியாய்ச் சரிந்துவிடும். தொழில் ரகசியங்களைக் காட்டிக் கொடுத்ததாய்க் குற்றம் சாட்டப்பட்டு வேலையிலிருந்து துரத்தப்படலாம்.

அகண்ட குழந்தைத்தனமான விழிகளால் அந்தக் குழந்தை போருட்டைப் பார்த்தான்.

"நான் சாக்லேட் வாங்கிக்கொள்வேன்."

இதையும் கூடச் சொல்வதற்கு அவனுக்குப் பயிற்சி தரப்பட்டிருக்க வேண்டும். என்றாலும்கூட அது நேர்மையான, மிகவும் உண்மையான பதில் போல் ஒலித்தது. அது போருட்டின் உடலைச் சிலிர்க்க வைத்தது. அவனுக்கு இப்போது எந்தவிதமான ஆட்சேபணையும் இருக்கவில்லை. அதனால் கொஞ்சம் பணத்தாள்களை எடுத்துக்கொடுத்தான். இதில் தன்னுடைய பங்கை எடுத்துக்கொண்டு கொஞ்சத்தை மட்டும் அவனுக்கு மேலே உள்ளவர்களுக்குக் கொடுத்தால் போதும் என்று ஆலோசனை கூற நினைத்தான் போருட். சரியான மூன்றாம் உலக ஆலோசனை. ஆனால் அதற்குள் தாமதமாகிவிட்டது. அந்தக் குழந்தை நன்கு பயிற்சியளிக்கப்பட்டிருந்த அலட்சியத்துடன் அவனுக்கு நன்றி சொன்னான். பிறகு தனது அடுத்த வணிகக் கூட்டாளியைத் தேடி நோட்டம் விடத் தொடங்கியிருந்தான்.

ஒரு கவிஞரின் நினைவுச் சின்னத்தின் காலடியில், சுற்றுலாப் பயணிகளிடம் நினைவுப்பொருளாய் விற்கப்படும் பேன்பைப் எனும் காற்றிசைக்கருவியை மின்னணு ஸ்ருதிப்பெட்டியின் உதவியோடு ஸ்ருதி கூட்டிக்கொண்டிருந்தனர் ஆதிக்குடியேறிகள். அவர்களை அவன் அறிவான். இந்த நகரில் அவர்கள் ஆண்டுக்கணக்காய் இருந்து வருகிறார்கள். ஒரே கூட்டுறவுக்குழுவைச் சேர்ந்த பிற உறுப்பினர்களோடு கப்பலின் ஆழ் அடித்தளத்தில், மதிப்பு மிக்க, நாளுக்கு நாள் அரிதாகிக்கொண்டே வரும் சரக்கான வாழைத் தார்களுக்கடியில், சரக்கோடு சரக்காய்ப் பதுங்கி, உடலின் வெப்பம் அபாயகரமாய்த் தாழத் தாழ, இரு வாரங்கள் படுத்துக் கிடந்து கடல்தாண்டி வந்தவர்கள். எப்படியோ துறைமுகத்திற்கு வந்து சேர்ந்ததும் தமது விறைத்திருக்கும் கைகால்களை நீட்டி அசதி முறிப்பதற்குள் அவரவர்க்கான ஐரோப்பிய குடியிருக்கை மண்டலங்களைப் பங்கிட்டுக்கொள்வார்கள். அவர்களுடைய ஆரம்ப சம்பாத்தியம் சந்தைக்குத் தகுந்தாற்போல் தம்மைத் தகவமைத்துக் கொள்வதிலும், மின்கல சக்தியில் இயங்கும் இசைவிசைப்பலகைகளை வாங்குவதிலும் செலவிடப்படும். அந்த இசைவிசைப்பலகைகளின் செயற்கை லயம் அவர்களுடைய இயற்கையைப் போற்றும் துதிப்பாடல்களுக்கு இணை சேர்க்கும். நகரத்தின் பரப்பு எப்படியானதென்றாலும், அவை ஒவ்வொன்றுமே அவ்வவற்றின் திறந்தமனத்துக்கும் பல்வேறான கலாச்சாரத்துக்கும் சான்றளிப்பதாக அதனதன் பேன்பைப் மேதைகளைக் கொண்டிருக்கும். எவ்வித யோசனையும் இல்லாமல், வெறும் பழக்க தோஷத்தில், அவர்களை நோக்கிக் கொஞ்சம் பணத்தாள்களை வீசினான் போருட். அதை ஏற்றுக்கொண்டு அவர்கள் களைப்புடன் தலையசைத்தார்கள்.

தெருவில் இருந்த போட்டியும் பொறாமையும் கொடூரமாய் அதிகரித்துக்கொண்டிருந்தது. அமைப்புரீதியாய் மேல்நிலையில் இருந்த பிச்சைக்காரகள் இலவசச் சலுகையைப் பயன்படுத்தி விமானங்களில் பயணம் செய்தார்கள். விளம்பர வெளியை உருவாக்கியும் பயன்படுத்தப்பட்ட பொருட்களைச் சந்தைப்படுத்தி யும் பயணிகளின் அலுப்பையும் சலிப்பையும்கூட விமான நிறுவனங்கள் தமக்கு லாபகரமானதாக ஆக்கிக்கொண்டன. கூகுள் வரைபடத்தில் தேடிக் கண்டுபிடித்த நடைவாசி மண்டல அனுகூல இடங்களைப் புதிய பிச்சைக்காரர்கள் ஆக்கிரமித்துக் கொண்டனர். உள்ளூர்வாசிகளோடு நடந்த ஒரு சில ஆரம்பகால சில்லறைச் சண்டைகளுக்குப் பிறகு நகரின் மையப்பகுதி அவர்கள் வசமானது. முதிய மகளிர் பிரிவில் வேலைக்கமர்த்தப்பட்டிருந்த பெண்கள் நெருப்புக்காயத் தாள்களைத் தம் கால்களில் சுற்றிக்கொண்டு, முகங்களின்

மீது தழும்புகளை வர்ணம் தீட்டிக்கொண்டனர். குடும்ப உணர்வைக் காசாக்கும் கூட்டம் விசித்திரமாய் உடல் கோணிய இயந்திரத்தனமான குழந்தைகளைத் தமக்கு முன்னால் கிடத்தியிருந்தது. அவர்களுள் பெரும்பான்மையானோர் தரையையே பார்த்துக்கொண்டிருந்தார்கள். அவர்கள் எல்லோரும் முன்னாள் மாடல்கள். அவர்களுடைய நம்பகமற்ற விழிகள் அவர்களைக் காட்டிக்கொடுத்துவிடும். அவர்கள் அவ்வப்போது நம்பகமான விதத்தில் முனகலை வெளிப்படுத்திய போதும். இவர்களுள் இருந்த பல்வகைக் கலாச்சார நிபுணர்கள் தமது சருமத்தின்மீது வெவ்வேறான வர்ணங்களைப் பூசிக்கொண்டு, முடியைச் சுருட்டையாக்கிக்கொள்வார்கள். ஆப்பிரிக்கக் குழுவினர் ஆரம்பத்தில் இவர்களுக்குக் கொஞ்சம் சில்லறைகளை வீசினார்கள். பிறகு குழுவில் கலந்தாலோசித்து தொழிலில் ஈடுபடுத்தும் அளவுக்கு இவர்களுடைய பரிதாப நிலை நம்பகமான தோற்றத்தில் இல்லை என்று தீர்மானித்தார்கள். உதவி பெறத் தகுதியான வறுமையும் அவலமும் வந்து சேரும் அடுத்த கப்பல் சரக்கிற்குக் காத்திருப்பதே நல்லது என்றும் தீர்மானித்தனர். தங்கள் நேரத்தையும் முயற்சிகளையும் நியாயமான வணிகம் எனும் முரண்தொடையில் முதலீடு செய்யவும், அயற்திணை அம்சங்கள் மிகுந்த கலாச்சார நிகழ்சிகளை நடத்தவும் அவர்கள் மீண்டு விட்டனர். நாகரிக உலகமானது தங்களை எந்த அளவுக்கு விருப்பத்துடன் ஏற்றுக்கொண்டு விட்டது என்று வந்தேறிகளுக்குக் காட்ட சிறுமிகள் பாலியல் தொழிலில் ஈடுபட்டனர். ஆனால் இளைஞர்களால் அதுபோன்ற ஒத்தாசையைச் செய்ய முடியவில்லை. ஏனென்றால், அயற்திணைக் கலாச்சாரங்களின் அறுதியான சந்தைப்படும் அம்சமான மரபார்ந்த பழக்கவழக்கங்களைக் காப்பாற்றிக்கொள்ளுதல் என்பது வந்தேறிப் பெண்கள் தமது வீட்டை விட்டு நீண்ட தொலைவுக்குச் சென்று முயன்று பார்க்க அனுமதிக்கவில்லை.

மண்டியிடுபவர்கள் சுற்றுமுறையில் பணிபுரிந்தார்கள். ஒருவருக்கான அன்றாட ஒதுக்கீட்டு நேரம் முடிந்தவுடன் இன்னொருவர் அவருடைய இடத்தில் வந்து மண்டியிடுவார். ஒரு நொடிகூட அந்த இடம் ஆளில்லாமல் இருந்துவிடக் கூடாது. உள்ளூர்ப் பிச்சைக்காரர்கள் குறுக்கிட்டுவிடாதவாறு நிர்வாகம் கண்கொத்திப் பாம்பாய்ப் பார்த்துக்கொண்டிருக்கும். உள்ளூர் மொழியைப் பேசுவதாலும், பல பத்தாண்டுகளாகப் பரிச்சயமான முகங்கள் என்பதாலும் உள்ளூர்வாசிகள் மக்களின் அனுதாபத்தைச் சம்பாதித்திருந்தார்கள். ஆரம்பத்தில் புரவலர்கள் புதியவர்களை அன்போடு வரவேற்றார்கள். ஏனென்றால் அவர்கள் பல்வகைத்தன்மையோடு விளங்கினார்கள். ஆனால் நகரம் இப்பொழுது தமதேயான வறியவர்களைத்

திரும்ப வேண்டுமெனக் கேட்டது. அவர்கள் எங்கே இருந்தார்கள்? அவர்கள் எங்கே போய் விட்டார்கள்? பல்லாண்டுகளாகத் தங்கள் பணியிடமாகத் திகழ்ந்த இடத்தைவிட்டு வெளியேற்றப்பட்ட பிறகு, அவர்களுள் ஒரு சிலர் ஆக்கபூர்வ சுயமாற்றக் கல்வி பயின்று புதிய வேலைவாய்ப்புகளைத் தேடி, தம்மைத்தாமே மீண்டும் கண்டுபிடிக்கத் தலைப்பட்டனர். ஆனால் அவர்களுடைய புதிய சகாக்கள் இது குறித்துக் குறைப்பட்டுக்கொண்டனர். தாங்கள் மிகவும் கஷ்டப்பட்டுப் பிழைப்பிற்காக ஏகபோகமாக்கி யிருப்பதை நிரந்தரமற்ற வருமானத்துக்குப் பழகிப்போயிருக்கும் பயிற்சிபெற்ற பணியாளர்கள் ஆக்கிரமிக்கத்தொடங்கி விடுவார்கள் என்பதால். உள்ளூர்ப் பிச்சைக்காரர்கள் தமது முந்தைய பதவிகளுக்கே திரும்பி விடுவதை யோசிக்கத் தொடங்கினர். ஆனால் இந்தப் பழைய கண்டத்துக்கே உரித்தான தனித்துவம் தெருத் தகராறுகளில் அனுகூலமாயில்லை. எனவே அவர்கள் உதவி கேட்டு அரசிடம் முறையிட்டார்கள். வருமானத்தின்மீது வரி போடப் பேச்சு வார்த்தை நடத்தினர். தாம் எவ்வளவு சதவீதம் செலுத்தத் தயார் என்பது பற்றி. ஆனால் அதிகாரத்தில் இருப்போர் அவர்கள் தர முன்வரும் தொகை பற்றாது என்று பதிலளித்தார்கள். ஒன்று அவர்கள் தங்கள் வருமானங்களைப் பெருக்கிக்கொள்ள வேண்டும். இல்லா விட்டால் தங்களுடைய பங்கைச் சுருக்கிக்கொள்ள வேண்டும். இந்த ஒப்பந்தம் முடிவுற வில்லை. நாடுகடத்துதல் என்பது இதைக்காட்டிலும் செலவு கூடியதாக இருந்தது. அதனால் பேச்சு வார்த்தைகளுக்கான முடிவு கண்ணுக்கெட்டிய தூரத்தில் தென்படக் காணோம்.

அந்தக் கவிஞரின் நினைவகத்துக்கு எதிரே இருந்த படிக்கட்டுகளில் வீடிழந்தோரும் போதைப்பொருளுக்கு அடிமையானோரும் குழுமுவார்கள். போதையேற்றிக்கொள்ள அவர்கள் அங்கே வசூலில் ஈடுபட்டிருந்தார்கள். அவர்களுக்கு போருட் கொஞ்சம் பணம் கொடுத்தான். பணத்தை எண்ணிப் பார்த்து விட்டு அவர்கள் சந்தோஷப்பட்டார்கள். படிகளின்மேல் தட்டுகளில் இன்னும் பல பேர் இருந்தார்கள். *சந்தோஷம் எல்லோருக்கும் இலவசம், யாருமே சந்தோஷமில்லாமல் இருக்க வாய்ப்பில்லை* என்று சுவரில் யாரோ எழுதியிருந்தார்கள். அந்தப் படிக்கட்டு ஒரு தேவாலயத்திற்கு இட்டுச் சென்றது. அது அந்த தேவாலயத்திற்குச் சொந்தமானது. இதனால் தேவாலய நிர்வாகிகள் எரிச்சலைடைந்திருந்தனர். இது முறையல்ல என்று அவர்கள் சொல்லிக்கொண்டிருந்தார்கள். வாழ்க்கையில் ஒரு வித ஒழுங்கு, ஏதோ ஒரு வித வேறுபாடு, முயற்சிக்கான ஏதோ ஒரு வெகுமதி இருக்க வேண்டும். முதன்முதலாக அவர்களுடைய மொழியில் எழுதிய நபர், நீண்ட காலத்துக்கு முன்பாக இவ்வாறு எழுதி வைத்திருந்தார்: *கடவுளின் முன்பாக நாம் அனைவரும்*

சமமே. ஆனால் இது தேவாலயக்காரர்களுக்கு எவ்வித ஆறுதலும் அளிக்கவில்லை. எழுதிய நபர் அவர்கள் கட்சியின் உறுப்பினர் இல்லை.

ஒரு நாளின் இருபத்து நாலு மணி நேரமும், ஆண்டின் முன்னூற்று அறுபத்தைந்து நாட்களும் சந்தை ஓய்வின்றி இயங்கிக்கொண்டிருந்தது. பழம் பழுத்து அங்கேயே அழுகிக்கொண்டிருந்தது. மக்கள் தொடர்ந்து தங்களுக்கு வேண்டியதை வாங்கிச் சென்றார்கள். பழம் அதற்கெல்லாம் அக்கறைப்படவில்லை. அது ஏற்கெனவே மரத்திலிருந்து பறிக்கப்பட்டு விட்டது. எனவே இனியும் அது புண்பட வாய்ப்பில்லை. இந்த நடைமுறை அமலுக்கு வருவதற்கு முன்பாக மரங்களுக்கு மருந்துகளைச் செலுத்த சட்டம் அனுமதித்துக்கொண்டிருந்தது. ஆனால் வேறுபாடுகளைப் பாதுகாக்க வேண்டும் என்ற நியாயத்தின் அடிப்படையில் தந்திரமாகக் கட்டமைத்த சட்டரீதியான வழக்கின் மூலம் சிந்தஸிஸ் எனும் நிறுவனம் அந்த வழக்கத்தைத் தடை செய்து விட்டது. இதனால் பழ விலை எட்டா உயரத்திற்கு எகிறி விட்டது. ஏனெனில், சந்தைக்கு வந்த பழ அளவு ஒரே நாளில் ரொம்பவும் குறைந்து போயிற்று. மக்களில் பலரும் இப்பொழுது தத்தமது பழத்தோட்டங்களையே சீராட்டிக்கொண்டிருந்தனர். பழத்தை விட்டுத்தர மரங்கள் இணங்கும்வரை காத்திருந்தபடி.

அந்த ஆட்கள் இருவரும் ஒரே வேகத்தில் தராசில் நிறுத்து, காசை வாங்கி நெகிழிப் பையொன்றுக்குள் போட்டு, காகிதப் பைகளுக்குள் மிக சாமர்த்தியமாகப் பழங்களை அடைத்துக்கொண்டிருந்தனர். தொன்று தொட்டு வரும் இந்தச் சடங்கைத் தமது காமிராவின் நினைவுச் சில்லுக்குள் உற்சாகமாகப் பதிந்தபடி சுற்றுலாப்பயணிகள் தத்தமது கடனட்டைகளை நீட்டிக் கொண்டிருந்தனர். உண்மையான பழத்தை வாங்கவியலும் சந்தைகள் ஐரோப்பாவில் அதிகமாக இல்லை. தெற்கிலிருந்து மிக அரிதாகவே கப்பல்கள் வந்தன.

அந்தக் கடையின் முன்பாக அவன் ஒருவன் மட்டுமே நின்றுகொண்டிருக்கிறான் எனும் நிலை வரும்வரை அவன் காத்துக்கொண்டிருந்தான். அவளைத் தவிர.

அந்த ஆட்கள் அவனுடைய தடுமாற்றத்தைக் கவனித்தார்கள். ஒருவன் அவன் பக்கமாய்க் குனிந்தான்.

“சொல்லுங்க. என்ன வேணும் மிஸ்டர்?”

போருட்டும் நெருங்கிக் குனிந்தான். ஏதோ பேரிக்காய்களைப் பார்ப்பவன் போல் பாசாங்கு செய்தான். முகத்தில் வியர்வை

வழிந்தது. அவர்கள் என்னைப் பார்த்துக் கத்தத்தொடங்கினால் அது பேரிக்காய்களுக்காக இருக்குமென்று தோன்றட்டும். பழங்களைத் தொட்டு விடாதே. 'அது பெரும் குற்றமாகிவிடும்.'

"ஒரு துப்பாக்கி வாங்கலாம் என்றிருக்கிறேன்," என்று வாய்க்குள்ளேயே முனகினான்.

அந்த ஆட்கள் ஒருவரையொருவர் பார்த்துக்கொண்டார்கள். "நாங்கள் துப்பாக்கியெல்லாம் விற்பதில்லை. நாங்கள் வாழைப்பழம்தான் விற்கிறோம்," என்றான் அவனுக்கு மிக நெருக்கமாய் நின்றிருந்தவன், உரக்கச் சிரித்துக் கொண்டே. "உனக்கு வாழைப்பழம் வேண்டாமா? எல்லாமே நல்ல பழங்கள். இறக்குமதியானவை."

இங்கே பசுங்குடில்கள் தடை செய்யப்பட்ட நாளாய் உண்மையான வாழைப்பழங்கள் விளைவதில்லையென்று எனக்குத் தெரியும். இங்கே நீங்கள் நல்ல பழங்களை மட்டுமே விற்க முடியும் என்பதும் எனக்குத்தெரியும் என்று அவன் நினைத்துக் கொண்டான். துப்பாக்கிகள் எங்கே விளைகின்றனவென்றும் உங்களுக்குத்தெரியும்.

"இல்லையில்லை. எனக்குத் துப்பாக்கிதான் வேண்டும்."

"பார், உனக்கு என்ன வேண்டுமென்பதே தெரியவில்லை. அல்லது அது எங்கே கிடைக்குமென்றாவது.துப்பாக்கிகள் எல்லாம் எங்களுக்குத் தெரியாது. அப்படியிருந்திருக்கும் என்பதெல்லாம் பழைய கதை. கஞ்சாப் பாட்டிகள் சொல்வதையெல்லாம் ரொம்பவும் கேட்பாய் போலத்தெரிகிறது."

"இந்த இடத்திற்குப் புதுசா? உன்னைப் பார்த்தால் வழக்கமாக வருகிறவன்போல இல்லையே," என்று கேட்டான் அவர்களுள் மூத்தவன். அல்லது அறிவித்தான் என்பது சரியாக இருக்கும். போருட் தலையாட்டினான். அவனால் வேறொன்றும் செய்வதற்கில்லை. கட்டுப்பாடுகள் கூடிய விற்பனைப் பிரிவுகளில் அவனுக்கு வேலையில்லை. அவன் அளவுக்கதிகமாய் வாங்கினான். அதற்கு முன்பும் அவன் அளவுக்கதிகமாய் வாங்கியிருக்கிறான். அவனுடைய ஆட்களுக்காக மட்டுமே வாங்கிக் கொண்டிருந்த காலத்தில்.

"கொஞ்சம் வாழைப்பழங்கள் வாங்கிக் கொள்," என்று இளையவன் அவனிடம் சொன்னான். "உனக்குத் தேவையா யிருக்கிறது. ஆனால் எவ்வளவு வேண்டும் என்பதுகூட உனக்குத் தெரியாது. ஒன்றா? இரண்டா?"

"இரண்டு.இதோ இங்கேஇருக்கும் என்னுடைய சினேகிதிக்கும் சேர்த்து," என்று வேறு வழியின்றி ஒப்புக்கொண்டான்.

“சினேகிதியா?’ என்றான் அந்தப் பழ வியாபாரி. நாடக பாணியில் அவன் கழுத்தை எல்லாத் திசைகளிலும் திருப்பிப் பார்த்துக்கொண்டே போருட் சரிபார்க்க வாழைப்பழங்களை அவனிடம் காட்டினான்.

“அவள்தான்,” என்றபடியே அவளைப் பார்க்கத் திரும்பினான் போருட். அவள் ஊக்கமளிக்கும் புன்னகையை வீசினாள்.

“உனக்கெந்த சினேகிதியும் இல்லை நண்பா,” என்று அந்த வியாபாரி ரகசியமாய்க் கிசுகிசுத்தான். “ நீ தனியே வந்திருக்கிறாய். எந்தப் பெண்ணையும் நான் பார்க்கவில்லை. ஒரு வேளை, என் வளர்ப்பு அப்படிப்பட்டதுபோல. பாரு. வேற்று மதம். ஆனால் இப்போது அந்த விஷயத்திற்கெல்லாம் போக வேண்டாம். சரியா? நாங்கள் இங்கே மதங்களுக்காக இல்லை. நாங்கள் இங்கே வியாபாரம் செய்வதற்காக இருக்கிறோம். இரண்டுதானே வேண்டுமென்றாய்?”

அவள் தலையாட்டினாள். அவனும் தலையாட்டினான். அவன் கையில் இருந்த பெரிய பணத்தாள் ஒரு காகிதப் பைக்காகக் கைமாறியது.

“எப்பொழுது வாழைப்பழம் வேண்டுமென்றாலும் இங்கே வா,” என்றான் அந்த வியாபாரி உற்சாகமாக. “உன்னுடைய உடல் நலனுக்காக. அவை விலை அதிகமானவைதான். ஆனால் அதற்குத் தகுதியானவை. ஆரோக்கியமான உணவின் மிக முக்கிய தேவை வாழைப்பழங்கள்.”

போருட் விரக்தியோடு அவளைப் பார்த்தான். “வாழைப்பழம் வேண்டுமா? உண்மையிலேயே அவை நல்லவை.”

அவள் சிரித்தாள். “நான் சாப்பிடுவதில்லை,” என்றாள். “இங்கே பார். நாம் எப்படியும் இங்கே சாப்பிட வரவில்லை. நீ முயன்ற எல்லா விஷயங்களும் உனக்குத் தெரியும். இப்பொழுதாவது விட்டு விடத் தயாரா?”

ஒன்பது மணிக்கு நீ வாக்களித்த துப்பாக்கி ஆறு மணிக்குள் வந்தாக வேண்டும். இல்லையென்றால் அது ஒரேயடியாய்ப் போய் விடும்.

“ஆம்.” என்றான். “என்னால் முடியவில்லை. இனியும் துப்பாக்கி வாங்க என்னால் அலைய முடியாது. புழுக்கம் அதிகமாகிக்கொண்டே வருகிறது. வா. உனக்கு ஒரு ஐஸ்க்ரீம சாலட் வாங்கித் தருகிறேன். சாக்லேட் பாகு மேலே ஊற்றி. நாம் கொண்டாடுவோம்.”

அவள் சரியென்று தலையாட்டினாள்.

“எனக்கு சாக்லேட் பாகு ஊற்றாமல் வேண்டும். ஐஸ்க்ரீம் எவ்வாறு உருக வேண்டுமோ அவ்வாறு உருக விடாமல் அந்தப் பாகு வம்பு செய்யும்.”

அவன் சரியென்று தலையசைத்தான். “நீ சொன்னது சரிதான். பாகு இல்லாமலே வாங்கி விடுகிறேன்.”

துரித உணவுச் சங்கிலிக்கண்ணி ஒன்றின் நியான் விளக்கு கலங்கலாய் தெருவின் ஓரம் வளையமிட்டிருந்தது.

“இரண்டு ஐஸ்க்ரீம். சாக்லேட் பாகு ஊற்றாமல்,” என்றான் சிவப்புச் சீருடையில் இருந்த பணியாளிடம். இது உலகெங்கும் வியாபித்திருக்கும் ஒரு செந்நிறப் படை என்று நினைத்துக்கொண்டு உரக்கச் சிரித்துவிட்டான். அவளுடைய கை அவன் புஜத்தின்மீது பட்டதை உணர்ந்தான். இந்தச் சூழலுக்கு அவனுடைய நடத்தை பொருத்தமற்றது என்று அவள் எச்சரிக்க முயல்கிறாளோ என்று நினைத்தான். ஆனால் அவள் தன் கையை விலக்கிக் கொள்ளவில்லை. அதை அங்கேயே வைத்திருந்தாள். அவனுக்குள் ஓர் இனம்புரியாத, சுயமழிந்த உணர்வு பரவியது. அவர்களுடைய தேடல் சொந்தம் கொண்டாடும் உணர்வை ஏற்படுத்தியிருந்தது. அவளுக்கு எங்கு விருப்பமோ அங்கெல்லாம் அவளைப் பின்தொடர அவன் தயாராக இருந்தான். சாக்லேட் பாகு அனைத்தின் மீதும் ஊற்றப்படக் கூடத் தயாராயிருந்தான். அவர்களை மட்டும் விட்டு.

“சாக்லேட் பாகு ஊற்றாத ஐஸ்க்ரீம் எங்களிடம் இல்லை,” என்றான் அந்தச் செம்படைவீரன்.

“எனக்குப் புரியவில்லை. பாகை மேலேதானே ஊற்றுகிறீர்கள்? அந்த இயந்திரத்திலிருந்து மென்மையான ஐஸ்க்ரீமை ஒரு கோப்பையில் நிரப்பி அதன் மீதுதானே பாகை ஊற்றுகிறீர்கள்?

“ஆமாம். ஆனால் இன்று எங்களிடம் சாக்லேட் பாகு இல்லை. ஸ்ட்ராபெரி பாகு இல்லாமல், பேரிக்காய் இல்லாமல், சுண்ணாம்பு இல்லாமல், அஸ்ப்ரின் இல்லாமல் வயாகரா இல்லாமல் கேரமல் பாகு இல்லாமல் என்று வேறு எப்படி வேண்டுமானாலும் நீங்கள் வாங்கிக் கொள்ளலாம்.”

“இது சுத்தப் பைத்தியகாரத்தனம்,” என்று வாய்க்குள்ளேயே முனகினான் போருட். அவனால் அதைத் தனக்குள்ளேயே வைத்துக்கொள்ள முடியவில்லை. “இது சுத்தப் பைத்தியகாரத்தனம். எனக்கு வெறும் ஐஸ்க்ரீம் ஏன் தரக் கூடாது? நீங்கள் எதை உங்கள் கட்டுப்பாட்டில் வைத்திருக்க வேண்டும் என்று விரும்புகிறீர்கள்? நாம் எதற்காக இப்படி இரண்டு மூன்று வயதுக் குழந்தைகள் போல் பேசிக்கொண்டிருக்கிறோம்?”

அந்தப் பணியாளுக்கு முகம் சிவந்தது. "வார்த்தையை அளந்து பேசு! யாருக்குப் பைத்தியம்? மதிப்புமிக்க நிறுவனத்தில் நான் வேலை பார்க்கிறேன். நான் இங்கே அவமரியாதையைப் பொறுத்துக்கொண்டு இருக்க மாட்டேன்." பின்னணியிலிருந்த பாதுகாப்புக் காவலாளியொருவன் தயங்கித் தயங்கி நெருங்கினான். கை துப்பாக்கிக் கைப்பிடியின் மீது படிந்திருந்தது. "மன்னிக்க வேண்டும், சார். ஏதாவது பிரச்சினையா?" என்று பரிவற்ற தொனியில் கேட்டான்.

"மதிப்பான நிறுவனமா? உணவை நீங்கள் என்ன செய்திருக்கிறீர்கள்? உண்மையான கோழி இறைச்சியின் ருசியே இருக்கும் என்று பல பத்தாண்டுகளாக தம்பட்டம் அடித்துக்கொள்கிறீர்கள். நீங்கள் வியாபாரம் செய்ய வருவதற்கு முன்பு நாங்கள் சாப்பிட்டது என்னவென்று நினைக்கிறீர்கள்?" என்று பதிலுக்குச் சத்தம் போட்டான்.

"பண்போடு நடந்துக்கொள்வதைப் பற்றி போதிக்க நீதான் சரியான ஆள். நீயாக உள்ளே வந்து இரண்டு ஐஸ்க்ரீம் வேண்டுமென்று கேட்டாய்," செந்நிற உடையணிந்தவன் முணுமுணுத்தான். பிறகு போருட்டை முறைத்துக் கொண்டு நின்றான்.

"எங்கள் உணவு ஆரோக்கியமானதுதான் மிஸ்டர்," என்றான் அவன். "இருப்பதிலேயே அதிக ஆரோக்கியமானது. அந்தக் கைதுடைக்கும் குட்டையைத் திருப்பிப் பார். எல்லாவற்றையும் சொல்லியிருக்கிறோம். ஒவ்வொரு மில்லிகிராமுக்கும். உள்ளூர் உணவகங்கள் எதுவுமே இதையெல்லாம் செய்வதில்லை." அந்தக் காவலாளியும் தலையை ஆட்டினான். அவன் கை இன்னும் தயார் நிலையிலேயே இருந்தது.

அவள் அவனுக்குப் பக்கத்தில் எழுந்து நின்றாள். "நாம் போவோம். இந்த ஐஸ்க்ரீம் உனக்குத் தேவையில்லை. எனக்கும்தான்."

"இங்கே என்னதான் நடக்கிறதென்று எனக்குப் புரியவே யில்லை," என்றான் போருட் அவளைப் பின்தொடர்ந்துகொண்டே.

"தேவையில்லை. என்ன நடக்கிறதென்று புரியவில்லை யென்றால் அதற்காக என்ன நடக்கிறதென்று உனக்குத் தெரியவில்லை என்று அர்த்தமில்லை," என்றாள் அவள்.

அவர்கள் மீண்டும் தெருவில் இறங்கினார்கள். அவன் அவளை வெறித்துப் பார்த்தான்.

"அவர்களால் உன்னைப் பார்க்க முடியவில்லை," என்றான்.

அவள் புன்னகைத்தாள். "நீ என்னைப் பார்க்க முடிகிறது. நான் உன்னைப் பார்க்க முடிகிறது. எல்லா நல்ல விஷயங்களும் இருஜோடி விழிகள் சந்தித்துக்கொள்வதிலேதான் ஆரம்பிக்கின்றன."

"அப்படியெல்லாம் பேசாதே. ரொம்ப காலமாக நான் எதையுமே சாப்பிடவில்லை. சரியோ தப்போ, எல்லா விஷயமும் கண் முன்னாடிக் கலங்கலாகவே தெரிகிறது. எனக்குத் தெளிவாகச் சொல்லி விடு. நீ இருக்கிறாயா? இல்லையா?"

"அது உன்னைப் பொறுத்த விஷயம். இதற்கு முன்பாக நான் இல்லை என்பதை நீ கவனிக்கவேயில்லை. இப்பொழுது உனக்கு என்னைத் தெரியும். நீயாகவே தீர்மானித்துக்கொள்." அவனை முத்தமிட்டு விட்டு அவள் கிளம்பினாள்.

அவளைக் கண்களாலேயே அவன் பின்தொடர்ந்தான். அவன் பார்த்துக்கொண்டேயிருக்க, கூட்டத்தில் அவள் மறைவதை.

அவள் போன திசையிலிருந்து சில பள்ளிச் சிறுமிகள் கால்களில் சக்கரம் கட்டித் தெருவில் சறுக்கியபடி விரைந்து வந்தார்கள். முகத்தை மறைத்திருக்கும் விதமாகத் தங்கள் தலைகளில் அவர்கள் தேசியக்கொடியைச் சுற்றியிருந்தார்கள். உணவகத்திற்கு வந்தவுடன் தோளில் தொங்கிக் கொண்டிருந்த பைகளுக்குள் கை விட்டு அதிலிருந்த கற்களை எடுத்தார்கள். அவற்றைக் கடையின் அகலமான ஜன்னல்கள்மீது எறிந்தார்கள். ஆனால் ஜன்னல்கள் எட்டாத தூரத்திலிருந்தன. அதனால் கல் எதுவுமே இலக்கைத் தாக்கவில்லை. வீசிய கற்கள் அப்பக்கமாய்ச் செல்வோரின் காலடியில் விழுந்த வண்ணம் இருந்தன. இன்னும் ஒரு வருடம் போலப் போனால் அவர்கள் குறி பார்த்து எறிந்துவிடுவார்கள் என்று போருட் நினைத்துக்கொண்டான்.

குதிரைமீது ஆரோகணித்து போலிஸ்காரர் ஒருவர் வந்துகொண்டிருந்தார், சுற்றுலாப் பயணிகளின் காமெராக்கள் வழக்கம்போலப் பளிச்சிட. சிலுவைச் சின்னத்தை விரல்களால் குறியிட்டுத் தன்னுடைய கைப்பேசியை எடுக்க அவர் தலைப்பட்டார்.

முடியை நீளமாக வளர்த்திருந்த மனிதனொருவன் புத்தகக் குவியலின் மீது நின்றபடி கம்பியில்லாத கிதாரை மீட்டும் பாவனையில் அவனைப் பார்த்துத் தலையசைத்தான். "அவர்களுக்குக் காட்டு நீயாரென்று," என்றான். அவன் காலடியில் கிடந்த மென்மையான சிவப்பு நிறத் தொப்பியில் கொஞ்சம் சில்லரைக்காசுகளும் ஹோமர் எழுதிய ஒடிசி நூலின் நைந்து போன பிரதியும் இருந்தன.

தன்னுடைய கையில் மீந்திருந்த சில்லறையைப் பார்த்துவிட்டு அதைத் தொப்பிக்குள் போட்டான். இப்பொழுது அவனிடம் எதுவுமே மீந்திருக்கவில்லை. அடியிலிருந்து தொடங்கலாம்.

அவன் குனிந்தான். தரையை நோக்கி. தரையைத் தொடும் அளவுக்கு. அங்கிருந்த கல் ஒன்றை எடுத்து அதை எறிந்தான். முதல் கல் அவ்வளவாகக் கனமில்லாதது. அது கண்ணாடியின் மீது பட்டுத் தெறித்தது. இரண்டாவதாய் எறிந்தபோது கண்ணாடி உடைந்து நாலாபுறமும் சிதறியது. அந்தச் சிறுமிகள் உற்சாகக் கூச்சலிட்டார்கள். இன்னொரு கல்லைப் பொறுக்கக் குத்துக்காலிட்டு அமர்ந்தான். தரையோடு தரையாய். இது நன்றாக இருந்தது. இந்தப் புதிய, முன்னெப்போதும் உணர்ந்திராத உணர்வு. அவன் தலையில் இருந்த பாகு உருக ஆரம்பித்தது. எச்சரிக்கையுணர்வு நெருங்கிக்கொண்டிருந்தது.

6

வடிகட்டப்பட்ட ஸால்ஸா[1]

இது நன்றாக இருந்தது. இந்தப் புதிய, முன்னெப்போதும் உணர்ந்திராத உணர்வு. அவள் தலையில் இருந்த பாகு உருக ஆரம்பித்தது. எச்சரிக்கையுணர்வு நெருங்கிக்கொண்டிருந்தது. வழக்கத்திற்கு மாறாக நிதானமாகக் கண் திறந்து பார்த்தாள் மோனிக்கா. ஆனால் வழக்கம்போல, சீக்கிரமாகவே விழித்துவிட்டாள். வழக்கம் போலவே அறையைச் சுற்றிலும் பார்த்தாள். இயற்கையொளியின் முதல் கிரணங்கள் அந்த அறையை வெளிச்சமாக்கிக்கொண்டிருந்தன. சற்று நகர்ந்திருந்த பூ ஜாடியை அதற்குரிய இடத்தில் நகர்த்தி வைத்தாள். பிறகுதான் தன் அருகில் படுத்திருந்த இளைஞனைக் கவனித்தாள்.

யாரிவன்? எனக்குப் புரியவில்லை. எங்கிருந்தோ வந்தான். எங்கேயோ போகிறான். எங்கிருந்து எங்கே? எனக்கு ஒன்றும் விளங்கவில்லை. யாரிவன்? அவன் யாரென்று அவனுக்காவது தெரியுமா?

அவளுக்குத் தெரியவில்லை. அவளுக்குத் தெரிந்ததெல்லாம் போருட்டின் படிப்பறை காலியாக இருக்கிறதென்பதுதான். அதே போல், கடந்த சில மாதங்களாக அவன் படுத்துறங்கிய சாய்வுக்கட்டிலும். அவன் முடிவெடுத்து விட்ட பிறகு அதில் பிடிவாதமாக இருந்தான். *எனக்கு நானே*

---

1. லத்தீன் வகை நடனங்களுள் ஒன்றான ஸால்ஸா அதே பெயரில் உள்ள இசையை ஆதாரமாகக்கொண்டது. க்யூபா நாட்டு நடன வகைகளும் அமெரிக்கத் தாள, இடுப்பசைவு நடன வகைகளும் ஒன்றிணைந்திருக்கும் இப்புது தினுசான நடனம் 1960களில் நியூயார்க் நகரில் பிரபலமானது.

கடன்பட்டிருக்கிறேன்.[2] அதுதான் அவனுக்கு மிகவும் பிடித்த வாசகம். *எனக்கு நானே கடன்பட்டிருக்கிறேன்.* தன் ஒருவனுக்கு மட்டுந்தான் கடன்பட்டவனாக இருக்க அவன் ஆசைப்பட்டான். ஆண்டாண்டுகளாய், தனக்குத்தானே அவன் பட்ட கடன்கள் ஏராளமாய்ப்பெருகி விட்டன என்று மோனிக்கா கருதினாள்.

அந்தக் காலகட்டத்தைப்பற்றி நினைக்கவே அவளுக்குப் பிடிக்கவில்லை. என்ன தப்பு நடந்திருக்கிறதென்று யோசிக்கவும் அவளுக்குப் பிடிக்கவில்லை. அவள் அதைப்பற்றி யோசித்தே ஆக வேண்டும் என்ற போதும்கூட அவளுக்கு யோசிக்கப் பிடிக்கவில்லை. குறைந்த பட்சம் இந்த அந்நியன் இங்கே இருக்கும் வரையிலாவது அவளுக்கு யோசிக்கப் பிடிக்கவில்லை. அதைப்பற்றி அவள் மீண்டும் மீண்டும் யோசித்துக்கொண்டிருக்கப் போகிறாள் என்று அவளுக்குத் தெரியும். வேறெதையும் பற்றி அவளால் யோசிக்க முடியப் போவதில்லை என்றும். வேறெதையுமே பற்றி. ஒரு வேளை பையன்களில் ஒருவனுக்குத் தொண்டையில் ஏதாவது சிக்கிக்கொண்டு புரை ஏறினால் தவிர. அல்லது ஒரு வேளை அவர்களில் ஒருவன் ஜன்னல் வழியாக அபாயகரமாய் வெளியே எட்டிப் பார்த்து, அவன் நிதானமிழப்பதற்கு ஒரு முடிவற்ற நீண்ட, நிறுத்தவியலாத நொடியே இருக்கும் போது ________.

எத்தனையோ ஆண்டுகளாக நான் சந்தோஷமாக இருந்து கொண்டிருக்கிறேன். இப்பொழுது வித்தியாசமான நேரம் வந்திருக்கிறது. இதுவும் கடந்து போகும்.

வரவேற்பறையில் கதவு அறைந்து சாத்தப்படும் சத்தம் கேட்டது. ஒவ்வொரு காலை வேளையும் நடப்பதைப் போல் எழுந்தவுடன் யார் முதலில் குளியலறைக்குப் போவதென்று பையன்கள் சண்டை போட்டுக்கொண்டிருக்கிறார்கள். இன்னும் சில நொடிகளில் அவர்கள் வீறிடத் தொடங்குவார்கள். பிறகு அவர்களுடைய மின்னணு விளையாட்டுக் கருவியைத் திறந்து தரச் சொல்லி உள்ளே ஓடி வருவார்கள்.

உடையை எடுத்துப் போட்டுக்கொண்டு, மின்னலாய்க் கதவருகில் சென்றாள். தன்னைக் கஷ்டப்பட்டு நுழைத்துக் கொள்ளுமளவிற்கு லேசாகக் கதவை திறந்ததற்கு அப்புறம்தான் உள்ளாடைகளை மாற்ற மறந்துவிட்டதை அவள் எரிச்சலோடு உணர்ந்தாள். அணிந்திருந்த ஆடையில் நேற்றைய வியர்வை நெடியடித்துக்கொண்டிருந்தது.

---

2. 1984ஆம் ஆண்டில் டொரான்ட்டா நகரில் உருவான கனடா நாட்டுபுற ராக் இசைக்குழுவின் பிரபலமான பாடல்

பிறகு. இதைப் பிறகு பார்த்துக்கொள்ளலாம். இப்பொழுது பாலர்பள்ளிக்குப் போய்விட்டுத் திரும்ப வேண்டும்.

கதவைச் சாத்திவிட்டுத் தன்னுடைய உலகை ஒழுங்குபடுத்த ஆரம்பித்தாள்.

கதவுக்கு வெளியே கேட்ட ஓசைகளை விளாடிமிர் கவனித்துக் கொண்டிருந்தான். கவனித்து, போர்வைக்குள் சுருண்டு புதைந்துகொண்டான்.

உலோகக்கவசமிட்ட கதவுகள். கதவுகள் எல்லாமே உலோகக்கவசமிட்டவை என்றுதானே அவள் சொன்னாள். ஆனால் வெளியிலிருக்கும் ஓசை எதையும் அவை உள்ளே விடாமல் இல்லையே. அவள் உண்மை பேசவில்லை. பொய் பேசியிருக்கிறாள். ஒரு வேளை எல்லாமே பொய்தானோ! அடக் கடவுளே! நான் எப்படி _____

மனம் அமைதிப்படும் அளவிற்கு நிதானம் வந்தவுடன் வெளியிலிருந்த சத்தம் எதுவும் அவனுக்குக் கேட்கவில்லை. மிகுந்த எச்சரிக்கையுடன் கதவை ஓரங்குலம் நீக்கி வரவேற்பறைக்குள் எட்டிப் பார்த்தான். எல்லாமே அமைதியாயிருந்தது. கதவுக்கு வெளியே அவள் உதறிவிட்டுச் சென்றிருந்த காலணிகளைக் காணோம். குழந்தைகள் உள்ளபடிக்கே வெளியே போய் விட்டார்கள். அவன் மூளையை மூட்டமிட்டிருந்த வைன் மூடுபனியும் விலகியிருந்தது. நேற்றைய இரவு மட்டும் தன் இருப்பை உணர்த்தியது. அதை அவன் நன்றாகவே நினைவில் வைத்திருந்தான். எல்லாவற்றையும் இல்லை. ஆனால் அவள் காலணிகளை உதறி விட்ட பிறகு நடந்த அனைத்தையும். கடைசி நிமிடம் நடந்ததுவரை. அதையெல்லாம் நினைத்துப் பார்க்க கண்களைக்கூட மூட வேண்டியிருக்கவில்லை அவனுக்கு.

தண்ணீர், ஐயோ கொஞ்சம் தண்ணீர்.

சமையலறை எங்கே இருக்கிறதென்றோ, குளிர்சாதனப் பெட்டி எங்கிருக்கிறதென்றோ தேடிப் பார்க்க அவன் துணிய வில்லை. யாரேனும் அங்கே இருக்கக்கூடும். ஒரு வேளை, அவள். அல்லது, குழந்தைகள். அல்லது _____.

இல்லை. சமையலறைக்குப் போக முடியாது.

அறையைச் சுற்றி நோட்டம் விட்டான். முதல் நாளிரவு அவன் பார்த்திருந்த அதே இடத்தில்தான் அந்தப் பூ ஜாடி இருந்தது.

இப்பொழுது அந்த நீரின் சுவை மிகவும் பழகிப் போயிருந்தது.

கொஞ்சம் கூடவே பருகினான். ரொம்பவே அதிகமாக. ஆனால் அது தீர்ந்து போனது.

அந்தக் குடியிருப்புக்குள் செய்ய அவனுக்கு வேறு வேலையேதும் இருக்கவில்லை. அந்த அறைக்குள் கழித்திருந்த நேரம்! போகட்டும் அதனால் பாதகமில்லை. நடந்த எதையும் மாற்றிவிட முடியாது. ஆனால் வேறெந்த அறைக்குள் நுழைவதும்_______ அவனால் நினைத்துக்கூடப் பார்க்க முடியாது. குளியலறையைப் பயன்படுத்தும் உந்துதல் எழுந்தது. ஆனால் இங்கே அவ்வாறு செய்ய முடியாது. இந்த இடம் அவனுடைய தில்லை. அவன் வேறெங்காவதுதான் செல்ல வேண்டும்.

தன்னுடைய ஆடைகளைத் திரட்டி, சுற்றும் முற்றும் பார்க்காமல், நடுக்கத்தோடு அணிந்துகொண்டான். பிற மனிதர்களின் சுவடுகள் எதையும் அந்த அறையிலோ அல்லது அந்தக் குடியிருப்பிலோ கண்டுவிடக் கூடாதென்று. *எனக்கு அதற்கு உரிமையில்லை. இது என்னுடைய வீடு இல்லை.*

அவன் கதவைச் சாத்தியதும் எல்லாமே முடிந்துவிட்டன. தான் எதையாவது மறந்துவிட்டு வந்திருக்கிறோமா என்று மீண்டும் திரும்பிப் போய்ப் பார்க்க மனம் துடித்தது. *நான் எதைக்கொண்டு வந்திருக்க முடியும். நான் வெளிமுற்றம் வரைதான் வந்தேன். ஒரு தேநீர் அருந்த. அது காஃபியாக மாறியது. அது பின்னர் கொஞ்சம் வைனாக மாறியது. அது என்னை மாற்றியது. அது இவ்வளவு தூரம் கொண்டுவந்து விடுமென்று நான் நினைக்க வில்லை.*_________ ஆனால் கதவு தானாகவே பூட்டிக்கொண்டது. வெளிப்பூட்டெதுவும் இருக்கவில்லை. விளாடிமிர் பார்த்த வரையில்.

நான் எங்கிருக்கிறேன். யோசித்தான் விளாடிமிர்.

முன் கதவு வழியாக வெளியேறிய அவன் தனக்குத்தானே சொல்லிக்கொண்டான்: *அது ஒன்றும் பெரிய விஷயமில்லை.* தன்னால் அங்கு தங்க முடியாதென்பதுதான் விஷயம். அவன் போய்க்கொண்டே இருக்க வேண்டும்.

அவன் நடக்க ஆரம்பித்தான். இதைக் காட்டிலும் அது பரவாயில்லை என்று சொல்லும்படியாக எந்தத் திசையுமே இல்லை. ஒரு திசையில் முதலில் சென்று ஆற்றுப்பக்கமாய் வந்து சேர்ந்தான். திரும்பி எதிர்த்திசையில் நடந்தான். அது சுத்தமாய்ப் பரிச்சயமற்றதாகத் தோன்றியது. உடனே மனத்தை மாற்றிக்கொண்டு மூன்றாவதாய் ஒரு திசையில் நடந்தான். கடைகளுக்கு நடுவே இருந்த அதிக நீளமில்லாத பாதையை வந்தடைந்தான். மீண்டும் மனத்தை மாற்றிக்கொண்டு ஒரு சுற்றுச்

சுற்றினான். அவளுடைய கட்டடத்தின் வாயிலுக்குப் பின்புறம் வந்து சேர்ந்தான். மீண்டும் முதலிலிருந்து தொடங்க வேண்டும். அந்த ஆற்றைப் பின்தொடர்ந்து அது எங்கே கூட்டிச் செல்கிறதோ அங்கே போக வேண்டியதுதான். எப்படியும் கொஞ்ச நேரத்திலோ அல்லது சற்றுத் தாமதவாகவோ யாரையாவது வழியில் சந்திக்க நேரும். அவர்களிடம் வழி கேட்டுக் கொள்வான்.

குழந்தைகளை ஆசிரியையின் கைகளில் தள்ளாத குறையாய் மோனிக்கா அவசரத்தோடு ஒப்படைத்தாள். குழந்தைகளின் காலணிகளை அவள் கழற்றி விடட்டும். அதற்காகத்தானே நான் அவளுக்குச் சம்பளம் கொடுக்கிறேன் என்று நினைத்துக்கொண்டே வேகவேகமாய் வீடு திரும்பினாள். வழியில் அவள் மனம் கொந்தளித்தது. அவன் இன்னும் அங்கேயே இருந்தால் என்ன செய்வது? அவன் அங்கேயே இருந்தாலும் ஆச்சரியப்படுவதற் கில்லை. அவனைப் போகச்சொல்லி விட்டு வரவில்லையே. நமக்கு என்ன வேண்டுமோ அதை நேரடியாகவே சொல்லிவிட வேண்டியதுதான். இல்லாவிட்டால் விஷயம் கைமீறிப் போய் விடும்.

ஒரு வழியாய் வீட்டிற்கு வந்து சேர்ந்து குடியிருப்பின் அழைப்பு மணியை அழுத்தினாள். அவன் பதிலளிக்கிறானா என்று பார்க்க. அவன் இன்னும் இங்கேயே இருந்து பதில் சொன்னால் நான் காவலாளியை அழைக்க வேண்டியதுதான். அவன் இங்கேயே இருந்து விடலாம் என்று நிச்சயமாக நினைக்கக்கூடாது. ஒரு வேளை அப்படி நினைப்பானோ! இப்பொழுதெல்லாம் இளைஞர்கள் ரொம்பவும் வித்தியாசமாகத்தான் இருக்கிறார்கள். தாங்கள் எல்லாவற்றுக்குமே பாத்தியப்பட்டவர்கள் என்று நினைத்துக்கொள்கிறார்கள்.

அவன் பதிலளிக்கவில்லை. நிதானமாகவும் எச்சரிக்கை யுடனும் தன்னுடைய குடியிருப்புப் படிக்கட்டுகளில் ஏறினாள் மோனிக்கா.

என்னுடைய குடியிருப்பில் நானே அழைப்பு மணியை அழுத்துவது எவ்வளவு சிறுபிள்ளைத்தனமாக இருக்கிறது. அதே போல்தான் காவலாளியைக் கூப்பிடுவதும். அவன் அதிகாரபூர்வ மாக அறிக்கையைச் சமர்ப்பிப்பான். பிறகு ஒரு திருடனால் பூட்டை உடைக்காமல் எந்தச் சுவடும் இல்லாமல் எப்படி உள்ளே வர முடிந்ததென்று நான் விளக்கம் சொல்ல வேண்டியிருக்கும். அவர்களுடைய பெயருக்குக் களங்கம் ஏற்படுத்தியதற்காகப் பாதுகாவல் நிறுவனம் என் மீது வழக்குப் பதியும். நிருபர்கள் நீதிமன்றத்தில் வந்து கூடி விடுவார்கள். என்னுடைய நிறுவனத்தை நான் இழுத்து மூட வேண்டி வரும்.

ஆனால் ஒரு பேச்சுக்கு. என்னுடைய அட்டைச் சாவியை அவன் திருடிவிட்டான் என்று ஒரு பேச்சுக்குச் சொல்லலாம்தான். ஒரு வேளை தெருவில்? நாங்கள் இருவரும் சல்லாபித்திருந்தோம் என்று நிரூபிப்பது அவனுக்குக் கஷ்டமான விஷயமாயிருக்கும். நாங்கள் குடித்த மதுவுக்கு நான் ரொக்கமாகச் செலுத்தியிருந்தேன். அதனால் அதை அவ்வளவு சுலபத்தில் கண்டுபிடித்துவிட முடியாது. நிச்சயமாக அந்தப் பரிசாரகன் ஒவ்வொரு மேஜையிலும் இருந்த ஒவ்வொரு ஜோடியையும் நினைவில் வைத்திருக்க முடியாது. அது ஓர் இளைஞனோடு இருந்த நடுத்தர வயதுப் பெண்ணைக் கூடவா?

அவளுக்கு நிறைய யோசனைகள் தோன்றிய வண்ணம் இருந்தன. ஆனால் ஒவ்வொரு நிலையிலும் ஏதாவது ஒன்று கழன்றுகொண்டது. இறுதியாக இரண்டே இரண்டுதான் மிஞ்சியது. அவன் இன்னமும் அங்கே இருந்தால் அவனை வெளியேறி விடச் சொல்லி விடுவேன். அவன் அதற்குள்ளாகவே போயிருந்தால் எல்லாமே நல்லது.

மூன்றாவதாய் ஒரு யோசனை இருந்தது. அவள் அதை நன்றாய் யோசித்துப் பார்க்காமலேயே நிராகரித்துவிட்டாள்.

அவனை இருக்கக்கூடச் சொல்லலாம். குழந்தைகள் பாலர் பள்ளியில்தானே இருக்கிறார்கள்.

தப்பு. தப்பு. பயன்படுத்து. தூக்கிப் போடு.

ஒரு வேளை நான் காவலாளியைக் கூப்பிட வேண்டி வரலாம். அவனுக்கு நான் சம்பளம் தருகிறேன். அவன் என்னைச் சார்ந்து இருக்கிறான்.

ஒரு வேளை போருட்டும் அவனுக்குச் சம்பளம் கொடுத்து வந்திருந்தால்? அவன் போருட்டிடம் சொல்வான்__________.

போருட்தான் போய் விட்டானே, முட்டாளே.

போயாச்சு. முடிந்து விட்டது. போய்ச் சேர். குழந்தைகள் பாலர்பள்ளியில் இருக்கிறார்கள். நீ அலுவலகம் செல்லும்வரை உனக்கு என்னவெல்லாம் வேண்டுமோ அதெல்லாம் இந்தக் குடியிருப்புக்குள்தான் இருக்கின்றன.

அவன் அங்கே இருக்கவில்லை. என்றாலும்கூட அதுவும் சரியாகப்படவில்லை.

அவள் குளித்துப் பழைய ஆடைகளுக்குப் பதிலாகப் போட்டுக் கொள்ள ஒன்றைத் தேர்ந்தெடுத்தாள். அடுத்து என்ன

செய்வதென்று யோசித்தாள். பாலர்பள்ளியில் குழந்தைகளை விட்ட பிறகு வீட்டிற்கு திரும்ப வரும் பழக்கம் அவளிடம் இருந்ததில்லை. அவளுடைய அலுவலகப் பணியாட்களுக்கும் அது பழக்கமில்லை. அதனால் அவள் இன்று சற்றுத் தாமதமாக அலுவலகம் வருவதாகத் தொலைபேசியில் அழைத்துச் சொன்னவுடன் அவளுடைய உதவியாளர் வாயடைத்துப் போனாள்.

"சரி," என்றாள் குரலில் பெரும் பதற்றத்துடன். முதலாளியே கொஞ்சம் தாமதமாக வரும் அளவிற்கு மோனிக்காவின் நிறுவனம் மோசமாக இயங்குகிறது என்றால் யாரிடம் வேறு வேலை கேட்க போவதென்று அந்தப் பெண் அதற்குள்ளாகவே யோசித்துக்கொண்டிருப்பாள் என்று யூகித்தாள் மோனிக்கா.

போருட்டுக்கு அனுப்ப வேண்டிய செய்திக்குப் பிரத்யேகமான உத்வேகமோ அல்லது கவனமான சிந்தனையோ தேவைப்படவில்லை. கெட்டுப்போன உணவை உண்டு விட்டு வாந்தி எடுப்பதைப் போல் அவள் அதைக் கக்கினாள்.

போருட். விட்டு விலகியதற்கு நன்றி. நீ என்னைக் காயப்படுத்த வில்லை. என்னைக் காட்டிலும் இருபது வயது சிறிய பையனோடு நான் படுத்துறங்கினேன். அனுபவம் நன்றாகவே இருந்தது. உன்னதமாகவேகூட. இரவெல்லாம் நீடித்தது. குழந்தைகளைப் பாலர்பள்ளியில் விட்டுவிட்டு வந்த பிறகு அதை மீண்டும் தொடர்ந்தோம். என்னால் சமாளிக்க முடிந்த நேரம் வரை. இனி என்னால் முடியாது. எல்லாப்பக்கமும் ஒரே வலி. வித்தியாசமான, பரவசமான வலி. எனக்குப் பிடித்திருக்கிறது. பயம் போய் விட்டது. அவனும் போய் விட்டான். ஏனென்றால் அவன் போக வேண்டும் என்று நான் விரும்பினேன். நீயுமே நீ விரும்புவதைத்தான் செய்ய வேண்டும். அதைப் பற்றி எனக்கு அக்கறை கிடையாது. எனக்கு உணர்வுகளே இல்லை.

ஒரு நொடி தயங்கி பின்பு எழுதினாள்:

நீ செய்தது சரியில்லை. நிச்சயம் சரியில்லை. நன்றாயிரு.

அந்த அறை கனத்துப் போனது. மூச்சுத் திணற வைத்தது.

அதைப்படிக்காதே அதைப்படிக்காதே யோசிக்காதே அனுப்பிவிடு அனுப்பிவிடு இல்லையென்றால் அதை எப்பொழுதுமே அனுப்பமாட்டாய்

அதை அனுப்பிய போது ஒரு நொடி அவளுக்கு மிகுந்த ஆயாசமாக இருந்தது. *இது சரியான செயல்தானா? இதை அவன் நம்புவானா?*

அவளுக்கு உடனே பதில் வந்தது. *நீங்கள் அனுப்பிய நபர் தற்சமயம் தொடர்பில் இல்லை. சற்று நேரம் கழித்து மீண்டும் முயன்று பாருங்கள். இந்தச் சந்தர்ப்பத்தைப் பயன்படுத்தி எங்களுடைய சிறப்புச் சலுகையைப் பற்றி உங்களுக்குத் தகவல் அளிப்பதை நீங்கள் தவறாக எடுத்துக்கொள்ள மாட்டீர்கள்*______

அவள் குளியறைக்கு ஓடி கதவை சாத்திக்கொண்டாள். இதற்குப் பிறகு வேறெந்த வார்த்தையும் கணினித்திரையில் தோன்றுவதை விரும்பாமல். குறிப்பாக, இந்த வார்த்தைகளை எழுதியதே போருட்தான் என்று தெரியவர வேண்டாம் என்பதால். ஏதேனும் ஒரு விளம்பரத்தையோ அல்லது பிரச்சாரத்தையோ பாராட்டும் போது, அவன் முகம் சுளித்து சோர்ந்து போக, என்ன ஆயிற்றென்று அவள் விடாமல் கேட்கும் பொழுது, வேறு வழியில்லாமல், தான்தான் அந்த வாசகத்தைக் கோடிக்கணக்கானோர் பார்ப்பதற்கென்று எழுதியதாய் அவன் இதற்கு முன் பல முறை ஒப்புக் கொள்ள நேர்ந்திருப்பதைப் போல் ஆக வேண்டாம் என்பதால். அவனை உண்மையிலேயே குரூரமாய்க் குத்திக்காட்ட அவள் விரும்பும் போதெல்லாம், சரக்குப் பித்தும் நுகர் வேட்கையும் கொண்ட வணிகக் கொணரிப் பட்டையின் சீரான ஓட்டத்திற்குத் திறம்பட உதவுவதில் அவன் எவ்வளவு சாமர்த்தியமாய் இருக்கிறான் என்று அப்பாவித்தனமாய்க் கேட்பது போல் வியப்பை வெளிப்படுத்துவாள். பொது புத்திசாலித்தனத்தை அவமதிக்கும் பயனற்ற நுகர்வோர் பொருட்களுக்கான விளம்பரங்களைப் பார்த்து யாரும் ஏமாற வேண்டியதில்லையே என்று போருட் முணுமுணுக்க ஆரம்பித்தவுடன், *ஆனால் போருட், நீ இவ்வளவு கவர்ச்சியாக அவற்றை சந்தைப்படுத்தும் பொழுது யார்தான் அவற்றை வாங்காமல் இருப்பார்கள்* என்று மீண்டும் போலியாய் வியப்பைக் காட்டுவாள்.

போருட்.

எந்தச் செய்தியும் அனுப்ப முடியாதவாறு அவனுடைய கைப்பேசி அணைத்து வைக்கப்பட்டிருந்தது.

வேறெந்த வழிதான் மீந்திருக்கிறது?

அவனுடைய அலுவலகத்தைத் தொலைபேசியில் தொடர்பு கொண்டாள். அவர்களில் யாரும் ஒருபோதும் இப்படிச் செய்ததில்லை. கிட்டத்தட்ட ஒரு போதும். பணி என்பது புனிதமானது. அதுதான் ஒருவருடைய அந்தரங்கத்திற்கான இறுதிப் புகலிடம். வீட்டிலிருந்து அணுகவியலும் முகவரிக்கு மட்டுமே தனிப்பட்ட செய்திகளைப் பரிமாறிக்கொள்வார்கள். அவசரமாகவும் விரைவாகவும் பேசிக்கொள்ள வேண்டியது

ஏதேனும் இருந்தால் அதற்குப் போதுமான வேறு வழிமுறைகள் இருந்தன. அவர்களுடைய பணி நேரங்களுக்கிடையிலும்கூட. இருவருக்கிடையில் மட்டுமேயான சங்கேதக் குறிகள். தீ விபத்து நேர தப்பும் வழிக்குள் ஒதுங்கிக்கொள்ளும் தருணங்கள். கழிப்பறைகளுக்குள் நிச்சயமாய் வேவு பார்க்கும் சாதனங்கள் பொருத்தப்பட்டிருக்கும். ஆனால் அலுவலகத்திற்கு வெளியே சென்று பேசுவது முடியாது. போக்குவரத்து இரைச்சல் மிக மோசமாக இருக்கும். அந்தரங்கத்திற்கும், பணியிடத்திற்குமான கோடு சமயத்தில் மிகவும் தெளிவற்றதாக ஆகி விடுமென்று மோனிக்கா பாடம் எடுத்திருக்கிறாள். பதினான்கு மணி நேர வேலை நாளில் வேறு வழியில்லையென்றால் வணிகக் கலந்துரையாடல்களின் போது கூடப் பெற்றோர்கள் தமது பிள்ளைகளின் வீட்டுப்பாடத்தில் உதவி செய்யுமாறு நேருவது சகஜம் என்றும். ஆனால் அவள் ஒருபோதும் அவ்வாறு செய்ததில்லை. விஷயங்கள் அவ்வவற்றின் போக்கிலேயே எவ்விதத் தடங்கலுமின்றிப் போய்க்கொண்டிருப்பதில்லை என்பது பிறர் கவனத்திற்கு உள்ளாக வேண்டியதில்லை. பயிற்றுநர் யாரேனும் வராமல் போயிருந்தால் அந்த நேரங்களில் தீ விபத்து நேரத் தப்பும் வழிக்குள் அவள் தஞ்சமடைவாள்.

"ஹலோ, நான் மோனிக்கா. போருட் என்ன செய்து கொண்டிருக்கிறான் என்று உங்களுக்கு ஏதாவது தெரியுமா?"

போருட்டின் செயலாளர் அமைதியாயிருந்தாள்.

"அவரைத் தொடர்புகொள்ள முடியவில்லை. அதனால்தான். உங்களுக்கு ஏதேனும் தெரியுமா_____"

பேசித் தொலையேன், முட்டாளே! என்னுடைய கணவரை அவருடைய அலுவலகத்திலேயே தேடுகின்ற சிறுமதிக்காரியாய் என்னை நீ உணர வைக்கிறாய் _____

அந்த முட்டாள் ஒருவழியாய் வாயைத் திறந்தாள்.

"ஆனால், மோனிக்கா_____"

அவள் மீண்டும் மௌனமானாள்.

"சொல்".

"எனக்கு எப்படித் தெரியும் மோனிக்கா? மூன்று மாதர் களுக்கு முன்பாகவே போருட் வேலையைவிட்டுப் போய்விட்டார். அவர் சொந்தமாகத் தொழில் ஆரம்பித்திருக்கிறார்."

மயங்கிக் கீழே சரிந்து விடுவோமென்று மோனிக்கா நினைத்தாள்.

தொலைபேசியை வை. தொலைபேசியை வை. சீக்கிரமாய்_____

“நன்றி” என்று சொல்லித் தொடர்பைக் கத்தரித்தாள். *முட்டாளே! நன்றி சொல்லிவிட்டு வைத்திருக்கிறாய். எப்பேர்ப்பட்ட தவறு? மன்னிக்கவும் தவறாய் அழைத்து விட்டேன். பழைய எண்ணுக்குக் கூப்பிட்டுவிட்டேன். கடவுளே! என்ன ஒரு ஞாபகமறதி! தாங்க முடியாத வேலை. உனக்கே தெரியும் எப்படியென்று________*

அவளுடைய விசனம் அனிச்சையானதென்று அவளுக்குத் தோன்றியது. யாரேனும் அறைய வரும் பொழுது தடுக்க கை உயர்வதைப் போல்.

இதொன்றும் பெரிய விஷயமில்லை. மற்றவைதான்.

மூன்று மாதங்களாகவா? சொந்தத் தொழிலா? ஒவ்வொரு நாள் காலையிலும் அவன் ஒரே நேரத்தில் வீட்டை விட்டுக் கிளம்பி, ஒரே மாதிரி ஒவ்வொரு இரவும் வீடு திரும்பி விடுவான். அவள் வருவதற்கு முன்பாகவே. ஆனால் இது எப்பொழுதும் இப்படியேதான் நடந்து வந்திருக்கிறது. ஆரம்பத்திலிருந்து. அவன் முன்பிருந்த அதே அளவில்தான் பகல் இரவு என்று படைப்பாக்கப் பணிமனையில் நேரத்தை செலவிட்டு வந்தான்.

அவனுடைய சொந்தத் தொழில்?

அவள் தன்னுடைய நிறுவனத்தைத் தொடர்புகொண்டாள்.

“இன்று நான் வருவதற்கில்லை,” என்றாள். “நீ எப்படியாவது சமாளித்துக் கொள்.”

“நானேவா?” அவளுடைய உதவியாளரின் குரல் கிறீச்சிடலுக்கு நெருங்கியிருந்தது.

“உன்னால் சமாளிக்க முடியுமென்று உனக்குத் தெரியும். எனக்கும் கூட. நாம் இதில் பூடகமாக இருக்க வேண்டியதில்லை.”

“ம், ஹ்ம்ம்” முக்கியமான கோப்புகளை அவள் பிரதியெடுத்துக் கொள்வதைத் தன் மனக்கண்ணில் மோனிக்காவால் பார்க்க முடிந்தது. *ஒரு நிறுவனம் வீழ்ச்சியடையும் போது உங்கள் கைகளில் சிக்கும் எல்லாவற்றையும் உங்களோடு கொண்டு சென்றுவிட வேண்டும். இப்பொழுது அது பெரிய பொருட்டல்ல. எல்லாமே வீழ்ந்துகொண்டிருக்கிறது.*

நான் மீண்டும் நானாக ஒன்றுபட என்ன செய்ய வேண்டும்?

குளிர்பதனப்பெட்டியைத் திறந்து ஒரு இந்தியக் குடும்பத்திற்கு ஆறு மாதங்களுக்கு உணவுக்குக் காணும் விலை கொண்ட அந்த வைன் குப்பியைப் பார்த்து யோசித்துக்கொண்டிருந்தாள்.

அவர்கள் இருவரும் இணைந்த முதல் இரவுக்கு அப்புறமாய் போருட் தனக்குக் கொடுத்த பிரத்யேக வடிவமைப்பு தக்கை திருகியை வெடுக்கென்று எடுத்தாள். *முதன்முதலாய் உன்னை நீ எனக்குத் திறந்த அன்று பெற்றுக்கொண்டதெதுவோ அது உன் மரணம்வரை உனக்கும், என் மரணம்வரை எனக்கும் தொடர்ந்து இருக்கட்டும்* என்று அந்தத் திருகியின் பெட்டிமீது அவன் எழுதியிருந்தான். அவ்வாசகம் ரொம்பவும் பரிதாபமாக ஒலித்ததைப் போல் மோனிக்கா கருதினாள். ஒரே வாக்கியத்தில் இரு மரணங்கள். அந்த வாக்கியம் எங்கே இட்டுச் செல்கிறது? ஆனால் போருட் அப்படியானவனாகவே இருந்தான். அவனிடம் பாசாங்கெதுவும் இருந்ததில்லை. அவனை அறிந்துகொண்ட நாளாய் அவன் விழிகளில் தென்பட்ட வலியை அவள் பார்த்து வியந்திருக்கிறாள். அந்த வலியை அகற்றி விட்டால் இவ்வுலகின் கட்டமைப்பில் தானும் ஓரிடத்தைப் பெற்றுவிட முடியும் என்று நினைத்துக்கொள்வாள். அவர்கள் முதன்முதலாய் இணைந்த இரவுக்கு மறுநாள் காலை அந்த வலி காணாமல் போயிருந்தது. தன்னுடைய காதலனை ஓரிரவுக்கு மறந்து போருட்டுடன் சேர்ந்திருந்ததன் மூலம் சரியான செயலையே தான் செய்திருப்பதாக அவள் அப்பொழுது நினைத்துக்கொண்டாள். தான் எடுத்து வைக்கும் ஒவ்வொரு காலடியிலும் இன்னொரு ஆடவனின் இருப்புணர்த்தும் உடுப்புகளும், சிக்கலான தத்துவ நூல்களும், கராத்தே கலையில் தேறிய திரை நட்சத்திரங்களின் அஞ்சலட்டைப் படங்களும் நிறைந்த அவளுடைய அறைக்குள் அவன் கூச்சத்துடன் புழங்கிய விதம் அவளுக்குப் பிடித்திருந்தது. தன்னுடைய தயக்கத்தை உதறிவிட்டு அவளை நெருக்கமாய் அணைத்துக்கொள்ளத் தூண்டத்தான் இதமான இசையை அவள் பரவ விட்டிருக்கிறாள் என்று புரிந்துகொண்ட பிறகும், நான் தொடலாமா என்று அனுமதி பெற்றே தன் கைகளை அவள் மீது படர விட்ட விதம் அவளுக்குப் பிடித்திருந்தது. அது தடைசெய்யப்பட்டிருந்த செயல். அதையுமே அவள் விரும்பினாள். அதிகக் கட்டுப்பாடுகள் கொண்டதாக அவளுடைய வாழ்க்கை இருந்ததால் தன்னை முழுமையாய் உயிர்ப்புடன் உணர்வதற்குத் தடை செய்யப்பட்டிருந்த ஏதாவது மிகவும் வேண்டியிருக்கும் அளவிற்கு.

*போயிற்று. எவ்வித விளக்கமும் இல்லாமல். எவ்வித உண்மையான விளக்கமும் இல்லாமல். ஒரு சில சொற்கள் தாம் சொல்வதை அர்த்தப்படுத்துவதில்லை*_________

ஒரு கையில் இருந்த தக்கைத் திருகியையும் மறுகையில் இருந்த வைன் குப்பியையும் அவள் பார்த்தாள். இரண்டுமே சமமான எடையில் இருந்தன.

ம்ஹ்ம். என்ன விதமான விளக்கத்தை அவள் ஏற்றுக் கொண்டிருப்பாள்?

அந்தக் குப்பியை அவள் மீண்டும் குளிர்சாதனப்பெட்டிக்குள் வைத்தாள். மணி காலை ஒன்பதாகியிருந்தது.

இந்தத் தக்கைத்திருகியும் கூடத் தன்னைவிட்டுப் போகப் போகிறது என்று தனக்குத்தானே சொல்லிக்கொண்டாள். அந்த இசை போகப்போவதைப் போல். ஆனால் முதல்தடவையாக அவள் போருட்டின் அருகே படுத்திருந்தபோது கேட்டுக்கொண்டிருந்தது என்ன? நடந்ததைத் தன்னுடைய காதலனிடம் எப்படிச் சொல்வதென்று யோசித்துக் கொண்டிருக்கையில்? ஏனென்றால், அவர்கள் ஒருவருக்கொருவர் எல்லாவற்றையும் சொல்லிவிடுவார்கள். இம்மாதிரி சமாச்சாரங்கள் ஒரு சில நேரங்களில் நடந்துதான் விடுகின்றன. ஆனால் முடிவுதான் அதற்கான தவிர்க்கவியலாத அர்த்தமென்று கொள்ள வேண்டியதில்லை. அவனுடைய கண்ணியத்தையும் அதே நேரத்தில் அவளுடையதையும் காப்பாற்றிக் கொள்ளும் விதமாக. அந்த நேரத்தில் அவள் தீர்மானமாக இருந்தாள். ஒரு நாளும் அந்த இசையை அவள் மறக்கப் போவதில்லையென்று. ஆனால் அவள் மறந்துதான்விட்டாள். அவளுடைய காதலனின் பொருட்கள் எல்லாம் இரண்டு முரட்டுத் துணிப் பைகளுக்குள் தரைத்தளத்தில் காத்துக்கிடக்க,போருட் அவளது குடியிருப்பிற்குக் குடியேறியதுமே அந்தப் பாட்டை அவள் மறந்துவிட்டாள். அவை அங்கேயே நீண்ட நாட்களுக்குக் கிடந்தன. ஏதோ தோல்வியை ஒப்புக்கொண்டு அவளுடைய முன்னாள் காதலன் வெளியேறிவிடவில்லை என்று சொல்வதைப் போல். ஏதோ அவன் இன்னமுமே திரும்பி வரக்கூடும் என்பதைப் போல். இன்னுமே கூட அவை அங்கேயே காத்திருக்கக் கூடும். அந்தத் தரைத்தளத்தைச் சுத்தம் செய்து கொடுக்காமலேயே மோனிக்கா அந்தக் குடியிருப்பை விற்றுவிட்டாள். அது என்ன பாட்டு? ஏதோ ஒரு பெண் குரல். ஓசையற்ற அமைதிக்கான யாசிப்பு. வலியை மறக்க. பேச்சின்றி மௌனமாயிருக்க யாசிப்பு.

போருட்டுக்குத் தெரிந்திருக்கும். போருட் எல்லாவற்றையும் நினைவிலிருந்து மீட்டெடுத்து விடுவான். அதிலும் குறிப்பாக இசையைப் பொறுத்த மட்டில்.

இப்பொழுது எங்கே போவது? என்ன செய்வது?

ஒரே ஒரு காரியத்தைச் செய்தேயாக வேண்டும். ஆறு மணி சுமாருக்குக் குழந்தைகளைப் பாலர்பள்ளியிலிருந்து அழைத்து வந்தாக வேண்டும். அது எப்பொழுதுமே போருட்டின் வேலை.

அவளுக்கு இன்னும் ஒன்பது மணி நேரம் கையில் இருந்தது.

இவ்வளவு நேரத்தை வைத்துக்கொண்டு அவள் என்னதான் செய்வது? அவள் பணியில் இருந்தால் இது ஒன்பது ஆலோசனை மணிநேரம். இருப்பதிலேயே அதிக, இயக்குனர் கட்டணம் வசூலாகும் நேரம். அதுவே அவள் குழந்தைகளுடன் இருந்தாளென்றால் அதுவும் ஞாயிற்றுக்கிழமை, போருட் படைப்பாக்கப் பணிமனையில் இருக்கும் நேரமென்றால் குழந்தைகளுடன் பேச ஒரு மணிநேரம், அவர்களைக் கொஞ்சி உடைமாற்றிவிட, பல் துலக்க, பொம்மைகளை ஒதுக்கி வைக்க, பிற வீட்டு வேலைகளைச் செய்ய இரண்டு மணிநேரம், கேலிச்சித்திர தொலைக்காட்சிப் படங்கள் பார்க்க நான்கு மணிநேரம், இடையில் உணவுக்கான ஒரு மணிநேரக் குறுக்கீடு, பிறகு அவர்களைப் படுக்க வைக்கத் தயார் செய்ய ஒரு மணி நேரம். ஒரு வேளை, ஒரு வேளை அந்தப் பையன் இங்கேயே இருந்திருந்தால் இந்த ஒன்பது மணிநேரமும்________

தொலைபேசி அழைப்பு. ஒரு வேளை போருட்டோ. முதல்முறை ஒலித்து ஓயக் கூட இல்லை.

அவளுடைய உதவியாளர்.

“மோனிக்கா, மஞ்சள்கள் முடியாதென்று சொல்கிறார்கள்________

மோனிக்கா ஆழப் பெருமூச்செறிந்தாள். அவளுடைய உதவியாளர் மௌனமானாள்.

“அன்பே, முடியாதென்று யாருமே நம்மிடம் கூற முடியாது. யாருமே.”

அந்தச் சொற்களுக்கிடையில் இருந்த இடைவெளியில் கிடந்தபடி மோனிக்கா அந்தச் சொற்களைக் கவனித்தாள். அவை சரியானவையாகவே பட்டன. ஆனால் சரியானவையா என்று உறுதியாகத் தெரியவில்லை.

அந்த அமைதி அடர்த்தியடைந்தது. அவளுடைய உதவியாளருடைய எண்ணத்தை மோனிக்காவால் உணர முடிந்தது: ஆனால் அந்த மஞ்சள்கள் ஆபத்தானவர்கள். அவர்களைச் சாதுர்யமாகத்தான் கையாள வேண்டும். என்னால் சாதுர்யமாகக் கையாள முடியுமா?

“அப்படியா!” என்றாள் உதவியாளர் கடைசியில், கூடுதலான அழுத்தத்துடன். பிறகு தொடர்பைத் துண்டித்துவிட்டாள்.

என்னுடைய வேலையெல்லாம் அப்புறமாய்ப் பார்த்துக் கொள்ள வேண்டியதுதான். எல்லாவற்றுக்கும் அப்புறம் என்று நினைத்துக்கொண்டாள் மோனிக்கா. இப்போதைக்கு வேறு சில விஷயங்கள் இருக்கின்றன.

எல்லாமே அப்புறம். இது எங்கேயோ முடிவே இல்லாத தொலைவெளியைக் குறிப்பது போல் இருந்தது.

அவளுக்குத் தேர்ந்தெடுக்க இரண்டே நிலைகள்தான் இருந்தன. தேடுதல். இல்லா விட்டால் பழி தீர்த்தல்.

பழி வாங்க முற்பட்டு அவளால் அதிகமாய் எதுவும் செய்ய முடியவில்லை. எனவே தேடும் வேட்டைக்கு வாய்ப்புக் கொடுத்துப் பார்க்கலாம்.

போருட்டின் தொடர்புச் சாதனம் அவனுடைய மேஜைமீது கிடந்தது. அதிலிருந்த நினைவுச் சில்லைக் காணோம். கடந்தகாலப் பதிவுகள் எல்லாமே நீக்கப்பட்டிருந்தன. அவனுடைய கணினிகள் பூட்டப்பட்டிருந்தன. அதிலிருந்த அனைத்தையுமே அவன் அனேகமாக நீக்கியிருக்கலாம். சாதனங்களைப் பொருத்த மட்டில் அவன் திறமைசாலி. மக்களோடு பழகுவதைக் காட்டிலும். மக்கள் அவளுடைய திறனின் வெளி. அவனுடைய கணினியின் சங்கேதக் குறிகளைக்கண்டுபிடித்து தொழில்நுட்பத் திறனற்ற பயனாளிகள் நீக்கியவற்றையெல்லாம் தொழில்நுட்ப வல்லுனர்கள் மீட்டெடுத்து விடுவார்கள் என்பது அவளுக்குத் தெரியும்தான். ஆனால் தாங்கள் என்ன கண்டுபிடித்தோமென்பதை அவர்கள் தன்னிடம் சொல்லி விட மாட்டார்கள் என்பதும் அவளுக்குத்தெரியும். அந்தக் கணினிகளின் வன்வட்டுகளில் ஆழமாய்த் நோண்டினால் அவர்கள் எதெதையெல்லாம் கண்டெடுப்பார்கள் என்பது கடவுளுக்கே வெளிச்சம்.

அவற்றை அடித்து நொறுக்கி விடலாம். அது நல்ல பழிதீர்த்தல்தான். பழி வாங்க நல்ல தொடக்கப்புள்ளிதான். முன்பு நடந்த அந்த விஷயம்________ அது வெறும் ஆறுதல்தான். என்னுடைய மதிப்பிற்கும் மேன்மைக்குமான ஆதாரம். அவனால் கண்டுபிடிக்கவே முடியாது. ஆனால் அவனுடைய இயந்திரங்களை உடைத்துத் தள்ளினால்________ அவற்றோடு அவன் செலவழித்திருக்கும் காலத்தைக் கணக்கில் கொண்டால்! அவனை முழுமையாக நான் நம்பியிராமல் போயிருந்தால் ஒரு வேளை பொறாமைக்காரியாக மாறியிருப்பேனோ!

பைத்தியகாரத்தனமான வெற்று யோசனை என்று நினைத்துக் கொண்டாள் அவள். அவன் எல்லாவற்றையுமே

நீக்கியிருந்தால் அவை இப்பொழுது வெறும் இயந்திரங்கள் மட்டுமே. அவனோடு அவற்றுக்கு இனி எவ்விதத் தொடர்பும் கிடையாது.

போருட்டிடம் எவ்விதமான காகித ஆவணமும் இல்லை.

அவன் எல்லாவற்றையும் எண்ணியல் வழியாகவே எழுதினான். எண்ணியல் பிரதிகள். எண்ணியல் வங்கிப் பரிவர்த்தனை, எண்ணியல் திட்ட உருவரைகள், எண்ணியல் அஞ்சலட்டைகள்.எல்லாமே அவனுடைய இயந்திரத்திற்குள்தான் இருந்தன. நகல்கள், சேமிப்பு நகல்கள், நகல்களின் நகல்கள்.

ஒரு காலத்தில், மிக முன்னொரு காலத்தில், அவர்கள் இருவரும் சந்தித்துக்கொள்வதற்கும் முந்தைய காலத்தில், போருட் கிதார் வாசிப்பதுண்டு. பிறகு, அவர்கள் சந்தித்ததற்கு அப்புறமாய், அமைதியாய் இருக்கும் அவளுடைய திறன் மீது நம்பிக்கை கொள்ள அவன் கற்றுக்கொண்ட பிறகு, இருவருமாய் இணைந்து ஒத்திகை இரவுகளைக் கழிக்கத் தொடங்கிய பிறகு, அவளுடைய முன்னாள் காதலன் கூப்பிட்டபடி இருக்க, அழைப்பு மணியை அழுத்திக்கொண்டே இருக்க, குறுஞ்செய்தி களை அனுப்பிக்கொண்டேயிருக்க, அவள் கண்டு கொள்ளாமல் இருந்த போது, இரவு நேரங்களில் அவன் கிதார் வாசிப்பதுண்டு. அவனாகவே, அவனுக்காகவே. ஆனால் அவள் இருப்பது அவனைத் தொந்தரவு செய்ததில்லை. அந்த லயத்தில் எதுவுமே பரிச்சயமானதாய் இருக்காது. எல்லாமே அவன் வழியில்.

அவனுடைய கிதார் இன்னும் அங்கேதான் இருந்தது. அவனுடைய படிப்பறையில். புழுதி படிந்து. சுருதி கெட்டு. ஓரிரு மாதங்களுக்கொருமுறை அதை அவன் எடுப்பான். சுத்தம் செய்வான். சுருதி சேர்ப்பான். பிறகு வைத்து விடுவான். அதுவே போதும். என்றேனும் ஒரு நாள் தேவைப்படலாம் எனும் செயலற்ற சாத்தியம் அதற்கிருந்தது.

அந்தக் கிதாரை அவள் உடைத்து நொறுக்கிவிடலாம். சுவரின்மீது அதை ஓங்கி அடிக்கலாம். ஒரு சில பெண்கள் அதைச் செய்திருக்கிறார்கள்.

ஆனால் அது நியாயமான செயலாக அவளுக்குப் படவில்லை. அந்தச் கிதார் முன்பிருந்த போருட்டுக்குச் சொந்தமானது. மோனிக்காவை இன்னும் சந்தித்திராத போருட்டுக்கு. அவளோடு சேர்ந்து இருந்திராத போருட்டுக்கு. அந்த போருட் மோனிக்காவைவிட்டு விலகியிருக்க முடியாது. எனவே அவளுடைய பழிதீர்க்கும் வெறியை அதன்மீது சுமத்தத் தகுதியற்றது.

இருவருக்கும் பொதுவான ஒன்றை அழிப்பதுதான் பழிதீர்க்கப் பொருத்தமானது.

தம் மனைவியர் இளமையாகவும் வித்தியாசமாகவும் தோற்றமளிக்க வேண்டும் என்பதற்காக அவர்களுடைய ஒப்பனை அறுவை சிகிச்சைக்கான கட்டணத்தைக் கொடுத்த கணவர்களைக்கொண்ட பெண்களைப் பற்றிய சில கதைகளை மோனிக்கா நினைவு கூர்ந்தாள். பிறகு இளமையான பெண்களுக்காக, வித்தியாசமான பெண்களுக்காக, இளமையாகவும் வித்தியாசமாகவும் இருந்த பெண்களுக்காக, அந்தக் கணவர்கள் இவர்களைப் பிரிந்து சென்றார்கள். பின்னர் அந்தப் பெண்கள் விஷயத்தைத் தம் கைகளுக்குள் எடுத்துக்கொண்டனர். கத்திகளை எடுத்து _____.

தொழில் தொடர்பான சந்திப்புகளின் போது போதையேறிய வாடிக்கையாளர்கள் இம்மாதிரியான கதைகளை சொல்லிக் கேட்டிருக்கிறாள் அவள். இந்தக் கதைகளை விவரித்துவிட்டு அவர்கள் விழுந்து விழுந்து சிரிப்பார்கள். தமது ஷேம்பேன் கோப்பைகளுக்குள் எச்சிலை ஒழுக்கி, கழுத்துப்பட்டைகளைத் தளர்த்தி, கழுத்துப்பட்டிகளின் பொத்தான்களை விடுவித்து, சுருங்கிய சருமங்களை வெளிப்படுத்துவார்கள். தலைமைப் பரிசாரகருக்கு ரகசியமாய் ஜாடை செய்து உணவுக்கான கட்டணத்தைச் செலுத்தி அந்தக் கனவான்களுக்கு வாடகைக் காரோ, இல்லாமற் போனால் அந்த மாலைப் பொழுதை முழுமையாக்க அவர்களுக்கு என்ன வேண்டுமோ அதை மோனிக்கா ஏற்பாடு செய்வாள்.

இருந்தாற் போலிருந்து அந்தப் பெண்கள் அப்படியொன்றும் மதிகெட்டவர்களாகத் தோன்றவில்லை.

நல்ல வேளையாகக் குழந்தைகள் பாலர்பள்ளியில் இருக்கிறார்கள்.

நிலைப்படியைப் பிடித்துக்கொண்டு தலையை அதன் மீது மோதி அழத்தொடங்கினாள் மோனிக்கா.

தம்ளர் தம்ளராய்த் தண்ணீர் குடித்த பிறகே அவள் நிதானத்துக்கு வந்தாள். அது அவளுடைய தவறு இல்லை. குழந்தைகளின் தவறும் இல்லை. அது போருட் செய்த தவறு.

தன்னை அவன் காதலித்ததாக நம்பிய பொழுதுகளில் தனக்கு அவன் அளித்திருந்த பொருட்களைத்தான் முதலில் தலைமுழுக வேண்டும். பிறகு, எல்லாவற்றையுமே. எதிலிருந்து தொடங்குவது? நகைகள்? தனக்கு வேண்டிய நகைகளை

அவளேதான் தேர்ந்துகொள்வாள். அவற்றுக்கான விலையை மட்டும்தான் போருட் செலுத்துவான். அது ஒரு பொருட்டா? பிறகு கலைப்பொருட்கள். அவற்றையும் அவளேதான் தேர்ந்தெடுப்பாள். பிறகு ஒவ்வோராண்டும் தன்னுடைய பிறந்தநாள் பரிசாக ஒன்றைப் பெற்றுக்கொள்வாள். திருமண ஆண்டு நிறைவுநாளன்று இன்னொன்றை. மோனிக்காவின் கொண்டாட்ட தினங்கள் நெருங்கும் பொழுது நகரில் உள்ள எல்லா கருத்தியல் கலைஞர்களும் தமது படைப்புகளின் மதிப்பை ஒரு படி மேலே உயர்த்திவிடுவார்கள் என்று மோனிக்காவுக்குத் தெரிந்தவர்கள் எல்லாம் கேலி செய்வதுண்டு. என்ன இருந்தாலும். அவர்களுக்கும் ஏதாவது போணியாக வேண்டுமே. சொறி சிரங்கின் மாதிரிகளுக்கோ அல்லது உடல் கலைஞர்கள் தமது உள்ளங்கைகளில் குத்திக்கொள்ளும் குருதி தோய்ந்த நகங்களுக்கோ காசு கொடுக்கத் தயங்காத மிகச் சிலருள் போருட்டும் ஒருவன். மோனிக்கா ஆர்வம் காட்டிய எந்த விஷயத்திற்கும் அவன் பணம் கொடுக்கத் தயாராக இருந்தான். ஆனால் நகைகளுக்கு எப்படியோ அப்படியேதான் இவற்றுக்கும். பொருட்களை வாங்கும் பணம் மட்டுமே அவனுடையது. தேர்வு என்னவோ அவளுடையதுதான்.

மோனிக்கா மீண்டும் சமையலறைக்குள் நுழைந்தாள். பிறகு உணவுச் சாமான்கள் அறைக்குள். அங்கே போருட்டின் வைன் சேகரம் இருந்தது. ஆரம்பிக்க இது நல்ல விஷயமாக இருக்கும்.

எல்லாவற்றையும் எடுத்து சாக்கடையில் கொட்டினாள். கடைசியில் தங்கள் திருமணத்திற்கென்று வாங்கி தம் குழந்தைகளின் திருமண நாளில் பயன்படுத்தவென்று போருட் சேமித்து வைத்திருக்கும் வைன் புட்டிகளைக்கூட. சொல்லப் போனால் அவை இனியும் போருட்டுக்குச் சொந்தமானவையல்லதான், மாறாக அவை குழந்தைகளுடையது என்றெழுந்த எண்ணத்தையும் அவள் ஒதுக்கினாள். எதையாவது அழித்தாக வேண்டும்.

பிறகு அந்தக் காலி புட்டிகளை அவை இருந்த இடத்திலேயே வைத்தாள். எப்பேற்பட்டதெல்லாம் போய்விட்டது என்று காட்சிப்படுத்துவோம். மிக விலையுயர்ந்ததாக இருந்த போதும், அந்தத் தக்கைத்திருகி அவளுடைய உள்ளங்கையில் தோலுரித்து எரிச்சல் ஏற்படுத்தியிருந்தது.

எரிச்சலைத் தணிக்கும் மருந்து பசையைக் கைகளின்மீதுத் தடவிக்கொண்டாள். பிறகு குப்பைச்சாக்கு ஒரு கையிலும் மறு கையில் தக்கைத்திருகியுமாய் குடியிருப்பைவிட்டு வேகமாய் வெளியேறினாள்.

தான் வசிக்கும் தெருவில் நண்காலை வேளையில் வெளியே வந்து பார்த்து எவ்வளவு காலமாகியிருக்கும் என்று அவள்

யோசித்துப் பார்த்தாள். அதிகாலை நேரப் பரபரப்பிலிருந்து இது மிகவும் மாறுபட்டிருந்தது. யாரும் தங்களைத் தாக்க வந்தால் வேண்டியிருக்குமென்று, அமிலநீர்ப் புட்டிகளைக் கையில் பற்றியபடி நடைபாதையில் தள்ளாடி நடந்துகொண்டிருந்த ஒரு சில முதியவர்களைத் தவிர வேறு நடமாட்டமேயில்லை. வாழ்க்கையிலேயே முதல்முறையாக அவர்களுக்கு ஒரு ஹலோ சொல்லலாமா எனும் ஆசை அவளுக்குள் எழுந்தது. ஆனால் உடனடியாக அதை அடக்கிக்கொண்டாள். தங்களைத் தாக்குவதற்கான முகமன் என்று நினைத்து ஒருவேளை அவளை அவர்கள் முன்கூட்டித் தாக்கிவிட்டால் காவலாளி வந்தவுடன் அவள் எல்லாவற்றையும் விளக்கமாகச் சொல்ல வேண்டியிருக்கும்.

குப்பை சேகரிக்கும் இடத்திற்கு அடுத்தாற்போல் அந்த வீடற்ற மனிதன் படுக்கையைத் தட்டிப் போட்டுக்கொண்டிருந்தான். பல்வேறு வகையான துணிகளையும் அவன் கவனமாக நீவிக்கொண்டிருந்த பாங்கை மோனிக்கா கவனித்தாள். குப்பை சேகரிக்கும் இடத்திற்குப் பக்கத்தில் வீடற்ற ஆள் ஒருவன் இருப்பதாகக் கூறி அங்கே குடியிருப்போர் அதிகாரிகளுக்குத் தகவல் கூறியபோது, அந்தப் பகுதியில் குடியிருக்கும் நபர்களின் எண்ணிக்கைக்கு ஏற்றாற்போலும் மக்கள்தொகைக் கணக்குப் படியும், உரிய சட்ட விதிகளின் அடிப்படையில், அவர்கள் பகுதிக்கு ஒரு வீடற்ற நபரை அனுமதித்திருப்பதாகப் பதில் தகவல் அளிக்கப்பட்டது. அது மட்டுமின்றி, அந்தப் பகுதியின் தரத்திற்குப் பொருத்தமான ஒருவரைக் கண்டுபிடித்து அனுமதி வழங்க சமூக சேவைத்துறை அசாதாரண முயற்சி மேற்கொண்டதென்றும் தெரிவிக்கப்பட்டது. அவனுடைய இடத்தை அவன் சுத்தமாக வைத்துக்கொள்ளவில்லையென்றாலோ, தன்னுடைய குப்பை களை அகற்றாமல் இருந்தாலோ, இரவு நேரங்களில் அப்பகுதியின் அமைதிக்குப் பங்கம் விளைவித்தாலோ, அந்தப் பக்கமாகப் போவோர் வருவோரை மரியாதைக் குறைவாய் விளித்தாலோ அல்லது நகரின் சட்டதிட்டங்களுக்குக் குந்தகம் விளைவித்தாலோ அங்கே குடியிருப்போர் அவனைப் பற்றிப் புகார் செய்ய உரிமையுண்டு. அவ்வாறான நிலையில் அவனை அங்கிருந்து வெளியேற்றுவதற்கான நடைமுறைகள் முடுக்கி விடப்படும்.

அந்த நபர்மீது மோனிக்காவிற்கு இனம்புரியாததோர் இரக்கம் சுரந்தது. இத்தனைக்கும் போருட்டோடு பயணம் சென்றவிடங்களில் இவனைப் போன்ற ஆசாமிகளை அவள் பார்த்திருக்கிறாள். அதே போல், நகரின் மையப்பகுதியில், போக்குவரத்து நெரிசலில் சிக்கி சுற்றும் முற்றும் பார்க்க அவகாசம் கிடைத்த போதும். அவன் தன்னிடம் காசு ஏதேனும் கேட்கமாட்டானாவெனும் ஏக்கம் அவளுக்குண்டு. இதற்காகவே, குப்பைச் சாக்கை சேகர இடத்திற்கு எடுத்துச்செல்லும்

போதெல்லாம் கொஞ்சம் பணத்தாள்களைத் தயாராக எடுத்துச் செல்வாள். வீட்டில் எப்பொழுதுமே கொஞ்சம் ரொக்கம் இருப்பிலிருக்கும். சில சந்தர்ப்பங்களில் மூன்றாம் பேருக்குத் தெரியாமல் யாருக்கேனும் பணம் கொடுக்க வேண்டி வரும். இல்லாவிட்டால், வாங்கும் பொருட்களைப் பற்றிய சுவடு தெரியாமலிருக்க. உதாரணத்திற்கு உங்கள் அணுக்களுக்குப் புத்துயிர்ப்பூட்ட ஏதேனும் மதுவகங்களுக்குச் சென்றால். ஆனால் அந்த நபர் எப்போதும் செய்ததெல்லாம் அவளைக் கவனிப்பதும், ஒருமுறைகூட எதுவுமே சொல்லாமலிருப்பதும்தான். இதைப் பற்றி வருத்தப்பட்டபடி, சில்லரைப் பெட்டிக்குள் மீண்டும் அந்தப் பணத்தை மோனிக்கா போட்டு வைப்பாள். ரொக்கப்பணத்தின் ஆட்சிக்கால நினைவுகளோடு.

மக்கும் குப்பை, காகிதங்கள், பிற சமாச்சாரங்கள் என்று தூக்கியெறிந்த பிறகு அந்த மதுபுட்டிகளைக்கொண்டு வராமல் போனோமே என்று நொந்துகொண்டாள். மோனிக்கா. எவ்வளவுதான் அவசியமென்றபோதும், பழிதீர்த்துக்கொள்ளுதல் திடீரென்று ரொம்பவும் சிறுபிள்ளைத் தனமாகத் தோன்றியது.

வீடற்ற மனிதன் இருந்த பக்கமாக அவள் கை நீட்டினாள்.

"இதோ இங்கே ஒரு தக்கைத்திருகி இருக்கிறது," என்று மிகுந்த எச்சரிக்கையுணர்வோடு பேசத் தொடங்கினாள். "டூல்ஸே & கிப்பனை அலெக்ஸியாவுக்கு – 2005. வெளியிடப்பட்ட முதல் ஆண்டிலேயே அரும்பொருள் சேகரிப்போருக்கான வஸ்து எனும் அந்தஸ்து பெற்றது. இப்பொழுது அரும்பொருள் சேகரிப்போருக்கு இது பெரும் சொத்துக்குச் சமானம்."

"அதற்கென்ன?" என்றான் அந்த மனிதன் சந்தேகக் கண்களோடு.

அவள் மேலும் அதிகத் தீர்மானத்தோடு தொடர்ந்தாள். அவனுடைய தயக்கத்தை அனுகூலமாக எடுத்துக்கொண்டு.

"இதை உனக்குக் கொடுக்கலாம் என்றிருக்கிறேன். ஏனென்றால்________ அது இனியும் என்னுடையதாக இல்லை. மேலும், நீ________"

"நான் குடிப்பதில்லை பெண்ணே," என்றான் அவன் கறாராக.

மோனிக்கா கூச்சத்தில் நெளிந்தாள்.

"ஓ, அதில்லை. நீ அதை வைத்துக் குப்பிகளைத் திறந்து கொள் என்று நான் சொல்ல வரவில்லை. அது வந்து________ உண்மையில் வெறும் குப்பிகளைத் திறக்கப் பயன்படுவதையும் விட அது மதிப்பு மிக்கது. வேண்டுமானால்________ வேண்டுமானால் அதை நீ விற்கக்கூட விற்கலாம்.

அந்த வீடற்றவன் சுற்றும் முற்றும் பார்க்க ஆரம்பித்தான்.

"இது என்ன, மீண்டும் இன்னொரு பரிட்சையா? நான் இங்கே தங்கிக் கொள்ள அருகதை இல்லாதவனா?"

மோனிக்காவுக்கு வேர்த்து வழிய ஆரம்பித்தது.

"கிடையவே கிடையாது. இது ஒன்றும் உன்னைப் பரிசோதித்துப் பார்ப்பதற்காக அல்ல. வெறும் நல்லெண்ணச் செயல்."

"ஏனென்றால்," என்று தொடர்ந்தான் அந்த மனிதன். "சமூக சேவை அமைப்பினர் கொஞ்ச நாள் முன்பு இங்கே வந்திருந்தார்கள். சரியாகச் சொல்வதென்றால்________" அவனுடைய மெத்தைக்கு அடியிலிருந்து தடித்த நோட்டுப்புத்தக மொன்றை எடுத்துப் புரட்டினான். "பதினெட்டு நாட்களுக்கு முன்பாக. அப்பொழுது நாங்கள் இதையெல்லாம் பேசிக் கொண்டோம். நான் எப்படிப் பிழைப்பை ஓட்டுகிறேன் என்றெல்லாம். என்ன தெரியுமா? எல்லாமே விதிமுறைகளின் படிதான் என்று நான் அவர்களிடம் சொன்னேன். தனியாகப் பிரித்துக் குப்பையில் விழும் மக்கும் பொருள்தான் சாப்பிட. ஓசோன் துளை மூலமாக அதைச் சூடு படுத்திக்கொள்வேன். நான் இங்கே இருந்துகொள்ளலாமென்று அவர்கள் சொன்னார்கள். எந்தத் தொந்தரவும் கொடுக்காத வரைக்கும். இப்பொழுது நீ இங்கே வருகிறாய். ஒரு விலையுயர்ந்த அபூர்வப் பொருளைக் கையில் எடுத்துக்கொண்டு."

தோலுரிந்த அவளுடைய உள்ளங்கைகள் ரொம்பவுமே எரிய ஆரம்பிக்க மோனிக்கா உதடுகளை இறுக்கிக்கொண்டாள்.

"இது உனக்கு எப்பொழுதாவது பயன்படும் என்றுதான் உண்மையிலேயே நினைத்தேன். ஒரு தக்கைத்திருகியாக இல்லை. இதன் மதிப்பிற்கு என்னவெல்லாம் நீ வாங்கிக்கொள்ள முடியும் என்று."

அந்த மனிதன் தன்னுடைய நோட்டுப்புத்தகத்தில் எதையோ வேகவேகமாய்க் குறித்துக்கொண்டான்.

"நீ________ நாட்குறிப்பு எழுதுகிறாயா?" மோனிக்கா தன்னைப் பரிவுமிக்கவளாகக் காட்டிக்கொள்ள முயன்றாள்.

நோட்டுப்புத்தகம் படீரென்று மூடப்பட்டது.

"நான் கண்டதையும் எழுதுவேன். அதையெல்லாம் நீ பார்க்க முடியாது. எனக்கு ஒன்றை மட்டும் சொல். எப்படியிருந்தாலும்________"

"சொல்லு," என்றாள் மோனிக்கா எப்படியாவது அவனுடைய நம்பிக்கைக்கு உகந்தவளாகத் தன்னை ஆக்கிக் கொள்ளும் முயற்சியில்.

"இம்மாதிரியான பொருள் என்ன விலைக்குப் போகும்?"

அவளுக்குத் தெரிந்திருக்கவில்லை.

"உண்மையாகவே எனக்குத் தெரியவில்லை. இதை நீ ஏலத்தில் விட்டால் ஒரு வேளை இதன் உண்மையான மதிப்பைப் பெற்றுக்கொள்ளலாம். ஒரு சில அரும்பொருள் சேகரிப்பாளர்கள் இருக்கிறார்கள். அவர்கள்_____"

"நானா? ஏலமா?"

"ஏன் கூடாது? ஒரு சில ஏல நிறுவனங்கள் இருக்கின்றன. அவை_____"

" என்னிடமிருந்து பொருளை வாங்கிக்கொள்வார்களா?"

அந்த வீடற்றவன் உரத்துச் சிரிக்க ஆரம்பித்தான்.

"இது நல்ல யோசனைதான் பெண்ணே. இங்கே இந்தக் குடியிருப்புப் பகுதிக்கு வர எடுத்துக்கொண்ட முயற்சிகளுக்குப் பலன் இருந்தது. குப்பையில் விழும் பொருட்கள் ஏதோ பரவாயில்லை. இதில் விழும் பல குப்பைப் பதார்த்தங்களை நான் உணவகத்தில் பணம் கொடுத்துச் சாப்பிட மாட்டேன். நான் என்ன சொல்ல வருகிறேனென்று உனக்குப் புரிந்தால். ஆனால் இது_____"

அவள் கண்களுக்குள் இறங்கிய வியர்வைத் துளி கரிக்க ஆரம்பித்தது. கிருமிநாசினிக் குட்டை. எங்கேயாவது கிருமிநாசினிக் குட்டை கிடைக்கிறதா என்று பார்க்க வேண்டும்.

"விடு. நான் கொடுக்கிறேன். உனக்கு எப்படிப் பிரியமோ அப்படிச் செய்துகொள்," என்றாள், அந்தத் தக்கைத்திருகியைக் குப்பைத்தொட்டியொன்றின் விளிம்பில் வைத்து.

அந்த மனிதன் அவளைப் பார்த்துக் கண் சிமிட்டினான்.

"உண்மையைச் சொல்_____" என்றான்.

"சொல்லு," என்றாள்.

"நீ அதைத் திருடியிருக்கிறாய். இல்லையா? இப்பொழுது அதற்காக வருத்தப்படுகிறாய். அந்தப் பழியை என் மேல் போடப் பார்க்கிறாய்."

மோனிக்கா மனத்தை திடப்படுத்திக்கொண்டாள்.

ஆமாம். நான் கூக்குரலிட வேண்டும். இப்பொழுது உடனே கூக்குரலிட வேண்டும். காவலாளி வந்தவுடன் இவன் என்னைத் தாக்க முயன்றான் என்று சொல்ல வேண்டும். சாட்சிக்கு யார் இருக்கிறார்கள்!

சுற்றும் முற்றும் பார்த்தாள். காலைக் காற்று வாங்க வந்திருந்த ஏராளமான பெருசுகள் அவர்களையே வெறித்துப் பார்த்துக்கொண்டிருப்பதைக் கவனித்தாள். எல்லோரும் அமிலநீர்க் குடுவையைப் பற்றியபடி இருந்தார்கள்.

"நான் போகிறேன்," என்றாள் அவள் தீனமாய்.

"அப்படிப்பட்ட பெண்களும் இருக்கிறார்கள்தானே. உனக்கே தெரியும்," என்றான் அந்த வீடற்றவன் கசப்புணர்வுடன். "அவர்களுக்கு அதைச் செய்தே ஆக வேண்டும். ஏனென்றால் எதையாவது திருடினால்தான் அவர்களுக்குச் சந்தோஷம். உனக்கும் அது பிடிக்குமோ?"

இருக்கலாம் என்று நினைத்தாள் மோனிக்கா. நானுமே அப்படிப்பட்டவளாக இருக்கலாம். முயன்று பார்க்க வேண்டும்.

அந்த நினைப்பே சுகமாக இருந்தது.

ஒரு வேளை என்னை முழுமையாக உன்னிடம் வெளிப்படுத்திக் கொள்ளவில்லையோ என்று நினைக்கிறேன் போருட். சரியாக. எப்பொழுதுமே. ஒரு வேளை அப்படியில்லாமலும் இருக்கலாம். ஒரு வேளை எனக்குள் இன்னொரு பெண் இருக்கிறாளோ என்னவோ. நீ இதுவரை தொட்டிராத பெண்.

அது அசட்டுத்தனமான வெற்று நம்பிக்கை.

நம்பிக்கை வை. நம்பிக்கை வை. அது உதவும்.

அவளால் நம்பிக்கை கொள்ள முடியவில்லை. அது உதவவும் இல்லை.

அவள் வீடு மீண்டதும் போருட்டின் அறைக்குள் சென்றாள். அதுவும் எவ்விதத்திலும் அவளுக்குப் பயன்படவில்லை. போருட் போனவன் போனவன்தான்.

அந்த அறை மிக மிகச் சுத்தமாக இருந்தது. கனத்த அடுக்காய் மௌனம் கவிந்திருந்தது. ஏதோ, யாருமே அந்த அறைக்குள் எப்பொழுதும் நுழையக் கூடாதென்பதைப் போல்.

7

தடுக்கப்பட்ட மேம்போ

அந்த அறை மிகமிகச் சுத்தமாக இருந்தது. கனத்த அடுக்காய் மௌனம் கவிந்திருந்தது. ஏதோ, யாருமே அந்த அறைக்குள் எப்பொழுதும் நுழையக் கூடாதென்பதைப் போல்.

“போருட்! ரொம்ப நாளாப் பாக்க முடியல. என்ன செய்துகொண்டிருந்தாய் இவ்வளவு நாளாக?”

“எல்லா வேலையும்தான். இரவு நேரங்களில் அகதி முகாம்களுக்கு காரில் போய் வருவது. பகலில் தூங்குவது. ஆயுதங்கள் வாங்குகிற மாதிரி, குட்டிகளைத் துரத்தற மாதிரியெல்லாம் கனாக் காண்பது. ஒரே வேடிக்கைதான்.”

அந்த அந்தரங்கச் செயலர் இளித்தாள். வண்ணம் தீட்டும் புத்தகமொன்று வழுக்கி அவள் மேஜைக்கடியில் விழுந்தது. தன்னுடைய படிப்பிற்கு நிகரான பணியாளர் கட்டமைப்பை உருவாக்குதற்காக உயர்நிலைப்பள்ளி முடித்தவர்களை மட்டுமே தலைவர் வேலைக்கு வைத்துக்கொள்வார். பணியாளர் கூட்டங்கள் பெரும்பாலும் உறுமல்களோடு நின்றுவிடும்.

“நேரா உள்ளேபோ, உன்னை அவர் எதிர்பார்த்துக் கொண்டிருக்கிறார்” என்று அவள் உற்சாக நேயத்துடன் சொன்னாள். ஏதோ இதற்கு மாற்று இருப்பதைப் போல், என்று நினைத்துக்கொண்டான் போருட். அவருடைய அழைப்பில்லாமல் அதிரடிப்படைகூட அவரை

நெருங்கிவிட முடியாது. எனவே யாருடைய வருகையும் அவர் எதிர்பார்த்திராததல்ல. ஆனால் வருகை புரிவோருக்கோ நிலைமை தலைகீழ்தான். என்ன எதிர்பார்ப்பதென்று எப்பொழுதுமே அவர்களுக்குத் திகைப்புதான். ஒதுக்கப்பட்ட நேரத்தில் (தலைவர் எப்பொழுதுமே இதமளிக்கும் தேநீரோ அல்லது சத்து பானமோ சாப்பிடச் சொல்லுவார். ஆனால் இரண்டில் எதை ஏற்றுகொள்வதுமே சுத்தமாய்த் தயார் நிலையில் இல்லாததற்கான அடையாளம்தான்) அவர்கள் விலாடிவாஸ்டாக் கிளைக்கு மேலாளராக இடமாற்றம் செய்யப்படலாம். அல்லது, நிறுவனத்தின் அனுமதிச் சீட்டை ஒப்படைத்துவிட்டு நிறுவனத்தின் உற்பத்திப் பொருட்களுக்கான விசுவாச வாடிக்கையாளராக இருக்க அன்பான அழைப்பைப் பெறலாம்.

உலோகக்கவசமிட்ட பாதுகாப்புக் கதவுகளின் பீப் ஓசை அடங்கியவுடன் அதன் கைப்பிடியைத் திருகி போருட் உள்ளே நுழைந்தான்.

தன்னுடைய அலுவலக அறையைப் பாட்டாளிகள் இயக்கத்தின் குறியீடுகளைக்கொண்டு தலைவர் அலங்கரித் திருந்தார். கையால் வடிவமைக்கப்பட்டு வெள்ளிமுலாம் பூசப்பட்ட சுத்தியலும் அரிவாளும் அவருடைய மேஜையின் முகப்புப் பலகையை அலங்கரித்தன. பார்ப்பதற்கு சொகுசுக் கார் முகப்பு அலங்காரச் சின்னம்போலத் தோன்ற வைத்தது அந்த வெள்ளி முலாம். குறிப்பிட்டுச் சொல்லும் படியான உற்சாக மனநிலையில் தலைவர் இருந்தால், பொருத்தப்பட்டிருக்கும் தகட்டிலிருந்து அந்த அரிவாளைக் கழற்றி வீசிப்பார்த்துக் கொண்டிருப்பார் என்றொரு வதந்தியுண்டு. அலுவலக அறைக்குள் அந்த அரிவாளை ஒரு முறை வீசினால் பத்து லட்சம் பாட்டாளிகள் சீனாவில் வேலை இழப்பார்கள் என்றும் வதந்தி உலவியது. ஆனால் அது ஒரு வேளை வெறும் வதந்தியாகவே கூட இருக்கலாம். எப்படியிருந்த போதும், சீனாவிலிருந்த தனது உற்பத்தியை மலிவான உழைப்புக் கிடைக்கும் நாடுகளுக்கு நிறுவனம் மாற்றத் தொடங்கியிருந்தது.

மக்கள் தொடர்புப் பயிற்சியில் சொல்லிக்கொடுத்ததை அப்படியே பின்பற்றி, தலைவர் வேகமாய் எழுந்து நின்று கையை நீட்டினார்.

அங்கே கண்காணிப்புக் காமிரா பொருத்தப்படுவதற்கு முந்தைய காலத்தில், காஃபி போட்டுக்கொள்ளும் இயந்திரத்திற்கு அருகே நின்றபடி ஏளனச் சிரிப்போடு பணியாட்கள் பகிர்ந்து கொள்ளும் நகைச்சுவையொன்று போருட்டுக்கு நினைவுக்கு வந்தது. தலைவர் கையால் சுட்டிக்காட்டும் இடத்திலெல்லாம்

அதன் பிறகு புல்லே முளைப்பதில்லை. ஏனெனில் பசித்தோர் அதை உண்டு விடுகிறார்கள்.

"போருட்!" என்று மிகுந்த களிப்புடன் கூவினார் தலைவர். "ரொம்ப நாளா ஆளையே காணோம். இல்லையா? அப்புறம், நிறுவனத்தோட தொடர்பு இல்லாமல் எப்படித்தான் இருக்கிறாய்?"

"நன்றாகவே," என்றான் போருட், உண்மையிலேயே என்று நினைத்தபடி. இத்தனை ஆண்டுகளில் தலைவரிடம் சொன்ன முதல் உண்மையான வார்த்தை. அதிலும் சந்தோஷமாய்.

தன்னுடைய பதிலும்கூட மக்கள் தொடர்புப் பயிற்சியில் பரிந்துரைக்கப்படும் ஒன்றுதான் என்பது மட்டுமே கொஞ்சம் உறுத்தலாக இருந்தது.

"நீ வந்தது நல்லதாய்ப் போயிற்று போ."

நல்லதாகவா? யாருக்கு?

ஓர் ஒப்பந்தம் செய்துகொண்டு, அதனால் உனக்கும் லாபம் எனக்கும் லாபம் என்று புழங்கும் வழக்குதான் இருக்கும் அனைத்திலும் தவறான தர்க்கம் என்பதை வணிகத்தில் நீண்ட காலமாய்ப் புழங்கிய அனுபவத்தில் போருட் கற்றுக்கொண்டிருந்தான். கேட்பதற்கு நன்றாக இருப்பதால் அது ஓயாமல் சொல்லப்படுகிறது. ஆனால் உண்மையில் சங்கதியே வேறு. ஒரு தரப்பு வென்றால், மறு தரப்பு தோற்றே ஆக வேண்டும். வேறு வழியே இல்லை.

"இங்க பாரு போருட், உனக்கென்று புதிய திட்டம் ஒன்றை வைத்திருக்கிறேன். பெரிய்ய்ய்ய திட்டம்."

நிச்சயமாக. இந்த அலுவலக அறைக்குள் சிறிய விஷயங்கள் கண்ணிலேயே படாது. அதிகம். மேலும் அதிகம். இருப்பதிலேயே அதிகம். வழிகாட்டல்கள் மிக எளிமையானவை.

"உண்மையில்_____"

"நிஜம்ம்மாவே," தலைவர் அதற்குள் குறுக்கிட்டார். அவர் ஒரு தீர்மானத்திற்கு வந்துவிட்டால், தன்னை யாரும் திசைதிருப்புவதை அவர் வெறுத்தார். "இதுல பணமும் பெருசு. உன் பங்கும் கூட, எப்பவும் போல்."

ஆக, இந்தத் திட்டத்தால் நான் இன்னமும் அதிகமாய் சேதம் விளைவிப்பேன். அதன் பிறகு அதைச் சரிக்கட்ட மேலும் அதிகமாய்ப் பணம் தேவைப்படும். அதற்காக இன்னொரு திட்டத்தை எடுத்துக்கொள்வேன். இந்த உலகம் நன்கு முறைப்படுத்தப்பட்ட இடம்.

"நல்ல சங்கதி!" தன்னுடைய உற்சாகத்தைத் தலைவரால் மட்டுப்படுத்தவே முடியவில்லை. "ஏராளமான வரலாற்று சங்கதிகள். எக்கச்சக்கமான ஒடுக்கப்பட்ட நினைவுகள். விளக்கக் காட்சியெல்லாம் வைத்து நேரத்தை வீணடிக்க வேண்டாம். ஏற்கெனவே மக்களிடம் இருப்பதை வெளியே கொண்டு வருவோம். நீ கேட்காமலேயே, பின்னடைவுப் பகுதிக்கென்று ஓரிரு வல்லுனர்கள் உனக்குத் தரப்படுவார்கள். ஏனென்றால், இம்மாதிரியான விஷயங்களுக்கு ஒத்துழைப்போடு கூடிய குழுப்பணி அவசியம்."

"நீங்கள் என்ன சொல்ல வருகிறீர்கள், சார்?" என்றான் போருட், எச்சரிக்கையுணர்வுடன்.

நாடக பாணியில் தலைவர் வாயைத் திறந்து கூரையை நோக்கிக் கைகளை உயர்த்தினார்.

"ஓ. நாம் இந்த அளவிற்கு வந்து விட்டோமா? இனி நாம் சம்பிரதாயத்தைத்தான் கடைப்பிடிக்க வேண்டுமோ? போருட், உன்னிடமிருந்து இதை நான் எதிர்பார்க்கவேயில்லை. நானும் நீயும் நண்பர்களாகவே நீடித்து இருப்போம் என்று நினைத்துவிட்டேன்.

நீடித்தா?

"சரி. என்ன பிரச்சினை?" சம்பிரதாயத்தைவிட்டது போருட்டின் காதுகளில் போலித்தனமாக ஒலித்தது. ஆனால் தலைவரோ தங்கள் இருவருக்குமிடையிலான பாதுகாக்கப்பட்ட நெருக்கம் குறித்து மகிழ்ந்தாற்போல் தோன்றியது.

"நாம் இருவரும் நல்ல நெருக்கத்துடனேயே இருக்கிறோம் என்பது சந்தோஷமாயிருக்கிறது. இவ்வளவு நாட்களாக நீ விலகியிருந்த போதும். உனக்கு நம்முடைய குறிக்கோள் என்னவென்று தெரியும். ஒரு முறை நம்முடைய ஆள் என்றால் பிறகு எப்பொழுதுமே நம்ம ஆள்தான்."

"வேறு வழியில்லை," என்று முனகிக்கொண்டான் போருட் வாய்க்குள்ளேயே. பிறகு உடனடியாகத் தன்னைத்தானே கடிந்து கொண்டான்: *அதையேன் சொன்னாய்?*

அது விஷயத்தை ஒத்திப்போடுவதற்கான வாசகம். மாற்றத்துக்கானதல்ல. மக்கள் தொடர்புப் பயிற்சியில் கற்றுக்கொண்டபடி என்றால், தலைவர் போருட்டின் தோளில் நட்புடனும், அதே நேரத்தில் ஆதரவாளர் தோரணையிலும் தட்டிக்கொடுத்து வெளிப்படையாகச் சொல்ல வேண்டும்: *நிச்சயமாய் இருக்கிறது. எப்பொழுதுமே வேறு வழி இருக்கவே செய்கிறது.* பிறகு போருட்டோ, அல்லது அவன் நிலையில்

இருக்கும் வேறு யாருமோ புரிந்துகொள்ளலும் தன்னம்பிக்கையும் இணைந்த இந்தத் தருணத்தில் தலைவர் எதிர்பார்க்கும் சரியான விடையை யூகித்தாக வேண்டும்.

தலைவர் வசப்படுத்தும் விதமாய்ப் புன்னகைத்தார்.

“நீ இங்கே பணியிலிருந்த பழைய நாட்களாயிருந்தால் நான் சொல்லியிருப்பேன்: ஆம், இருக்கிறது. தேர்வு. அதுதான் முக்கியம். நீ தேர்ந்தெடுக்க நாங்கள் ஒத்தாசை செய்கிறோம். ஆனால் தேர்வென்னவோ உன்னுடையதுதான் என்று நாம் சொல்வோம். அது பழைய நாட்களில். என்னதான் சொல்லு, இப்பொழுது காலம் மாறிவிட்டது. நாம் விஷயங்களைத் துரிதப்படுத்தி வருகிறோம். நவீனப்படுத்தப்பட்ட தேர்வு. அதனால் நான் சொல்ல முடியும்: ஆம். நீ சொன்னது சரிதான். வேறு வழியில்லை. இனிமேற்கொண்டு இல்லை. உனக்குமில்லை. எனக்குமில்லை. இனி வழியென்பதே இல்லை.”

உண்மையில் இதை நீயே நம்ப மாட்டாய். புதிரான ஞானி போல் நடந்துகொள்ள நீ முயல்கிறாய். சொற்களால் என்னை மசிய வைக்க. இந்தப் பேச்சு இலட்சியம் என்பதற்கு வெகு தொலைவில் இருக்கிறது. ரொம்பவுமே சுற்றி வளைத்துச் செல்கிறது.

“எது மாறியிருக்கிறது?”

தலைவர் உண்மையிலேயே ஆச்சரியமடைந்திருந்தார்.

“மாற்றமா? எதுவுமில்லை. தேர்வு என்பதே இல்லை. அவ்வளவுதான். அது தேவையுமில்லை. அது எக்கேடும் கெடட்டும். அது விஷயங்களைச் சிக்கலாகத்தான் ஆக்குகிறது. ஒரே தேர்வு என்பதுதான் பரவாயில்லை. அது விஷயங்களை எளிமையாக்குகிறது.”

“இங்கே பாருங்க தலைவரே! நான் உங்களுடைய சீடர்களுள் ஒருவன்.” *முகஸ்துதி எப்பொழுதுமே அவரை இளக வைத்து விடும். அவர் அதை உணர்ந்திருக்க மாட்டார்.* “எப்பொழுதுமே நுகர்வோருக்கு தேர்ந்தெடுக்க சிலவற்றைத் தர வேண்டும் என்று நீங்கள் எங்களுக்குச் சொல்லிக் கொடுத்திருக்கிறீர்கள். அவர்கள் தேர்ந்துகொள்கிறரர்கள் என்பது முக்கியம். இன்னதுதான் வேண்டுமென்று தாங்கள்தான் முடிவெடுக்கிறோம் என்று அது அவர்களுக்கு ஒரு திருப்தியைக் கொடுக்கிறது. தாங்கள் ஜெயிக்கிறோம் என்று. ஆனால் இப்பொழுது நீங்கள் சொல்கிறீர்கள்: இரண்டு வேண்டாம். ஒன்றே போதும் என்று.”

“சரிதான். இரண்டல்ல. ஒன்று. நாம் ஒரேயொரு தேர்வை மட்டுமே கொடுப்போம். தாங்கள் தவறான ஒன்றைத் தேர்ந்து விடுவோமென்ற அச்சம் அவர்களுக்கு இல்லாதபடிக்கு.”

அலுவலக அறையின் சுவர்கள்மீது பார்வையை ஓட விட்டான் போருட். சென்ற முறை வந்ததற்கு இப்பொழுது நீண்ட காலமாகிவிட்டது. என்றாலும் எதுவுமே மாறவில்லை. தனது வரலாற்றுக் கலைப்பொருட்கள் சேகரத்திலிருந்து ஒரு சில தேர்ந்தெடுத்த உருப்படிகளைத் தலைவர் இன்னமும் பெருமிதத்தோடு காட்சிக்கு வைத்திருந்தார். பெனாசிர் புட்டோ அணிந்திருந்த ரத்தம் தோய்ந்த முக்காட்டுத் துணி. வேறொரு பெயரில் அறியப்பட்ட காலத்தில், கூரை திறந்து கொள்ளும் காரில் டல்லஸ் நகரில் வலம் வந்த நேரத்தில் ஜாக்விலின் ஒனாஸிஸ் கழுத்தில் சுற்றியிருந்த துப்பட்டா. தன்னுடைய காரின் சக்கரங்களுக்குள் சிக்கி தன் கழுத்தையே நெரித்து விட்ட இஸடாரோ டங்கனின்[1] கழுத்துசால்வை. செர்ஜி எஸனின்[2] தூக்குமாட்டிக்கொண்ட அவரது இடைவார். சுட்டுக் கொல்லப்பட்ட போது விஸ்வலோவ் மேயர்ஹோல்ட்[3] தரித்திருந்த சால்வை. அந்த விதிவச இணையுடுப்புகளை போருட் பார்த்தான். உடனே பார்வையை விலக்கிக் கொண்டான். அந்த அறையைக் கொஞ்ச நேரம் பார்த்துக்கொண்டிருந்தால் அவனுக்குத் தொண்டை அடைப்பது போலிருக்கும்.

“நீங்கள் மாறிவிட்டீர்கள்.”

தலைவர் கைகளை அகல விரித்தார்.

உலகையே கட்டித் தழுவ விரும்பும் கைகள். அதில் மூச்சுத்திணறியே ஆக வேண்டியவர்கள் திணற வேண்டியதுதான்.

“உலகம் மாறிவிட்டது. நான் சும்மா பின் தொடர்கிறேன்.”

---

1. ***ஏஞ்செலா இஸடோரா டங்கன்:*** அமெரிக்காவின் கலிஃபோர்னியா மாகாணத்தில் பிறந்த நாட்டிய மாது. நடன அமைப்பாளரும் கூட. சமகால, நவீன நாடகத்தின் முன்னோடி என்று கருதப்படுபவர். எல்லோரும் வியந்து பாராட்டும் வகையில் தன்னுடைய 22ஆம் வயதிலிருந்து அவர் அமெரிக்காவிலும் ஐரோப்பாவிலும் நாட்டிய நிகழ்ச்சிகளை நடத்திக் காட்டினார். ஃப்ரான்ஸ் நாட்டின் நைஸ் நகரில் பயணம் செய்துகொண்டிருந்தபோது தனது கழுத்துச் சால்வை காரின் சக்கரத்தில் மாட்டி நெரிபட்டு உயிரிழந்தார்.
2. ***செர்ஜி அலெக்ஸான்றோவிச் எஸனின்:*** 20ஆம் நூற்றாண்டு ரஷ்யக் கவி. எழுதும் மை வாங்கப் பணமின்றி, குருதியில் சிறு கவிதையொன்றை எழுதி வைத்துவிட்டுத் தன்னுடைய முப்பதாவது வயதில் தூக்குப் போட்டுக் கொண்டு இவர் இறந்ததாக சரிதையாளர்கள் குறிப்பிடுகின்றனர். அரசியல் காரணங்களுக்காக ரஷ்ய அரசியல் இணைஇயக்குனரகம் இவரைக் கொலை செய்து தற்கொலை என்று ஜோடித்ததாகவும் சிலர் சந்தேகிக்கின்றனர்.
3. ***விஸ்ஸெவலோட் எமிலியேவிச் மேயர்ஹோல்ட்:*** ஜெர்மனியில் பிறந்த ரஷ்ய நாடக இயக்குனர். மரபுசாராத நாடக வடிவில் இவர் மேற்கொண்ட சினமூட்டும் பரிசோதனைகளுக்காக இன்றும் நினைவுகூரப்படுகிறார். 1937ஆம் ஆண்டில் சோவியத் சர்வாதிகாரி ஸ்டாலின் மேற்கொண்ட அரசியல் எதிரிகள் அழித்தொழிப்பு முயற்சியில் கைது செய்யப்பட்ட இவர் சித்திரவதைக்கு உள்ளாகி, 1940ஆம் ஆண்டில் சுட்டுக்கொல்லப்பட்டார்.

கவனம். கவனம். இனியும் இது வெறும் மேலோட்டமான பேச்சு அல்ல. நிதானமாக விவாதம் செய். அவனுடைய பதிலுக்குக் காத்திரு. பிறகு பேச்சைத் தொடரு. பேச்சின் பின்னால் என்ன மறைந்திருக்கிறதென்று பார். பின்னால் என்பது இன்னுமே வெகு தொலைவில்தான் இருக்கிறது.

“மக்கள் அதை விரும்ப மாட்டார்கள். தேர்வு என்பது அவர்களை சுதந்திரமாக உணர வைக்கிறது,” என்றான் போருட்.

தலைவர் மேஜையின் மறுபுறத்திலிருந்து எழுந்து அவனுக்கு நெருக்கமாக வந்தார்.

“இந்தச் சொற்கள் எல்லாமே கேட்க நன்றாக இருக்கின்றன. சுதந்திர மனிதர்கள். சுதந்திரமான சந்தை. சுதந்திரமான போட்டி. சுதந்திரமான விலை நிர்ணயம். சுதந்திரமான எல்லாம். ஒரு போரில் வெற்றி பெற்ற ஐந்து நிமிடங்களுக்கு அப்புறமாய் ஏதோ ஓர் அரசியல் கட்சி சொல்வதைப் போல் இருக்கிறது. ஆனால் பகட்டான நாட்கள் எல்லாம் முடிந்து விட்டன. எப்படியிருந்த போதும், என்ன கிடைக்கிறதோ அதை ஏற்றுக்கொள்ள மாட்டேன் என்பவர்கள் ஒரு பொருட்டில்லை. அவர்களுக்குமே எந்தத் தேர்வும் இல்லை,” என்றார்.

அவருடைய அப்போதைய ஆன்மிக குரு சுவர்மீது தீட்டியிருந்த புள்ளியை உற்றுப் பார்க்க அவர் திரும்பினார்.

தாக்கு. கொஞ்சம் தாமதித்தாலும் பிறகு நீ கவனித்துக்கொண்டிருக்க முடியாது. உனக்குள்ளாகவே நீ அமிழ்ந்துகொண்டிருப்பாய். உன்னுடைய கட்டணம் என்ன என்பதைச் சொல்லி விடு. முடிவு சொல்ல ஓர் காலக்கெடுவைத் தீர்மானி. தேர்வுகளே இல்லாத காலக்கட்டத்தில் காலக்கெடுக்கள் என்பது இருக்குமாயின்.

“மக்கள் ஒரு பொருட்டில்லையா?”

தலைவர் அவனைப் பார்த்தார்.

வழக்கத்திற்கு மாறானது. உன்னுடைய தீவிர சிந்தனை, இறையுடனான உன்னுடைய ஐக்கியம் அறுபட்டுவிட்டது. இதுதான் தருணம். இவனுக்குப் புரிய வைக்க. வேகமாய். அப்படியொரு தருணம் இருந்தால்.

“இருக்கும் கடைசி ஆள் வரை உங்களை வெறுக்கும் மனிதர்களாய் உங்களைச் சூழ்ந்திருக்க நீங்கள் நாட்களைக் கடத்துவது என்னவொரு விசித்திரம் என்று உங்கள் அலுவலக அறைக்கு நடந்து வரும் பொழுது என்றாவது நினைத்ததுண்டா?”

தலைவர் புன்னகைக்க முயன்றார்.

“எவ்வளவு சம்பளம் கொடுக்கிறேனோ அவ்வளவுக்கு அவர்கள் என்னை நேசிக்கிறார்கள்.”

தன் நிறுவனத்தில் இருக்கும் ஒரே பிரச்சினையென்று தலைவர் எதைக் கருதினார் என்று போருட்டுக்குத் தெரியும். அவரிடம் எல்லாமே இருந்தது. அவர்தான் அனைத்து முடிவுகளையும் எடுத்தார். அவர் ஆசைப்பட்ட ஒரே விஷயம் தான் நேசிக்கப்பட வேண்டுமென்பது மட்டும்தான். ஆனால் அதுதான் நடக்கவில்லை. இரு மாதங்களுக்கொரு முறை அலுவலக அலங்காரத்தை மாற்றுவார். சுவர்களில் புதிய புத்துணர்வு வாசகங்கள் வர்ணங்களால் எழுதப்பட்டிருக்கும். அவர்களுடைய வணிகத்தின் மகோன்னதம் பற்றியும்கூட. உண்மையில், அவை கூட்டுறவுக்கான அழைப்பும், குறிக்கோளை எட்டும் லட்சியமும். ஆரம்பத்தில் அவர் தன்னுடைய சொந்த வாக்கியங்களையே பயன்படுத்திப் பார்த்தார். ஆனால் முதலிலேயே ஒன்றிரண்டு படுத்துக்கொண்டவுடன் இருப்பதிலேயே தலைசிறந்த நகலெழுத்தர்களை வாடகைக்கு அமர்த்தி அவருடைய கையெழுத்தை மட்டும் போட்டுக்கொண்டார். அதுவும் எவ்விதப் பலனையும் அளிக்கவில்லை. ஒவ்வொரு முறையும் மாற்றலங்காரம் செய்தவுடன் தன்னுடைய அலுவலக அறை வாசலின் முன்பாகப் பாராட்டுக்களை எதிர்பார்த்து நின்று கொள்வார். ஆனால் மக்கள் அவசரமாய் முகமன் கூறிவிட்டு அந்தப் பக்கமே திரும்பாமல் விரைந்தோடி விடுவார்கள். சுவரில் எழுதப்பட்டிருக்கும் ஊக்கமளிக்கும் வாசகங்களால் தாம் மிகுந்த உற்சாகம் பெற்றிருப்பதாகத் தங்கள் முதலாளியிடம் காட்டிக்கொள்ள குழையடிப்போர் எவ்வளவுதான் உண்மையாக விரும்பிய போதும்.

தலைவருக்கிருந்த ஒரே பிரச்சினை மக்கள் மட்டுமே. மக்களே இல்லையென்றால், எல்லாமே சரியாக இருக்கும். எல்லாமே அவருடைய கட்டுப்பாட்டுக்குள் இருக்கும். ஆனால் மானுட அம்சம் விஷயங்களை அனுமானிக்கவியலாமல் ஆக்கியது. அதனால் கூடிய மட்டும் அதிலிருந்து எவ்வளவு முடியுமோ அவ்வளவு விலகியே இருந்தார். தள்ளியிருந்தவாறே உலகை ஆட்சி புரிவது போதாது என்று அவருக்குத் திடீரென்று தோன்றியது. முதலில் நாட்டின் அதிபராகத் தீர்மானித்தார். ஆனால் தெருக்களில் இறங்கி மக்களை அவ்வப்பொழுது சந்திக்க வேண்டியிருக்கும், சமயங்களில் அவர்களோடு கைகுலுக்கவும் வேண்டி வரும் என்று யாரோ சொன்னதன் பேரில் தன்னுடைய தேர்தல் பிரச்சாரத்தைக் கை விட்டு விட்டார். அவருக்கு அந்த எண்ணமே அருவருப்பாக இருந்தது.

“அதனால்தான் நீங்கள் அழித்தொழித்த போட்டியாளர்களிடம் பணி புரிந்த ஆட்களை வேலைக்கமர்த்திக்கொண்டு அவர்களை உங்களுக்கு வெகு நெருக்கமாக வைத்துக் கொள்கிறீர்களா? முன்பு உங்களை வெறுக்க அவர்களுக்குக் கூலி தரப்பட்டது. இப்பொழுது உங்களை நேசிக்க அவர்களுக்குக் கொஞ்சம் கூடப் போட்டுக்கொடுக்கிறீர்களா?”

தலைவர் குனிந்து அவனுக்கு நிதானமாக விளக்கினார். ஒரு குழந்தையிடம் பேசுவதைப் போல்.

“போட்டியாளர்களின் போர்வீரர்கள் சண்டையிடப் பழகியவர்கள். மிகவும் உறுதி வாய்ந்த எதிரிகளிடம் கூட. என்னுடைய போட்டியாளருக்கு அவர்கள் சேவையாற்றியிருக்கிறார்கள் எனும் போது எனக்குமே அவர்கள் சேவையாற்றுவார்கள். எப்படிச் சேவை செய்வதென்று அவர்களுக்குத் தெரியும். அம்மாதிரியான ஆட்கள்தான் எனக்குத் தேவை. கொடுத்த வேலையை அவர்கள் செய்வார்கள். சரி எது, தப்பு எது என்றெல்லாம் யோசிக்க மாட்டார்கள். அந்த வேலையை அவர்கள் என்னிடம் விட்டு விடுவார்கள்.”

அவர் சற்றே நிறுத்தினார்.

இதோ வருகிறது தன்னம்பிக்கையின் தருணம். அடுத்து நீ என்ன சொல்லப் போகிறாய் என்பதை நான் வெகு காலமாகவே யூகித்திருக்கிறேன்.

“ஆனால் நீ இருக்கிறாயே, போருட், நீ கொஞ்சம் வித்தியாசமானவன். நீ பெரும் சமர்த்தன். அதையும் விட, உனக்கு முறையான கல்வி கிடைத்திருக்கிறது. இப்படிப்பட்ட ஆட்கள் சிக்கலானவர்கள். அவர்களுக்கென்று எப்பொழுதுமே ஒரு கருத்து இருக்கும். அவர்கள் எப்பொழுதுமே எல்லாவற்றுக்குமே எதிரானவர்கள். தமக்குத் தாமே எதிராக இருப்பதைக் கூட அவர்களால் தவிர்க்க முடியாது. அவர்களுடைய மாறுபட்ட கருத்துகளைச் சொல்லிக்கொண்டே இருப்பார்கள். அவ்வாறிருந்தால் ஒழுங்குமுறை என்னாவது? அவர்களைப் போன்றவர்களைக் கொஞ்சம் தள்ளித்தான் வைக்க வேண்டும். உண்மையைச் சொல்வதென்றால், நான் கொஞ்சம்கூடக் கோபப்படவில்லை. இந்த மாதிரிதான் நீ இருக்கிறாய். நீ எதிராகப் பிறந்திருக்கிறாய். உன்னால் அதை மாற்ற முடியாது. அப்படி ஒருவரால் உன்னை மாற்ற முடியுமென்றால், நான் எப்பொழுதோ அதைச் செய்திருப்பேன். முடியவில்லை. நீ எதிரானவன். உன்னை வைத்துக் கொண்டு நான் என்ன செய்யப் போகிறேனோ!”

வழக்கமான தொழில்ரீதியான அந்தரங்க சந்திப்புகளின் நேரத்தைத் தாண்டிக்கொண்டிருக்கிறோமே! என்னதான்

நடக்கிறது? அடுத்த ஐந்து நிமிடங்களுக்கு வேறு யாரையும் சந்திக்க ஏற்பாடாகியிருக்கவில்லையோ?

"உங்களோடு அரட்டையடித்துக்கொண்டிருப்பது நன்றாகத்தான் இருக்கிறது தலைவரே. ஆனால் இப்பொழுது______

"அப்படியா?" என்றார் தலைவர் நிதானமாக. "உன்னுடைய நேரம் மதிப்பு மிக்கது."

நானும் கூடக்கூடப் பேசிக்கொண்டிருக்கிறேன் என்பதில் நீங்கள் ரொம்பவும் உற்சாகமாகி விடவில்லை. இதற்கு முன்னால் இப்படி யாரும் அடியெடுத்துக் கொடுத்திருக்க மாட்டார்கள்.

அவருடைய வஞ்சப்புகழ்ச்சி தன்னைப் பாதிக்கவில்லை என்பதாக போருட் தோள்களைக் குலுக்கினான்.

உனக்கு இது சுவாரஸ்யமாக இருக்கிறதுதானே? இன்னொருத்தரின் நேரத்தைப் உனதாக்கிக்கொண்டு வாழ்வது? ஓர் அடிமையாக இருப்பதென்பது இப்படிஉணர்வதுதான்.

"ஆக, நாம் இந்தத் திட்டத்திற்கு உடன்படுகிறோம் இல்லையா?"

"நாம் விற்கப்போவது எதை?"

உன்னை யாருமே சீண்டிப் பார்த்ததில்லை என்று நினைக்கிறேன்.

ஆழமாய் மூச்சை இழுத்துச் சுவரின் மீதிருந்த புள்ளியையே பார்த்தார் தலைவர்.

எல்லை மீறலைக் கண்டு நீ அஞ்சுகிறாய். இது நீ போட்டிருந்த திட்டப்படி போகவில்லை.

"போர்," என்றார் அவர். "போர்."

"எந்தப் போர்?"

"அடுத்த போர்."

"அடுத்த போர் என்றால், எது?"

"அடுத்து வரப் போவது. அதுதான் நமது அடுத்த கணக்கு."

போர்த் தொழிலில் மூக்கை நுழைப்பதொன்றும் உனக்கு முதல் முறையல்ல. அங்கேதான் அதிகபட்சப் பணம் இருக்கிறது. ஆனால் ஒரு வேளை முதல்முறையாகப் படைப்பாக்க வல்லுனர்களைக்கொண்டு இதைச் செய்ய நினைக்கிறாய். ஒரு போருக்குப் பிறகு வணிக உலகிற்குப் பணம் கிடைக்கிறது. அங்கே

இதற்குப் பற்றாக்குறை, அல்லது அதற்குப் பற்றாக்குறை என்று. உண்மையில் எல்லாவற்றுக்கும் பற்றாக்குறை.

"போர் வருகிறதா, என்ன?"

"போர்," என்ற தலைவர் கூரை முகட்டைப் பார்த்தார். "அது எப்பொழுதுமே வந்துகொண்டுதான் இருக்கிறது."

"நாம் அதில் சில்லறை பார்க்கப் போகிறோம்_______"

அடக் கண்றாவியே. நாம் என்றா சொல்லிவிட்டேன்! கடந்த இந்த மூன்று மாதங்களும் அதற்கு முன்பு அனுபவித்திருந்த கொந்தளிப்பும் இல்லாதிருந்ததைப் போல்.

வெற்றிக் களிப்புடன் முறுவலித்தார் தலைவர்.

நான் ஒப்புக்கொண்டதற்குக் கையொப்பமிட்டு விட்டதைக் கேட்டதோடு நின்றுவிடாமல் நீ இப்பொழுது நிலைமையை உன் கட்டுக்குள் எடுத்துக்கொண்டுவிட்டாய். உன்னைப் பொறுத்த மட்டில் தோற்றுப் போகும் போர் என்பதே கிடையாது.

"அதேதான். போர். போர்தான் உண்மையில். எல்லாவற்றை யும் உள்ளடக்கிய பண்டமாக."

"யாருக்கும் யாருக்கும் இடையில்?"

"நம்முடைய வாடிக்கையாளருக்கும். பிறருக்கும் இடையில்."

"இருங்க. எந்த வாடிக்கையாளர் போரை விளம்பரப்படுத்தப் போகிறார்? பொதுமக்களுடைய ரசனைக்கு அது எதிரானதாக இருக்காதா? போரின் லாபங்கள் எல்லாமே வேறு மாதிரியான, கொஞ்சமும் ஆரவாரமில்லாத வழிகளில்தானே ஈட்டப்படுகின்றன?"

தலைவர் தலையாட்டினார்.

"அதேதான். பொது மக்கள் ரசனை. அதுதான் பிரச்சினை. போர் தொடங்கிவிட்டது. நாம் அதற்கு ஊக்கமளிக்க வேண்டும். கொஞ்சம் கிளர்ச்சியூட்ட வேண்டும். அதற்கொரு நேர்மறை பிம்பத்தைக் கொடுக்கவேண்டும். அதனுடைய நல்ல அம்சங்களைக் கோடிட்டுக் காட்ட வேண்டும். கொஞ்சம் ஊக்கப்படுத்தல் இல்லாமல் அதற்கு ஆதரவாய் முடிவெடுப்பதென்பது சிரமம்."

சற்று நிறுத்தினார்.

"நமக்கு ஆதரவு இருக்கிறது. நம்முடைய வாடிக்கையாளர். இதுவரை இருந்ததிலேயே மிகப்பெரிய ஒருவர்."

"அப்படிப்பட்ட ஒருவர் யாரோ!"

பிரயோஜனமில்லாத கேள்விதான். என்றாலும் முயல்வதில் தப்பில்லை.

"உனக்கே தெரியும். நான் அதைச் சொல்ல முடியாது. ஆனால் ஒன்று சொல்ல முடியும். இது வரையில்லாத மாதிரியான வேறுபட்ட கலாச்சாரக் கூட்டமைப்பு. ஆனால் உனக்கு ஏற்கெனவே தெரியும். உன்னுடைய மிகச் சிறந்த கோஷங்களுள் ஒன்றை நினைவிருக்கிறதா? அதாவது, நிராகரிக்கப்பட்ட கோஷங்களுள் ஒன்றை?"

நிராகரிக்கப்பட்டவற்றை விடு. ஏற்றுக்கொள்ளப்பட்ட வற்றைக்கூட நான் மறக்க முயன்றுகொண்டிருக்கிறேன்________

"உனக்கு இன்னொரு குறிப்பைக்கொடுக்கிறேன்."

"சொல்லுங்கள்" என்று சொல்லிவிட்டுக் காத்திருக்கவா? அல்லது எதுவும் சொல்லாமலேவா? நீ என்னதான் எதிர்பார்க்கிறாய்?

"அடுத்த போர் மதம் சார்ந்ததாய் இருக்கும். இல்லாவிட்டால் போர் என்ற ஒன்றே இருக்காது."

போணியாகாத என்னுடைய கவர்மொழி. அடுத்த பரவசம் மதம் சார்ந்தே இருக்கும். இல்லையென்றால் பரவசமே இருக்காது. இதிலிருந்து ஒரு சிறிய முன்னேற்றம். அடுத்த போர். அடுத்த பரவசம். இப்பொழுது எல்லாமே விளங்குகிறது. தற்காத்துக்கொள் இல்லாவிட்டால் எதிர்த்துப் பார் எனும் நிலைக்கு நீ என்னை இட்டு வந்திருப்பதில் ஆச்சரியம் இல்லை.

"போங்கள், இதில் புதிதாய் என்ன இருக்கிறது? எல்லா போர்களுமே மதம் சார்ந்தவைதானே?"

"ஆனால் இது சற்றே மாறுபட்டிருக்கும். நம்பிக்கை உள்ளவர்களுக்கும் நம்பிக்கை இல்லாதவர்களுக்கும் இடையில்."

"உங்களுடைய பெரும் பணக்கார வாடிக்கையாளர் யாரென்று எனக்குப் புரிந்தது போல் தோன்றுகிறது," என்றான் போருட் மெதுவாக. "ஆனால் முரண்பட்ட அக்கறைகள்கொண்ட சில முகமை அலுவலகங்களை வைத்திருப்பதற்குப் பேர் போனவரல்லவா அவர்?________"

"அதெல்லாம் பழைய கதை. காலங்கள் எப்படியிருக்கின்றன வென்றால் வேறுபாடுகளை மறந்துவிட்டு ஒன்றுபட்ட ஒரு முன்னணியை அமைப்பதுதான். நமக்கான பொதுவான இலக்குகளைக்கண்டடைவது."

இந்த விஷயத்திலும் அர்த்தம் இல்லாமல் இல்லை. போர் என்பது மக்களை வாடிக்கையாளருக்கு நெருக்கமாகக்

கொண்டு சேர்க்கிறது. ஏனென்றால் தமது நிலையாமை குறித்த விழிப்புணர்வை அது ஏற்படுத்தி விடுகிறது.

"சொல்லப் போனால், இந்தத் திட்டத்திற்கு என்று காலக்கெடு ஒன்றிருக்கிறது. ஆனால் அதைச் சமாளித்துவிடலாம். ஒரு வழியாக, எவ்வித அவசரமும் காட்டாத வாடிக்கையாளர்."

சரியான சொற்கள். நான் எப்படியாவது சரியான சொற்களைப் பிடித்தாக வேண்டும்_____

தலைவர் கண்ணடித்துக் கேட்டார், "என்ன சொல்கிறாய்?"

"உங்களுக்குப் பித்துப் பிடித்திருக்கிறது."

இவ்வளவு காலமும் அது தெரிந்தேதான் இருந்தது. ஆனால் உன்னுடைய பித்தத்திற்கு வரையறை இருக்கிறதென்று நினைத்தேன்.

தலைவர் சிரித்தார். "உங்களில் பித்துப் பிடிக்காதவன் எவனோ அவன் முதல் கல்லை எறியட்டும்."

நான் உண்மையிலேயே ஒரு கல்லை எறிந்திருக்கிறேன். என் கனவுகளில் மட்டுமே. என்றாலும்கூட அது எதையோ அர்த்தப்படுத்தியிருக்கிறது.

தலைவருக்கு எப்பொழுதுமே உண்மையான பொறுமை இருந்ததில்லை. தமது சிந்திக்கும் திறனுக்காகக் கூலி பெறும் அவருடைய படைப்பு வல்லுனர்கள் கூடத் தத்தம் அலுவலக அறைக்குள்ளிருந்துதான் சிந்திக்க வேண்டும். அவருடைய அறைக்குள்ளிருந்து அல்ல. கருத்தைப் பார்வைக்கு வை. அங்கீகரி. செயல்படுத்து. மின்னல்வேகத் தாக்குதல்.

"நீ சேர்ந்து கொள்கிறாய், இல்லையா? இதற்கான நிதி ஒதுக்கீடு வரலாற்றிலேயே இதுவரை காணாத அளவு. நான் நம் நிறுவனத்தின் வரலாற்றைச் சொல்லவில்லை. தெளிவாகச் சொல்லி விடுகிறேன்."

உரக்கச் சிரிக்க இருந்த உந்துதலைக் கட்டுப்படுத்தத் தன் நாக்கைக் கடித்துக்கொண்டான் போருட்.

இந்தத் திட்டம் கொண்டு வரப்போகும் சிக்கல்களோடு ஒப்பிட என்னுடைய இப்போதைய சிக்கல்கள் எல்லாம் பரிதாபகரமாய்ச் சிறியவை.

" இங்கே நாம் கொஞ்சம் தயார்நிலைக்கு முன்பாகவே செயல்படுகிறோம். இந்தச் சந்தர்ப்பம் ஒரு மாதிரி கவனமாயிருக்க வேண்டிய ஒன்று. நாம் ஒரு தீர்வை யோசித்தாக வேண்டும்_____"

உன் தீர்வை நீ ஏற்கெனவே யோசித்துவிட்டாய். நான்தான் தீர்வொன்றை யோசிக்க வேண்டும். உன்னைத் தடுத்து நிறுத்த.

"சந்தர்ப்பம் மிகமிகத் தெளிவாகவே இருக்கிறது. இரண்டு தீர்வுகள் இருக்கின்றன. என்னுடையது ஒன்று. தப்பான இன்னொன்று."

நான் மாட்டேனென்று சொன்னால் அது ஒரு தீர்வாகி விடாது. என்னுடைய மனசாட்சிக்குத் தவிர. ஏனென்றால் நூறாயிரம் பேர் சரியென்று சொல்ல இருக்கிறார்கள்.

"உண்மையில் ஒரே ஒரு தீர்வுதான் இருக்கிறது_____"

தலைவர் தலையாட்டினார். அவருடைய முறுவலில் நிம்மதி வெளிப்பட்டது. மிகவும் தெளிவாய் இருந்த விஷயத்தை போருட் ஒரு வழியாகப் புரிந்துகொண்டான்.

"_____உங்களுடையது. அந்தத் தப்பான தீர்வு."

தலைவர் சிரித்தபடியே தம் கைகளை அகல நீட்டினார். போருட்டை நோக்கி ஓரடி நகர்ந்தார். போருட்டுக்கு இதமாக இருக்குமென்றால் அவனைக் கட்டியணைக்கக் கூடத் தான் தயார் என்பதை உணர்த்தியபடி.

"அன்பு நண்பா. இதன் பின்னால் வரலாறு படைக்கும் மூலதனம் இருக்கிறது. மூலதனம் என்பது கட்டுப்படுத்தவியலாத மிருகம். மானை அடித்துண்பது புலியின் தவறல்லவே."

"நானுமே கூடக் கட்டுப்படுத்தவியலாத ஒரு மிருகம்தான்," என்றான் போருட்.

மேஜையின் முகப்பைக் கைநீட்டி எட்டி, அங்கே செருகப்பட்டிருந்த அரிவாளின் கைப்பிடியைப் பற்றி, வெளியே எடுத்து அதைத் தலைக்கு மேல் ஓங்கினான்.

"என்ன செய்யறே!" என்றார் தலைவர் வியப்புடன்.

"ஒரு நொடியில் பார்க்கப் போகிறீர்கள்," என்றான் போருட் அவரைப் பார்த்து முறுவலித்தவாறு.

ஒரு போரில் வெற்றி பெறுவதென்பது அசிங்கமானது என்றுணரும் காலம் கனிய இருக்கிறது. ஆனால் அது இன்னும் வந்துவிடவில்லை.

அரிவாளின் நுனியைத் தலைவரின் முழங்காலுக்குள் இறக்கினான்.

தலைவரின் கண்கள் பிதுங்கி வாய் பிளந்திருக்க அவர் போருட்டை வெறித்தார். நடப்பதை அவரால் நம்ப முடியவில்லை. அவருடைய வலியை அவருடைய வியப்பு மீறியதைப் போல்

தோன்றியது. இது—ஏதோ—தவறு—இது—நடக்கவில்லை—இது—ஏதோ—தவறு.

அவருக்கு மூச்சுத்திணறியது. "ஏன்," என்று அடித்தொண்டையில் கத்தினார்.

"போர் ஏற்கெனவே ஆரம்பித்து விட்டதென்று எடுத்துக் கொள்வோம்," தோளைக் குலுக்கியபடி சொன்னான் போருட். "போர் என்பது இப்படித்தான் இருக்கும். நீங்கள் போரில் நம்பிக்கை வைத்திருக்கிறீர்கள். எனக்கு அதில் நம்பிக்கையில்லை. இது நம்பிக்கைக்கும் நம்பிக்கையின்மைக்குமான மோதல். அனுபவியுங்கள்."

அந்த அரிவாளை இழுத்தெடுத்தான். கால்ஃப் மைதானத்தின் சீராக்கப்பட்ட புல்லின் நிறத்தையும் அந்தப் புல்லைத் தொட்டால் உண்டாகும் உணர்வையும் கொடுத்த கம்பளத்தின் மீது ரத்தம் பீய்ச்சியடித்தது.

அல்லது ஒரு வேளை சீராக்கப்பட்ட மயானம்?

தன்னுடைய குருதிக் குட்டையிலேயே சரிந்து தலைவர் வீறிட்டார்.

நான் என்ன காரியம் செய்திருக்கிறேன்? என்ன செய்து கொண்டிருக்கிறேன்? எவ்விதப் பாசாங்கும் இல்லாமல் நாங்கள் பேசிக்கொண்ட கடைசி சந்தர்ப்பத்தில் அப்பா என்னிடம் கேட்டுக்கொண்டது என்ன? நான் நெருங்கி நெருங்கி வந்துகொண்டிருக்கிறேன்.

அலறல் ஓய்ந்த பிறகு எல்லாமே ஒரு நொடி சலனமற்றிருந்தது. பிறகு கதவு தட்டப்படும் சத்தம் கேட்டது.

அந்தக் கதவின் உலோகக்கவசம் ஒலி துளைக்காதது என்பதை விடவும் தோட்டா துளைக்காததாக மட்டுமே இருக்கும் போலிருக்கிறது. அல்லது உன் அலுவலக அறைக்குள்ளும் வேவுக் கருவிகள் இருக்கின்றனவோ?

கருப்பைக்குள் இருக்கும் சிசுவைப் போல் சுருண்டு படுத்திருந்த தலைவர் போருட்டின் எதிர்வினையைப் பார்க்க அவனையே கவனித்துக் கொண்டிருந்தார்.

"உள்ளே வா," என்றான் போருட்.

அந்தரங்கச் செயலர் எட்டிப் பார்த்தாள்.

"உங்களுக்கு ஏதா________," என்று ஆரம்பித்தவள் பெருகும் குட்டையைப் பார்த்தவுடன் கையால் வாயைப் பொத்திக் கொண்டாள்.

"இப்போதைக்கு நீ தேவைப்பட மாட்டாய் என்று நினைக்கிறேன்," என்றான் போருட் மென்மையாக. "கொஞ்சம் பணத்தை விசிறியடி. துணிமணிகளின் தள்ளுபடி விற்பனை தொடங்கியிருக்கிறது. கொஞ்சம் அனுபவி. உனக்கு ஆடைகள் மேலும் தேவைப்படும். புதிய முதலாளி தன்னுடைய அந்தரங்கச் செயலரைக் கட்டாயம் கூட்டி வருவார். நீ கடும் போட்டிக்கு உன்னைத் தயார்ப்படுத்திக்கொள்ள வேண்டும்."

அந்தரங்கச் செயலரின் அகண்ட விழிகள் தன் எஜமானின் வலிச்சுளிப்பு முகத்திற்கும் தரையில் இருந்த குருதிக்கறைக்குமாய் மாறி மாறித் தாவியது. கம்பள சலவையாளர்களால் இந்தக் கறையை நீக்க முடியாதென்று அவள் யோசித்துக்கொண் டிக்கிறாள். கறையை நீக்கவெல்லாம் முடியாது. கம்பளத்தையே மாற்ற வேண்டியதுதான்_____

"புதிய எஜமானா?" என்று அவள் புலம்பினாள்.

"தொழிலில் மாற்றம் அவசியம்," என்று புன்னகைத்தான் போருட். "அப்படித்தானே தலைவரே?"

"செக்யூரிட்டி! செக்யூரிட்டி!_____" என்று முனகினார் தலைவர்.

இந்தச் சொல் உனக்குப் பொருத்தவில்லை.

"மாற்றம் செக்யூரிட்டியைக் (பாதுகாப்பு) கொண்டு வரும்," என்று துடுக்காய்ச் சொன்னாள் செயலர் உதவும் மனப்பான்மையுடன்.

தலைவர் உறுமினார். உதட்டில் வழியும் நுரைத்த எச்சிலில் குருதியின் சுவடு தெரிந்தது. வலியின் அவமானம் தாளாமல் நாக்கைக் கடித்துக் கொண்டிருக்கிறார் என்று போருட் சந்தேகித்தான். உடனே அந்த மனிதருக்காக வருத்தப்பட்டான். இந்தத் தருணத்தை லட்சக்கணக்கான சீனர்கள் நேசிப்பார்கள் என்று நினைத்தான். ஆனால் எனக்கோ இது சங்கடமாயிருக்கிறது. எனக்களிக்கப்பட்டிருக்கும் வேலைக்கு நான் தகுதியானவன் அல்ல.

"அவர் தன்னுடைய மெய்க்காவலரைக் கேட்கிறார் என்று நினைக்கிறேன்." செயலருக்கு விளக்கினான் போருட்.

"ஓஹோ," என்று உடனடியாக உணர்வுக்கு வந்தாள் அவள் கூச்சத்துடன். "அந்தப் பொத்தான். மேஜைக்கு அடியில் இருக்கும் பொத்தானை அமுக்க வேண்டும்."

"சிரமப்படாதே. நானே அமுக்குகிறேன்." ஓர் அணியில் கூட்டியைந்து விளையாடுபவனில்லை நான். விஷயங்களை

நானே பார்த்து முடிக்க நினைப்பவன். உன்னிடம் யாரும் சொல்லவில்லையா? என்னுடைய பணியாளர் கோப்பை நீ படித்துப் பார்க்கவில்லையா?

கணினித்திரையில் தோன்றிய மிகச் சமீபத்திய லாபம், பணி நீக்கம் போன்றவை பற்றிய புள்ளிவிவரங்களைப் பார்த்து முடிப்பதற்குள் மெய்க்காவலன் கதவருகில் வந்து நின்றான். தனது துப்பாக்கியை உருவியபடி வந்தவன் போருட்டைப் பார்த்தவுடன் தன்னுடைய இடுப்புப்பட்டையில் அதை செருகிக்கொண்டான்.

"போருட்" என்றான். "பார்த்து நாளாச்சு. இங்கே என்ன பண்ணிக்கொண்டிருக்கிறாய்?"

"நீயே பார்," என்றான் போருட் தலைவரைச் சுட்டிக் காட்டியபடி. தரையில் கிடந்த அவர் அந்தப் பட்டத்துக்கு இனியும் பொருத்தமானவராகத் தோன்றவில்லை. யாரால் முடியும், யாரால் முடியாது என்று இனிமேற்கொண்டு தீர்மானிக்கும் நிலையிலுள்ள மனிதரைப் போல் அவர் தோன்றவில்லை. மாறாக, பூங்காக்களில் தங்கள் நாட்களைக் கழித்தபடி, மாற்றத்தை எதிர்பார்த்துக் காத்திருக்கும் அவருடைய முன்னாள் பணியாளர்களைப் போன்றுதான் தோன்றினார். தலைவர் இன்னொரு முறை வெட்டியிழுத்துத் துடித்துப் பிறகு மூர்ச்சையாகி விட்டார். "ஆஹா" என்றான் மெய்க்காவலன். பிறகு செயலரிடம் திரும்பி, "நீ போகலாம். நான் இதைப் பார்த்துக்கொள்கிறேன். பார்வையாளர்களை அனுப்பி விடு. கதவைச் சாத்தி விடு." அவள் தலையாட்டி விட்டு விரைந்தோடினாள். அவன் போருட்டைப் பார்க்கத் திரும்பினான். "நீ ஏன் இப்பொழுதெல்லாம் இரவுநேரத் தற்காப்புக்கலை வகுப்புக்கு வருவதில்லை?"

"ஒவ்வொருமுறையும் நீ என்னைத் தோற்கடித்துத் தோற்கடித்துத் துவண்டுவிட்டேன். ஒவ்வொரு தடவையும். வாரம் மாற்றி வாரம். ஒரு மனிதன் சோர்ந்து போவான்தானே! ஆனால் இப்பொழுது அதுவல்ல முக்கியம். இதை நாம் என்ன செய்வது?"

அந்த மெய்க்காவலன் குனிந்து தலைவரின் நாடித்துடிப்பைப் பரிசோதித்தான்.

"கொஞ்சம் மயக்கமாயிருக்கிறார். வேறொன்றுமில்லை. அதிர்ச்சி. ரத்தப் பெருக்கு. வழக்கமான விஷயங்கள்தான். இதை என்ன செய்வதென்றா கேட்கிறாய்? அது ரொம்ப சுலபம். நான் எல்லாவற்றையும் யோசித்து விட்டேன். முழுக்க முழுக்க. அவருடைய துப்பாக்கியை அவர் கையில் கொடுப்போம். அது அந்த நடு இழுப்பறையில் இருக்கிறது. அதோ அங்கே சுவரில் இருக்கும் மரபுரிமைச் சின்னம் பொருத்திய அங்கியின்மீது.

ஆந்த்ரே ப்லாட்னிக்

அதுதான் அந்த தீப்பந்தமோ என்னவோ பொருந்திய அந்த அங்கி மீது அவர் சுட்டாரென்றால் தோட்டா பட்டுத் தெறிக்கும். அவர் மீதே."

போருட் புன்னகைத்தான். "நீ அப்படியொன்றும் உன் முதலாளிக்கு விசுவாசமாக இருப்பதைப் போல் தெரியவில்லையே."

"நிச்சயமாக நான் விசுவாசமானவன்தான், விசுவாசமாக இருப்பதற்குத்தான் எனக்கு சம்பளம் கொடுக்கிறார்கள். ஆனால் இதைப் போன்ற இன்னொரு சந்தர்ப்பம் அமையாது. நான் எல்லாவற்றையும் யோசித்து வைத்துவிட்டேன். முழுக்க முழுக்க. இதை நம் மீது சுமத்த வாய்ப்பேயில்லை."

"நம்? நான் இன்னும் அந்த அளவுக்குப் போகவில்லையே!"

"ஓ. சரிதான். நிச்சயமாக. நீ வீட்டிலிருந்தபடியே வேலை செய்கிறாய். அல்லது அது போன்ற ஏதோ ஒன்று. இங்கே என்ன நடக்கிறதென்று பார்க்க நீ ஒவ்வொரு நாளும் வந்து போய்க்கொண்டிருப்பதில்லை. நீ போதுமான அளவுக்கு விலகியே இருக்கிறாய். இதில் உனக்கு எந்தப் பங்கும் கிடையாதென்று நினைக்கிறாய். அது இதமாயிருக்கிறது. அப்படித்தானே?"

"நான் அவரைக் கொல்லப் போவதில்லை. நாம் கொன்றால் நாமும் அவரைப்போலவே ஆகிவிடுவோம்."

"அவர் லட்சக்கணக்கானோரைக் கொன்றிருக்கிறார். நேருக்கு நேராய் யாரையும் இல்லையென்றாலும். எல்லோரையுமே தொலைவிலிருந்துதான். நிதி அறிக்கைகளைச் சொடுக்கி. ஒருவரை நேரடியாகக் கொல்வது எவ்வளவோ மேல். நான் ஒரே ஒரு நபரைத்தான் கொல்லப்போகிறேன். சரியான நபரை. நான் அவரைப் பார்த்துக்கொள்கிறேன். அந்தப் பழியை என் மீதே போட்டுக்கொள்ளலாமென்று நினைக்கிறேன். அதன் பிறகு என்னால் நிம்மதியாகத் தூங்க முடியும்."

"ஆக, நீ எல்லாவற்றையுமே நன்றாக யோசித்துவிட்டாய் போலிருக்கிறது."

"காவல் கூண்டுக்கருகேயே சுற்றிக்கொண்டு இருப்பது தத்துவார்த்தமாக நினைத்துப் பார்க்க நிறைய நேரத்தைக் கொடுக்கிறது. அது மட்டுமல்ல. இது ஏதோ நான் புதிதாக யோசித்து வைத்ததல்ல. வளர்ந்த உலகில் மேலாண்மையாளர்கள் பல பேர் தொடர்ந்து தமது மெய்க்காப்பாளர்களால் சுட்டுத்தள்ளப்படுவதைக் கேள்விப்படுகிறேன். வேறு யாருமே அவர்களுக்கு அண்மையில் போய் விட முடியாது. இது ஒரு புதிய தினுசான புரட்சியின் தொடக்கம்."

"அப்படியான ஒன்றிலும்கூட எனக்கு எந்தப் பங்கும் வேண்டாம். அதிகாரமென்பது அதிகாரத்தைப் பிரயோகிக்காமல் இருப்பதில்தான் இருக்கிறது."

"போருட், உன்னுடைய நன்மைக்கே எதிராக நீ மிகவும் புத்திசாலியாக இருக்கிறாய். எனக்கு அதிகாரமிருந்து அதை நான் பிரயோகிக்க வேண்டாத பொழுது இதைப் பற்றி யோசிக்கிறேன்."

போருட் தோளைக் குலுக்கினான்.

"எது முக்கியமோ அது உன்னிடம் இருக்கிறது. தேர்வு. உனக்கென்று ஒரு தேர்வு இருக்கிறது. நீ தப்பான விஷயத்தைத் தேர்ந்துவிடவில்லையென்ற நிச்சயம் உனக்கு இருக்கிறதா?"

மெய்க்காப்பாளன் எரிச்சலோடு போருட்டைப் பார்த்தான்.

"நீ என்னைக்கவிழ்த்துவிட்டாய்போருட். இரவுநேர சமர்களில் உன்னை நான் எத்தனையோ முறை தோற்கடித்திருக்கிறேன். இப்பொழுது உனக்கொரு நேரம். என்னை வீழ்த்த. நீ என்ன நினைக்கிறாய்? நீயாயிருந்தால் எதைத் தேர்வு செய்வாய்?"

"நான் என்னுடையதை ஏற்கெனவே தேர்ந்துவிட்டேன். நான் கிளம்புகிறேன்."

மெய்க்காப்பாளனின் முகத்தில் ஏமாற்றம் பரவியது.

"நீ அப்படி விரும்பினால்," என்றான்.

"செயலர் எல்லோரிடமும் நடந்ததைச் சொல்லிவிடுவாள்," என்றான் போருட்.

"இல்லை. சொல்ல மாட்டாள். அவள் அந்த அளவுக்கு முட்டாளில்லை. அவள் எந்நேரமும் இங்கேயே இருக்கிறாள். அவளும் நம்முள் ஒருத்திதான். நான் சொல்லும் கதையையே அவளும் சொல்லப்போகிறாள். நீங்கள் இருவரும் சச்சரவிட்டுக் கொண்டீர்கள். ஓர் அரிவாளைக்கொண்டு உன்னை நீ தற்காத்துக்கொண்டாய். ஏனென்றால் உன்னுடைய கைரேகைகள் அதில் பதிந்திருக்கின்றன. தலைவர் உன்னைச் சுட முயன்றார். அவருடைய ரேகைகள் துப்பாக்கியில் பதிந்திருக்கும். தற்செயலாய் தோட்டா எதிலோ பட்டுத் தெறித்து அவர் தன்னைத்தானே சுட்டுக் கொள்ளும்படி ஆகிவிட்டது. நான் இங்கே வருவதற்கு முன்பாகவே எல்லாம் முடிந்துவிட்டது. அந்தப் பொத்தானை அழுத்தி நான் வந்து சேர ஒரு நிமிடத்திற்கும் குறைவான நேரமே ஆகியிருந்தது. பாராட்டத்தக்க வேகம். என்றாலும் மிகவும் தாமதப்பட்டு விட்டது. அவர் அதற்குள்ளாகவே துப்பாக்கியால் சுட்டிருக்கிறார். பிரேத பரிசோதனையில் இறந்த நேரத்தை

நொடிக் கணக்கில் துல்லியமாகச் சொல்லி விட முடியாது. ஆனால். நீ நிச்சயமாக வாக்குமூலம் தர வேண்டியிருக்கும். ஆனால் என்ன விதமான அறிக்கையென்பது இப்போது உனக்கே தெரிந்திருக்கும். தற்காப்பு. பிறகு நீ பதற்றத்தில் இங்கிருந்து ஓடி விட்டாய். அதுவும் கூடப் புரிந்துகொள்ளக் கூடிய விஷயம்தான். உன் பெயர் செய்தித்தாள்களில் வரும். ஆனால் நீ நீதிமன்றத்திற்கு வரத் தேவையிருக்காது. இதுவே சரியான விளக்கமென்று ஏற்றுக்கொள்ளப்படும். இங்கே எல்லாமே பதிவாகிறது. தொலைபேசிகள் ஒட்டுக்கேட்கப்படுகின்றன. சின்ன அசைவையும் படம் பிடித்து விடும் துல்லியமான கேமராக்கள் பொருத்தப்பட்டிருக்கின்றன. ஒவ்வொன்றையுமே. அவருடைய அலுவலக அறையைத் தவிர. இது அவருடைய அந்தரங்கத்தைக் காத்துக்கொள்ளும் உரிமை. யாரேனும் ஒருவராவது அதைக் காக்க வேண்டுமே. அப்பொழுதுதானே அவருக்கிருக்கும் சிறப்பு அந்தஸ்து தெரிய வரும்."

போருட் புன்னகைத்தான். என்னை நீ தரைவிரிப்பின்மீது வீழ்த்தும் போது இவ்வளவு கட்டங்களை முன்கூட்டியே அனுமானித்திருப்பாய் என்பது வெளிப்படவே இல்லையே.

"இங்கே ஒரு மனிதன் ரத்தம் சிந்திக்கொண்டிருக்கும் போது நமக்குத் தத்துவார்த்த உரையாடல் வேண்டியிருக்கிறது."

"சிந்தட்டும். அவன் ரத்தம் சிந்தட்டும். சிந்துவது நல்லதுதான். இது அவன் சொல்வதுதானே. அவன் நம்மோடு பேசிக்கொண்டிருந்த காலத்தில்."

"அவனைக் கொன்று விட்டால், அடுத்ததாக வரிசையில் இருப்பவர் அவனுடைய இடத்தை எடுத்துக்கொள்வார். அவர்கள் காத்துக்கொண்டிருக்கிறார்கள்."

"தமக்கு என்ன கதி நேரப்போகிறதென்று புரிந்தும் காத்துக் கொண்டிருப்பவர்கள் குறைவானவர்களே. சரி. அதை விடு. அந்த நேரம் வரும் போது அதைப் பார்த்துக்கொள்ளலாம். நாம் வாழும் இப்போதைய காலத்தில் ஒரு நேரத்துக்கு ஒரு நாள் என்றுதான் கையாள வேண்டும்."

"இங்கே பார். அவன் ரத்தம் சிந்திக்கொண்டிருக்கும் நேரத்தில் நாம் இங்கே நின்று அரட்டையடித்துக்கொண்டிருக்க முடியாது."

மெய்க்காப்பாளன் போருட்டைப்பார்த்து சதிகாரத்தனமாய்க் கண்ணடித்தான்.

"ரத்தம் கொட்டுகிறது, ரத்தம் கொட்டுகிறது! அவன் ரத்தம் சிந்தியே செத்துப் போய் விடுவானென்று பயப்படுகிறாயா?

அதை நீ விரும்பவில்லை. அப்படித்தானே? அப்படியென்றால் நான் எவ்விதமான தேர்வையும் செய்ய வேண்டியதில்லை. இந்தப் பழிக்கான, தப்பு, தப்பு, நற்செயலுக்கான காரணத்தை நீயே ஏற்றுக்கொள்."

அதென்னவோ உண்மைதான். அவனுடைய செயல்களுக்கு முற்றுப்புள்ளி வைக்க விரும்பியிருந்தால் நான் வேறெங்காவதுதான் அவனைத் தாக்கியிருக்க வேண்டும். வலியை உணர்ந்தால் அவன் மனம் மாறி விடுவானென்று நினைத்துவிட்டேன். வெகுளித்தனம், உண்மையில்.

"அவன் ரத்தம் சிந்திச் சாக வாய்ப்பில்லை. ஏனென்றால் இது மேலோட்டமான காயம்தான். உனக்கே தெரியும் என்னால் அப்படியெல்லாம் நன்றாகக் குத்தி விட முடியாது. இந்தக் கிழவன் வலிக்குப் பழக்கமில்லாதவன். அதனால்தான் அவன் மயங்கிக் கிடக்கிறான். நீதான் உன்னுடைய தேர்வைச் செய்துகொள்ள வேண்டும்."

"தேர்வுகள். விரைவான தேர்வுகள். அதுதான் உன்னுடைய பலம் போருட். சண்டையின் போது தவிர. அங்கே நீ பயப்படுகிறாய். உன்னைப் பார்த்தே. நீ என்ன செய்து விடுவாயோ என்று. அதனால் எதிராளி உன்னை என்ன செய்யப்போகிறான் என்று பார்க்கக் காத்திருக்கிறாய். ஆனால் தொழிலில் நீ வேகமானவன்."

"இனிமேற்கொண்டு இல்லை. இப்பொழுதுதான் நான் மெல்ல என்னுடைய அவசர முடிவுகளை நேர் செய்துவருகிறேன்."

மெய்க்காப்பாளன் கைகளை அகல விரித்தான்.

"அதுதான் உண்மையென்றால், நாம் முடித்துக்கொள்வோம். உன்னோடு பேசிக்கொண்டிருந்தது நன்றாகவே இருந்தது. நான் என்ன தேர்வு செய்தேன் என்பதை நீ பிறகு தெரிந்துகொள்வாய்."

போருட் அவனையே நீண்ட நேரம் பார்த்துக்கொண் டிருந்தான்.

"உன் நிலைமையை என்னால் கொஞ்சமும் அங்கீகரிக்க முடியவில்லை."

மெய்க்காப்பாளன் போருட்டின் முகத்தை வருடினான்.

"நானுமே அதைத்தான் உன்னிடம் சொல்லிக்கொண் டிருக்கிறேன். சண்டையின் போது இருப்பதைப் போல். அஞ்சுகிறாய். நீ என்ன செய்து விடுவாயோ என்று. ரொம்பவும் பலமாகத் தாக்கி விடுவோமோ என்று. நீ இப்பொழுது போய் வா போருட். தனியாகச் சமாளிப்பதுதான் எனக்குச் சுலபம்."

தலையாட்டிவிட்டு போருட் கதவை நோக்கி நகர்ந்தான்.

"போருட்?" என்றான் மெய்க்காப்பாளன்.

"சொல்லு."

"நீ இங்கிருந்தாலும் இல்லாமல் போனாலும் இது அதேதான் என்பது உனக்குத் தெரியும். சரியா? தற்காப்பு? அரிவாள் முட்டியில்? துப்பாக்கி சூடு?"

"ஒன்று மட்டும் அதே போல் இருக்காது," என்றான் போருட்.

"அது என்ன?"

"நான் இங்கிருக்க மாட்டேன்."

அவன் அறையைவிட்டு வெளியே வந்து கதவை ஓசையின்றிச் சாத்தினான்.

கொஞ்ச நேரம் நின்று துப்பாக்கி ஓசை கேட்கிறதா என்று கவனித்தான்.

இந்தக் கதவு கவசமிட்டதுதான். என்றாலும்கூட இதுபோன்ற விஷயங்கள் வெளியில் கேட்கும்தானே? கேட்காமலா போகும்?

பிறகு, திடீரென்று, அது அர்த்தமற்றதாய்ப் பட்டது. அவன் செயலரைக் கடந்து நடந்தான், அவளுக்குத் தலையசைத்தவாறே.

"இதைக் காட்டிலும் நல்ல வேலைகள் இருக்கின்றன," என்றான் அவன்.

"தெரியும்," என்றாள் அவள். "ஆனால் அவையெல்லாமே போய் விட்டன."

"இதுவுமே மாறலாம். மக்கள் வந்து கொண்டும் போய்க்கொண்டும்தான் இருப்பார்கள். எத்தனையோ விஷயங்கள் மாறலாம்."

"கேட்கவே சந்தோஷமாக இருக்கிறது," என்றாள் அவள் தீவிரமாக. "நானுமே அதற்காகத்தான் காத்திருக்கிறேன். மாற்றத்துக்கு."

கதவை நோக்கிக் கை காட்டினாள்.

"அங்கே விஷயமெல்லாம் தானாகவே சரியாகி விடுமா?" என்றாள்.

"சரியாகி விடும்." என்றான் போருட். "உன்னுடைய விருப்பத்திற்கேற்பவே என்று நம்புவோம்."

"நானுமே கூட நம்புகிறேன். அது நான் காத்துக்கொண்டிருக்கும் இன்னொரு விஷயம். இங்கிருக்கும் விஷயங்கள் என்னுடைய விருப்பத்திற்கேற்ப அமைந்து விடும் என்பது."

ஒருவரையொருவர் பார்த்துத் தலையசைத்துக் கொண்ட பின் போருட் வெளியேறினான். அவனுக்கு அவசரம் எதுவும் இல்லை. அவ்வளவு சீக்கிரத்தில் அவனை யாரும் கண்டுபிடித்து விட முடியாது. இன்னுமே நேரமிருந்தது. தான் விட்டு வந்த சுவடுகளைப்பற்றி அவன் கவனமாக இருந்தான். அவை அதிகமாக இல்லை. அதெல்லாம் இப்பொழுது அவனுக்குப் பயன்படும்.

தெருவில் காற்று பிசுபிசுப்பாக, எரிப்பது போல் இருந்தது. நியான் விளக்கு விளம்பரப்படுத்தும் மென்பானத்திற்குள் காலை வைத்ததைப் போல் உணர்ந்தான்.

8

முடங்கிய க்விக்ஸ்டெப்[1]

தெருவில் காற்று பிசுபிசுப்பாக, எரிப்பது போல் இருந்தது. நியான் விளக்கு விளம்பரப்படுத்தும் மென்பானத்திற்குள் காலை வைத்தது போல் உணர்ந்தாள். தெரு நெரிசலாக, ஒன்றோடொன்று ஒட்டிக்கொண்டு, வெள்ளப்பெருக்குப் போல் வேகம் மிகுந்து இருந்தது. அவள் மக்களைக் கவனித்தாள். அவர்கள் நீரோட்டத்தில் சிக்கிக்கொண்டிருந்தார்கள். தெருவில் பாய்ந்தோடிக் கொண்டிருந்தார்கள். ப்லெக்ஸிக்லாஸ் எனப்படும் தடிமனான நெகிழிக் கூரையின் கீழ் அமர்ந்திருந்தனர். மௌனமான கவனக்குவிப்புடன் பசிபர்கர் எனும் பதார்த்தத்தை உண்டு கொண்டிருந்தனர். ஒவ்வொரு விள்ளலும் மதிப்பு மிக்கது. இயந்திரகதியிலான தாடைகளின் லயம் இதமளிக்கிறது. உலகின் எடையை சமன் செய்யும் முயற்சி. ஓர் இயந்திரத்தின் சளைக்காத முயற்சி. மேலும் மேலும். வேகமாய். வேகவேகமாய். யார் நிற்கிறார்கள். யார் வீழ்கிறார்கள். எல்லாமே ஒன்றோடொன்று பின்னிப் பிணைந்திருக் கின்றன. எல்லாமே ஓர் ஒழுங்குக்குள் கட்டமைக்கப் பட்டிருக்கிறது. வலிமையின் குவிப்பு. நீங்கள் திரவமாகிப்போகிறீர்கள். ஏதோ ஒரு வழியைப் பின்பற்றி நீங்கள் முன்னேறுகிறீர்கள். உங்கள் வடிவத்தைப் போதுமான அளவிற்கு மாற்றிக் கொண்டால், எவ்வித இடைஞ்சலையும் நீங்கள் சமாளித்துவிடலாம்

---

1. **க்விக்ஸ்டெப்:** ஏறக்குறைய நூறாண்டுகளுக்கு முன்பாக, நியூயார்க் நகரில் கறுப்பின அமெரிக்கர்களிடம் உருவான, அரங்கத்திற்குள் குழுவாக ஆடும் நடன வகை.

தோளில் யாரோ தட்டியது அந்த ஓட்டத்திலிருந்து அவளைத் துள்ளி விலகச் செய்தது.

"இருக்க முடியாதே!" என்றாள். "நீயா? நீயா?"

"நானேதான், " என்றான் அவன்.

"ஐந்து லட்சம் பேர்தான் இருக்கக் கூடிய நகராகவே இருந்தாலும், ஏதோ ஒரு சபல நொடியில் முந்தைய இரவு உன்னோடு படுக்கையில் கழித்து விட்ட பெண்ணின் முன்னால் தவறிக்கூட எதிர்ப்படுவது அவ்வளவு மரியாதையான செயலில்லை என்பது தெரியாதா?"

அவளுடைய சபல நொடியிலா? என்ன ஒரு நாடகீயம்! அந்த நொடியை வைத்து சின்ன பட்ஜெட்டில் நூறு நாட்கள் வரும் தொலைக்காட்சித் தொடரைத் தயாரித்து விடலாம். ஒவ்வொரு அத்தியாயத்திலும் அதே விஷயம் மீண்டும் மீண்டும் நடக்கும்.

"இது ஒன்றும் தற்செயலானதில்லை," என்றான் விளாடிமிர். "மேலும், நான் _____"

இன்னும் கூட நான் சொல்ல முடியும். உண்மையில் சபலம் என்று எதையும் என்னால் நினைவுகூர முடியாது. குறைந்தபட்சம் உன்னிடம். ஆனால் அவ்வாறு நான் செய்ய மாட்டேன். என்னுடைய சபலத்தையும் மீறி நான் மரியாதையாகவே இருக்கிறேன்.

"இல்லையென்றா சொல்கிறாய்? எனக்காக வாசலுக்கு வெளியே காத்துக்கொண்டா இருந்தாய்? நான் திரும்பி வர? நகருக்குள் என்னைப் பின் தொடர்ந்து வந்தாயா?"

"உண்மை என்னவென்றால் _____"

"சொல்லு."

"உண்மை என்னவென்றால், ஆமாம்."

"எதற்காக? என் மீது காதல் வயப்பட்டு விட்டாயா?"

நீண்ட மௌனம்.

அவன் இதைப்பற்றி யோசித்துக்கொண்டிருக்கிறானோ? உண்மையில் அவனுக்கே தெரியவில்லையோ?

"இல்லை. எனக்கு வழி தெரியவில்லை."

இதேதான் அது என்று போருட் கூடச் சொல்லியிருப்பான். ஒரு முறை.

இப்பொழுது என்ன நினைத்துக்கொண்டிருக்கிறான்?

போதும், போதும் இந்த போருட் இது, போருட் அது எல்லாம். நான் ஏன் இன்னும் அவனையே நினைத்துக்கொண்டிருக்கிறேன்? துரோகி. போய் விட்டான். எனக்குள்ளிருக்கும் ஆழமான குழியில் அவனைத் தள்ளி பாறைகளாலும் நிசப்தத்தாலும் மூடி விட வேண்டும்.

அவளெதிரில் நின்றுகொண்டிருந்த அந்தப் பையனைப் பார்த்தாள். அவன் சங்கடத்தோடு புன்னகைத்துக் கொண்டிருந்தான். அவனுடைய உடுப்புப் பைகளுக்குள் ஆழமாய்க் கைகளைத் துருத்திக்கொண்டு. எவ்விதத் தீர்மானமும் இல்லாமல் குழம்பிக்கொண்டிருப்பதை வெளிக்காட்டிக் கொள்ளாமல் இருக்க முயன்று.

பகல் வெளிச்சத்தில் பார்க்க அவன் இன்னும் சிறியவனாகத் தெரிகிறான். அடக் கடவுளே!

"எந்தப் பக்கமாய்ப் போக வேண்டுமென்று எனக்குத் தெரியவில்லை. இடது, வலது என்று முயன்றேன். கடைசியில் புறப்பட்ட இடத்திற்கே வந்து சேர்வேன். அதனால் எனக்கு நானே சொல்லிக்கொண்டேன். பேசாமல் அவளைப் பின்தொடர்ந்து போ – பேசாமல் அவளைப் பின் தொடர்ந்து போவோம். உன்னைப் பார்த்தவுடன்."

அடக் கடவுளே! கடவுளே! கடவுளே! திறந்த மார்புச் சுதந்திரம்[2] மக்களை வழிநடத்துகிறது.

"அதனால் – இப்போ என்ன? எங்கே போகப் போகிறாய்? எப்படிப் போவதென்று வழி தெரிந்தால் எங்கே போவாய்?"

"நேராய் விடுதிக்குத்தான். குளிக்க. பிறகு ____________"

சற்று நீண்ட மௌனம்.

"பிறகு என்ன?"

"தெரியவில்லை. எனக்கு இங்கே யாரையுமே தெரியாது. வேறு யாரையும்____________"

அடுத்து வரப்போவதை மோனிக்கா யூகித்தாள். உன்னைத் தவிர. இனியும் இருவருக்குள்ளும் எவ்விதப் பிணைப்பு நீடிப்பதையும் அவள் விரும்பவில்லை.

---

2. 1830ஆம் ஆண்டில் நிகழ்ந்த ஃப்ரெஞ்சுப் புரட்சியை நினைவுகூரும் விதமாக யூஜீன் டெலக்ர்வா எனும் ஓவியர் வரைந்த 'சுதந்திரதேவி மக்களுக்குத் தலைமையேற்கிறாள்' எனும் புகழ்பெற்ற ஓவியத்தில் சுதந்திரதேவி திறந்த மாருடன் இருப்பதைக் குறிக்கும் பேச்சுவழக்கு.

உன் பயன் முடிந்து விட்டது. இது எவ்விதமான பந்தமுமில்லை. இது காதலில்லை. இது பழி தீர்த்தல். இன்பத்திற்கான இன்பமில்லை. இப்பொழுதே போய் விடு. போய்த் தொலை.

"இங்கே பார். எனக்கு வேலையிருக்கிறது," என்றாள் மோனிக்கா.

இது நன்றாக இருக்கிறதே. நான் வேலைக்குப் போகவில்லை. ஆனால் எனக்கு வேலையிருக்கிறது. முன்னெப்போதையும்விட மும்முரமாய் இருக்கிறேன். ஆனால். நான் உண்மையில் என்ன செய்துகொண்டிருக்கிறேன். தெருவில் இருக்கிறேன். ஏன்? போருட்டைக் கண்டுபிடிக்க முயல்கிறேனோ? அல்லது போருட்டை மனத்திலிருந்து அழிக்கவா?

விளாடிமிர் ஓரடி பின்னே நகர்ந்தான்.

"நான் வேலையாயிருக்கிறேன்" என்று யாராவது என்னிடம் சொன்னால் அதற்கு அர்த்தம்: நீ உன் அறைக்குப் போ. நீ பார்த்துத் தெரிந்துகொள்வதற்கோ, கேட்டுப் புரிந்துகொள்வதற்கோ உகந்தது அல்ல என் வேலை. நான் எப்பொழுதுமே சொன்னபடிக் கேட்பேன்.

"அப்படியென்றால், நான் உன்னோடு வரக் கூடாது, இல்லையா?" என்றான் அவன்.

"ஆமாம். வரக் கூடாது."

அவன் தலையாட்டினான்.

"ஆனால், நீ என்னோடு பாதி தூரம் வரலாம்," என்று அவள் சொன்னாள்."பாதி தூரம் என்னோடு நடந்து வா."

நான் என்ன சொல்கிறேன்! என்னோடு நடந்து வா என்றா? எதற்காக? அப்படியே இருந்தாலும் நான் எங்கே போகிறேன்?

நகர்ப் பூங்கா இருக்கும் திசையில் அவள் நடக்கத் தொடங்கினாள். சென்ற முறை நகர நிர்வாகம் அதை ஏலத்தில் விட்ட போது அவர்கள் இலக்கு வைத்த குறைந்தபட்ச கட்டணத்தை அது ஈட்டியிருக்கவில்லை. அதனால் அதனுள் போய் வருவதற்குக் கட்டணம் ஏதும் விதிக்கப்பட்டிருக்கவில்லை. அதனுள்ளே மக்கள்மொய்த்துக்கொண்டிருந்தார்கள். தமது இணையரை நடைப்பயிற்சிக்கு அழைத்து வந்திருக்கும் முதியவர்கள். குழந்தைகளைக் கூட்டி வந்திருக்கும் தாதியர். வேலையிழந்த மக்கள். இதுவரை வேலையே கிடைத்திராத மக்கள்.

"அப்படி என்ன மும்முர வேலை?"

140 ஆந்த்ரே ப்லாட்னிக்

சரிதான்: அப்படி என்ன மும்முர வேலை?

"இங்கே பார். உண்மையைச்சொல். உனக்கு இங்கே ஒரு வேலையுமில்லை. என்னை வைத்துப் பொழுது போக்கப் பார்க்கிறாயா?"

தீவிரமாய் மறுத்துத் தலையாட்டினான் விளாடிமிர்.

"எனக்கு ஒரு வேலையிருக்கிறது."

"அப்படியா! என்ன வேலை, சொல் பாப்போம்."

"என்னுடைய தாத்தாதான் இந்தப் பயணத்தை மேற்கொள்ள வைத்தார். என்னுடைய தாத்தா_____"

மோனிக்கா அவனை நிமிர்ந்து பார்த்தாள்.

"நாம் என்ன உள்நாட்டுப் போர் வரைக்குமே பின்னோக்கிப் பார்க்கப் போகிறோமா?"

உண்மையில் அப்படித்தான் போக வேண்டியிருக்கும். நான் இதைச் சரியாகப் புரிந்துகொண்டிருக்கிறேனென்றால்.

"நீ கேட்க விரும்பினாய் என்று நினைத்தேன்."

அவனுடைய உணர்வுகளை நான் காயப்படுத்தி விட்டேன். இவனை வைத்துக்கொண்டு நான் என்ன செய்கிறேன்? அவன் மிகவும் இளையவன். சிறுமிகள்தான் அவனுக்குச் சரி. பெண்கள் இல்லை. பூங்கா இருக்கைகளில் நீண்ட நேரம் பேசிக்கொண்டிருப்பது, என்ன மாதிரியான இசை உனக்குப் பிடிக்கும்? வாழ்க்கையின் அர்த்தமென்ன? நோக்கமென்ன? இப்படியான விஷயங்களை. நானோ, அனுபவரீதியாக அவனுடைய அன்னையாயிருக்கக் கூடியவள்.

"மன்னித்துக்கொள். மேலே சொல்."

விளாடிமிருக்கு வாயடைத்து விட்டதைப் போல் இருந்தது.

"சுருக்கமாய்ச் சொல்வதென்றால்," என்றான் அவன் உணர்ச்சியற்று வறண்ட குரலில். "என் தாத்தா இந்தப் பகுதியைச் சேர்ந்தவர்."

வேர்களுக்குத் திருப்புகிறான். உன்னுடைய மூலம் எங்கிருந்தென்று பார்க்க. அடிக்கடி நேர்வதுதான். எவ்வளவுக்கெவ்வளவு உலகைச் சுற்றுகிறோமோ அவ்வளவுக்கு நாம் யாரென்பதைக் குறைவாகவே தெரிந்துகொள்கிறோம். நான் யாரென்றே தெரிந்துகொள்ள முடியாத பட்சத்தில் நம்மைச் சுற்றிலும் பார்க்கிறோம், நான் யாராக இருக்கக்கூடும் என்றறிந்துகொள்ள.

என்னை மாற்று

"அவர் பிறந்த வீடு இப்பொழுது எப்படி இருக்கிறது என்று தெரிந்து கொள்ள ஆசைப்பட்டாரா? அவருடைய முகவரி இருக்கிறதா?"

"என்னிடம் முகவரி எதுவும் இல்லை. அதுமட்டுமில்லை. அவர்களுடைய வீடும் எரிந்துவிட்டது."

"எரிந்துவிட்டதா? எப்படி?"

"அது போர்க்காலம்."

"போர்க்காலமா?"

"போருக்குப் பிறகு."

"போருக்குப் பிறகா? எந்தப் போருக்கு?"

"தெரியவில்லை," என்று ஒத்துக்கொண்டான் விளாடிமிர்.

மோனிக்கா முகம் சுளித்தாள்.

"பரவாயில்லை. சொல். அப்படியொன்றும் நிறைய போர்கள் நடந்துவிடவில்லை. இருபதாண்டுகளுக்கு ஒருமுறை ஒன்று என்ற அளவில்தான் நடந்திருக்கிறது."

"எனக்குத் தெரியவில்லை. தாத்தா அதைப்பற்றி என்னிடம் பேசியதே இல்லை. அவர் பேசவும் மாட்டார்."

உண்மை என்னவென்றால், நான் அவரை எப்பொழுதுமே கேட்டதில்லை என்பதுதான். எனக்கு அதில் ஆர்வமிருந்ததில்லை. நான் கேட்க வேண்டுமென்று அவர் எதிர்பார்த்தார்.

"அவர் அதைப்பற்றிப் பேச மாட்டாரா? வேறு எதைப்பற்றித்தான் பேசினார்?"

"நான் இங்கே வருவதைப் பற்றி. இன்னமும் யாராவது அவரை நினைவில் வைத்திருக்கிறார்களா என்று பார்ப்பதைப் பற்றி."

"அப்படியா! பிறகு? நீ யாரையும் பார்த்தாயா?"

"இல்லை. இன்னும் தேட ஆரம்பிக்கவில்லை. எப்படித் தேடுவதென்றும் புரியவில்லை."

"புரியவில்லையா? அது ரொம்பச் சுலபம். ஏதாவது முதியோர் இல்லத்துக்கு வெளியே நின்றுகொள். தள்ளாடியபடி வெளியே வரும் யாரையாவது பார்த்துக் கேட்க ஆரம்பி. மன்னியுங்கள். என் தாத்தாவை உங்களுக்கு நினைவிருக்கிறதா? இல்லையா? என்ன ஒரு மானக்கேடு! நீங்கள் இப்பொழுது சாகலாம். அடுத்து? அது போகட்டும். உன் தாத்தாவின் பெயரென்ன?"

விளாடிமிர் சிரிக்கத் தொடங்கினான். "எனக்குத் தெரியாது."

"உன் தாத்தாவின் பெயர் உனக்குத் தெரியாதா?"

"அவருடைய உண்மையான பெயர் என்னவென்று தெரியாது. அவர் தன் பெயரை மாற்றிக்கொண்டார்."

"ஏன்?"

"அவர்கள் அவரைத் துரத்திக்கொண்டிருந்தார்கள் என்று சொல்லப்படுகிறது. அவரைக் கொல்ல."

"கொல்லவா? எதற்காக?"

"எனக்குத் தெரியாது. அனேகமாக அவர்கள் தப்பு என்று நினைத்ததை அவர் செய்திருப்பாராக இருக்கும்."

"தப்பா?"

ஆம். தப்பான எதையோ செய்து விடுவது சாத்தியம்தானே? உண்மையில் அப்படி இருக்கலாம்தான். இருந்த போதும்_____. ஆனால் அவள் இதற்கு நேரெதிரானவற்றைத்தான் தனது பயிற்சி வகுப்புகளில் சொல்லிக் கொடுத்திருக்கிறாள். நீங்கள் தப்பு எதையும் செய்துவிடவில்லை. எப்பொழுதுமே. நீங்கள் எல்லோருமே உன்னதமானவர்கள். மிகச் சிறந்த உழைப்பாளிகள். மிகச் சிறந்த நிறுவனம். தனிப்பட்ட வளர்ச்சிதான் முக்கியம். உங்களுடைய சுயம் முழுமையாகவும் வலிமையுடனும் இருக்க வேண்டும். இல்லாவிட்டால் தொழில் படுத்து விடும்.

"மற்றவர்கள் அப்படி நினைத்தார்களாம். அதைத்தான் அவர் என்னிடம் சொன்னார்," என்றான் விளாடிமிர்.

"ஆனால் அவர் தப்பெதுவும் செய்யவில்லையா?"

எனக்குத் தெரியாது. அது என்னவென்று கூட எனக்குத் தெரியாது. அப்படியே தெரிந்திருந்தாலும்_____ எது தவறு, எது சரி என்பதெல்லாம் எனக்குத் தெரியுமா?

"அவர் அதைப்பற்றி ஒன்றும் சொல்லவில்லை."

"அப்படியென்றால் அவர் நிம்மதியாகச் சாவார். தன்னை நினைவு வைத்திருப்பவர்களிடமிருந்து அவர் எதற்காக அங்கீகாரத்தை எதிர்பார்க்கிறார்?" என்றாள் மோனிக்கா.

"அது எனக்குத் தெரியவில்லை."

"ஓஹோ. அப்படியென்றால் அவர் ஓடி வந்துவிட்டாரா?"

விளாடிமிர் தலையாட்டினான்.

என்னை மாற்று

நாம் ஓடிப் போவதில்லை.

பொறு. பொறு.

நீ என்ன செய்தாய்?

"இதற்காக வெட்கப்படாதே," என்றாள் மோனிக்கா. "விஷயம் தப்பாகி விடும் போது________"

என்ன ஒரு நல்ல சொற்றொடர். விஷயம் தப்பாகி விடும் போது. இதை நான் நினைவு வைத்துக்கொள்ள வேண்டும். நீ தப்பு செய்தாய் என்பது அல்ல. உன் முதலாளி நீ தவறு செய்து விட்டாய் என்று நினைப்பது அல்ல. விஷயம் தப்பாகிவிட்டது. பொறுப்பைத் தட்டிக்கழிப்பது.

"________எத்தனையோ பேர் ஓடி விடுகிறார்கள். மேற்கிலும் சரி, கிழக்கிலும் சரி. ட்ராட்ஸ்கி ஓடி விட்டார். தலாய் லாமா கூட ஓடி விட்டார்."

"ஹிட்லர் ஓடி விடவில்லையே!" என்றான் விளாடிமிர்.

"ஹிட்லர் சமர்த்தன். தனக்கு ஓட இடமில்லையென்று அவனுக்குத் தெரிந்திருந்தது," என்றாள் மோனிக்கா.

ஹிட்லர் ஓடி விடவில்லை. தாத்தாவின் வீட்டில் கூடும் மனிதர்கள் அதைத்தான் அடிக்கடி கூறுவார்கள். ஹிட்லர் ஓடி விடவில்லை. பிறகு அவர்கள் அதைப்பற்றி விவாதிப்பார்கள். அவன் ஓடினான். ஆனால் அவனுக்கு ஓட இடமில்லை. இல்லை. அவன் ஓடவில்லை. ஆனால் தன் முடிவைத் தீர்மானிக்க நினைக்கும் வீரனுக்கு அதுதான் மிகப்பெரிய வெற்றி. பிறகு யாரேனும் ஒரு துப்பாக்கியை எடுத்துச்சொல்லலாம்: நீ தேர்ந்தெடுத்துக் கொள். பிறகு அவர்கள் மௌனமாகி விடுவார்கள். அப்புறமாய் அந்தக் கண்றாவி இசைத்தட்டுகளைச் சுழல விடுவார் தாத்தா.

"அப்படியென்றால் அவன் இருக்க விரும்பவில்லை என்று நினைக்கிறாயா? அவனால் ஓடியிருக்க முடியாதென்று? நீதானே சொன்னாய், நிறையப் பேர் ஓடியிருக்கிறார்களென்று?" என்று கேட்டான் விளாடிமிர்.

"அவன் இரண்டு விதமான மனநிலையில் இருந்ததாய்ச் சொல்கிறார்கள். நஞ்சா? கயிறா? அல்லது தோட்டாவா? என்று அவன் தேர்ந்துகொண்டதாய். பெண்களுக்கும் குழந்தைகளுக்கும் நஞ்சு வைப்பது. தன் தலையைத் தோட்டாவால் துளைப்பது. அதுதான் ஒரு வீரனுக்கு அழகு," என்றாள் மோனிக்கா.

உன்னால் சரி செய்ய முடியாத பிழையைச் செய்து விட்டால், அதற்கான விளைவுகளுக்கு நீயேதான் பொறுப்பெடுக்க வேண்டும்.

இல்லை.

அவன் ஓடியிருந்தால் கூடப் பரவாயில்லை. அந்தக் குழந்தைகள் உயிர் வாழ்ந்திருப்பார்கள்.

குழந்தைகள். பாலர்பள்ளியை மறந்துவிடக் கூடாது. இதெல்லாம் எனக்குப் பழக்கமில்லை. மறந்து கூடப் போகலாம்.

“ஓடி விடுவது தப்பென்று நீ நினைக்கிறாயா? எல்லாமே நாசமாய்ப் போகின்ற போது?” என்றான் விளாடிமிர்.

மோனிக்கா தரையை வெறித்தாள்.

“அப்படி என்ன பாழாகிப் போனது?” என்றாள் மென்மையாக.

“அவர் நிறைய தீங்கு பண்ணியிருக்கிறார். இல்லையா?” என்றான் விளாடிமிர் குழப்பத்துடன்.

பெரும் தீங்கா?

பிறகு சுதாரித்துக்கொண்டாள்.

“ஓ. நீ ஹிட்லரைப்பற்றிக் கேட்கிறாயோ?”

“வேறு யாரைப்பற்றி?”

நான் யாரைப்பற்றி நினைத்துக்கொண்டிருந்தேனென்று இவனிடம் சொல்லத்தான் வேண்டுமா? என் மனத்தில் என்ன தோன்றியது என்பதைப் பற்றி?

இவனிடம் அப்படிப்பட்ட சமாச்சாரங்களையெல்லாம் நான் சொல்லி விட முடியாது. இவனை எனக்கு இன்னாரென்று கூடத் தெரியாது. அதைத் தவிர________

உடலுறவைத் தவிர.

ஆனால் நான் யாரிடம் சொல்ல முடியும்?

எனக்கு யாரையும் தெரியுமா. என்ன? அதாவது நெருக்கமாக. இவனைக்கூடத் தெரியாது. ஏன். போருட்டையே தெரியாது.

அவனுமே செய்யக் கூடாத எதையோ செய்துவிட்டுத்தான் ஓட்டியிருக்கிறானா?

நிறுத்திக்கொள். நிறுத்திக்கொள்.

ஆனால் அதற்கு வாய்ப்பிருக்கிறது. நீயே பார்க்க முடியும். நீதான் தப்பு செய்துவிட்டாய். உண்மையில் அவன் வேறானாவன். அவனை உனக்குத் தெரியாது.

“உனக்கு அவனைத் தெரியாது.” என்றாள் மோனிக்கா.

விளாடிமிர் சிரித்தான்.

"நிச்சயமாக எனக்குத் தெரியாதுதான். இங்கே ஒருவரையும் தெரியாதுதான். ஒரே ஒருவரைத் தவிர_____."

மோனிக்கா கையை நீட்டினாள்.

நிறுத்து அவன் பேச்சை. அவனைத் தொடாமலே அவன் வாயை மூடு.

"பேசாதே." என்றாள்.

நெருக்கம் கூடாது. இனியெப்போதுமே. தேவைக்கதிகமாகவே நெருக்கம் இருந்துவிட்டது.

விளாடிமிர் பின்னே நகர்ந்தான்.

நான் அவனைத் தொடுவதை அவன் விரும்பவில்லை. சங்கடப்படுகிறான்.

நல்லதுதான்.

"நான் பேசவில்லை உனக்கு_____" என்றான் விளாடிமிர்.

"உனக்கு_____என்ன?"

அவன் தோள்களைக் குலுக்கிக்கொண்டான்.

"நீ பேசலாம். அப்போ, உனக்கு எங்கள் மொழி தெரியும்தானே?" என்று கேட்டாள் மோனிக்கா.

விளாடிமிர் தயங்கினான்.

"கொஞ்சம்தான் தெரியும். ரொம்பக் கொஞ்சம்" என்றான்.

"அப்படியென்றால் நாம் ஏன் உலகமொழியில் பேசிக்கொண் டிருக்கிறோம்? பேசு. உன் மொழியில் ஏதாவது சொல்," என்றாள் மோனிக்கா.

தொண்டையைச் செருமி தன்னைத் தயார்ப்படுத்திக் கொண்டான் விளாடிமிர்.

"உங்களுக்கு இனிய நாள் வாழ்த்துகள். என்னுடைய பாட்டியும் தாத்தாவும் இந்தப் பகுதியிலிருந்து வந்தவர்கள். நீ நலமாய் இருக்கிறாயென்று நம்புகிறேன்."

மோனிக்கா உற்சாகமாய்க் கை தட்டினாள்.

"அபாரம். ஆனால் அது . . . கொஞ்சம் புராதனமாய் இருக்கிறது. உன்னுடைய சொல்லழுத்தம்! ஏதோ ஆழ்உறைப்பெட்டகத்தில் பல பத்தாண்டுகளாய் சேமித்து வைக்கப்பட்டிருந்ததைப் போல். உன்னுடைய பாவனைகள்

அந்த மொழிக்கு ஒரு விதத்திலும் ஒத்துப்போகவில்லை. ஏதோ ஒரு மடாலயத்தில் வளர்க்கப்பட்டவன் போல் தெரிகிறாய்."

உண்மையில் அப்படித்தான். ஆனால் இப்போதைக்கு அதற்குள் போக வேண்டாம். அல்லது எப்போதுமே. உண்மையாக.

"நன்றி." என்றான் அவன்.

அந்தப் பாட்டு ஒன்று இருக்குமே, நன்றி சொல்லத் தேவையில்லை என்பது பற்றி? நீங்கள் நண்பர்களாயிருந்தால்? நீங்கள் காதலர்களாயிருந்தால்? ஒன்றாகப் படுத்து உறங்கியவர்களா யிருந்தால்?

அவள் அவனுடைய நன்றியை அடக்கமாக ஏற்றுக் கொண்டாள்.

மரியாதை நிமித்தமான பரிமாறல்கள். உறவைச் சம்பிரதாயமானதாக்க. அது பாதுகாப்பானது.

"உன்னை ஒன்று கேட்கலாமா?" என்றான் விளாடிமிர்.

"கேள்."

"நேற்றிரவு உனக்கு எப்படியிருந்தது?"

மோனிக்கா புன்னகைத்தாள். "உனக்கு ஆலோசனை ஏதும் வேண்டுமா?"

நான் இலவச ஆலோசனை தருகிறேனா! நடந்து களைத்து விட்டேன்போல. யாரோடோ படுத்தெழுந்தாய். அதுவரை சரி. அதைப் புரிந்துகொள்ள முடிகிறது. எத்தனையோ பேர் அதைச் செய்கிறார்கள். அவர்களுக்குப் பரிச்சயமில்லாத, அதற்கென்னவோ சொல்கிறார்களே, என்ன அது, ம்ம்ம், எந்த உறவிலும் இல்லாத. ஆக இவ்வளவு தூரம் வந்துவிட்டோம். ஆனால் இலவச ஆலோசனை வழங்குவதென்பது?

விளாடிமிர் தலையாட்டினான்.

அவனையே பார்த்தாள். நகைச்சுவையாய் சொல்கிறானா. இந்தப் பயல் உண்மையில் ஏதோ தொலைக்காட்சித் தொடரிலிருந்து நேரடியாய் வந்தவன் போல் இருக்கிறான்.

"அது வந்து_____ நன்றாகவே இருந்தது. ஆனால் அதை நீ செய்யும் போது, அதில் மட்டுமே உன் மனம் குவிந்திருக்க வேண்டும். ஆனால் உன் மனத்தில் ஒவ்வொரு விஷயமும் ஓடிக்கொண்டிருக்கிறது. ஏதோ இந்த உலகையே வகை பிரிப்பதைப் போல். அது நல்ல செயல்தான். ஆனால் அந்த நேரத்துக்கானது அல்ல. அந்த நொடியில் நீ உன்னைப்பற்றி மட்டுமே சிந்திக்க வேண்டும்," என்றாள் அவள்.

அதைவிடவும், என்னை. ஆனால் நீயோ எல்லா வகையான விஷயங்களையும் யோசித்துக்கொண்டிருந்தாய். நான் உன்னைப் பார்த்தேன். அதை என்னால் உணர முடிந்தது. ஆனால் வருத்தப்படாதே. அது நன்றாகவே இருந்தது.

விளாடிமிர் தலையாட்டினான்.

"அதைத்தான் நான் செய்யக் கற்றுக்கொள்ள வேண்டும். அதற்காகத்தான் நான் இங்கே வந்தேன்."

"உன்னைப்பற்றி நினைக்கவா?" என்றாள் மோனிக்கா.

"என்னைப்பற்றி நினைக்கக் கற்றுக்கொள்ள."

"அது நல்ல நோக்கம்தான். இதற்கு முன்பாக வேறு யாரைப்பற்றி நினைத்துக்கொண்டிருந்தாய்? இங்கே வருவதற்கு முன்பாக?"

தேவையற்ற விஷயங்கள். அதுதான், அந்த அவசர முத்தமும், என் பள்ளித்தோழியின் அகண்ட, மிரண்ட விழிகளையும்_____

"நான் யாரையும் ஆட்கொள்ள வேண்டும் என்றெல்லாம் நினைக்கவில்லை. அல்லது அப்படித்தான் எனக்கு சொல்லித் தரப்பட்டிருக்கிறது," என்றான் விளாடிமிர்.

"உன் தாத்தாவா?"

"இல்லை. கடவுள்."

"கடவுளா? நீ ஒன்றும் மதகுரு இல்லையே_____" அவர்கள்தான் கடவுளைப்பற்றியே நினைத்துக்கொண்டிருக்க ஊதியம் பெறுகிறார்கள். இல்லாவிட்டால் அது வேறு எப்படி_____

உண்மையாக, நான் எப்பொழுதுமே அதைப்பற்றிப் பேச விரும்பவில்லை.

"நான் ஒரு மதகுருவாக ஆகியிருக்க வேண்டியவன், நிஜமாகவே."

"பிறகு_____எப்படி நீ ஆகாமல்விட்டாய்?" என்றுகேட்டாள் மோனிக்கா.

நீயே உன் கண்ணால் பார்த்துக்கொள்.

"நான் நம்பிக்கையற்றவனாக இருந்தேன். அதுதான் காரணமாக இருக்குமென்று நினைக்கிறேன்," என்றான் அவன்.

அவள் சிரிக்கத்தொடங்கினாள்.

“நீ ஒருவேளை மிகவும் சின்னவனாக இருக்கலாம், கடவுளை நம்புவதற்கு. ஒருவேளை கடவுள் உன்னிடம் தன்னை வெளிப்படுத்திக் கொள்ள நீ இன்னும் கொஞ்ச காலம் காத்திருக்க வேண்டி வரலாம்.”

“நாம் கடவுளுக்காகக் காத்திருப்பதில்லை. அவன்தான் நமக்காகக் காத்திருக்கிறான்,” என்றான் விளாடிமிர்.

மோனிக்கா முகம் சுளித்தாள்.

“அவன். அது எப்பொழுதுமே அவன் ஆக இருப்பதுதான் எனக்கு உறுத்தலாக இருக்கிறது. அதுவே அவள் என்றிருந்தால் எனக்கு நெருக்கமாக உணர்வேன். அவள் சொல்வதைக் கேட்கக் கூடக் கேட்பேன்.”

மதப் பெண்ணியம்? அதைத்தானே இந்தச் சந்தை விரும்புகிறது?__________

விளாடிமிர் புன்னகைத்தான்.

“அவர்கள் எங்களுக்குச் சொல்லிக்கொடுத்த அடிப்படையான விஷயங்களில் அதுவும் ஒன்று.”

“எது. அது ஓர் அவன் என்றா?” என்றாள் மோனிக்கா.

“இல்லை. மக்கள் நம்பிக்கையற்று இருக்கவென்று எல்லா வித காரணங்களையும் சொல்வார்கள். அது நிகழும் வரை.”

என்னவொரு வசதியான விளக்கம். விஷயங்கள் நிகழ்கின்றன. நாம் அவற்றைப் பேசாமல் ஏற்றுக்கொள்கிறோம். குடும்ப வைன் சேகரத்தை கொட்டிக் கவிழ்த்துவிடாமல். நாம் சந்திக்கும் முதல் நபரோடு படுத்து எழுந்திராமல். பிறகு அதே நபரோடு பூங்காவில் நடந்துகொண்டிருக்காமல். ஏற்றுக்கொள்தல். ஒரு மிகப் பெரும் சக்தி. சக்திகளிலேயே ஆகப் பெரியது.

அவள் திடீரென நின்றாள்.

“இரு. இந்தப் பெஞ்ச்__________”

நான் இந்தப் பெஞ்சில் வழக்கமாய் உட்கார்ந்திருப்பேன். பல ஆண்டுகளுக்கு முன்பாக. பூங்காவுக்கு வர நேரம் கிடைத்த அந்தக் காலத்தில். இங்கே உட்கார்ந்து என்னுடைய அந்நாள் காதலனுக்கும் போருட்டுக்கும் இருக்கும் ஒற்றுமைகள் குறித்து யோசித்துக்கொண்டிருப்பேன். அவர்களுக்குள் இருக்கும் வேற்றுமைகள் பற்றியும். அன்று என் நினைவில் பதிந்திருந்ததைப் போலவே இந்தப் பெஞ்ச் இன்னமும் இருக்கிறது. அதே போல். நானும் அதை நன்றாக நினைவில் வைத்திருக்கிறேன்.

ஆனால் அவர்களுக்குள் இருந்த ஒற்றுமைகளை நினைவுக்குக் கொண்டுவர முடியவில்லை. அல்லது வேற்றுமைகளை. ஏன், என் காதலனைக்கூட. போருட்டை மட்டும்தான் நினைவுக்குக்கொண்டு வர முடிகிறது.

"கொஞ்ச நேரம் இங்கே உட்காருவோமே, தயவுசெய்து. எனக்கு_____ எனக்குக் கொஞ்சம் ஓய்வு வேண்டும்போல் இருக்கிறது."

விளாடிமிர் சுற்றும் முற்றும் பார்த்தான்.

"என்ன பார்க்கிறாய்? ஏதாவது சங்கடமா? போய்க்கொண்டே இருக்க விரும்புகிறாயா?"

"இல்லை. சும்மாதான்_____. அது எப்படி ஒரு சில மரங்கள் பளிச்சென்று பச்சையாகவும் மிச்சமிருப்பவையெல்லாம் ஒரு மாதிரி_____ கந்தலாகவும் இருக்கின்றன?"

மோனிக்கா சிரித்தாள்.

கந்தலாக! இந்தப் பயல் உண்மையிலேயே வேடிக்கை யானவன்தான்.

"அது ஒன்றுமில்லை. ஒரு சில மரங்கள் இயற்கையானவை. மிச்சமுள்ளவையெல்லாம் செயற்கை."

"செயற்கையா? கந்தலானவையெல்லாம் செயற்கையா?"

"இல்லை. கந்தலாகத்தெரிபவைதான் இயற்கையானவை."

காதல்கூட இப்படித்தான், இல்லையா? இயற்கையான காதல் வளர்கிறது. அதற்கேயுண்டான திசை நோக்கி செழிக்கிறது. பிறகு உதிர்ந்தும் போகிறது. செயற்கையான காதல் எப்பொழுதுமே பசுமையாகத் தோன்றுகிறது.

இந்த ஒப்புமையை அவள் ரசிக்கவில்லை.

மலிவானது. போருட் இதை மலிவானதென்று சொல்வான்.

அவள் அமர்ந்தாள். அவனையும் அமரச் சொல்லி சைகை செய்தபடியே. கையைச் சற்று அகட்டி வைத்துக்கொண்டாள். அவன் நெருக்கமாக உட்கார்ந்து விடாதபடிக்கு. அவன் நெருங்கவில்லை. பெஞ்சின் மூலையில் மரங்களைப் பார்த்துக் கொண்டே அமர்ந்தான்.

பிறகு அவளை நோக்கித் திரும்பினான்.

"இப்பொழுது நாம் என்ன செய்யப்போகிறோம்?"

நாம் முத்தமிடப்போகிறோம் என்று அவன் நினைத்துக் கொள்ளவில்லையே, உண்மையில்?

“ஏதாவது சாப்பிடலாமா? எனக்குப் பசிக்கிறது.”

விளாடிமிர் தலையாட்டினான்.

தன்னுடைய தொடர்புச்சாதனத்தை எடுத்து இருவருக்கான கலவை மெக்ஸிகன் உணவைக்கொண்டுவரப் பணித்தாள். ஏழு நிமிடங்களில் அது வந்து சேருமென்று திரை பளிச்சிட்டதற்கு அப்புறம்தான் வழக்கமாய் கவனத்தோடு மேற்கொள்ளும் உணவுக்கட்டுப்பாட்டு அம்சங்களைக் குறிப்பிடாமல் விட்டுவிட்டது அவளுக்கு உறைத்தது.

“இரு. நீ புலால் சாப்பிடுவாயா?”

“நிச்சயமாய். நான் புலால் சாப்பிடுபவன்தான்,” என்றான் விளாடிமிர் ஆச்சர்யமாக.

“மரக்கறி?”

“ஆம். புலாலோடு மரக்கறியும்தான். சந்தேகமே வேண்டாம்.”

மோனிக்கா சிரித்தாள். இ எண்கள், கொழுப்புச் சத்து, உளஊக்கிகள், பதப்பொருட்கள் போன்றவற்றைப் பற்றியெல்லாம் அவனிடம் கேட்க மாட்டேன். அவனைப் பொறுத்த அளவில் அவையெல்லாம் இப்போதைக்கு மிகச் சிக்கலான விஷயங்கள்.

சங்கடத்தோடு பெஞ்சின் கடைக்கோடிக்கு நகர்ந்தான் விளாடிமிர். “எல்லாம் சரியாய் இருக்கிறதுதானே?” என்றான்.

“எல்லாமே சரியாகத்தான் இருக்கிறது.” என்றாள் அவள் புன்னகையுடன். “அதுதான். அது வருகிறது. நான் சாப்பாட்டைச் சொன்னேன்.”

வெப்பம் காக்கும் பையைச் சுமந்துகொண்டு அவர்களை நோக்கி ஓடி வந்த பையனின் கணிப்பொறி முனையத்தில் வழக்கமாய்க் கொடுப்பதைக் காட்டிலும் மிகக் கூடுதலான இனாம் தொகையை மோனிக்கா தட்டச்சு செய்தாள்.

“சில்லறையை நீயே வைத்துக்கொள். காஃபி சாப்பிட,” என்று பழக்க தோஷத்தில் சொல்லிவிட்டாள்.

அந்தப் பையன் சிரித்தான்.

“காஃபி எதற்கு! என்னால் முடிந்த அளவுக்கு நான் சேமித்துக் கொண்டிருக்கிறேன். மெக்ஸிகோவுக்குப் போய் வர.”

“அந்தளவுக்கு அதை நீ நேசிக்கிறாயா? இங்கேயே உனக்கு நல்ல வேலை இருக்கிறதே.”

“எனக்குத் தெரியவில்லை. நான் அங்கே போனதேயில்லை. ஆனால் பணியாளர்கள் முறையான கல்வியைப் பெற்றிருக்க

வேண்டும் என்று மனிதவளத் துறை சொல்கிறது. இதுவரை மெக்ஸிகோவுக்குப் போகாதவர்கள் ஒரு வருடத்துக்குள் போயாக வேண்டும். அதாவது, நிறுவனத்தை விட்டுப் போயாக வேண்டும். எனக்கு மெக்ஸிகன் உணவைக்கொண்டு தருவது பிடித்திருக்கிறது. அது கனம் அதிகமில்லாமல் இருக்கிறது. சீன உணவு ரொம்பவும் கனமானது."

இவர்கள் என்னுடைய வாடிக்கையாளர்களுள் ஒருவராக இருப்பார்களோ? இது கொஞ்சம் வேடிக்கையாகத்தான் இருக்கிறது. ஆனால் இதில் சரியான தர்க்கம் இல்லாமல் இல்லை. கலாச்சார அம்சங்களையும்தான் நாம் உணவோடு சேர்த்து உண்கிறோம். மெக்ஸிகன் உணவை விற்பவர்கள் அகண்ட விளிம்புத் தொப்பியணிந்து பெரிய மீசை வைத்து கொஞ்சம் ஸ்பேங்லிஷ் கற்றுக்கொண்டு, மெக்ஸிகன் நடன அசைவுகளையும் கொஞ்சம் போலாவது தெரிந்து வைத்துக்கொண்டு ஓர் ஒருங்கிணைந்த சேவையைக் கொடுப்பது நியாயம்தான்.

"உன் பயணம் இனிதாக அமையட்டும்," என்றாள் அவள். அதற்குள்ளாகவே விளாடிமிர் தனக்கான உணவுப் பொட்டலத்தை அவிழ்த்து சாப்பிடத் தொடங்கியிருந்தான். பசி. அவனுடைய வாயோரத்திலிருந்து பச்சை நிறத்திரவம் வழிந்துகொண்டிருந்தது. சங்கடத்தோடு புறங்கையால் அதைத் துடைத்தான். பிறகே விளம்பரங்கள் அச்சிட்டிருக்கும் காகிதக் குட்டைகளைத் துழாவி எடுத்து வாய்க்கருகே கொண்டு சென்றான். *நான் அதைப் பார்ப்பதை அவனும் கவனித்துவிட்டான்.*

"நான் பயணம் போனாலே அது இனிமைதான். மீண்டும் பார்ப்போம்," என்று சந்தோஷமாகச் சொல்லிவிட்டு அந்தப் பையன் விரைந்தான். பிறகு ஞானோதயம் வந்தது போல் புல்தரையின் மையத்தில் நின்று அவர்கள் இருந்த பக்கம் பார்த்துக் கூவினான்:

"நன்றி! கிரேசியாஸ்!" மோனிக்கா கையசைத்து அவனுக்கு விடை கொடுத்தாள். *இப்படி ஒழுங்கில்லாத முறையில் மனித உறவுகள் பற்றி இவர்களுக்கு யார்தான் வகுப்பெடுத்திருப்பார்கள்?* காகிதக்குட்டையொன்றை எடுத்து உடுப்புப் பைகளுக்குள் செருகிக்கொண்டாள். *என்னுடைய பயிற்சி முறையை இவர்களுக்கு வழங்க முயல வேண்டும்.*

அந்த எண்ணமே சற்று விசித்திரமாகத் தோன்றியது.

நான் இன்னும் தொழிலில் இருக்கிறேனா? நேரம் என்ன ஆச்சு?

பேராசையோடு, அவசர அவசரமாய் வாயை ஓய விடாமல் அவர்கள் புசித்தார்கள். அவர்களுடைய விரலிடுக்குகளில் இருந்து

உணவுத் துணுக்குகள் நழுவித் தரையில் சிந்தின. பறவைகள் அவற்றைச் சுற்றி வட்டமிட்டன. பிறகு அவர்கள் காலடிக்கு அருகில் வரத் துணிந்தன. மீந்தவற்றைக் கொத்தித் தின்ன.

அவை பசித்திருக்கின்றன. அவை செயற்கையானவையாக இருந்திருந்தால், அவற்றுக்குப் பசித்திருக்காது.

நடைபாதையில் பதின்பருவப் பெண் கும்பல் ஒன்று வந்துகொண்டிருந்தது. அவர்களுடைய கொலுசும், குத்தியிருந்த அணிகலன்களும் கிணுங்கிக்கொண்டிருக்க, இளித்துக்கொண்டும் அவர்களுக்குள்ளாகவே எதையோ கிசுகிசுத்துக்கொண்டும் விளாடிமிரை நோட்டம் விட்டபடியும் அவர்கள் வந்தார்கள். இருவரையும் நெருங்கும் போது, அந்தப் பெண்களின் வேகம் மட்டுப்பட்டது.

அவர்களுக்கு ஏதாவது செய்யத் துறுதுறுக்கிறது. ஆனால் என்ன செய்வதென்று புரியவில்லை.

அவர்களுள் ஒருத்தி மோனிக்காவும் விளாடிமிரும் பார்த்துக்கொண்டிருக்க, வரிசையிலிருந்து விலகித் தன் உடலை நெளித்தாள். முன்னாள் நாட்டு அதிபரொருவர்[3] தான் தீக்குளிக்கு முன் வரைந்திருந்த மண்டலத்தை அந்தப் பெண் தன் தொப்புளைச் சுற்றிலும் பச்சை குத்தியிருந்தாள்.

“ஹலோ, எப்பிடிப்பா இருக்க?” என்றாள் அவள்.

ஏதோ மின்சாரக்கம்பியைக் காலில் மிதித்து விட்டதைப் போல் விளாடிமிர் விதிர்விதிர்த்தான்.

ஏய். பதறாதே. நீ யாரென்று தெரிந்து அவர்கள் உன்னைக் குறி வைக்கவில்லை. அவர்கள் பேசும் மொழி மெக்ஸிகன் தொலைக்காட்சித் தொடர்களில் ஒலிக்கும் மொழி. அவர்களுடைய தாய்மொழியில் ஒரு பையனை அணுகுவதெப்படியென்று அவர்களுக்குத் தெரியாது.

“நாம் இதற்கு முன் சந்தித்திருக்கிறோமா?” என்று ஸ்பானிய மொழியில் கேட்டான் விளாடிமிர். உண்மையிலேயே அந்தப் பெண்ணுக்குப் புரியவில்லை.

“யாரோ அந்நியன்,” என்று தோளைத் திருப்பித் தன் படையிடம் சொன்னாள். அவர்கள் ஆர்வத்தோடு கிறீச்சிட்டார்கள்.

அவள் தொடர்ந்து உலகமொழிக்குத் தாவினாள்:

---

3. தன் இறுதிக் காலத்தில் கீழை நாட்டு ஞான மார்க்கங்களின் தாக்கத்திலிருந்த யூகோஸ்லேவியாவின் முன்னாள் அதிபர் ஜேனஸ் ட்ரோநொவ்ஸெக். ஆனால் இவர் புற்றுநோயால் மரித்தார். தீக்குளித்து அல்ல. (தகவல் - ஆந்த்ரே ப்லாட்னிக்)

"அந்த அத்தைக்காரியோடு ஏன் சுற்றிக்கொண்டிருக்கிறாய்? உனக்கு அம்மா வேண்டுமா?"

குழப்பத்தோடு அவன் மோனிக்கா பக்கம் பார்த்தான். ஆர்வம் இல்லாதவள் போல் பாசாங்கு செய்து உணவுக் குப்பையைத் திரட்டியபடி, "அவள் உன்னைக் கேட்கிறாள்," என்றாள்.

அவன் எதுவுமே சொல்லவில்லை.

எந்த மொழியில் பேசுவது என்று யோசிக்கிறான். அவனுடைய மொழியிலா? அவர்களுடைய மொழியிலா? இல்லை இரண்டுக்கும் பொதுவானதிலா?

"எங்களுக்குத் தெரிந்த கேளிக்கைக்கான நல்ல இடமொன்று இந்தப் பூங்காவில் இருக்கிறது. உனக்கு வர விருப்பமா?"

இவர்கள் என்ன செய்யப்போகிறார்கள்? கஞ்சா புகைப்பார்களோ? அல்லது வீடியோ விளையாட்டுகளோ?

இல்லாவிட்டால், புதிய போதை மருந்துகள்? இல்லையென்றால்_____

எதுவாயிருந்தால் என்ன! இந்தச் சமாச்சாரங்கள் எதுவும் நமக்கு ஒத்து வராது.

அவன் மீண்டும் என்னைப் பார்க்கிறான்.

ஒரு குழந்தையைப் போல். எனக்கு ஏற்கெனவே வீட்டில் இரண்டு இருக்கின்றன. இல்லையில்லை. பாலர்பள்ளியில். இந்த நொடியில்.

அந்தப் பெண்ணைப் பார்த்து மோனிக்கா முறுவலித்தாள். "நீங்கள் அவனைக் கூட்டிச் செல்லலாம். எனக்கு அவனிடம் பேச வேண்டியது எதுவுமில்லை. என்னைக் காட்டிலும் உங்களுக்கு அவன் அதிகம் தேவைப்படுகிறான். எப்பொழுது பார்த்தாலும் தனியாகவே இருந்து கொண்டு. இல்லையா பரிதாபத்துக்குரிய பெண்ணே? அம்மாவும் அப்பாவும் நாள் பூராவும் வீட்டிலில்லை. உனக்கென்று கொஞ்சம் பணத்தைக் கொடுத்து விடுகிறார்கள். அப்படித்தானே? சரியா?"

"ஏ பாட்டிமா! நீ அசத்தற," என்றாள் அந்தப் பெண் எகத்தாளமாக. "உன்னுடைய ரத்த நாளங்களைப் பத்திரமாகப் பார்த்துக் கொள். அடைப்பு வந்துடப் போகுது."

"உன்னைப் பார்த்தால்தான் ஒட்டுமொத்தமாக அடைப்பு வந்த மாதிரி இருக்கிறாய்," என்று மோனிக்கா இனிமையாய்ப் பதிலளித்தாள்.

அந்தப் பெண் சினம் கொண்டு சீறினாள். ஆனால் பட்டென்று பதில் சொல்லக் கூடவில்லை. அவளுடைய நண்பர்கள் அவளுக்கு அஞ்சி வாய்பொத்தி நகைத்தார்கள்.

"நாம் இப்பொழுது என்ன செய்வது?" என்றான் விளாடிமிர் ஏதும் புரியாமல்.

"நீ__________. உனக்கென்ன தோன்றுகிறதோ அதைச் செய். நான் வேலைக்குப் போகிறேன். நீ__________அவர்களோடு போவதானால் போகலாம். அது உன் விருப்பம். நீதான் முடிவு செய்துகொள்ள வேண்டும்."

"நான் எதைச் செய்தால் சரியாக இருக்குமென்று நீ நினைக்கிறாய்?"

"ஏய். இதிலெல்லாம் நான் உனக்கு ஆலோசனை சொல்லிக்கொண்டிருக்க முடியாது. உண்மையாகவே."

ஏனென்றால் நானுமே இதில் ஆர்வம்கொண்டவள்.

ஆர்வம் எதில்? அவன் போவதிலா? அல்லது இருப்பதிலா?

*நான் வேலைக்குப்போகிறேன் நான் வேலைக்குப்போகிறேன் நான்*__________

பாதுகாப்பான புகலிடம். எல்லாமே தப்பாய் நடந்து கொண்டிருக்கும் பொழுதெல்லாம் நான் வேலைக்குப் போய் விடலாம். அங்கே நீ தெரிவு செய்துகொள்ள முடியும்.

அதற்குள்ளாகவே என்னுடைய உதவியாளர் எல்லாவற்றையும் நகலெடுத்துக்கொண்டிராதவரை. நகலெடுத்தவற்றை முடங்கிக் கிடக்கும் தன்னுடைய நிறுவனத்துக்கு மாற்றியிருக்காதவரை.

"வா. நாம் போகலாம்," என்று அந்தப் பெண் மீண்டும் கூப்பிட்டாள். "நாம் நாள் முழுவதும் இங்கேயே காத்துக்கொண்டிருக்க முடியாது. இளமை நீடிப்பதில்லை. உனக்கே தெரியும்."

விளாடிமிர் மீண்டும் மோனிக்காவைப் பார்த்தான். அவள் தலையசைத்தாள். அதது அவரவர் பாடு.

"போய் வருகிறேன்," என்றாள்.

"சந்திப்போம்," என்றான் நம்பிக்கையில்லாமல்.

ம்ம். மீண்டுமா? எனக்கு வேண்டியது அதுதான்.

“கட்டாயம்,” என்று சொல்லிவிட்டு எதையோ தன் தொடர்புச் சாதனத்தில் சரிபார்க்கத்தொடங்கினாள்.

அந்தப் பெண்களின் கும்பலை மோனிக்கா கண்களாலேயே பின்தொடர்ந்தாள். அவர்களுள் ஒரு பெண் விளாடிமிரின் கையை இழுத்துப் பிடித்திருந்தாள். அவனோ அதைப் பின்புறமாக மறைக்க முயன்று கொண்டிருந்தான். *இரை. அவர்கள் அவனைக் கிழித்து நாராக்கி உயிரோடு புசிக்கப்போகிறார்கள்.*

பொறாமைதான் இப்படி சிந்திக்க வைக்கிறதென்று மோனிக்கா தனக்குத்தானே சொல்லிக்கொண்டு மதியஉணவுப் பொட்டலக் காகிதங்களை பந்தாகச் சுருட்டுவதில் கவனத்தை மடைமாற்ற முயன்றாள்.

அவனுக்கு உணவளிக்கிறேன். அவன் என்னை விட்டு விலகி விட்டான்.

இந்த எண்ணமே மீண்டும் அல்பத்தனமாகப் பட்டது.

திரும்பவுமா. போருட்டாக இருந்தால் இதை மலினம் என்பான்.

அவன் போகட்டும். பொருந்தாத ஒன்று விலகினால்தான் விஷயங்கள் தம்மைத்தாமே வகைப்படுத்திக்கொள்ள முடியும்.

காலடியில் பார்த்தாள். உணவுத்துணுக்குகளைக் காண வில்லை.

அவள் மீண்டும் வீட்டிற்குப்போக வேண்டுமா?

போகாதே. அங்கே எதுவுமேயில்லை. அவனுடைய செய்திகூட. இங்கேயே இரு.

அவள் பூங்காவிலேயே அமர்ந்திருந்தாள். மேகங்களைப் பார்த்தபடி. ஒருகாலத்தில் அற்புதமாய்த் தோன்றிய மேகங்களை.

இவை உண்மையானவையா? போலியா?

பாலர்பள்ளிக்குப் போவது சற்றுத் தாமதமாகி விடக்கூடும் என்று மோனிக்கா கருதினாள். அது மூடும் நேரம் ஆறா, ஆறரையா? *இது எப்பொழுதுமே போருட்டின் எல்லை சார்ந்த விஷயம். எனக்கு எப்படித் தெரியும்?* பள்ளிக் கட்டடத்துக்கு இட்டுச்செல்லும் வழியை ஒட்டினாற்போலிருந்த விளையாட்டு மைதானத்தைக் கவனமாகப் பார்த்துக்கொண்டு நின்றிருந்த ஆயுதம் தரித்த காவலாளியிடம் தனது அனுமதிச் சீட்டை அவள் காண்பிக்க வேண்டியிருந்தது. ஏனென்றால் அவளை அவனுக்குத் தெரிந்திருக்கவில்லை. காவலாளிப் பணிக்கென்று உபரிக் கட்டணம். ஆனால் பெற்றோர்களுடைய வாக்கு

ஒருமித்ததாய் இருந்தது. அது உருப்படியாய் செலவழிக்கப்படும் பணம். குழந்தைகள் பாதுகாப்பாக இருந்தார்கள். வெளியில் இருப்போர் யாரும் விளையாட்டு மைதானத்திற்குள் அத்து மீறி நுழைந்துவிட முடியாது.

வேறு சில பெற்றோர்களும் தமது குழந்தைகளைத் தாஜா பண்ணி கார்களுக்குள் ஏற்றிக்கொண்டிருப்பதைக் கண்டு மோனிக்கா சற்றே நிம்மதியடைந்தாள். என்றாலும் கூட அந்த ஆசிரியை அவளைக் கண்டவுடன் மிகவும் இறுக்கமாகவே இருந்தாள்.

"நீங்கள் கொஞ்சம் தாமதமாக வந்திருக்கிறீர்கள்," என்றாள் அவள்.

"மன்னிக்க வேண்டும். என்னால் முடியவில்லை__________"

என்னால் சீக்கிரமாக வர முடியவில்லை வீட்டின் சாவி அட்டையைக் கண்டுபிடிக்க முடியவில்லை காரின் சாவி அட்டையைக் கண்டுபிடிக்க முடியவில்லை இவ்வளவு போக்குவரத்து நெரிசல் இருக்குமென்று எனக்குத் தெரியாது காரை நிறுத்த இடம் கண்டுபிடிக்க முடியவில்லை__________

"__________ எனக்குப் பழக்கமில்லை__________"

அந்த ஆசிரியை தலையாட்டினாள்.

"தெரியும். அதனால்தான் ஒரு வழியாய் நீங்கள் வந்தவுடன் எனக்கு அப்பாடாவென்றிருந்தது. வழக்கமாய்க் குழந்தைகளைக் கூட்டிச்செல்ல உங்கள்__________"

இப்பொழுது மோனிக்காதான் வாயைத் திறக்க வேண்டுமென்று அந்த ஆசிரியை காத்துக்கொண்டிருந்தாள்.

"கணவர்" என்றாள் மோனிக்கா.

"நன்றி. தனிநபர் தரவுகளைப் பாதுகாப்பாக வைத்துக் கொள்ள வேண்டும். உங்களுக்கே தெரியும். உங்களுடைய புகைப்படங்கள், தொடர்புகள் ஆகிய எல்லாமே பள்ளிச்சேர்க்கைப் படிவத்தில் இருக்கும்தான். ஆனால் உங்கள் உறவுமுறை இருக்காது. அதனால்தான்__________"

மீண்டும் அவள் பேச்சை நிறுத்தினாள். குழந்தைகளுக்கு ஏதாவது ஆகிவிட்டதா?

"மன்னியுங்கள். பையன்கள் நன்றாக இருக்கிறார்கள்தானே?"

"நிச்சயமாக. அவர்களுக்கு ஒன்றுமில்லை நன்றாகவே இருக்கிறார்கள். இங்கே இரண்டு படிநிலைப் பாதுகாப்புக்

கண்காணிப்பு இருக்கிறது. வகுப்பறையில் நடப்பவை அனைத்தையுமே நாங்கள் படம் பிடித்து விடுகிறோம். நீங்களும் அதற்கு ஒப்புக்கொண்டு கையெழுத்திட்டிருக்கிறீர்கள்."

கையெழுத்துப் போட்டிருக்கிறோமா?

"அல்லது உங்கள் கணவர் போட்டிருப்பார். அது வழக்கமான நடைமுறை. உங்கள் அனுமதியில்லாமல் கண்காணிப்புப் பதிவுகளை நாங்கள் மேற்கொள்ள முடியாது. இருக்கிறது. தனிப்பட்ட குழந்தைப் பராமரிப்பும் கூட இருக்கிறதுதான். ஆனால், காமெரா இல்லாத குழந்தைப் பாதுகாப்பு என்பது_________ எனக்குக் குழந்தைகள் இருந்தால் நான் ஒருபோதும்_________. மன்னியுங்கள். நான் எங்கேயோ திசை மாறிவிட்டேன். கொஞ்சம். ஆக, நீங்கள் வந்தது மகிழ்ச்சி. எனக்குப் புரிந்துகொள்ள முடிகிறது. ஏராளமான பெண்கள் இப்பொழுதெல்லாம் வேலைக்குப் போகிறார்கள். அதனால் தமது குழந்தைகளோடு செலவழிக்க அவர்களுக்கு நேரமே இருப்பதில்லை. அப்பாக்கள் ஒரு மாதிரியாய் குழந்தைகளின் வளர்ப்பில் குறிப்பிட்ட பங்காற்றுகிறார்கள். அதை அவர்கள் நன்றாகவே செய்கிறார்கள். பெரும்பாலும். ஆனாலும்_________"

கதவின்மீது தலையை மோதிக்கொண்ட கணத்தை மோனிக்கா நினைத்துப் பார்த்தாள்.

அடக்கடவுளே அடக்கடவுளே அடக்கடவுளே. போருட் ஒரு வேளை_________.

"மன்னியுங்கள். போருட் ஏதாவது செய்துவிட்டாரா?"

புரியவில்லை என்பது போன்ற பார்வையை அந்த ஆசிரியை படர விட்டாள்.

"போருட்? ஓ. உங்கள் கணவர் என்று யூகிக்கிறேன். ஏதாவது செய்து விட்டாரா என்றால்?"

"தப்பாக. நான் சொல்ல வருவது குழந்தைகளிடம்."

புரியாமை இப்பொழுது ஆசிரியையிடமிருந்து தன்னிடம் மிதந்து வருவதை மோனிக்கா திடீரென உணர்ந்தாள். *நான் சொன்னேனில்லையா, அப்பாக்களை நம்பி விட முடியாதென்று.* அவளுடைய அளவுக்கு மீறிய இரக்கம் எதையோ உணர்த்துவதைப் போலிருந்தது.

"அதுவா? இல்லை, இல்லை. அப்படியெதுவும் இல்லை. அப்படியேதும் இருந்திருந்தால் நாங்கள் உடனடியாகத் தகவல் கொடுத்திருப்போம், இல்லையா? சேவை மையத்திற்கு.

உங்களுக்கும்தான். உங்களுக்கும் தெரிந்திருக்கும். நாங்கள் சிற்சில சம்பவங்களைப் பார்த்திருக்கிறோம். இல்லை. நான் சொல்ல வருவதென்னவென்றால் ஒரு சிலவற்றை ஆண்களால் செய்யவே முடியாது. இதை நான் எப்படிச் சரியாக விளங்க வைப்பது_____ என்ன இருந்தாலும் உடல்ரீதியான தொடர்பு என்பது_____ நான் என்ன சொல்ல வருகிறேன் என்று உங்களுக்குப் புரிகிறதென்று நினைக்கிறேன்_____ ஒன்பது மாதங்கள் ஒரே உடலைப் பகிர்ந்து கொள்வதென்பது அப்படியொன்றும் சாதாரண விஷயமில்லை. அது அறிவியல்ரீதியாகவும் நிரூபிக்கப்பட்டிருக்கிறது_____சரி. சுருக்கமாகச் சொல்வதென்றால், நல்ல வேளையாக நீங்கள் வந்தீர்கள். ஏனென்றால்_____"

அவள் சொல்லி முடிக்கட்டுமென்று மோனிக்கா காத்திருந்தாள். பிறகுதான் அந்த ஆசிரியை தன்னிடமிருந்து ஊக்கத்தை எதிர்பார்க்கிறாள் என்று புரிந்துகொண்டாள்.

"ஏன்?"

"_____ஏனென்றால், ஒரு சில விஷயங்களில் ஆண்களால் நம்மோடு போட்டி போடவே முடியாது. என்றாவது ஒரு நாள், ஒரு வேளை, அது நடக்கலாம். அது நடக்கவே நடக்காதென்று நான் கூறவில்லை. அதற்கு வாய்ப்பிருக்கிறது. நான் முன்னேற்றத்திற்கோ, அல்லது அறிவியல் போன்றவற்றுக்கோ எதிரானவள் இல்லை. இப்போதைக்கு இல்லை. நான் சொல்வது நிகழ்காலத்தை. தற்போதைக்கு இன்னமும் தாய்தான் முதன்மையானவள். ஆண்கள் தங்களைப்பற்றி என்னதான் கற்பனை செய்துகொண்டாலும். அவர்களும் கற்பனை செய்கிறார்கள் என்பது உங்களுக்குத் தெரியுமா? ஆம். அவர்கள் எல்லாவற்றைப் பற்றியும் கற்பனை செய்து கொள்வார்கள். நான் என்ன சொல்கிறேனென்றால், அவரைப் பற்றித் தப்பாக – உங்களவரைப் பற்றித் தப்பாக நான் எதையும் கூறி விட முடியாது. நேரம் தவறவே மாட்டார். இனிமையானவர். குழந்தைகள் எந்நேரமும் அவரைப் பற்றியே பேசிக்கொண்டிருப்பார்கள். நேர்மறையான அடையாளம். பையன்களுக்கு நல்லது. முழுமையானது. மக்கள் சொல்லக்கூடும்_____ தவிர்க்கவியலாததென்று. போதைக்கு எதிரான சிகிச்சை வகுப்புகள் வேண்டாமென்று அவர் தவிர்த்து விட்டார். ஆனால் அது எப்பொழுதுமே இப்படித்தான். தேர்வு செய்யும் சுதந்திரம். எப்படியிருந்தாலும் அது விருப்பத்தின் அடிப்படையிலானதுதானே."

"போதைக்கு எதிரான சிகிச்சையா?"

என்னை மாற்று

"வருமுன் தடுக்கும் சிகிச்சைதான். நிச்சயமாக. ஆனால் அதை நான் எப்படிச் சொல்வது_____ அது எப்பொழுதுமே ரொம்ப சீக்கிரம் என்பதில்லை. ஒரு சில புள்ளி விவரங்களை நான் உங்களுக்குக் காட்ட முடியும். ஒரு சில நிகழ்ச்சிகளைக்கூடச் சொல்ல முடியும். நாங்கள் மட்டும் அந்தரங்கம் காக்கும் உறுதிமொழியை எடுத்துக்கொள்ளாமல் இருந்திருந்தால். இங்கே அது எங்களுக்கு இருக்கிறது. ஆனால் தனிப்பட்ட குழந்தைப் பராமரிப்பு நிலையங்களில் கடவுளுக்கே வெளிச்சம். எல்லாவிதமான விஷயங்களையும் கேட்க வேண்டியிருக்கிறது. இது ஒன்றும் சுலபமானதில்லை. இவ்வளவுதான் என்னால் சொல்ல முடியும். இந்த வேலை சுலபமானதல்ல."

மீண்டும் மோனிக்கா அவள் தொடர்ந்து பேசக் காத்திருந்தாள். ஆனால் எவ்வித தூண்டுதல் சொல்லும் அவளுக்கு உண்மை யாகவே தட்டுப்படவில்லை.

"புரிகிறது," என்றாள் வேறு வழியில்லாமல்.

"அப்படியா. சந்தோஷம்," என்றாள் அந்த ஆசிரியை. "ஏனென்றால், உங்களுக்கே தெரியும், அது அப்படியொன்றும் அடிக்கடி நேர்வதில்லை. அதைப் புரிந்துகொள்ள வேண்டும். ஆனால் அது அடிக்கடி நிகழ்வதில்லை. அப்பாக்களை எடுத்துக்கொள்ளுங்களேன். அவர்கள் கட்டணம் செலுத்தி விட்டு எவ்வித சிக்கலும் இல்லாமல் அது நடந்துவிட வேண்டும் என்று எதிர்பார்க்கிறார்கள். ஏனென்றால் அவர்கள் பணம் கொடுக்கிறார்கள். அதே நேரம், பெண்களாகிய நாம்_____"

"சிக்கல்களைப் புரிந்துகொள்வதா?"

"சரியாகச் சொன்னீர்கள். அதனால்தான் நீங்கள் வந்தது எனக்கு நிம்மதியாயிருக்கிறது. ஏனென்றால், நாம் இதில் பொதுவான காரணங்களைப் பார்க்க முடியும் என்று நம்புகிறேன். உண்மையிலேயே பொதுவான காரணங்கள்."

அவள் மோனிக்காவின் கைகளைப் பிடித்து அவளைப் பக்கத்தில் இழுத்தாள்.

கடவுளே! என்னதான் நடக்கிறது இங்கே. நீ மட்டும் குழந்தைகளுக்கு ஊறு விளைவித்திருந்தால், போருட், உலகில் நீ எங்கிருந்தாலும் நான் தேடிக் கண்டுபிடித்து விடுவேன். காசுக்குக் கொலை செய்பவர்கள் இருக்கிறார்கள். உன்னுடைய முதலாளி, அதாவது, முன்னாள் முதலாளி எப்படியும் யாரையாவது தெரிந்துவைத்திருப்பார். அதை நான் பார்த்துக்கொள்கிறேன். நாம் அதற்கு ஏற்பாடு செய்வோம். குழந்தைகளுக்கு ஒருபோதும் தெரிய வராது. எதுவுமே_____

"ஏனென்றால் இந்த ஆண்களை நாம் ஒரு போதும் நம்பி விட முடியாது. உங்களுக்கும் தெரியும்," அந்த ஆசிரியை காதில் கிசுகிசுத்தாள்.

மோனிக்காவின் கண்களில் நீர் தளும்பியது. அந்த நேரம் பார்த்து அவளுடைய இளைய மகன் எங்கோ மூலையிலிருந்து ஓடி வந்தான்.

"அம்மா," என்றான். பிறகு நின்று ஆச்சரியத்தோடு, "அப்பா எங்கே?" என்றான்.

"எனக்குத் தெரியாது," என்றாள் மோனிக்கா யோசனையின்றி. ஆசிரியை புரிந்துகொண்ட விதமாகத் தலையாட்டினாள். மோனிக்காவின் கையை விட்டுவிட்டு அந்தச் சிறுவனிடம் கை காட்டினாள்.

"போ. போய் அண்ணனைக் கூட்டி வா. வீட்டுக்குப் போகலாம்."

"சரி," என்றான் அந்தக் குட்டிப் பையன். "எல்லோருமே போய் விட்டார்கள்." பிறகு மீண்டும் அந்த மைதான மூலைக்கு ஓடினான்.

"அவர்கள் நல்ல பையன்கள். அதில் சந்தேகமே இல்லை," என்றாள் ஆசிரியை. "ஆனால், அவர்களுக்கென்று _____, நான் எப்படிச் சொல்வேன்_____ சில வெறித்தனமான விருப்பங்கள் இருக்கின்றன. இந்த இளையவன் பழிதீர்க்கும் தேவதூதுவின் படங்களை வரைவதிலேயே இந்த நாள் முழுவதையும் கழித்தான். நாள் முழுவதையுமே! நீங்கள் நேற்று என்ன செய்தீர்கள் என்று தெரியவில்லை_____ "

"அப்படியொன்றும் பிரமாதமாய் இல்லை," என்றாள் மோனிக்கா கனத்த மௌனத்தைக் கலைத்து. அதே நேரம் தன்னுடைய சொற்களை நினைத்தே அதிர்ச்சியுற்றாள். *பிரமாதமாய் எதுவும் இல்லையா?*

"பிறகு நான் அவனிடம் கேட்டேன்: பழிதீர்க்கும் தேவதூதுவைத் தவிர வேறு எதையும் உன்னால் வரைய முடியாதா? அப்புறமாய் அவன் ஒன்றை வரைந்தான். அவனுக்கு வேறு வரைய முடியாமல் இல்லை, பாருங்களேன்."

மௌனம் கேள்வியைத் திணித்தது. "அவன் அப்படி என்ன வரைந்தான்?"

அகண்ட, மிரண்ட விழிகள்கொண்ட ஏதோ ஓர் அரக்கனின் ஓவியத்தைப் பெருமிதத்தோடு அந்த ஆசிரியை எடுத்துக்காட்டினாள்.

"இது என்ன?" என்றாள் மோனிக்கா.

"தெரியவில்லை? குட்டி காட்ஸிலாதான்," என்றாள் அந்த ஆசிரியை, அதிர்ச்சியுடன். மோனிக்காவைக் கேவலமாகப் பார்த்து, "நீங்கள் குழந்தைகளோடு அதிக நேரம் சேர்ந்திருப்பதில்லையோ?" என்றாள்.

"அப்படியில்லை________" என்றாள் மோனிக்கா, பையன்கள் தத்தம் ஷூக்களை அணிந்துகொண்டு வருவதைப் பார்த்து நிம்மதியுடன். தாமாகவே செய்துகொள்கிறார்கள். அவர்களுக்கு இதெல்லாம் முடியுமென்று எனக்குத் தெரியாமல் போனதே!

"நாங்கள் தயார் அம்மா!" என்று இருவரும் பெருமையாய்க் கூவினார்கள்.

"அவர்கள் தயாராகி விட்டார்கள்," என்றாள் மோனிக்கா. அந்த ஆசிரியை சற்று எரிச்சலுடன் தலையாட்டினாள். என்ன கண்றாவி. இப்பொழுதுதான் அரட்டை நன்றாகப் போய்க்கொண்டிருந்தது.

"உங்கள் அக்கறையான கவனிப்புக்கு நன்றி," என்றும் சேர்த்துச் சொன்னாள்.

இவளைச் சந்தோஷப்படுத்துகிற மாதிரி நான் ஏதாவது சொல்ல வேண்டுமே.

"நன்றியெல்லாம் வேண்டாம். எல்லாம் எங்கள் வேலையின் பகுதிதானே. இதையெல்லாம் நான் செய்துதான் ஆக வேண்டும். ஆனால் நீங்கள் கொஞ்சம் தாமதமாக வந்தீர்கள்."

"மீண்டும் மன்னிப்புக் கேட்டுக் கொள்கிறேன். இதற்கு ஏதாவது கூடுதல் கட்டணம் செலுத்த வேண்டுமா?

அதெல்லாம் வேண்டாம் என்பது போல் அந்த ஆசிரியை கையை ஆட்டினாள்.

"அதெல்லாம் நிர்வாகம் பார்த்துக் கொள்ளும். உங்களுக்குத் தெரியும். நான் பணமாய் எதையுமே பெற்றுக்கொள்ளக் கூடாது. இதெல்லாம் எங்களை எங்கே கொண்டுவிடும் தெரியுமா?"

மோனிக்காவுக்குத் தெரியவில்லை. "நன்றி," என்றாள் அவள் மீண்டும். நன்றியெல்லாம் தேவையில்லை என்பது போல் கையை ஆட்டினாள் ஆசிரியை.

பிறகு "உங்கள் வீட்டில் ஆண்தான் பொறுப்பெடுத்துக் கொள்கிறார் என்று நினைக்கிறேன். ஆனால், ஒரு பெண்ணும்கூட

ஆணின் இடத்தை இட்டு நிரப்ப முடியும்" என்றாள் மிகுந்த பரிவுடன். தொடர்ந்து, "உங்களுக்கு ஏதாவது தேவையென்றால், இதுதான் என் தொடர்பு எண். உங்களுக்கு ஏதாவது வேண்டுமென்றால்," என்று மேலும் மென்மையாகக் கூறினாள். சிறிய மௌனத்திற்குப்பிறகு, "நன்றி சொல்வது அவசியமற்றது என்று நீங்கள் அப்பொழுது உணரக் கூடும் என்று நம்புகிறேன்," என்றாள்.

"புரிகிறது," என்றாள் மோனிக்கா கதவை நோக்கிப் பின்னால் நகர்ந்தபடியே.

இதெல்லாம் என்ன கண்றாவி! நான் போதிய அளவுக்குச் சமூகத்தில் பழகுவதில்லை. இப்பொழுதெல்லாம் எனக்கு ஒன்றுமே புரிவதில்லை.

காரில் ஏறியவுடனே இரவுச்சாப்பாட்டுக்கு பீட்சாவும் வறுவலும் உண்டா என்று பையன்கள் கேட்டார்கள். மோனிக்கா இல்லை என்று தலையாட்டினாள். பெரியவன் உடனே "ஆனால், அப்பா கூட_____" என்று ஆரம்பித்துவிட்டுப் பின் மௌனமானான். ஏதோ அவனே கூட அதை நம்பாததைப் போல். நெரிசல் நேரம் முடிந்து, எல்லாச் சாரிகளிலும் போக்குவரத்து மிகச் சீராகவே இருந்த போதிலும் சாரி மாற நேரும் போதெல்லாம் சற்றுப் பதற்றத்துடனே அவள் காரோட்டினாள். இறுதியாய் செந்நிற வரவேற்பு விளக்கைத் தாண்டிய பிறகுதான் அவள் இளையவன் பக்கமாய்த் திரும்பினாள்.

"நாள் பூராவும் நீ பழிவாங்கும் தேவதூதுவின் படத்தைத் தவிர வேறெதையுமே வரையவில்லையென்று ஆசிரியை சொன்னார்களே. நிஜமா?"

ஆமாமென்று தலையாட்டினான் பையன்.

"அதைத்தான் வரைந்தேன். ஆனால் அவர்களுக்கு அது பிடிக்கவில்லை. அதனால் குட்டி கோட்ஸிலாவை வரைந்தேன். அவர்கள் சந்தோஷப்பட்டார்கள்."

"ஓஹோ. அப்படியா? உனக்கு எப்படியிருந்தது? வருத்தமாயிருந்ததா?

"நானும் கூட சந்தோஷப்பட்டேன். தான் நினைக்கும் எதுவாகவும் பழிவாங்கும் தேவதூது மாறுவான் என்று அவர்களுக்குத் தெரியவில்லை. ஒரு குட்டி கோட்ஸிலாவாகக்கூட. அப்படியும் அவனுக்கு அழிக்கும் ஆற்றல் இருக்கும்." அந்தச் சிறிய பையன் கிணுகிணுவென்று சிரித்தான்.

என்னை மாற்று

வளர்ந்தவர்களைப் போல் பேசுவது மட்டுமில்லை. வளர்ந்தவர்களைப் போலவே நடந்தும் கொள்கிறான். காலம் ஓடுகிறது.

"பரவாயில்லை! நன்றாகத்தான் மாறுகிறான்."

அந்தச் சிறிய பையன் ஏதோ யோசனையில் ஆழ்ந்தான்.

"இல்லை. உண்மையில் அப்படியில்லை."

"ஏம்பா ?"

கார்ப் பாதுகாப்புப் பட்டை அனுமதிக்கும் அளவுக்கு முன்னே வந்து ரகசியமாகக் கிசுகிசுத்தான் பையன்:

"ஏன்னா, பழிவாங்கும் தேவதூது தன்னுடைய அழிக்கும் ஆற்றலை விட்டொழிக்க விரும்புவான். ஆனால் அவனுக்கு அதுமட்டும் முடியாது. அது அவனைக்காட்டிலும் ஆற்றல் மிகுந்ததாய் இருக்கும்."

"உனக்கு ஒன்றும் தெரியாது," என்று இடைமறித்தான் மூத்தவன். "அவனுக்கும் முடியும். அவன் அதை விட்டொழிப்பான்."

இளையவன் மூத்தவனை ஆச்சரியமாகப் பார்த்தான்.

"எப்படி ?"

"சுலபம். எல்லாவற்றையும் அழிப்பதன் மூலம். அவனையும் சேர்த்து."

சுலபம்__________

அவள் கார் ஜன்னலின்மீது யாரோ தட்டும் சத்தம் கேட்டது.

"என்ன அது ?" பொத்தானை அழுத்தி ஜன்னல் கண்ணாடியை மிக லேசாகக் கீழிறக்கிய மோனிக்கா அந்தக் குறுகிய இடைவெளியில் பார்த்துக்கேட்டாள். இருவருமாய்ச் சேர்ந்து காஃபி பருகும் அபூர்வ வேளைகளில், நகரத்தில் நடக்கும் பயங்கரச் செயல்களைப் பற்றிய தகவல்களை ஒன்று விடாமல் மோனிக்காவின் உதவியாளர் அவளுக்குச் சொல்லிவிடுவாள். வேகம் குறைவாய் ஓட்டிச் செல்லப்படும் வண்டிகள்மீது நடக்கும் தாக்குதல் அச்செய்திகளில் தவறாமல் இடம் பெற்றிருக்கும்.

"மன்னிக்க வேண்டும் மேடம். ஒரு பெண் ஓட்டுகிறார், அது இது எல்லாம் எனக்குத் தெரியும். ஆனால், பாருங்கள், பச்சை விளக்கு போய்விட்டது. நான் என் கார் ஒலிப்பானை அமுக்கிப் பார்த்தேன். விளக்குகளைப் போட்டுப் பார்த்தேன். எதுவுமே வேலைக்காகவில்லை. அதனால் உங்களுக்குக் காசு ஏதாவது

கொடுத்து வண்டியை எடுக்கச் சொல்ல முடியுமா என்று பார்க்க வந்தேன். வழக்கமாய் அப்படித்தானே வேலைகள் நடக்கும், இல்லையா? பணம் கொடுத்தால் நடக்க வேண்டியது நடக்கும். நீங்கள் வழக்கமாய் எவ்வளவு வாங்குகிறீர்கள்?"

"எதற்கான கட்டணம்?" என்றாள் மோனிக்கா அதிர்ந்து போய்.

"உண்மையில் நான் மனத்தில் நினைத்தது நீங்கள் இங்கிருந்து வண்டியை எடுக்க. வேறு விஷயங்களுக்கும்கூட நீங்கள் பணம் வாங்குவதாக இருந்தால் அதையும் நாம் பேசி முடிவு செய்துகொள்ளலாம். சந்தோஷமாய். குழந்தைகள் தூங்கப் போன பிறகு. என்ன சரிதானே? அல்லது ஒரு வேளை, விஷயங்களைச் சிக்கலாக்க வேண்டாமென்றால், பச்சை விளக்கு மீண்டும் ஒளிரும் போது பேசாமல் காரை எடுத்து விடுங்கள். சரியா? வீட்டில் உங்கள் குழந்தைகளோடு பேச ஏராளமான நேரம் கிடைக்கும் அல்லவா? அதை நீங்கள் செய்யலாம்தானே? முடியாதா? புரிந்துகொண்டதற்கு நன்றி."

"நன்றி," என்று முணுமுணுத்தாள் மோனிக்கா, ஜன்னலை ஏற்றிப் போக்குவரத்து விளக்குகளைப்பார்த்துக்கொண்டே.

சுலபம். எல்லாவற்றையும் அழிப்பதன் மூலம். தன்னையும் சேர்த்து.

வீட்டை அடைந்ததும், குழந்தைகளின் உரத்த எதிர்ப்புக் குரல்களைப் பொருட்படுத்தாமல், தனக்குத் தெரிந்த இணைய வழிகள் வாயிலாக போருட் அவர்களுக்கு வாங்கி வைத்திருந்த காய்கறிகளோடு, போனால் போகிறதென்று கொஞ்சம் வழக்கமான இயற்கையல்லாத இடியாப்பம் போன்ற ஸ்பெகட்டியையும் சேர்த்துச் சமைத்தாள். பொருட்கள் எல்லாமே தீர்ந்துகொண்டிருந்தன. எல்லாமே. அல்லது அவளுக்கு எதோடு எதைச் சேர்ப்பதென்று தெரியவில்லையோ? உணவுச் சாமான்கள் அறையில் இருந்த சில பொருட்கள் மீது பயன்படுத்தும் குறிப்புகள் காணப்படவில்லை. அவையெல்லாம் என்னவாக இருக்கும்? குட்டி, குட்டி பச்சை நிற, செந்நிறக் குளிகைகள், கடல்பஞ்சு போன்ற ஏதேதோ பொருட்கள், சில கயிறுகள், போருட் செய்யும் சமையல் மாயங்களுக்கு வேண்டிய குவியல் குவியலான துணைப் பொருட்கள், அதே சமயம், மைக்ரோவேவ் அடுப்பில் சில நிமிடங்கள் வைக்கத் தோதான டப்பாக்களும் பாத்திரங்களும் பற்றாக்குறையாய். அவள் கடைக்குச் சென்று வாங்கித்தான் ஆக வேண்டும். நாளையே. இன்றைக்கு இதற்கு மேல் எதையும் செய்ய முடியாது. இன்று ஒரு கோப்பை வைன்தான் அவளுக்கு வேண்டியது_____

__________நான் சாக்கடையில் கொட்டி விட்ட அந்தப் புட்டிகளுள் ஒன்றிலிருந்து.

சற்று சீக்கிரமாகவே குழந்தைகளை அவர்கள் படுக்கும் அறைக்கு அனுப்பிவிட்டாள். விண்வெளிக் கொலையாளிகள், பழிதீர்க்கும் தேவதூதுகள், கோபவெறி கொண்ட மரபுபிறழ்ந்தவர்கள், கௌபாய்களும் இந்தியர் களும், முதலாளிகளும் தொழிலாளிகளும், சிங்கங்களும் க்ளேடியேட்டர்களும், எதுவுமில்லாவிட்டால், வானவில் யானைகளும் தொலைந்து போன மான்குட்டிகளும் போன்ற ஏதாவது ஒரு விளையாட்டை விளையாடியே ஆகவேண்டுமென்று அவர்கள் பிடித்த அடத்தை அவள் கண்டுகொள்ளவேயில்லை. எதுவும் கிடையாது. எதுவுமே கிடையாது. முதலில் படுக்கப் போங்கள். நாளை வேண்டுமானால் பார்க்கலாம்.

“நாளைக்கு,” என்று அவள் தீர்மானமாகச் சொன்னாள், “நாம் கடைக்குப்போகிறோம்.”

“கடைக்கெல்லாம் வேண்டாம் அம்மா. போன தடவை நாங்கள் அப்பாவோடு போயிருந்தோம். கடைக்குப் போய் பொருட்கள் வாங்குவது நல்ல வேடிக்கையாக இருக்கும் என்று பாலர்பள்ளியில் சொன்னார்கள். அதில் ஒரு வேடிக்கையும் இல்லை. அப்பா எங்களை எதுவுமே வாங்க விடவில்லை.”

கடைக்குப் பொருட்கள் வாங்கப் போவதாயிருந்தால் போருட் குழந்தைகளை வீட்டில் விட்டுப் போய் விடுவான். அதுதான் நல்லதென்று அவன் சொல்லுவான். மோனிக்கா அதற்கு ஒப்புக்கொள்ள மாட்டாள். ஆனால் போருட், அவர்கள் கற்றுக்கொள்ள வேண்டாமா? கடைக்குப் போய்ப் பொருட்கள் வாங்குவதென்பது வாழ்க்கையின் அம்சம். விதவிதமான அட்டைப்பெட்டிகளில் குறிப்பிட்டிருக்கும் விலையைப் பொருட்படுத்தாமல் பொருட்களின் விலை ஒரு பவுண்ட்டுக்கு அல்லது கால் கேலனுக்கு எவ்வளவென்று சரி பார்த்து வாங்கும் அனுபவம் இல்லையென்றால் அவர்கள் வாழ்க்கையை எப்படி ஓட்டுவார்கள்? சமயத்தில் ஒரு பெரிய பெட்டிக்குள் துளியூண்டு பொருள் இருக்கும். அது தெரியாமல் போனால் ஏமாற்றமே மிஞ்சும். அதே போல் வெவ்வேறு நிறங்களில் அச்சிடப்பட்டிருக்கும் விலைச் சீட்டுகளுக்கு என்ன அர்த்தமென்பதையெல்லாம் அவர்கள் எப்படித்தான் தெரிந்து கொள்வதாம்? தள்ளுபடி, கழிவு, போனஸ், கூப்பன், காலாவதித் தேதிக்குக் கொஞ்சம் முன்பாக விற்கும் விலை, இரண்டு வாங்கினால் ஒன்று, போன்றவற்றை எல்லாம்? இவையெல்லா வற்றையும் குழந்தைகள் கற்றுக்கொள்ள வேண்டாமா__________

போருட் ஆமோதித்துத் தலையாட்டுவான். அவர்கள் எல்லாவற்றையும் கற்றுக்கொள்வார்கள். ஆனால் அவர்களைக் கடைக்கு அழைத்துப் போகவே மாட்டான்.

"அப்பா வாங்கித் தரவில்லை. ஆனால் நான் வாங்கித் தருவேன்."

நீ இந்தக் குழந்தைகளை விலைக்கு வாங்கப் பார்க்கிறாய். நம் எல்லோரையுமே விலைக்கு வாங்க முடியும். நீ குழந்தைகளுக்குச் சொல்லிக் கொடுக்க நினைத்த இன்னொரு விஷயம் இது, நிச்சயமாக.

"நன்றி அம்மா!" என்று அண்டிப்பிழைக்கும் தொனியில் கத்தினார்கள் அந்தப் பயன்கள். "இன்னும் கொஞ்ச நேரம் கழித்து நாங்கள் படுக்கப் போகிறோமே."

"கூடாது. நான் ஏற்கெனவே சொல்லிவிட்டேன்."

"நிச்சயமாகவா? ஆனால் அது நாங்கள் கடைக்கு வருவதாக ஒப்புக் கொள்வதற்கு முன்பு சொன்னதல்லவா?"

சரியான பேரம்பேசிகள். இவர்களை போருட் எப்படி சமாளித்திருப்பான். ஒரு நிறுவனத்திலிருந்து இன்னொன்றுக்கு, ஒரு கண்டத்திலிருந்து மற்றொன்றுக்கு என்று தொழில் வல்லுனர்களை நான் மாற்றல் செய்துகொண்டிருக்கிறேன். ஆனால் என்னுடைய குழந்தைகளைப் படுக்கைக்கு அனுப்ப என்னால் முடியவில்லை.

போருட். மீண்டும் போருட்.

ஒத்துக்கொள். நீ அவனை மனத்திலிருந்து அழிக்கவில்லை. அவனுக்காக ஏங்குகிறாய். அதை ஒத்துக்கொள். அது சுலபமாயிருக்கும்.

குழந்தைகளை உள்ளே அனுப்பிக் கதவைச் சாத்தினாள். இன்னும் கொஞ்ச நேரம் கழித்துப் போக அவர்கள் தரும் சலுகைகள் என்ன என்பதைக் காதில் வாங்காமலேயே.

ஒத்துக்கொள்ளாதே. மற. மறந்துவிடு.

குளியலறையில். கண்ணாடியில் தெரியும் அவள் முகம். தீவிர யோசனையில். சோர்ந்து போய். கண்களைச் சுற்றிலும் சுருக்கங்கள்.

மற. மறந்துவிடு.

எப்படி? ஒவ்வொன்றுமே அவன் நிறைந்ததாய் இருக்கிறது. பல் துலக்கும் போதுகூட அவனை உணர்கிறேன். இந்தப்

பற்பசைக்கான வணிகப்பெயரைக்கூட அவன்தான் உருவாக்கினான். டிஸிடென்ட். மறப்பதா?

வேறு வழியேயில்லை. குழந்தைகள் உறங்கிவிட்டார்களா என்று பார்த்துக்கொண்டாள். தூங்கி விட்டார்கள். தன்னுடைய கணினித்திரையை முடுக்கினாள்.

அஞ்சல் பகுதியைப் பார்க்காதே. எதுவுமே பொருட்டில்லை. அவன் தொடர்பிலேயே இல்லை.

அவள் அஞ்சல் பகுதியைப் பார்க்கவில்லை. ஓடிக்கொண்டிருக்கும் பாதுகாப்பு இணையக் கேமராக்களை நோட்டம் விட்டாள். நகரெங்கும் அவை சிதறிக் கிடக்கின்றன. அவற்றுக்கான சங்கேதக் குறிகள் தெரிந்திருந்தால் அவற்றைப் பார்க்க முடியும். அந்தரங்கம் காக்கும் உரிமைக்கும் பாதுகாப்பை உறுதிப்படுத்தும் உரிமைக்குமான தகராறில் தலையிடுவதை அரசியலமைப்பு நீதிமன்றம் நிறுத்தியவுடன், பாதுகாப்பு அளிக்கும் நிறுவனங்கள் அதற்கென உண்டான சந்தைக்குள் பாய்ந்து இடத்தைக் கைப்பற்றிக்கொண்டன. தகவல் உரிமையை அவை விற்கத் தொடங்கின. தொடர் பயனாளிக் கட்டணம், மாதக் கட்டணம், மணி நேரக் கட்டணம் என்று இடங்களைப் பொறுத்து விலை நிர்ணயிக்கப்பட்டது. நாற்சாலை சந்திப்புகளைக் காட்டிலும் பொதுக் கழிப்பிடங்களுக்கு அதிகக் கட்டணம். பாதுகாப்பு நிறுவனங்களுக்குள்ளும், அவற்றுக்கு வெளியிலும், மனிதவள ஓட்டத்தை மோனிக்கா நெறிப்படுத்தியிருக்கிறாள். ஒரு சிலர் பாதுகாப்புக்கு மிகவும் ஆபத்தானவர்கள் என்பது தெரிய வரும். இழப்பீடுத் தீர்வுகளில் பாதுகாப்பு இணையக் கேமராக்களுக்கான சங்கேதக்குறிகள் சேர்க்கப்பட வேண்டுமென்று அவள் கோரியிருந்தாள். எப்பொழுது ஒரு விஷயம் பயன்படும் என்பதை யாரும் அறுதியிட்டுச் சொல்லிவிட முடியாது. அவளுடைய தொழிலில் தெருவின் நாடியைத் தொடர்ந்து கண்காணித்தாக வேண்டும். ஆனால் அவள் ஒருபோதும் தெருவில் இறங்கிப் பார்த்ததில்லை.

ஒரு கேமரா மாற்றி இன்னொன்று என்று அவள் பார்த்துக்கொண்டிருந்தாள். தம்மை யாரும் கவனிக்கவில்லை என்று நினைத்து ஒதுக்குப்புறச் சந்துகளில் கிழவர்கள் கஞ்சா புகைத்துக்கொண்டிருந்தார்கள். அங்காடிகளின் உடை மாற்றும் அறைகளில் பதின்பருவப் பெண்கள் தம் பைகளுக்குள் திருட்டுத்தனமாய்த் துணிகளைத் திணித்துக்கொண்டிருந்தார்கள். இந்தக் காட்சிகள் ஓடும்பொழுது அடியில் ஒரு செந்நிறப் புள்ளி மின்னும். குறிப்பிட்ட பெண்கள் அல்லது அவர்களுடைய பெற்றோர்களின் சமூக அந்தஸ்த்தைப் பொறுத்து நீதிமன்றத்திற்கு

வெளியே மேற்கொள்ளப்படும் உடன்பாடுகளின் போது இந்தத் துண்டுக் காட்சிகள் சம்பந்தப்பட்டவர்கள் வசம் ஒப்படைக்கப்படும். அல்லது பரபரப்புக்கான செய்திப் பத்திரிகைகளிடம் பொதுக் கேளிக்கைக்காக விற்கப்படும். அல்லது காவல்துறை ஆவணங்களோடு சேர்க்கப்படும். பள்ளி மைதானங்களின் எல்லையில் போட்டு வைக்கப்படும் தமது சக மாணவர்களின் பையை நோண்டி, விளையாட்டுச் சாதனங்கள், விசைவில் கத்தி, மின்சார அதிர்வேற்படுத்தும் தற்காப்பு ஆயதங்கள் என்று தங்களால் எடுத்து விற்கக் கூடிய பொருட்களைத் திருடும் குழந்தைகளின் கேமரா பதிவுகள். ஓர் அமைதியான நகரின் ரகசிய வாழ்க்கை. அணுகல் சங்கேதக்குறி இருந்துவிட்டால், அப்புறம் ரகசியமாவது, அமைதியாவது!

எங்கேயுமே போருட் தென்படவில்லை.

அவன் செய்தியேதும் விட்டுச் செல்வதாயிருந்தால் இங்கேதான் அனுப்புவான். முகவரியைக் கசியவிடும் சுதந்திர அணுகல் வலைத்தளங்களை அவன் இப்போதெல்லாம் தொடுவதேயில்லை. எல்லாமே இங்கே, வீட்டில்தான். மிகப்பாதுகாப்பான கணினி அரணுக்குள்ளேதான்.

வேறு வழியேதும் இல்லை. தன்னுடைய கணினித்திரையில் மின்னஞ்சல்கள் வழிவதற்கு அனுமதித்தாள்.

வழக்கமாய்க் காணப்படும் உபயோகமற்ற குப்பை அஞ்சல் சுமை முதலில் கொட்டியது. பனிச்சரிவைப் போல் வந்து கொட்டும் வேண்டாத அஞ்சல்களையெல்லாம் சிலநாள் முன்பு வரையிலும் மிகுந்த ஆர்வத்துடன் பார்த்து வந்தாள். அவை பரிந்துரைத்த, யோசனை சொன்ன, வழங்கிய, மேலனுப்பிய விஷயங்கள் எல்லாம் அவளுக்குத் தேவைப்பட்டதால் அல்ல. இல்லை. அவை அவளுக்குத் தேவைப்படவில்லை. ஆனால் வணிக உலகின் செய்திகள் இந்த உலகின் நாடித்துடிப்பை அவளுக்கு உணர்த்தின. எதெதெல்லாம் புதிதாய் உள்ளே வருகிறது, எதெதெல்லாம் காலாவதியாகி வெளியேறுகிறது, என்பதை. அந்த நாடித்துடிப்பிற்கு ஏற்பத் தன்னுடைய போக்கை அனுசரித்துக்கொள்ள.

ஆனால் இது எதுவுமே இப்பொழுது ஒரு பொருட்டாக இல்லை. நிறுவனம் சிறப்பாக இயங்கிக்கொண்டிருக்கிறதென்றும், அவளாகவே அன்றைக்கான முக்கிய விஷயங்கள் எல்லாவற்றையும் சமாளித்து விட்டதாகவும் தன்னுடைய உதவியாளர் அனுப்பிய செய்திகூட மோனிக்காவைச் சந்தோஷப்படுத்தவில்லை. அது ஒரு பெரிய விஷயமாக அவளுக்கு இப்பொழுது படவில்லை. ஆனால்

அவளுடைய உதவியாளருக்கு அது ரொம்பப் பெரிய விஷயம். அது மோனிக்காவுக்கும் தெரியும். மோனிக்கா திரும்பத் திரும்ப சொல்ல விரும்பும் *நாம் எல்லோருமே மாற்றீடு செய்யத்தக்கவர்கள்தான்* எனும் தாரக மந்திரம் தனக்குமே பொருந்துவதுதான் என்பதை என்றேனும் ஒரு நாள் அந்த உதவியாளரும் உணர்வாள். மோனிக்காவே ஒரு வேளை அதை இன்றுதான் உணர்ந்தாளோ? அதுவுமே பொருட்டில்லை.

எதுவுமே பொருட்டில்லை. எதுவுமே.

ஒன்றே ஒன்றைத் தவிர.

போருட்டிடமிருந்து ஒரு புதிய செய்தி.

மோனிக்கா. வெகுகாலமாகிவிட்டதைப் போல் இருக்கிறது. ஏனென்றால் அவ்வளவு விஷயங்கள் நடந்து விட்டன. நான் உன்னோடு உடனே தொடர்புகொண்டாக வேண்டும் எனும் அளவிற்கு நிறைய விஷயங்கள். உன்னோடு தொடர்புகொண்டால் அது உனக்கு உதவிகரமாக இருக்கும் என்பதால் நான் இப்போது தொடர்புகொள்கிறேன். ஏனென்றால், உனக்கு உதவி தேவைப்படுகிறது. இதை யோசித்துப் பார். உனக்குப் பிரச்சினைகள் இருக்கின்றனவென்று எனக்குத் தெரியும்.

உனக்கு இதெல்லாம் எப்படித் தெரியும்? நாம்தான் மாதக்கணக்காய் பேசிக்கொள்ளவே இல்லை. ஆம். உனக்குத் தெரிந்திருக்கும்தான்... பிரச்சினையே *நீதானே.*

உன்னை நீயே தனிமைப்படுத்திக்கொண்டு விட்டாய். உன்னை உன்னிடமிருந்தே கொள்ளையடித்து விடுவார்களோவென்று யாரிடமும் உன்னை நீ வெளிப்படுத்திக்கொள்வதில்லை. உனக்கு இரண்டு தேர்வுகள் இருக்கின்றன. யோசி. முதலாவது: தனியாகவே கிட. எவ்வளவோ பேரை நீ மாற்றீடு செய்திருக்கிறாய். யாரையெல்லாம் மாற்றீடு செய்ய வேண்டுமென்று உன்னிடம் சொன்னார்களோ அவர்களையெல்லாம். என்னையும் மாற்றீடு செய்துகொள். எவ்வளவு சீக்கிரம் செய்கிறாயோ அவ்வளவு நல்லது. உனக்கும் யாரோ தேவைப்படுகிறது. உன்னால் தனியாக இயங்க முடியாது. உன்னையே நீ சார்ந்திருக்கும் போது நீ நிறைவாக உணர்வதில்லை. யாரையாவது பார்த்துக்கொள். உன்னைக் காதலிப்பவர்கள் என்று நீ நம்பும் யாரையாவது நீ எப்பொழுதுமே பார்க்கக்கூடும்.

முட்டாளே. எனக்கு யாரோ ஒருவர் வேண்டியதில்லை. எனக்கு நீதான் வேண்டும்.

உனக்கே தெரியும், நமக்குள் இருந்தது காதலென்று. சாத்தியமாகும் வகையான காதல். நீ எதற்காகச் சந்தோஷமாய்

இருக்க ஆசைப்பட்டாயென்று நான் உண்மையில் புரிந்து கொள்ளவேயில்லை. காதலில் மகிழ்ச்சியா? அது இயல்பானதா? அல்லது தீவிரமானதா? அது நடைமுறைக்கு ஒத்து வரக் கூடியதா? இதைப் புரிந்துகொள்ளாத இருவரிடமிருந்து இந்த உலகம் அடையப் போவதென்ன?

நாம் அதைப் பார்க்கவே இல்லை. நாம் பார்த்தோம். ஆனால் அது எப்படியிருந்ததோ அப்படிப் பார்க்காமல் விட்டோம். அதைக்காட்டிலும் இன்னொன்று: அதன் போக்கிலே அது போகாதிருக்க நம்மாலானதைச் செய்தோம். அதுதான் தவறு. நாம் ஓர் அமைப்பின் அங்கம்.

அமைப்பின் அங்கமா? ஓ போருட். அதுதான் வாழ்க்கையின் நோக்கமே. அமைப்பின் அங்கமாயிருப்பது.

இதுதான் உனக்கிருக்கும் முதல் தெரிவு. இன்னொன்றும் இருக்கிறது. மாறு. அதைவிட்டு வெளியே வா. மக்களை மாற்றீடு செய்துகொண்டே இருக்காதே. ஏனென்றால் அது தப்பு. அவர்கள் என்னவாக இருக்கிறார்களோ அப்படியே அவர்களை இருக்கவிடு.

இதை யோசித்துப்பார்.

நான் சரியாகி விடுவேன். நீயும் சரியாகி விடுவாயென்று நம்புகிறேன்.

போருட், நீ நிறுவனத்தைவிட்டு விலகியிருக்கக் கூடாது. நீ சொற்களில் வித்தை காட்டுகிறாய். உன்னுடைய சொந்தச் சொற்களைக் கொண்டு. அடுத்தவர்களின் சொற்களைக்கொண்டு. அடுத்தவர் சொற்கள் எல்லாம் உன்னுடையனவாகின்றன. உன்னுடையவை அவர்களுடையதாகின்றன. அவர்கள் அவற்றைத் தமக்கேயானதாகத் தத்தெடுத்துக்கொள்கிறார்கள். உன்னால் செய்ய முடிவதற்கு யார் உனக்கு அதிக ஊதியம் கொடுப்பார்கள்? மக்களை அவர்கள் இருக்கும் போக்கிலேயே விட்டு வைக்க யார் ஊதியம் தருவார்கள்?

அவள் எழுத வேண்டிய பதில் தானாகவே உருக்கொண்டது.

போருட். இன்று பாலர்பள்ளியில் நான் கிட்டத்தட்ட நிதானத்தை இழந்துவிட்டேன். பையன்களுக்கு ஏதோ ஆகி விட்டதோவென்று பயந்து விட்டேன். குட்டிப்பையன் ஓடி வரும் வரை உடல் முழுதும் ஒரு வேதனை பரவிவிட்டது. நீ ஏன் இப்படியொரு நிலையை எனக்குக்கொடுத்தாய்?

போருட்! காதலென்றால் என்ன தெரியுமா? உன் உடலில் இருக்கும் ஒவ்வொரு உயிரணுவும் ஓடு என்று கதறும் நேரத்திலும்கூட விலகாமல் கூடவே இருப்பது.

போருட். ஒவ்வொருவருமே வாழ்க்கையின் இடைப்பகுதியில் பொதுவான சிக்கலை எதிர்கொள்கிறார்கள். பாதாளத்தின் விளிம்பில் நின்றுகொண்டிருக்கும் ஆண்களைப் பற்றி நமக்குத் தெரியும். பெண்களைப் பற்றியும்தான். ஒவ்வொருவருமே தமக்குத் தெரிந்த விதமாக அதைத் திறம்படக் கையாள்கிறார்கள். என்ன, பெரும்பான்மையோர் உன்னைக் காட்டிலும் சிக்கலில்லாத விதத்தில் கையாள்கிறார்கள். அதுவும் நமக்குத் தெரியும். இதற்கு வேறு வழிகளும் இருக்கின்றன. நீ மீண்டும் நெடிய பயணம் எதையேனும் மேற்கொண்டிருக்கலாம். உன் வேலை சம்பந்தப் பட்டதாக இல்லாமல், உனக்காகவே. நீண்ட காலமாகவே நீ அதைச் செய்யவில்லை. முன்பெல்லாம் அதை நீ எப்பொழுதுமே செய்ததுண்டு. ஏதேனும் ஒரு வித்தியாசமான காரை நீ வாங்கியிருக்கலாம். இல்லாவிட்டால் புதிய யுகத்தின் செயல்களான யோகா, தியானம் என்று ஏதாவதொன்றில் ஈடுபட்டிருக்கலாம். அதெல்லாம் பரவசம் தரும் செயல்களென்று சொல்கிறார்கள். நீ விரைந்தாக வேண்டும். ஓஷோ எப்பொழுதோ காலமாகிவிட்டார். ஆனால் அவருடைய ஆஸ்ரமம் இன்னுமே சுத்தமாகத்தான் இருக்கிறது. அதற்குள் நுழைவதற்கு முன்பாக ஒவ்வொருவரும் எய்ட்ஸ் பரிசோதனைக்கு உட்பட்டாக வேண்டும். இப்பொழுது இன்னும் கூடப் பலர் இருக்கிறார்கள். நீ அவசரம் காட்டியே தீர வேண்டும். அவரவர்க்குரிய காலத்துக்கு முன்பாகவே பல தீர்க்கதரிசிகளும் காலமாகி விடுகிறார்கள். உனக்கென்று ஒரு காதலியை நீ தேடிக்கொண்டிருக்கலாம். உன்னால் இதற்காக வெளியில் செல்ல முடியவில்லையென்றாலும் உன் நிறுவனத்திலேயே போதுமான அளவுக்கு இளம் பெண்கள் இருக்கிறார்கள். நீ அதைச் செய்திருக்கலாம். அவர்களும் இங்கிதமாக நடந்துகொண்டிருப்பார்கள். இதெல்லாம் வாழ்க்கையின் ஒரு அம்சமென்று எடுத்துக்கொண்டிருப்பார்கள். விடு. அதெல்லாம் பழைய கதை. எப்படியிருந்தாலும் நீ இப்பொழுது நிறுவனத்தில் வேலையில் இல்லை.

போகட்டும். நீ எங்கேதான் இருக்கிறாய் போருட்? உனக்கு எதுதான் சொந்த இடம்? எல்லாவற்றையும் தூக்கியெறிந்து விட்டு வெளியேறி விட்டாய். நீ நிறுவனத்தை விட்டு வெளியேறி விட்டாய். எங்களையும்தான் போருட். விட்டு வெளியேற இது முறையான வழியில்லை. ஒரு நிறுவனத்தில் எல்லோருமே மாற்றீடு செய்யப்படகூடியவர்கள்தான். நானுமே கூட. உனக்கும் இது தெரியும். அவர்களை மாற்றீடு செய்து நான் பிழைப்பு நடத்து கிறேன். ஆனால் ஒரு குடும்பத்தைவிட்டு வெளியேறுவதென்பது கடன் தீர்க்க வக்கற்று ஓடி விடுவது. குழந்தைகள் என்ன செய்கிறார்களென்று எனக்குத் தெரியாது. பரிச்சயமற்ற ஆண்களோடு

நகரில் நான் சுற்றித் திரிகிறேன். ஏன். அவர்களோடு படுத்தெழவும் செய்கிறேன். ஆனால் எனக்கு அது பற்றிய குற்றவுணர்வே இல்லை. நீ வெளியேறிவிட்டதுதான் காரணம். ஓர் பெரும் துளையை நீ விட்டுச் சென்றிருக்கிறாய். மூழ்க நேரும் போது எது கிடைக்கிறதோ அதை மக்கள் பற்றிக்கொள்கிறார்கள். போருட். எப்பொழுதுமே குறையே இல்லாத விதத்தில் ஏற்பாடுகளைச் செய்யும் நீ எங்கே தவறினாய்? சொல் போருட்.

குட் பை.

தான் என்ன செய்ய வேண்டுமென்று அவளுக்குத் தெரியும். அதைப் படித்துப் பார்க்காதே. உடனே அனுப்பி விடு. அதைப் படித்தால் அதைப் பற்றி யோசிப்பாய். பிறகு உன் மனத்தை மாற்றிக்கொள்வாய். அதை வேறு விதமாய் எழுதப் பார்ப்பாய். அவனைக் காயப்படுத்துவதை ஒத்துக்கொள்வாய். பிறகு இன்னும் மோசமாகக் காயப்படுத்துவாய்.

அவள் அதைத் திரும்பப் படிக்கவில்லை. நேரடியாக அனுப்பி விட்டாள்.

ஆனால் அது போன வேகத்தில் திரும்பியது. முகவரிக்குரியவர் தற்சமயம் கிடைக்கவில்லை. தயவு செய்து மீண்டும் முயலுங்கள்_____

இதெல்லாம் வேலைக்காகாது போருட். இப்படியெல்லாம் நாம் பேசிக்கொண்டிருக்க முடியாது. உன்னை என்னால் புரிந்துகொள்ளவே முடியவில்லை.

9

கட்டப்பட்ட ட்விஸ்ட்[1]

"இதெல்லாம் வேலைக்காகாது போருட். இப்படியெல்லாம் நாம் பேசிக்கொண்டிருக்க முடியாது. உன்னை என்னால் புரிந்துகொள்ளவே முடியவில்லை."

மாயா முன்னே குனிந்து அந்தச் சிறிய மேஜைமீது முழங்கைகளை ஊன்றி உள்ளங்கைகளுக்குள் மோவாயைப் பதித்தபடி அவனைக் கண்களால் ஊடுருவினாள். அவர்களுடைய கோப்பைகளிலிருந்து ஆவி மெல்ல மேலெழும்பிக்கொண்டிருந்தது. அந்தத் தேநீர்க்கூடம் கிட்டத்தட்டக் காலியாக இருந்தது. பணம் படைத்தவர்கள் வேறெங்கோ இருந்தனர். அவர்கள் எங்கே பணம் செய்தார்களோ அங்கே. பணமே இல்லாதவர்களுக்கு இங்கே வர வக்கில்லை. பருகிய பிறகு நாக்கில் ரசாயனச் சுவை தங்காத விலை தேநீரின் ஆண்டுக்கு ஆண்டு அதிகரித்துக்கொண்டே போனது. தேயிலைத் தொழிலும், சட்டத்துக்குப் புறம்பான போதை மூலிகைத் தொழிலும் வளமான துண்டு நிலங்களைக்கூட வசமாக்கிக்கொள்ள பெரும் போர் நடத்திக்கொண்டிருந்தன.

"அதாவது, நீதான் என்னைக் கூப்பிட்டாய். நீதான் உனக்குப் பணம் தேவையென்றாய். உன்னால் என்னவெல்லாம் செய்ய முடியுமென்று

---

1. 1940களிலும் 50களிலும் அமெரிக்காவில் பிரபலமாயிருந்த ராக் & ரோல் இசைக்கு இசைவான நடனவகையாகப் பரிமளித்து 1960களில் உலகைப் பித்தாக ஈர்த்த நடனம் ட்விஸ்ட். மிகவும் விரசமான நடனவகை என்று விமர்சகர்களின் கண்டனத்துக்கு இது உள்ளாகியது.

எனக்குத் தெரியும். உனக்கே உன்னால் என்னவெல்லாம் செய்ய முடியுமென்று தெரியும். இதுவரை சிக்கலெதுவும் இல்லை. உனக்குக் கொடுக்க என்னிடம் வேலையிருக்கிறது. நீ செய்கிறாய். நான் உனக்கு ஊதியம் தருகிறேன். நீ சந்தோஷப்படுகிறாய். நானும் சந்தோஷப்படுகிறேன். எல்லாமே நன்றாகப் போகிறது. ஆனால் இப்பொழுது நீ ஒரேயடியாய் வித்தியாசமான ஏதோ ஒன்றைச் செய்ய வேண்டும் என்கிறாய். ஆனால் அது இன்னதென்று தெரியவில்லை என்றும் சொல்கிறாய். நான் என்ன சொல்ல வருகிறேன் என்றால், அதாவது, உனக்கே இது சற்று விசித்திரமாகப் படவில்லையா? முற்றிலும் வித்தியாசமான ஒன்றைச் செய்ய முடியுமென்று உனக்கு எப்படித் தெரிந்தது? போகட்டும். அது வித்தியாசமானதென்று நான் எப்படித் தெரிந்துகொள்ள?"

இது ஒன்றும் சரியாக இருக்குமென்று தோன்றவில்லை.

மாயாவின் தொடர்பு எண்ணை நீக்காமல் விட்டது தப்பென்று போருட் ஏற்றுக்கொண்டான். இதைத் தனக்குத்தானே அவன் பலமுறை கூறிக்கொண்டிருக்கிறான். அவ்வாறு நீக்கியிருந்தால் இந்தச் சந்திப்பு இன்று நடப்பதைத் தவிர்த்திருக்கலாம் என்பதல்ல. அவனுக்குப் பணம் தேவையாயிருந்தது. மாயாதான் இன்னமும் அவன் அணுகக் கூடிய முதல் நபராக இருந்தாள். அது மட்டுமல்ல. சொற்களை விற்றுப் பிழைக்கும் தொழிலில் இருக்கும் ஒவ்வொருவருக்கும் மாயாவை எப்படித் தொடர்பு கொள்வதென்று தெரிந்திருக்கும். சும்மா ஒரு எண்ணை நீக்கிவிடுவது அர்த்தமற்றது. அர்த்தமுள்ளதாய் இருந்ததை வெகு காலத்துக்கு முன்பாகவே அகற்றியாயிற்று.

இவ்வளவு ஆண்டுகளுக்குப் பிறகு அவளை அழைத்ததால் நான் ரொம்பக் கீழிறங்கிவிட்டேனோ!

"நீ வந்ததற்கு நன்றி மாயா. நீ வர மறுத்திருக்கலாம். நீ எவ்வளவு மும்முரமான ஆள் என்று எனக்குத் தெரியும்."

அவன் சொன்னதைக் கையசைப்பில் அவள் அலட்சியப் படுத்தினாள். தேநீரிலிருந்து கிளம்பிய ஆவி கலைந்தோடியது. அவர்களுடைய பரிசாரகன் உடனே முன்னகர்ந்து வந்தான். அவன் நீண்ட கழுத்துக்கொண்ட கரிய சருமத்தவன். உலகப் பட்டினி வரைபடத்தை நான் சரியாக நினைவில் வைத்திருக்கிறே னென்றால், இவன் அனேகமாக ஒரு நுபாவாகவே[2] இருக்க வேண்டும். சாத்தியப்படும் ஒவ்வொரு விதத்திலும் பிரத்யேகமாகத் தோன்ற அந்தத் தேநீர்க்கூடத்தின் உரிமையாளர்கள் முயன்றார்கள். உலக இன விருப்பு வெறுப்புப் பாங்கில் நிகழும் மாற்றங்களுக்கு ஏற்ப அவர்களுடைய ஊழியர்களின் சரும நிறம்கூட மாறியது.

---

2. சூடான் நாட்டின் நூபா மலைகளில் வாழும் பழங்குடி இனத்தவர்.

அவளுடைய இன்னொரு அலட்சியக் கையசைப்பில், அந்தப் பரிசாரகன் ஓர் அலையைப் போல் பின்னகர்ந்தான்.

மிதக்கும் சிதைவைப் போல் நகர அவன் கற்றுக்கொண்டிருக்கிறான். இங்கே கூலி அதிகமாக இருக்கும். நானும் கூடத் தேநீர் பரிமாறக் கற்றுக்கொள்ள வேண்டும். மாற்றுப்பால் நாட்டம்கொண்ட வெள்ளையின ஆண்கள் வியாபாரத்தை ஈர்க்கும் அருகிவரும் உயிரின வகையாக மாற வேண்டிய முறை ஏற்கெனவே வந்துவிட்டதைப் போல் தெரிகிறது.

"உனக்கே தெரியும், நான் வந்திருப்பேனென்று, போருட். உனக்காக, எப்பொழுதும். அது எந்தக் காரணத்திற்காக என்றாலும். வியாபாரத்திற்காக என்றில்லை.

நீ சாமர்த்தியசாலி மாயா. நீ இதில் ரொம்ப சாமர்த்தியம் கொண்டவள். உன் வியாபாரம் நன்றாகப் போவதில் வியப்பெதுவும் இல்லை.

"நாம் மீண்டும் முதலிலிருந்தே ஆரம்பிப்போம். உன் வாழ்க்கையில் சில மாற்றங்கள் நிகழ்ந்திருக்கிறதென்று சொல்கிறாய். அப்படி என்ன மாறியிருக்கிறது?"

மாறியிருக்கிறதா? எதுவுமில்லை. கொஞ்ச காலம் முன்பு நான் வீட்டில் வசித்துக்கொண்டிருந்தேன். கிழக்கத்தியவர்கள் குடியிருப்புப் பகுதியில் நான் வாடகைக்கு எடுத்திருந்த குடிலில் அவ்வப்பொழுது ஒதுங்கினேன். ஒரு சில மாதங்களுக்கு முன்புவரை மைய உலகின் மிக அதிகமாக ஊதியம் வழங்கப்பட்ட படைப்பூக்க மனமாக நான் விளங்கினேன். இரண்டாண்டுகள் வாழப் போதுமான பணம் என்னுடைய ரகசிய வங்கிக்கணக்கொன்றில் சேமிக்கப்பட்டிருந்தது. அதெல்லாவற்றையும் கடந்த இரு மாதங்களில் நான் வாரி வழங்கி விட்டேன். இப்பொழுது என்னிடம் மீந்திருப்பதெல்லாம் இந்தத் தேநீருக்குக் கொடுக்கப் போதுமான காசு மட்டுமே. அதுவுமே கூட, நீ பருகும் தேநீருக்கு நீ கொடுத்து விடுவாய் எனும் நம்பிக்கையில்தான். போன வாரம்வரை ஒவ்வொரு நாளும் என் குழந்தைகளோடு நான் விளையாடுவேன். ஆனால் இன்றோ, மக்களுடைய முழங்கால்களுக்குள் அரிவாளை இறக்கிக் கொண்டிருக்கிறேன். மாறியிருக்கிறதா?

"என்னுடைய வேலையின் நிலைமை உனக்குத் தெரியுமா என்று எனக்குத் தெரியவில்லை. அதாவது இப்போதைய நிலைமை. நான் தலைவரிடம் இப்போது வேலையில் இல்லை. கொஞ்சம் பணம் சேமிப்பில் இருந்தது. ஆனால் அதை நான் ஏற்கெனவே __________எப்படிச் சொல்வது, தவறான வழிகளில் முதலீடு செய்துவிட்டேன்."

"ஆம். நானும் கேள்விப்பட்டேன். எனக்கும் தெரியும். நானும் புரிந்துகொண்டேன். உனக்கு என் வாழ்த்துகள்! நம்முடைய வியாபார வகையில் தலைவரைவிட்டு வெளியேறியவர்கள் அதிகம் பேர் இல்லை. எல்லோருமே அதற்கு மாறான பாதையில் செல்ல விரும்புகின்றவர்கள்தான். அவருக்கு வேலை செய்ய விரும்புகின்றவர்கள்தான். யாருமே அவரை விட்டு வெளியேறுவதில்லை. அவர்கள் சார்பாக, தலைவரே அவர்களை வெளியேற்றினாலொழிய. ஆனால் தலைவர் ஒரு பக்கமென்றால், விளம்பரத்துறை வேறொரு பக்கம். இப்படிச் சொல்ல யாருமே துணிய மாட்டார்கள்தான். விளம்பரத் தொழிலைப் பற்றி உன் ஆதங்கம்தான் என்ன? எதற்காக இந்த 'ஏதோ ஒரு வித்தியாசமான'? இதுதான் எனக்குப் புரியவில்லை. உன்னிடம் இருப்பதெல்லாமே விளம்பரத்துறை உனக்குக் கொடுத்ததுதானே!"

"அதேதான். நான் இந்த நிலைமையில் இருப்பதற்கும் அதுவே காரணம்."

"என்ன நிலைமை? சலித்து ஓய்ந்து? சொல். கேட்டுக் கொள்கிறேன். நம்புகிறாயோ, இல்லையோ, தலைவரும் கூடப் புரிந்துகொள்வார். பயணம் போவதை நேசிப்பவன் நீ. இப்பொழுதும் கூட எங்காவது போய் வரலாம். மீண்டு வர இயலாத நிலைக்குத்தான் போக வேண்டுமென்பதில்லை. வேறு எத்தனையோ வழிகள் இருக்கின்றன. போ. போய் அவரிடம் பேசு. நீ செய்தது தவறென்று தோல்வியை ஒப்புக்கொள். கொஞ்சம் விடுமுறை கேட்டு வாங்கிக்கொள். உலகின் ஏதாவதொரு கடைக்கோடிக்குப் போ. நீ பார்க்காத ஒன்றிரண்டு இடம் இன்னுமே மீந்திருக்கும். ஆவணப்படங்கள் எல்லாவற்றையுமே படப்பிடிப்பு அரங்குகளுக்குள் எடுத்து விடுவது சாத்தியமில்லை. பெரிய ஆறுகள் போன்றவற்றையெல்லாம் படப்பிடிப்பு அரங்குக்குள் கொண்டுவர ஏராள செலவு பிடிக்கும். அவரும் உனக்கு விடுமுறை கொடுப்பார். ஏனென்றால், உனக்கு விடுமுறைக் காலத்துக்கு ஊதியம் தர வேண்டியதில்லை. புத்துணர்வோடு நீ திரும்புவாய். அது உனக்கு நல்லது. புதிய சிந்தனைகள். அவர் அவற்றைத் திறமையாக வியாபாரம் செய்வார். அது அவருக்கு நல்லது. உனக்கும்தான். நீ சந்தோஷமாயிருப்பாய். அவரும் சந்தோஷப்படுவார். உத்தமம். என்னை நம்பு. இதற்கு முன்பும் இதே போல் நடந்திருக்கிறது."

வீர்யம் மிகுந்து நான் மீள்கிறேன், பணியில் புதிய வெற்றிகள், புதிய குற்றவுணர்வுப் பயணங்கள், என்னை நானே மீட்டெடுத்துக்கொள்ள முயலும் புதிய வழிகள்.

"மாயா, இந்த வேலையை, நான் உண்மையில்_____"

என்னை மாற்று 177

இதைப் போதும் போதுமெனும் அளவுக்குப் பார்த்தாயிற்று என்று சொன்னால் அது போதுமானதாக இருக்காது.

“தலைவரை விட்டு வெளியேறுவதென்பது ஒரு பக்கம் இருக்கட்டும். ஆனால் விளம்பரத்துறையையே விட்டு வெளியேறுவதென்பது முற்றிலும் வேறு விஷயம். அது ஒரு வேலையல்ல. ஆத்மார்த்த ஈடுபாடு. வணிக விளம்பரங்கள் நமக்குத் தேவைப்படுகின்றன. மக்களுக்கு உதவி செய்ய. விளம்பரங்கள் இல்லாமல் போனால், ஒருவர் எப்படித்தான் முடிவெடுப்பார்? எல்லாமே மேலும், மேலும் ஒரே மாதிரியானவையாய் ஆகிக்கொண்டிருக்கின்றன.”

போருட் புன்னகைத்தான். தேநீர் அவனைச் சாந்தப்படுத்தியிருந்தது. வழக்கமாய் ஒவ்வொரு நொடியும் குழந்தைகளைப் பற்றியே நினைத்துக்கொண்டிருப்பவனுக்கு திடீரென்று அவர்களுடைய நினைவு அகன்றது. மாறாக, டார்ஜிலிங்கில் அநியாயத்திற்கு விலையுயர்ந்த விடுதியில், அடுத்த இரு வாரப் பயணத்திற்குக் காணக் கூடிய நூறு டாலரை ஓரிரவுத் தங்கலுக்குக் கட்டணமாய்ச் செலுத்திய அந்த விடுதியில் பருகிய கோப்பைத் தேநீரை நினைத்துக்கொண்டான். அந்தக் காலத்தில் டாலருக்கு ஓரளவிற்கு மதிப்பிருந்தது. அவன் கட்டணத்தைச் செலுத்திவிட்டு நினைத்துக்கொண்டான். இன்றைய இரவு எது வேண்டுமானாலும் நிகழக்கூடும் இரவு.

காலையில் அவள் சொன்னதுவும் இதையேதான். இன்றைய இரவு எது வேண்டுமானாலும் நிகழக்கூடும் இரவு.

“எல்லாமே ஒரே மாதிரியாக ஆகிக்கொண்டு வருகின்றன. நம்மைத் தவிர. நாம் மட்டுமே கொஞ்சம் கொஞ்சமாய்ச் சமமற்றவர்களாக மாறிக் கொண்டு வருகிறோம். ஆனால் உன் அலுவலகத்திலிருந்து__________”

மாயா அவன் கைமீது குட்டினாள்.

“போதனையை தயவுசெய்து நிறுத்து. போதனை செய்து ஊதியம் பெறும் வேலைகள் இருக்கவே இருக்கின்றன. ஆனால் நீ போதனை செய்யக் கூடாது. நம்முடைய வேலையில் நாம் எவ்வளவு சிறந்தவர்களென்று பிறரை ஏற்றுக்கொள்ள வைக்க நம் நேரத்தை மிகுதியாகச் செலவழிப்பது இயல்பானது. இறுதியில் நாமே நம்மைச் சிறந்தவர்கள் என நம்புகிறவர்களாக ஆகி விடுகிறோம். நாம் செய்வது நல்லதற்கே என்று நம்பி. நல்லது செய்ய நமக்கு நல்ல சம்பளம் கொடுக்க வேண்டும். இல்லாவிட்டால் அது நல்லதென்று யாரும் நம்ப மாட்டார்கள். இப்படித்தான் எல்லாமே போய்க்கொண்டிருக்கிறது.”

அந்தத் தேநீரை நினைத்துப்பார்க்கும் அளவுக்குக் கடந்த காலத்திற்குள் நான் போய்விட்டேனெனும்போது நாம் பேசிக்கொண்டே இருக்கலாம்.

"உனக்குத் தெரியுமா, நம் தொழிலில் ஓரளவுக்கு நிறையவே குற்றவாளிகள் இருக்கிறார்கள்.

"ரொம்ப அலட்டிக்கொள்ளாதே, போருட். ஒரு விதத்தில் சரிதான். தலைவர். ஆமாம். அவரும் அவருடைய ஆட்களும். ஆனால் அவர்கள் நம் தொழிலில் இல்லையே. இதற்கெல்லாம் மேலே இருப்பவர்கள் அவர்கள். நம்மை அவர்களுடைய சுயநலத்துக்காகச் சுரண்டுபவர்கள். நமக்குக் கொஞ்சமாய்க் கொடுத்துவிட்டு நம்மை அதிக விலைக்கு விற்பவர்கள். அதுவே போதும் அவர்களைக் குற்றவாளிகள் என்று சொல்ல_____"

"தொழிற்சங்க கோஷங்களையெல்லாம் விட்டு விடு. அந்த நாட்கள் முடிந்துவிட்டன. நான் வேறொன்றைப் பற்றிச் சொல்கிறேன்," என்றான்.

அவன் அவளையே பார்த்தான்.

அவளுடைய கண்கள். தேநீரின் வழுவழுப்பான மேற்பரப்பின்மீது பதிவதும், பிறகு சுழன்று கூரைமீது நிலைப்பதுமாய். மான்குட்டியைச் சாப்பிடுகிறதென்று புலியைக் குற்றம் சொல்ல முடியாது. மான்குட்டியும் ஓர் உயிருள்ள, உணர்வுள்ள சங்கதிதானென்று இப்பொழுது இன்னொரு புலிக்கு விளக்கமாய்ச் சொல்ல வேண்டும். இதைக் கற்பனை செய்து பார். புலியிடமிருந்து தப்பியோடும் மான்குட்டி நீ. உன் பலமெல்லாம் போய்க்கொண்டிருக்கிறது. என்றாலும் நீ ஓடுகிறாய். ஓடுகிறாய். புலி உன்னை நெருங்குகிறது. வேறு திசையில் ஓடியிருக்க வேண்டுமென்று நீ நினைக்கிறாய். ஆனால் இப்பொழுது எதுவும் செய்வதற்கில்லை. புலி அந்தத் திசையிலிருந்து வந்துகொண்டிருக்கிறது. கடைசியில், உன் கால்கள் துவண்டு, புலி உன்னைக் கவ்வுகையில், வேறு வழியில்லாமல், மான்குட்டியாகிய நீ புலியிடம் கேட்கிறாய்: "நீ என்னைச் சாப்பிடப் போகிறாயா, என்ன? மாமிசம் என்பது கொலை. உன் இறைச்சித்துண்டுக்கும் ஒரு காலத்தில் உணர்விருந்தது." புலி நிற்கிறது. யோசிக்கிறது. சொற்களின் வலிமை.

"அப்படியென்றால் எனக்கு இன்னொரு தடவை சொல். நீ சொல்வது என்னவென்று எனக்கு உறுதியாய் விளங்கிக்கொள்ள முடியவில்லை," என்றாள் மாயா.

"நாம் செய்கின்ற காரியங்களால் உலகை மாற்றிக் கொண்டிருக்கிறோம் மாயா. நாம் என்று நான் சொல்வது

மனிதகுலத்தை. உனக்கே தெரியும். பட்டுப்பூச்சி விளைவு அது இது என்பதெல்லாம்."

மாயா வாய்விட்டுச் சிரித்தாள். அந்தத் தேநீர்க்கூடத்தின் எங்கோ ஒரு மூலையில் அமர்ந்திருந்த ஒரேயொரு விருந்தினரும் தலையை நிமிர்ந்து பார்த்தார்.

"நீ கூட விளம்பரப் பிரச்சாரத்திற்குத் தடுப்பாற்றல் பெறவில்லை போல் தெரிகிறது. எல்லோருமே முக்கியம், இத்யாதி, இத்யாதி. கேட்க நன்றாகத்தான் இருக்கிறது. ஒரு நுகர்வோரைக் காட்டிலும் மேலானவராக. இல்லையா?" என்றாள்.

அடக்கமாட்டாத அவளுடைய சிரிப்பு ஓயட்டுமென்று போருட் காத்திருந்தான். மூலையில் இருந்த மனிதர் தன் மடியை மீண்டும் வெறித்துப் பார்க்க ஆரம்பித்தார். "இல்லை. நான் தீவிரமாகத்தான் சொல்கிறேன். நாமெல்லோருமே விஷயங்களை மாற்றிக்கொண்டிருக்கிறோம். ஒரு சிலர் அதிகமாக. ஒரு சிலர் குறைவாக. இதற்கு வேறு வழியில்லை. இருந்த போதும், படைப்பூக்கவாதிகளான நாம் ரொம்பவே அதிகமாக மாற்றுகிறோம். ஏனென்றால் நம் செயல்கள் மற்றோருடைய செயல்களைக் காட்டிலும் அதிகமாய்ப் பார்வையில் படக்கூடியதாக இருக்கிறது. சில சமயங்களில் நல்லது செய்வதாக நினைத்துக்கொண்டு நாம் தீங்கிழைத்து விடுகிறோம். உதாரணத்திற்கு, குப்பிகளில் குடிநீரை அடைத்துக் கொடுக்கும் சிந்தனையை முதன்முதலாக அமல்படுத்திய மனிதனை நினைத்துப் பார். அவன் ஒரு குற்றவாளி. அவன் யாரையும் கொல்லவில்லை. ஆனால் அவனால்தான் இன்று தண்ணீரை விலை கொடுத்து வாங்குகிறோம். ஏனென்றால், நமக்கு வாங்கும் சக்தி இருக்கிறது. அதே நேரத்தில், இயற்கையாய்க் கிடைக்கும் குடிநீர் சீர்கெட்டுப் போனது. ஏனென்றால் அதைப் பாதுகாக்கும் தேவை இல்லாமல் போய்விட்டது. இப்பொழுதெல்லாம் யாருமே அதைக் குடிப்பதில்லை," என்றான் போருட்.

"சிலர் குடிக்கத்தான் செய்கிறார்கள். இந்தியாவில் குடிக்கிறார்கள் என்று நிச்சயமாக எனக்குத் தெரியும். நாம் அங்கே போயிருந்த பொழுது இருந்ததைப் போல். நாம் புட்டி நீரைக் குடித்தோம்," என்றாள் மாயா.

அது உண்மைதான். தேநீரின் சுவை நாவிலிருந்து அகன்றதும் அது புட்டி நீரில் தயாரிக்கப்பட்டதா என்று கேட்கப் போனேன். எனக்குப் பதிலே சொல்லவில்லை. நீண்ட நேரம் என்னை வெறித்து விட்டு யாரோ சொன்னார்கள்,"தேநீர் நன்றாக

இருந்ததா, சார்?" உங்கள் பெண்மணி, அவர்களுக்கும் அது பிடித்திருந்ததா? உங்களுக்கு வேறெதுவும் வேண்டுமா?

"நீ சொல்வது சரிதான். இன்னுமே அவர்கள் இயற்கை நீரைக் குடிக்கத்தான் செய்கிறார்கள். வேறு சில இடங்களிலும்கூட. அவர்கள் இன்னுமே நம்மைக் காட்டிலும் அதிக ஆயுள் கொண்டவர்களாக இருக்கிறார்கள். நீ எப்படி? குழாய் நீரைக் குடிக்கிறாயா?"

"உனக்கே நன்றாய்த் தெரியும். சாதாரணமாக யாரும் அதைக் குடிப்பதில்லை," என்றாள் மாயா.

"அதில் சமைக்கிறாயா?"

"இங்கே பார், நான் சமைப்பதில்லை, போருட்."

"செடிகளுக்காவது அந்த நீரை ஊற்றுகிறாயா?"

"என்னிடம் செடிகளே இல்லை," என்றாள்.

"கையையாவது அதில் கழுவியிருக்கிறாயா? இன்னும் கூடக் குழாய் என்ற ஒன்று எதற்காக இருக்கிறதென்று நீ எப்பொழுதாவது யோசித்திருக்கிறாயா?" என்று நக்கலடித்தான் போருட்.

"இந்த வேண்டாத பேச்சை நிறுத்திக்கொள்வோம். நீ ரொம்பவுமே பெரிதுபடுத்துகிறாய் என்று சொன்னேன். உனக்கு வேண்டுமானால் ஊற்று நீர் வாங்கிக்கொள்ளலாம். பார்க்கப்போனால் அது உண்மையிலேயே விலை மிக அதிகம். ஆனால் என்ன செய்வது? பனிப்பாறைகள் எல்லாம் உருகிக்கொண்டிருக்கின்றனவே!" என்றாள் மாயா.

"நான் சொல்ல வருவது என்னவென்று புரிந்துகொள் மாயா. முன்பெல்லாம் எப்படியிருந்தது என்பதை நினைவில் கொள்ளுமளவிற்கு நமக்கு வயதாகி இருக்கிறது. இப்பொழு தெல்லாம் நாம் கைகளையே சுத்திகரிக்கப்பட்ட நீரில்தான் கழுவுகிறோம். புட்டியிலிருந்து ஊற்றப்பட்ட நீரில்தான் பூக்களைச் செருகுகிறோம். இல்லாவிட்டால் மென்காகிதக்குட்டைகளில்தான் துடைத்துக்கொள்கிறோம். பருத்திக் கைக்குட்டைகளில் மூக்கைச் சிந்தி அவற்றைத் துவைத்துக்கொள்வதில் நம் பெற்றோர்களுக்கு எவ்விதச் சிரமமும் இருந்ததில்லை. நீ என்றாவது மரங்களைப்பற்றி யோசித்ததுண்டா?" என்று கேட்டான் போருட்.

மாயா தலையை ஆட்டினாள்.

"காகிதக்குட்டைகள் நடைமுறைக்குச் சுலபமாக இருக்கின்றன," என்றாள்.

"உண்மைதான். மரங்கள் நடைமுறைக்கு ஆகாதவை."

"பயன்படுத்தி எறியக் கூடியவை ஆரோக்கியமானவை யாகவும் இருக்கின்றன. உனக்குத் தெரியாதா? அவை சுகாதாரமானவை. இதனால் மானுட ஆயுள் நீள்கிறது!" என்றாள் மாயா.

"மானுட ஆயுள் நீளவே செய்கிறது. ஆனால், மரங்களின் ஆயுள் நீள்வதில்லை."

"இந்தச் சூழலியல் அபத்தத்தை நீ தேவைக்கதிகமாய்ப் பெரிதுபடுத்துகிறாய் என்று தோன்றுகிறது. விடு. இயற்கையான வற்றையே நான் விரும்புகிறேன். ஆனால் இது இப்படியே போனால் தன்னுடைய சுயநலத்திற்காக மனிதன் மிருகங்களைப் பயன்படுத்துவதற்கு அடிப்படைவாதிகள் தடை கொண்டு வருவார்கள். இறைச்சியை விடு, பிறகு பாலும் வெண்ணெய் கூடக் காணாமல் போகும். பால் கொடுப்பதைப் பசு கொஞ்சம் கூட ரசிப்பதில்லை. அப்புறம் நாம் செயற்கை உணவு உற்பத்தியைக் கொண்டுதான் சந்தோஷப்பட்டுக்கொள்ள வேண்டும். அப்படி நடந்தால், அவர்கள் நீதிமன்றத்தில் வென்றால்_____ நமக்குச் சாப்பிட என்ன கிடைக்கும் என்பது பற்றி நீ என்றைக்காவது அக்கறைப்பட்டிருக்கிறாயா?" என்றாள் மாயா.

"இப்பொழுது என்ன சாப்பிட்டுக்கொண்டிருக்கிறேன் என்பதைப் பற்றித்தான் நான் கவலைப்படுகிறேன்," என்றான் போருட்.

நல்ல வேளையாக நான் அதிகமாய் எதையும் சாப்பிடுவ தில்லை. அதனால் கவலைப்பட வேண்டிய சமாச்சாரங்களுள் ஒன்று குறைந்தது.

"போருட், செயற்கையுணவும் கூட இயற்கையுணவைப் போல்தான். அதன் மூலாதாரம் மட்டுமே வேறு. ஏனைய எல்லாம் ஒரே மாதிரிதான் என்று சொல்ல வருகிறேன். நான் உண்மையிலேயே சொல்கிறேன்_____ பிறருடைய உரிமைகள் குறித்தெல்லாம் ரொம்பவும் யோசிக்காதே. அது உன்னுடைய உரிமைகளுக்கே தீங்காய் முடியும்."

"செயற்கையுணவுக்கான என்னுடைய பிரச்சாரம் உனக்கு நினைவிருக்கிறதா மாயா?"

வியந்து பாராட்டும் பார்வையை அவன் மேல் வீசினாள் அவள்.

"எனக்கா? அற்புதமான வேலையில்லையா அது? பாடப்புத்தகம். உண்மையிலேயே. அதனுடைய நேரடி

அர்த்தத்தில்தான் நான் சொல்கிறேன். விளம்பர வாசகம் எழுதுவது பற்றி நமது முன்னாள் கல்லூரியில் நான் வகுப்பெடுக்கிறேன். நான் சொல்லும் உதாரணங்கள் என்னவென்று சொல் பார்க்கலாம். தெரியவில்லை. இல்லையா? எல்லாமே பழைய சமாச்சாரங்கள்தான்: கொழுப்பு அகற்றிய பாலையே நான் விரும்புகிறேன். ஐரோப்பா எனது நாடு, முதியவர்களுக்கே வாக்களியுங்கள் அவர்கள் ஏற்கெனவே சாப்பிட்டு விட்டார்கள், உங்களுக்குப் போதும், இதைச் செய்து பாருங்கள், உண்மையான விஷயம். இதெல்லாமே வரலாறு. நிகழ்காலம், போருட், உன்னால்தான் எழுதப்பட்டது.

"ஆம். நான் எழுதியவற்றால் இன்று மக்கள் இழப்பை எதிர்கொள்கிறார்கள்," என்றான் போருட்.

"எதை இழக்கிறார்கள்? செயற்கையுணவுதான் இன்று மிகப் பெரும் தொழில்_____"

"பற்கள். முடி. ஆரோக்கியமான சரும நிறம்," என்றான் போருட்.

"நீ என்ன சொல்கிறாய்?" என்றாள் மாயா.

"அதாவது நான் தெருவில் நடக்கும் போது மக்களைப் பார்க்கிறேன். அவர்கள் தள்ளாடுகிறார்கள். அவர்களுடைய தோலில் நெகிழ்வுத்தன்மை இல்லை. அவர்களுடைய பற்களைப் பார்க்கிறேன். சொத்தையாயிருக்கிறது. அவர்கள் என்ன சாப்பிடுகிறார்களென்று கேட்கிறேன். ஆப்பிள், பழங்கள், காய்கறிகள். நிச்சயமாக. எங்கிருந்து? சந்தையிலிருந்தா? அவர்கள் என்னை விநோதமாகப் பார்க்கிறார்கள். வாய்ப்பேயில்லை. அதெல்லாம் சுற்றுலாப்பயணிகளுக்கானவை அல்லவா? ஒரு ஆப்பிள் ஒரு கணினியின் விலைக்கு விற்கிறது. ஸிந்தஸிஸ் நிறுவனத்தின் உற்பத்திப்பொருட்களை மட்டுமே நாங்கள் உண்கிறோம். வேறென்ன இருக்கிறது? அவர்கள் என்ன சொல்வார்களென்று நமக்குத் தெரியும். இயற்கையுணவைக் காட்டிலும் மேலானது. நீண்ட ஆயுள். அதைத்தான் நாங்கள் உண்கிறோம். அது மலிவாகவும் இருக்கிறது," என்று ஆவேசப்பட்டான் போருட்.

ஆமாம். பிறகு அவர்களுடைய பற்களும் முடியும் உதிர்ந்து விடுகின்றன. அப்புறமாய் மீளமைக்க அவர்கள் வக்கற்றுப் போகிறார்கள். பிறகு நான் அவர்களுக்குப் பணம் தருகிறேன். புத்துணர்வு செய்துகொள்ளச் சொல்லி. உண்மையான பழங்களை, உண்மையான காய்கறிகளை வாங்கிக்கொள்ளச் சொல்லி. மருத்துவர் என்ன சொல்கிறாரோ அதையெல்லாம். ஆனால் அந்நிய

சூதாட்டத் தீவுகளில் ஏற்பாடாகியிருக்கும் கருத்தரங்குகளுக்கு மருத்துவர்களை ஸிந்தஸிஸ் ஏற்கெனவே அழைத்துச்சென்று விடுகிறதோ என்னவோ. இந்த இடங்களுக்குப் போக வர ஆகும் செலவு உட்பட அனைத்தும் நிறுவனத்துடையது. அங்கே சூதாடி ஜெயிக்கும் பணத்துக்கு வரி விலக்கு அளிக்கப்படுகிறது. இயற்கையானதைக் காட்டிலும் மேன்மையான வாழ்வு எங்களுக்குத் தேவையில்லை என்று இம்மருத்துவர்களை அணுகும் நோயாளிகள் சொல்லும் பட்சத்தில் அவர்களிடம் என்ன சொல்ல வேண்டுமென்பதை ஸிந்தஸிஸ் சொல்லிக்கொடுக்கிறது.

"சும்மா சொல்லாதே போருட். நீ எந்த நூற்றாண்டில் வாழ்ந்துகொண்டிருக்கிறாய்? இயற்கையான பழங்களை உண்ணாததால் மட்டுமே பற்கள் சொத்தையாகி விடுவதில்லை. அது மட்டுமில்லாமல் எதில் முதலீடு செய்ய வேண்டுமென்று மக்கள் தாமாகவேதான் முடிவெடுக்கிறார்கள். ஏனென்றால், நலவாழ்வுத் திட்டங்கள் எல்லாவற்றுக்குமே அவர்கள் கட்டணம் செலுத்தியாக வேண்டும். பற்கள் ஏராளமாய் இருக்கின்றன. ஆனால் சிறுநீரகமோ இரண்டு, இதயம் ஒன்று, கல்லீரல் ஒன்று. இவற்றை மாற்றீடு செய்வது மிகக் கடினம். இது எளிய தெளிவான கணக்கு. பற்கள் இல்லாமல் உன்னால் சமாளிக்க முடியும். ஆனால் சிறுநீரகம் இல்லாமல் வாழ்வது கடினம். இதெல்லாம் உன்னுடைய தவறில்லை. ஆரோக்கியமான வாழ்வென்பது இன்று மிகவும் விலைகூடிய சரக்காகி விட்டது. இதுதான் நிலைமை. வேண்டுமானால் அவர்கள் வேறெங்காவது மலிவான இடமாகப் போய் வாழ வேண்டியதுதான்," என்றாள் மாயா.

அவர்களுக்கு உண்ண ரொட்டியில்லாவிட்டால் என்ன. கேக் சாப்பிடலாமே. சுவிட்சர்லாந்தில் அறுவை சிகிச்சை செய்துகொள்ள வக்கில்லையென்றால் வியட்நாமுக்குப் போய்ப் பண்ணிக்கொள்ள வேண்டியதுதானே. அங்கும் போக வக்கற்றிருந்தால் தாயகத்திலேயே செத்துத் தொலைய வேண்டியதுதானே. மீந்திருப்பவர்களின் உள்ளார்ந்த ஆசை இதுதானே.

"என்ன இருந்தாலும் இது என்னுடைய தவறுதான். நடத்தை விதிகளின்படியுமே நான்தான் பொறுப்பானவன். தப்பாய் வழிநடத்தும் நோக்கில் நான் சொற்களைப் பயன்படுத்தி யிருக்கிறேன். நீண்ட ஆயுள் என்பதுநுகர்வோர் ஆயுள் நீண்டிருக்கும் என்ற பொருள் தருவதல்ல. மாறாக செயற்கைக் காய்கறிகளும் கனிகளும் நீண்ட காலம் கெடாமல் இருக்கும் என்பதுதான். ஏனெனில் நெகிழிப் பொருட்கள் ஒருபோதும் அழுகுவதில்லை," என்றான் போருட்.

"கல்லூரி முதலாம் ஆண்டில் நாம் இருவரும் ஆரம்பநிலைப் பொருளாதாரம் எடுத்துப் படித்தோம். தேர்வுகளில் நான் உன்னைப் பார்த்துக் காப்பியடித்தேன். ஞாபகமிருக்கா? செயற்கைப் பொருட்களை உற்பத்தி செய்வது மலிவானது. அதுதான் முக்கிய விஷயம்," என்றாள் மாயா.

"ஆமாம். அதனால்தான் காய்கறிகள், பழங்கள் எல்லாமே ஸிந்தஸிஸால் உற்பத்தி செய்யப்படுகின்றன. ஸிந்தஸிஸால் மட்டுமே. ஏனென்றால், இது ஏனையோர் யாவரையும் தொழிலிலிருந்து துரத்திவிட்டது. சுற்றுலாப்பயணிகள் சங்கத்தால் கண்காணிக்கப்படும் ஒரு சில தனிநபர்கள் உற்பத்தி செய்யும் மிகக்குறைவான ஆப்பிள்களையும் பேரிக்காய்களையும் தவிர," என்றான் போருட்.

"முதலாம் ஆண்டில் படித்த ஆரம்பநிலைப் பொருளாதாரத்திற்கே மீண்டும் வருவோம். தாம் பரிசோதனைச்சாலையில் உருவாக்கிய வகைமுறைமைகளை நிறுவனங்கள் தாமே வைத்துக்கொள்வது இயல்புதானே! இல்லாமற்போனால், மூன்றாம் உலக நாடுகள் அந்த உற்பத்தியைக் கையில் எடுத்துக்கொள்ளுமே. யோசித்துப் பார். நம்முடைய நாட்டின் பரிசோதனைச்சாலைகளில் உற்பத்தியாகும் வாழைப்பழங்களைக் காட்டிலும் மலிவாக, போக்குவரத்துச் செலவையும் மீறி, தென்அமெரிக்காவிலிருந்து கிடைக்குமென்றால் என்னாகுமென்று. இல்லாவிட்டால், ஆப்பிரிக்காவிலிருந்து மாம்பழங்கள்! அல்லது ஆசியாவிலிருந்து அன்னாசி! இதை உன்னால் கற்பனை செய்ய முடிகிறதா?" என்று கேட்டாள் மாயா.

"ஆம். உண்மையிலேயே கற்பனை செய்ய முடிகிறது. சொல்லப்போனால், வெகு எளிதாக. அதை நினைக்கையிலேயே நாக்கில் நீர் ஊறுகிறது. ஏனென்றால் ஸிந்தஸிஸ் உற்பத்தி செய்யும் வாழைப்பழங்களை நினைக்கும் போதே குமட்டுகிறது," என்றான் போருட்.

மாயா தன்னுடைய இருக்கையை அவனுக்கு மிக நெருக்கமாக இழுத்துப் போட்டுக்கொண்டாள்.

"போருட். நீ ரொம்ப இரைகிறாய்."

ஆம். நான் சத்தமாகவும் தெளிவாகவும் கேட்கப்பட வேண்டும். அதோ அந்த மூலையில் தேநீர் அருந்துவதைப் போல் பாசாங்கு செய்துகொண்டிருக்கும் அந்த ஆள், தன்னுடைய சட்டைக்கையின் நுனியில் ஏதோ கிசுகிசுக்கத் தொடங்கிவிட்டான். அவனிடம் நகர்ந்து போய்க் கேட்க வேண்டும்: நீ ஸிந்தஸிஸின் பணியாளர் பட்டியலில் இருக்கிறாயா? இல்லை தேசிய

நிதியறிக்கையின் பட்டியலிலா? இல்லை, ஏற்கெனவே இரண்டும் இணைந்துவிட்டனவா?

மாயாவின் குரல் தணிந்து கமறியது. இதற்கு முன் அடைய முடியாதிருந்த இடங்களுக்கு இட்டுச் செல்லும் புதிய பாதைகளைக் காண முயல்வதைப் போல்.

"இங்கே பார், போருட். உனக்குக் கிறுக்குத்தான் பிடித்திருக்கிறது. நான் என்ன சொல்ல வருகிறேனென்றால், நீ கொஞ்சம் கிறுக்கன் என்று நான் எப்பொழுதுமே நினைத்ததுண்டு. ஆனால் இப்பொழுது அது உறுதியாகிவிட்டது. என்னைத் தப்பாக எடுத்துக்கொள்ளாதே. மாறாக, கிறுக்குத்தனத்தை நான் பெரிதுபடுத்துவதில்லை. ஒரு மாதிரி அது உனக்குப் பொருந்திக்கூட வருகிறது. ஆனால், உன் மீதே பழி சுமத்திக் கொள்ள முயல்வது? பழி சுமத்திக்கொள்ளக் காரணம் எதுவுமில்லையென்றால் நீயாக ஒன்றைக் கற்பனை செய்துகொள்வதா? நீ என்ன அடுத்த இயேசு கிறிஸ்துவாக ஆக விரும்புகிறாயா? அது அப்படியொன்றும் புதிய அசலான முயற்சியில்லை. ஏராளமானோர் சுற்றிலும் இருக்கிறார்கள்," என்றாள் மாயா.

ஆம். ஒரு சில நேரங்களில் யாரும் விஷயங்களை ஜோடிக்கத்தான் வேண்டியிருக்கிறது. ஒரு கோப்பை தேநீர் பருகும் சாக்கில் வரும் நெருக்கம் போல். இப்படியான தருணங்கள் சில சமயங்களில் இருக்கத்தான் செய்கின்றன. சில வேளைகளில் எதுவுமே சாத்தியம் என்று தோன்றுகிறது. இடிக்குப் பயந்துதான் அவள் இவ்வளவு நெருக்கமாய் வந்து அமர்ந்திருக்கிறாள் என்றால் என்ன கெட்டு விட்டது? கணப்பில் உள்ள விறகுக் கட்டைகள் சடசடத்து, தொலைவில் இடி உருளும் ஓசை. பருவமழை வந்துகொண்டிருக்கிறது. சாலைகள் உடைந்து போகலாம். பள்ளத்தாக்கிற்குள் விரைவாகப் போய்ச் சேர வேண்டுமென்பது அவசியமாகிறது. ஏராளமான தண்ணீர். இருந்தாற்போலிருந்து.

"இன்னொருபக்கத்திலிருந்து இதைப்பார். பிரும்மாண்டமான, குருதி படிந்த அரிவாள் படம் போட்டு நீ உருவாக்கியிருந்த விளம்பரப் பலகையை நினைவிருக்கிறதா? அதோடு சேர்ந்த அந்தக் கோஷம்? இயற்கைக்குக் கேடு விளைவிக்காதே. அதற்கு இன்னொரு வழியிருக்கிறது. என்னவொரு மேதைத்தனம். செயற்கைக் கோதுமையை உண்பவர்களெல்லாம் குற்றவுணர்வு கொள்ளாமல் இருக்கிறார்கள். அதுவும் கூட இயற்கைக் கோதுமையைப் போல்தான் சுவையாக இருக்கிறது. அதிசயிக்கத்தக்க விஷயம். நீ உலகுக்கு உதவி புரிந்திருக்கிறாய்.

இரண்டு உறுத்தும் உணர்வுகள், பசியும் குற்றவுணர்வும். ஒரே அடியில் ஒழித்துவிட்டாய்," என்றாள் மாயா.

அதிசயிக்கத்தக்க ஒழிப்பு. இறுதியில் எல்லாமே ஒழிக்கப்படுகிறது.

"என்னுடைய அகந்தையை ஊக்குவிக்க வேண்டிய தேவையில்லை மாயா."

என்னுடைய வங்கிக் கணக்கைக் கொஞ்சம் ஊக்குவித்தால் தேவலைதான்.

"சரி. வெளிப்படையாகச் சொல். நேரடியாக விஷயத்துக்கு வா. நீ மனத்தில் நினைத்திருக்கும் தொழில் என்ன? நான் கேட்டுக்கொள்கிறேன்," என்றாள் மாயா.

குலுங்கிச் சிரித்துக்கொண்டே மாயா பரிசாரகனுக்கு ஜாடை செய்தாள். "இதே தேநீர் இன்னும் இரண்டு," என்றாள்.

இதற்கான தொகையை இவளே செலுத்திவிடுவாள் என்று நம்புகிறேன். இந்த விலைக்கு என்னால் இன்னொரு தேநீர் வாங்க முடியாது.

ஏதோ ஒரு தீர்மானத்துக்கு வந்தவள் போல் அவள் பேசத் தொடங்கினாள். *முன்னைக்காட்டிலும் மென்மையாக. உன் காதுக்கு மட்டும்.*

"நான் இன்னொரு இணை உலகைத் தொடங்கியிருக்கிறேன். ஆமாம். ஏற்கெனவே இதைப் போன்றவை கொஞ்சம் நிறையவே இருக்கின்றன. ஆனால் இது அவற்றையெல்லாம் விட சுவாரசியமானதென்று நினைக்கிறேன். வரைகலை, கணினிகள், தொழில்நுட்பக் கட்டமைப்பு எல்லாமே இதில் இருக்கிறது. கட்டண அமைப்பு, சந்தாதாரர் எண்ணிக்கை ஆகியவற்றுக்குக்கூட நான் ஏற்பாடு பண்ணிவிட்டேன். விளம்பரம் எனக்கு ஒரு பெரிய பிரச்சினை இல்லை. அது உனக்கே தெரியும். உற்பத்திப் பொருளை எங்கெங்கெல்லாம் காட்சிப்படுத்த வேண்டும் என்பதை மட்டும் கட்டுக்குள் வைத்திருந்தால் போதும். இல்லாவிட்டால் அது கொஞ்சம் சங்கடத்தில் கொண்டு விட்டு விடும். ஆனால் இதற்கான அடையாளங்களை உருவாக்க எனக்கு ஆள் வேண்டும். இந்த இணையுலகுக்கான செய்திகளை எழுதித்தர."

"செய்திகள் எதைப்பற்றி? இந்த உலகம் வழங்கவிருக்கும் புதிய சமாச்சாரங்களைப் பற்றியா?" என்றான் போருட்.

"போருட், உனக்கே தெரியும், ஆர்வம் எங்கே குவிந்திருக்கிறதென்று. மக்களுக்குத் தேவைப்படுகிற, ஆனால் இந்த

சுதந்திரச் சந்தையில் வாங்க முடியாத ஒரு பொருள் எதுவென்று உனக்கு மிக நன்றாகவே தெரிந்திருக்கும்."

சொல்லிவிட்டு அவள் மீண்டும் குலுங்கிச் சிரித்தாள்.

"காதல் போருட். மக்களிடத்தில் போய் அவர்கள் கேட்க ஆசைப்படுவது என்னவென்று கேட்டுப்பார். காதலைப் பற்றி அவர்கள் எப்பொழுதுமே கேட்கத் துடிக்கும், ஆனால் அதற்கான சரியான தொலைக்காட்சி அலைவரிசை அமையாத, விஷயங்களைச் சொல்லிப் பார்."

"இரு, இரு மாயா. காதல்__________ சந்தையில் காதல் நிரம்பி வழிகிறது. எல்லாமே காதல்தான். திரைப்படங்கள், தொலைக்காட்சித் தொடர்கள், நாவல்கள், பாட்டு, இசை, நடனம்... உணவையும், சோப்புத்தூளையும் விற்கக்கூட அதுதான் பயன்படுகிறது. ஆனந்தமான சரசத்திற்கு லான்ஸ் போட்டுத் துவையுங்கள், காதலோடு தயாரிக்கப்பட்ட உணவு இப்படிப்பட்ட அபத்தங்கள்__________"

மாயா தன் கையை அவன் கை மீது வைத்தாள். விசித்திரமான, இனம் புரியாத, பரிச்சயமில்லாத உணர்வு.

"நீ சொல்வது சரிதான். ஆனால் அது மற்றவர்களின் காதல். அதை மக்கள் உணரும்பொழுது அவர்கள் சோகமாகிவிடு கிறார்கள். அது துயரமான காதலென்றால் அவர்களும் துயர் கொள்கிறார்கள். அது மகிழ்ச்சியானதென்றால், அப்பொழுதும் அவர்கள் துயருறுகிறார்கள். ஏனென்றால் அது அவர்கள் அனுபவித்துக்கொண்டிருப்பதைப் போல் இல்லை. ஆனால், நாம் அவர்களுக்குப் புதிய விதமான காதலை உருவாக்கிக் கொடுப்போம். அவர்களுக்கேயான காதலை. அவரவர் பயன்பாட்டுக் கேற்ற காதலை. சொல்லப்போனால், ஒன்றல்ல. ஒரு சிலவற்றிலிருந்து அவர்கள் தேர்ந்துகொள்ளலாம். எல்லாவற்றுக்கும் சேர்த்து ஒரே கட்டணம்தான். அதனால் அது பெரிய பிரச்சினையாயிருக்காது. பாடல்கள் கூடக் கதறுகின்றன, நாமெல்லோருமே காதலில் சமமென்று. பிறகு தொடர்பு ஆரம்பிக்கிறது. அனுமதி–அனுமதி அமைப்பு. உனக்குத் தெரியுமா?"

தேநீர் வந்தது. மீண்டும் கொஞ்சம் போல் பால் தெளித்து. வெண்ணிற மாவுக் குளிகைகள். கோப்பைகளின் கிளிங்குதல். தன் எண்ணங்களும் ஆவியாவதை போருட்டால் உணர முடிந்தது.

"இரண்டுபேர் வருகிறார்கள். தொடர்பின் இருபுறத்திலிருந்தும். புறத்துக்கு ஒருவர் என. எதிர்பார்த்த மாதிரியே, அவரவர்க்கு விருப்பமான சுயவிவரங்களை நாம் உருவாக்குவோம். குறைந்த பட்சமாக அவர்களுடைய பாலியல் அடிப்படை அறிவைப்

பற்றியாவது தெரிந்துகொள்ள வேண்டும். சரியா ? பிறகு அவர்கள் விருப்பத்திற்கேற்ற காதல் சங்கதியொன்றை அவர்களுக்குக் கொடுக்க வேண்டும். தெளிவாகச் சொல்வதென்றால் அந்தக் காதல் விவகாரத்திற்கான இரண்டு தரப்புக்கும் நீயே எழுதுகிறாய். தனித்தனியாக அல்ல. பயந்துவிடாதே. இது மிகப்பெரிய தொழிலாகப் போகிறது. தனித்தனியான உற்பத்திப் பொருட்களைப் போதுமான அளவிற்கு ஒரு பெரும் துறைவல்லுனர் சேனையேகூட உருவாக்கி விட முடியாது. அதனால், மாற்றி மாற்றிப் போடும் போது, தானாகவே எவ்விதப் பிழையுமின்றி வலை போல் பின்னிக்கொள்ளும் தயார் நிலைப் பிரதிக் கூறுகளை நாம் உருவாக்கி வைத்துக்கொள்ளலாம். கற்றுக்கொள்வதையும், மாதிரிப் பிரதிகளையும் படித்துச் சரி பார்க்கும் மெய்ப்புப் பார்ப்பவர்களை நாம் வேலைக்கு வைத்துக்கொள்வோம். அதில், நீ, போருட், கால ஓட்டத்தில் இந்த வேலையில் சலிப்பை உணரலாம். உனக்குச் சலிப்பு ஏற்படும் காலம் உள்பட நான் யோசித்து வைத்திருக்கிறேன் பார்த்தாயா."

மாயா உற்சாகமாகக் கைகளைத் தட்டி ஆர்ப்பரித்தாள். அந்தத் தேநீர்க்கூடத்தில் இருந்த இன்னொரு விருந்தாளியைப் பார்க்கும்படி போருட் அவளுக்கு ஜாடை காட்டினான். அவன் மீண்டும் சட்டையின் கையோடு பேசிக்கொண்டிருந்தான். மாயா உடனே குரலைத் தணித்துக் கொண்டாள்.

"இதைப்போன்ற அமைப்புகள் முன்பே கூட இருந்திருக்கின்றன. நிச்சயமாய். ஆனால் அவற்றில் முக்கியாய் ஒரு குறைபாடு இருந்தது. அதுதான் நேரடித் தொடர்பு. நம்முடைய அமைப்பால் அதை அனுமதிக்கவே முடியாது. தொடர்பு உருமாதிரிகளைப் பின்பற்றிச் செல்லும் வரைக்கும் வாடிக்கையாளர்கள் சந்தோஷமாக இருப்பார்கள். இந்த உருமாதிரிகளைப் பரீட்சித்துப் பார்த்தாகிவிட்டது. இதில் குழப்பத்திற்கு வாய்ப்பேயில்லை. இரு தரப்பிலும் சல்லாபம் மட்டுமே. அவர்கள் நிஜத்தில் இருப்பதை விடவும் கணினியில் பாலின ஈர்ப்புடனும், புத்திசாலித்தனத்துடனும் தோற்றமளிக்க முடியும். ஆனால் அவ்வாறே தொடர்ந்து இருக்க அவர்கள் அங்கேயே தங்க வேண்டும். ஆனால் நேரடித் தொடர்புக்கு நகரும் பொழுது விஷயங்கள் வேறு மாதிரியாக ஆகி விடுகின்றன. அங்கே உடனடியாகவே பிரச்சினைகள் உதித்து விடுகின்றன. விருப்ப சுய விவரங்கள் போதிய அளவிற்குத் துல்லியமாக இருப்பதில்லை. உள்ளபடிக்கே. அங்கே குழப்பம் எதுவும் இல்லாமல், இரு தரப்பும் மகிழ்ச்சியாக இருக்கிறார்கள் என்றால், அவர்களுக்கு இணை உலகமே தேவையில்லை. மெய்யான உலகமே அவர்களுக்குப் போதுமானதாக இருக்கிறது. எனும்போது

நாம் அவர்களை இழந்து விடுகிறோம். அதனால்தான் நம் அமைப்பில் நேரடித் தொடர்பு சாத்தியமில்லாமல் ஆக்கப்படுகிறது. எல்லாமே மீண்டும் மீண்டும் சங்கேதக் குறிக்குள் அடைக்கப்படும். நீயும் நானுமே கூட நம்முடைய உண்மையான அடையாளங்களைத் தெரிந்துகொள்ள முடியாது. இணையம் மட்டுமே அடையாளத்தின் இறுதி எல்லை."

"உணர்வுகள் கொண்ட ஓர் இணையதளமா?" என்றான் போருட்.

"ஆம். உணர்வுகள் கொண்ட ஓர் இணையதளம்."

"இது ஒரு அபாரமான திட்டம் மாயா."

மாயாவின் பார்வை கனிந்தது.

"நிச்சயமாக இது அபாரமான திட்டம்தான். என்னுடைய கருத்தோடு நீ ஒத்துப்போவதில் எனக்குச் சந்தோஷம்," என்றாள்.

"இது மாபெரும் வெற்றியாய் இருக்கும். என்றாலும், இதில் ஒரே ஒரு சிறிய பிரச்சினை இருக்கிறது. அதை நீ யோசிக்கவேயில்லை என்பது எனக்கு உண்மையில் வியப்பளிக்கவில்லை," என்றான் போருட்.

சொல்லிவிட்டு நாக்கைக் கடித்துக்கொண்டான். சொற்றொடர்களை நனவாக மாற்றத் தொடங்கிய நாளாய் அவன் சுகமாக உணர்ந்திருந்தான். குறிப்பிடும் அளவுக்குச் சுகமாக. குருதியின் கரிப்பு இப்பொழுது அவனுக்கு இதமளிக்கும் செய்தியை உணர்த்தியது. *நீ உயிருடன் இருக்கிறாய். இன்னுமே உயிருடன் இருக்கிறாய். இதுவும் வித்தியாசமாக இருக்கக்கூடும். இதைப்பற்றி நீ நிறைய யோசித்து வைத்திருந்தாய். இது எப்படி வித்தியாசமானதாக இருக்குமென்று. இது எப்படி வித்தியாசமானதாக இருக்க வேண்டுமென்று. ஆனால் அது அப்படியில்லை. நீ உயிருடன்தான் இருக்கிறாய். உன்னால் வலியை உணர முடிகிறது. தவறானவற்றை நீ மாற்றுகிறாய்.*

"சொல்," என்றாள் மாயா.

"உணர்ச்சிகளுக்கென்று இதுவரை இடைமுகம் இருந்ததில்லை. உணர்ச்சிகள் உண்மையானவையாக இருக்க வேண்டும்."

மாயா உதடுகளை அழுத்திக் கொள்வதை போருட் கவனித்தபடி இருந்தான். மதிமயங்கி. உதட்டுச்சாய அடுக்குகளின் ஊடே உப்பிய தந்துகிகள் வெளிப்பட்டன. *நீயும்கூட இன்னும் உயிரோடுதான் இருக்கிறாய். எண்ணியலாகி விட்டதாக நீ பாவித்துக்கொள்கிறாய். ஆனால் நீ அப்படியாகவில்லை. கடுப்பாகும்*

போது உன் உதடுகளை நீ அழுத்திக்கொள்கிறாய். உன்னை நான் கடித்தால் உனக்கும் குருதி கசியும். என் நினைவு சரியென்றால், நீ அதை ரசிக்கவும் செய்வாய்.

"சும்மா எதையாவது சொல்லாதே. அசலானதா? நிகழ்நிலை அசல்தானே! வேறெங்கும் இருப்பதைக் காட்டிலும் உண்மையானது. எல்லாமே நிகழ்நிலைக்கு மாறிவிட்டது. எல்லாமே. உணர்ச்சிகளைத் தவிர. அவற்றைத் தவிர மற்ற எல்லாமே அங்கே இருக்கிறது. சாமான் வாங்குதல், தகவல், பாலியல் உறவு, கருத்துகள், புரட்சிகள், என எல்லாமே. யாரோ ஒருவர் வேலை போனவுடன் தமது கருத்துகளைப் பொதுமன்றங் களில் வைத்து எல்லா விஷயங்களையும் பேசுகிறார்கள்_____ என்ன பிரச்சினை? எப்படி அதைத் தீர்க்கலாம்? என்றெல்லாம். அவர்கள் எல்லாப் பொதுமன்றங்களிலும் இருக்கிறார்கள். அசலானதா? உருவாக்கப்பட்ட வார்ப்புருக்களில் நாம் செய்யும் உண்மையான தேர்வில் போலித்தனம் எங்கே இருக்கிறது? இது நாம் வேண்டும் ஒரு வகையான சுதந்திரம், போருட். ஒரு சில வகைகள் நமக்குப் பிடித்திருக்கின்றன. சில பெண்களுக்குப் புகைப்படக்காரர்களைப் பிடிக்கும். சில ஆண்களுக்குப் பெண் மருத்துவர்களைப் பிடிக்கும். இன்னும் சிலருக்கு மனிதாபிமான சேவையாற்றுவோரை. அல்லது மலை ஏறுவோரை."

"தேர்வு வேண்டுமானால் உண்மையானதாக இருக்கலாம். ஆனால் தேர்ந்தெடுக்கும் உணர்வுகள் உண்மையானவை இல்லையே," என்றான் போருட்.

மாயா தலையைப் பலமாக ஆட்டினாள்.

"அந்தளவுக்குப் பார்த்துப் பார்த்துத் தேர்ந்தெடுக்க வாழ்க்கை நீண்டதாக இல்லை. ஒவ்வொரு சந்தர்ப்பத்திலும் குறிப்பிட்ட சில வகைகள் நமக்கு வழங்கப்படுகின்றன. மக்கள் ஊடகம் வகையியல் சார்ந்த ஆலோசனைகளால் நிரம்பியிருக்கிறது. பெற்றோர்களுக்கு, குழந்தைகளுக்கு, கணவருக்கு, காதலருக்கு என்று வகைக்கேற்ற பரிசுப்பொருட்களைத் தேர்ந்தெடுக்க ஆலோசனை. அது ஏன் ஒவ்வொரு பேரங்காடியிலும் பாலுக்குப் பக்கத்தில்தான் தயிர் வைக்கப்படுகிறது? ஏன் அது துப்புரவுப் பொருட்களுக்குப் பக்கத்தில் வைக்கப்படுவதில்லை? குளிர்சாதனப் பெட்டிகளை எங்கு வேண்டுமானாலும் வைக்கலாமே! ஏன் பிஸ்கட்டுகளுக்குப் பக்கத்திலே மிட்டாய்கள்? எல்லா அங்காடிகளும் தாம் வித்தியாசமானவை என்று பீற்றிக்கொள்கின்றன. ஒப்பீட்டளவில் அவர்களுக்கு இருக்கும் அனுகூலங்கள் பற்றியும். ஆனால் அதெப்படி ஒன்றுகூடத் தமது

காட்சியொழுங்கை மாற்றிக்கொள்வதேயில்லை. ஏனென்றால் நுகர்வோர் தமக்கு வேண்டியவற்றைக் கண்டுபிடிக்க நீண்ட நேரம் செலவழிக்க வேண்டியிருக்கும் என்பதால். மக்களுக்கு ஒரே மாதிரியானவை தேவையில்லைதான். ஆனால் தேர்ந்தெடுக்க என்று வரும்போது ஒரே மாதிரியானவையிலிருந்து தேர்ந்துகொள்ளும் சாத்தியத்தை எதிர்பார்க்கிறார்கள்," என்றாள் மாயா.

"சொன்னால் நம்ப மாட்டாய் மாயா. கொஞ்ச நேரம் முன்பாக நானும் தலைவரும் இதே விஷயத்தைப் பற்றித்தான் பேசிக்கொண்டிருந்தோம்."

அவள் என்ன சொல்வாள் என்று பதைப்போடு காத்திருந்தான் போருட். *அவரை உயிருடன் பார்த்த கடைசி ஆள் நீதான் போலிருக்கிறது* என்பதைப் போல் ஏதாவது சொல்வாளென்று. ஆனால் இல்லை. உதடுகளைக் குவித்து அவள் பேசத்தொடங்கினாள். அவளுடைய சொற்கள் கத்தியைப் போல் கீறிக்கொண்டிறங்க.

"தலைவர் இன்னுமே உன்னோடு பேச்சு வைத்துக் கொள்கிறாரென்றால் இங்கே நாம் என்ன செய்துகொண் டிருக்கிறோமென்று புரியவில்லை. உன்னுடைய வேலையைத் திரும்பக் கொடுக்கச் சொல்லி அவரிடம் கேள். எதற்காகத் தயங்குகிறாய்? அவரளவுக்குப் பணத்தை என்னால் உனக்கு அள்ளிக் கொடுக்க முடியாது. அவர் கூப்பிட்டுப் பேசும் ஆட்களுக்கு அவர் எக்கச்சக்கமாய்க் கொடுக்கிறார் என்பது உனக்கே தெரியும். ஏனென்றால், அந்தளவுக்கு ஆட்கள் இப்பொழுது மீந்திருக்கவில்லை."

நீ எரிச்சலிலிருக்கிறாய். உன்னுடைய மாபெரும் திட்டத்தால் நான் கவரப்பட்டு விடவில்லை. உன்னை எனக்குத் தெரியும். இன்னுமே உன்னை நான் தெரிந்தே வைத்திருக்கிறேன். நாம் அப்படியொன்றும் நீண்ட காலமாகத் தொடர்பில் இல்லாமல் இல்லையே.

மாயா தன் கையை அவனுடைய கை மீது வைத்தாள்.

"அவர் தனிமையை உணர்கிறார்," என்றாள்.

உனக்குதான் தெரிந்திருக்கும்.

கோபம் தலைக்கேருவதை உணர்ந்து போருட் திடுக்கிட்டான். அவருடைய தனிமைத் தருணங்களில் அவருக்குச் சுகமளித்தவள் நீதானே. அதனால்தானே உன்னுடைய இந்தச் சின்ன நிறுவனம் இன்னமும் இயங்கிக்கொண்டிருக்கிறது.

தன்னுடைய எண்ணங்களின் கொடுக்கை அவன் உடனே பிடுங்கினான்.

இப்படியில்லை. இவளோடு இல்லை. என்னால் இவள் சிக்கல்களை எதிர்கொண்டாள். நான் இதைச் சற்று வேறு மாதிரிக் கையாள வேண்டும்.

"இங்கே பார் மாயா. இதற்கெல்லாம் நான் சரிப்பட்டு வர மாட்டேன். எனக்கு அதற்குரிய முறையான அனுபவமேதுவும் இல்லை. என்னை உனக்குத் தெரியும். காதலென்று வரும் போது_____"

மாயா பெருமூச்செறிந்தாள்.

"ஓ, போதும் போருட்! யார்தான் இதற்குச் சரியான ஆள்? சொல். நான் எல்லா வகையினரையும் முயன்று பார்த்து விட்டேன். தொழிலில் தாம்தான் மிகச் சிறந்தவரென்று கூறிக்கொள்ளும் காப்பி ரைட்டர்களை வேலைக்கு அமர்த்திப் பார்த்தேன். கிளர்ச்சியூட்டும் தாதியர், கால்ஃப் விளையாடும் பிரதம அறுவை சிகிச்சையாளர்கள், நகரின் விபச்சார விடுதிகள், சூதாட்ட விடுதிகள் ஆகியனவற்றைத் தமக்குள் பங்கிட்டுக் கொண்டிருக்கும் பெருநிறுவன வழக்கறிஞர்கள், தாங்கள் இரவுநேரப் பணியில் இருக்கும் மதுக்கூடங்களுக்கு பியர் அருந்தவரும் சுரணையற்ற ஆண்களோடு உறவு கொள்ளும், தாங்கவியலாத வேலைப்பளு மிகுந்த ஒற்றைத் தாய்மார் போன்ற அடையாளங்களோடு அவர்கள் வந்தார்கள். இந்த மாதிரியான சரக்கெல்லாம் யாருக்கும் வேண்டியிருக்காதென்று சொல்லி விடுவேன். அவர்கள் என்னிடம் இணையதளப் போக்குவரத்து, தரவரிசை விளக்கப்படங்கள் போன்றவற்றைக்கொண்டு வந்து அது ஓர் உன்னதக் கலவையென்று சொல்வார்கள். இப்படிப்பட்ட ஆட்களை வைத்துக்கொண்டு நான் என்ன செய்ய? பிறகு ராக் இசை நட்சத்திரங்களை முயன்றேன். கச்சேரிகளில் மேடையின் விளிம்பை அவர்கள் எட்டும் போது அவர்களுடைய கணுக்காலோடு கைவிலங்கு பூட்டிக்கொள்ளும் பதின்பருவப் பெண்களால் எனக்கு என்ன பலன்? அவர்களுக்குமே அது என்ன பலனைத் தந்து விடும்? உன்னுடைய கணுக்காலோடு கைவிலங்கிட்டுப் பிணைத்திருக்கும் பதின்பருவப் பெண்ணோடு உடலுறவு கொள்ள முயன்றதுண்டா போருட்? முயன்றதில்லை. இல்லையா? முயன்று பார். உனக்குத் தெரியும். அது அவ்வளவு சுலபமில்லை. செலவைத் தவிர வேறெதுவுமில்லை. இப்படியொரு நிழல்நபரோடு தாம் செல்லமாய் வளர்த்த பெண் குழந்தை கைவிலங்கிட்டுக்கொண்டிருப்பதைப் பார்க்கும் பெற்றோர்கள் என்ன மாதிரியான நஷ்டஈடு கேட்பார்களென்று உன்னால்

சொல்ல முடியாது. பள்ளிக்கூடக் காஃபியகத்தில் காணமல் போய் எங்கேனும் ஓர் இருண்ட மூலையில் கண்டெடுக்கப்படும், அடியில் தீய்ந்து போன தேக்கரண்டிக்குக் கூட அவன் பணம் செலுத்த வேண்டியிருக்கும். உண்மையில் நான்தான் அதற்கும் தண்டம் அழ வேண்டியிருக்கும். ஏனென்றால் அவன் என் ஊதியப் பட்டியலில் இருப்பதால். அதனால் இனிமேற்கொண்டு இப்படிப்பட்ட தறிகெட்ட பயல்கள் எனக்கு வேண்டாம். நான் கற்பனை செய்திருந்தது இதையல்ல. போருட், நான் கற்பனை செய்திருந்ததெல்லாம் நானே மேடையில் நிற்க வேண்டும். ஒலிவாங்கியைப் பற்றியிருக்கும் தாங்கியின் மீது சாய்ந்தபடி, கேசம் காற்றில் அலைய, மூடுபனி காலைப் போர்த்தியிருக்க, உடல்வலிமை மிக்க இளைஞர்கள் எனக்குப் பின்னால் மின்கிதாரை இசைத்துக்கொண்டிருக்க, நல்ல ஆண்களெல்லாம் எங்கே போனார்கள்? கடவுள்கள் எங்கே போனார்கள்?' எனக்கு ஒரு சாகச நாயகன் வேண்டும். அவன் எல்லோருடைய கவர்ச்சி நாயகனாகத் திகழ வேண்டும்[3] என்று ஒலிவாங்கியில் நான் முனக வேண்டும். அப்படியொரு சாகச நாயகன் திடீரென மேடை மீது தாவி, மெய்க்காப்பாளர்களை ஒதுக்கிவிட்டு என்னைத் தூக்கித் தோளில் போட்டுக்கொண்டு, எங்கோ கண்காணாத இடத்துக்குக்கொண்டு போய் விடுகிறான். எங்கேயென்றே தெரியவில்லை. ஏதோ ஒரு பழங்கால அடித்தளக் குடியிருப்பிற்கு. அதைப்பற்றி எனக்கு அக்கறையில்லை. என்னை ஐந்து நாட்களுக்கு வெளியில் விடுவதில்லை. பாலியல் படங்களில் பார்க்கும் வெவ்வேறு புணர்ச்சி நிலைகளோடு, நாங்களாகவே கண்டுபிடிக்கும் புதிய நிலைகளையும் முயன்று பார்க்கும் வரை. அதுதான் போருட். அது ஏன் இன்னும் சந்தைக்கு வரவில்லை?"

"இதோ பார். நீ இதை ரொம்பவே மிகைப்படுத்திச் சொல்கிறாய். நல்ல ஆண்கள் இல்லாமலில்லை," என்றான் போருட்.

மாயா கவனமாகத் தன் தேநீர்க் கோப்பையை மேஜை மீது வைத்தாள். கொஞ்சம் முன்பு அவள் மேற்கொண்ட ஒத்திகையில் அந்த விலையுயர்ந்த தேநீர் சுற்றிலும் சிந்திச் சிதறியிருந்தது. பிறகு இருக்கையை இன்னும் நெருக்கமாக இழுத்துப் போட்டுக்கொண்டு சொன்னாள்:

"அப்படியா? அப்படியொரு ஆளைப் பார்த்தால், உடனே உனக்குப் பணம் கொடுத்து விடுகிறேன். அவன் எதையும் எழுதக் கூட வேண்டாம். உன் மனைவி எப்படியிருக்கிறாள்? அவளுக்குச்

3. 1984ஆம் ஆண்டில் வெளிவந்த போனி டெய்லரின் (Bonnie Tyler) ஒரு சாகச நாயகனுக்குக் காத்திருக்கிறேன் (Holding Out for a Hero) எனும் பாடலில் வரும் வரிகள்

சொந்தமாய் மனிதவள மேலாண்மை நிறுவனம் ஒன்றிருக்கிறதே. இல்லையா? உனக்கு ஒரு வேளை அவள் இதில் உதவக்கூடும். இப்படியொரு நல்ல வழிமுறையை எனக்கு நேரடியாகத் திருப்பி விடேன், தயவு செய்து."

நம்ப முடியாமல் போருட் தலையை ஆட்டினான்.

"அட. இதெல்லாம் என்ன! உன்னை நீயே பார் மாயா. நீ ரொம்பவே கவர்ச்சியாயிருக்கிறாய். ரொம்பவும் இனிமையானவளும்கூட. உன்னை யாருக்குத்தான் பிடிக்காமல் போகும், சொல். நீ கொஞ்சம் வெளியிலும் பார். சரியாகி விடுவாய். போதிய அளவுக்கு நீ முயலவேயில்லை."

"நான் பார்க்காமல் இல்லை, போருட். நான் பார்க்காமல் இருந்திருப்பேனென்றா நினைக்கிறாய்? உன்னைத்தான் நான் முதலில் கேட்டேன் என்றா உண்மையில் நினைக்கிறாய்? நான் என்ன சொல்கிறேனென்றால், எண்ணற்ற முறைகள் நான் நிகழ்நிலையில் செலவழித்திருக்கிறேன். அந்தக் கிளர்ச்சியூட்டும் உடன்போக்குத் தளங்கள். அவை போதும் உன்னைப் பைத்தியமாக்க. வெறும் வகையியல் மட்டுமே. இளமையான காதலியருக்காகப் பெண்களைக் கை விடும் கணவர்கள். குழந்தைகள் உட்பட எல்லாவற்றையும் பிடுங்கிக்கொண்ட பிறகு கணவர்களைக் கைவிடும் பெண்கள். பிறகு பால்பேத யுத்தத்தின் தீச்சுடர்கள் தட்டச்சுப் பலகையைத் தீண்டுகின்றன. உனக்குக் கிடைக்காத விஷயங்கள். விஷயங்கள் உண்மையில் வெகு மோசமாய் மாறியிருக்கின்றன. பாலிச்சைத் திரைப்படங்கள், அசல் கொலையைக் காட்டும் படங்கள், அசல் சாவைக் காட்டும் படத் துண்டுகள் ஆகியவற்றின் விலை வழக்கமாய் நமக்கு எட்டாததாக இருக்கும். இப்பொழுதோ நிகழ்நிலையில் மக்கள் தாமாகவே அவற்றைப் பதிவிடுகிறார்கள். ஆனால் என்ன மாதிரி சமாச்சாரங்கள்? அவை படு மோசமாகப் படமெடுக்கப்பட்டிருக்கின்றன. மட்டுமல்லாமல், உள்ளீடைப் பொறுத்த அளவிலும்கூட அசிங்கமாக இருக்கின்றன. யாரோ ஒரு சர்வாதிகாரி தூக்கிலிடப்பட்டு, அதன் துண்டுக்காட்சி வெளியானால், அதே விதத்தில் மாதக்கணக்காக ஒவ்வொருவராகத் தூக்கில் தொங்குகிறார்கள். யாரோ ஒரு துணை நடிகை பகட்டான வீட்டில் யாருடனோ உடலுறவு கொள்வதைப் படமாக்கி வெளியில் விட்டால், எல்லா பதின்பருவப் பெண்களும் அவள் முயன்ற புணர்நிலைகளைத் தாமும் செய்து அப்படங்களைப் பதிவேற்றுகிறார்கள். அந்த நடிகையோ ஏதோ ஒரு பாலிச்சைப்படத்தின் கதையமைப்பைத் தானே முயன்று பார்த்து கொஞ்சம் முன்பு பதிவேற்றியிருக்கிறாள். இம்மாதிரி சமாச்சாரங்களுக்குள் விளம்பரங்களை நயமாகக்

காட்ட முடியாது. மக்களுக்கு நீ பணம் கொடுத்துதான் இவற்றைப் பார்க்க வைக்க முடியும்.

"அதனால் நான் முதலில் பொறுமையாக கவனித்துப் பார்த்தேன். காத்திருந்தேன். பிறகு சலித்துச் சோர்ந்தேன். பிறகுதான் உணர்ந்தேன் பிறர் தேர்ந்தெடுக்கும் வகையில் என்னை நானே காட்சிப்படுத்திக்கொள்ள வேண்டுமென்று. இருப்பவர்களிலேயே சிறந்த தொல்ழில்நுட்பக் கலைஞரைக் கொண்டு என்னைப் படங்கள் எடுக்க வைத்தேன். ஆனால் முகத்தைச் சற்று மங்கலாக்கி. அங்கங்கே ஒரு சில தந்திரமான மீள் ஒப்பனைகளோடு. உண்மையாகச் சொல்கிறேன். அவை நிஜமாகவே நன்றாக இருந்தன. நானே என்னைப் பார்த்துக் கிளர்ச்சி கொள்ளும் அளவிற்கு. என்றாலும், உனக்கே தெரியும், பெண்கள் என்னை ஈர்ப்பதில்லை. இப்போதைக்கு, என்றுதான் சொல்வேன். இப்போதைக்குத்தான். ஏனென்றால், ஆண்களோடு எனக்கு அமையும் சந்தர்ப்பங்கள் அவ்வளவாகச் சரிப்படவில்லை. ஆக, என்னை நானே விளம்பரப்படுத்திக் கொண்டேன். பார்த்தால் பதில்கள் குவியத் தொடங்கின. நான் ஏதோ மின்னுற்பத்தி நிறுவனப் பங்குகளை விளம்பரப்படுத்தியதைப்போல. உண்மையிலேயே சொல்கிறேன், என்னால் சமாளிக்க முடியாத அளவுக்கு ஏக பதில்கள். எக்கச்சக்கமான புகைப்படங்கள். அதுவும் என்ன மாதிரியான படங்கள் என்கிறாய்! நிறையப் பேர் கையில் துப்பாக்கியைத் தொங்கவிட்டபடி. ஏனையோர், நுரைதள்ளும் வாயுடன் சங்கிலியை அறுக்கத் திமிறிக்கொண்டிருக்கும் நாய்களோடு. இப்படிப்பட்ட விஷயங்கள் எல்லாம் உன்னைக் கிளர்ச்சி கொள்ளச் செய்யுமா, சொல். ஆனால், உண்மையில் ஒரு சிலருக்கு இது கிளர்ச்சியாக இருக்கிறதுபோல. இல்லாவிட்டால் உடன்போகும் தளங்களில் இதை ஏன் பதிவிடப் போகிறார்கள். பெண்களிடமிருந்து கூட எனக்குப் பதில் வந்தது. தமது தொளதொளவென்ற தொடைகளைக் காமராவிற்குக் காட்டியபடி நிற்கும் பெண்களிடமிருந்து. இத்தனைக்கும் நான் எதிர்பார்ப்பது ஓர் ஆணை, ஓர் உண்மையான ஆணை, தனித்திருக்கும் ஆணை என்று வெளிப்படையாகவே அறிவித்திருந்தேன். போகட்டும் விடு. அந்தப் பரிதாபத்திற்குரிய பெண்களை நான் குறைகூறப்போவது இல்லை. உண்மையிலேயே அந்தப் புகைப்படங்களில் நான் படுகவர்ச்சியாகத் தோற்றமளித்தேன். மிக நல்ல தொழில் வல்லுநர் அந்தப் புகைப்படங்களை எடுத்திருந்தான்.

"சுருக்கமாகச் சொல்ல வேண்டுமென்றால் போருட், ஒன்றுமே தேறவில்லை. போகட்டும் என்று சொல்லிக்கொண்டேன். இந்த அளவிற்கு வந்து விட்டோம். இன்னும் கொஞ்சம்தான்

முன்னேறிப் பார்ப்போம் என்று நினைத்தேன். அழைப்பு விடுத்தவர்கள் ஒரு சிலருக்குப் பதில் போட்டேன். காரியம் கெட்டுக் குட்டிச்சுவராகி விட்டது. தன்னுடைய அகந்தைச் சிக்கல்களை யார் எப்போது வெளிப்படுத்துவார்கள், அல்லது இருவருமாய் இணைந்து செயல்பட வேண்டும் என்பதற்காக, பாராசூட்டில் குதிக்கும் சாதனங்களை நீ வாங்கிக்கொள்ள வேண்டுமென்று யார் வற்புறுத்துவார்கள், கடைசியில், தமது பெற்றோர்களின் வீட்டுக்கு அழைத்துப் போய், தன்னுடைய அறையையும், தான் சேகரித்து வைத்திருந்த டெடி கரடி பொம்மைகளையும் காட்டுவார்கள் என்றெல்லாம் யூகிக்க முடியாமல் அந்நியர்களோடு பழகுவது ரசிக்கும்படியாக இருக்குமென்றா நினைக்கிறாய்? பயங்கர அலுப்பு போ! ஒருவன் எவ்வளவு நாட்கள் கழித்து மது அருந்த அழைப்பு விடுப்பான் என்று எதிர்பார்த்திருக்க, மது அருந்தியதற்கு அப்புறமாய் எதுவும் நிகழாமல் போக, மேலும் ஐந்து மாதங்களுக்கு அவனிடமிருந்து எவ்வித சலனமும் இல்லாதிருப்பது அதையும் விடப் பெரிய அலுப்பு.

“அந்த மனிதனோடு மதிய உணவு உண்டு காலாற நடக்கக் கிளம்பினேன். அவன் அந்த இரண்டு மணி நேரமும் விடாமல் தொலைத்தகவல் தொடர்பிலேயே இருந்தான். அமைதியாய் உணவை உண்டு முடித்து, கொஞ்ச நேரம் கைப்பிடிச்சுவர் மீது உட்கார்ந்திருந்தேன். அது எப்பொழுதுதான் முடியுமென்று. அவன் கேட்கிறான் ஏதாவது பிரச்சினையா என்று. நான் சொன்னேன், என்னுடைய உடன்போக்குகளிலேயே இது மிகவும் மோசமான ஒன்று என்று. அதற்கு அவன் சொல்கிறான், இது உடன்போக்கு இல்லையே என்று. அப்படினால் என்னதான் இது? வர்த்தகசபைக் கூட்டமா? சென்ற முறை உடன்போன போது தன் கைபேசியின் மின்கல மின்னூட்டம் சுத்தமாகக் கரைந்து போனதாகவும், ஒரு மின்னூட்டி இல்லாமல் போனதால் லட்சக்கணக்கில் பணம் இழந்ததாகவும் உண்மையிலேயே மீதி நேரம் பூராவும் அழுதபடி சொல்லிக் கொண்டிருந்தான். பிறகு நான் அவனைப் பார்க்கவேயில்லை. அவன் வேறு யாருடனாவது மின்னூட்டம் பெற்றுக்கொள்ளட்டும்,” என்று அங்கலாய்த்துத் தீர்த்தாள் மாயா.

போருட் தலையை ஆட்டிக்கொண்டான்.

“நீ சொல்வதை என்னால் நம்பவே முடியவில்லை.”

“நம்பித்தான் ஆக வேண்டும். ஏனென்றால், நம்பகத்தன்மை இருக்கின்ற மாதிரி இந்தக் கதையை மீண்டும் ஒரு முறை என்னால் சொல்ல முடியாது. இதோ இதுதான் கடைசியில்

மிச்சம்: மீள்விவரிப்பிற்கு. நல்ல புகைப்படங்கள் ஒன்றிரண்டு, நூற்றுக்கணக்கான மணி நேரம் எல்லாம் இழந்தாயிற்று. புணர்ச்சிப் பரவசத்தை அடையவேயில்லை. அது மட்டுமல்ல எவனையும் ஒரு முறைக்கு மேல் சந்திக்கவே பிடிக்கவில்லை. இப்பொழுது சொல். நான் போதிய அளவிற்குக் கஷ்டப்பட்டு முயலவில்லையா?"

"உன்னுடைய இந்த இணை உலகம்_____இதைப் பயன்படுத்திப் பார்க்கும் முதல் நபரே நீயாகத்தான் இருப்பாய், இல்லையா?

"நிச்சயமாக. நான் பயன்படுத்துவேன். இதற்குச் சரியான இலக்காக விளங்கும் குழுவில் நானும் ஒருத்தி என்பதைத்தானே பத்து நிமிடங்களாக சொல்லிக்கொண்டிருக்கிறேன். நானும் பயன்படுத்துவேன். ஆனால் ஒரு நிபந்தனை. நீ இதற்கான விளம்பர பிரதியை எழுதுவதாயிருந்தால். ஆனால் நீ இதைச் செய்ய மாட்டாய். இல்லையா?"

"மாட்டேன் மாயா. நிச்சயமாக எழுத மாட்டேன். அது எனக்கான விஷயமில்லை. உணர்ச்சிகள் ஒருவருக்குப் பதிலாக_____"

என்னுடைய உணர்ச்சிகளே விசித்திரமானவையாக இருக்கின்றன.

"என்னால் இதை உணர முடிகிறது போருட். அப்படி யென்றால், நாம் சேர மாட்டோம். இல்லையா? வருந்துகிறேன். நாம் கூட்டாளிகள் ஆகப் போவதில்லை என்பதால், உன்னிடம் இப்பொழுது ஒரு விஷயத்தைச் சொல்லலாமா? உன்னுடைய இந்தக் குற்றவுணர்ச்சி. தொடர்ந்து ஏதாவது ஒன்றுக்குப் பழியைத் தூக்கி உன் தலை மேல் போட்டுக்கொள்வது. இதைப் புரிந்துகொள்கிறேன். ஒரு சிலருக்கு எந்நேரமும் ஏதேனும் ஒரு பழி தம்மீது இருந்தாக வேண்டும். எதுவுமே இல்லை யென்றால், தாமாகவே அவர்கள் ஏதாவதொன்றை உருவாக்கிக்கொள்வார்கள். அப்படிப்பட்டவர்களுள் நீயும் ஒருவன். உனக்கும் தெரியும். நாம் ஏன் பிரிந்தோம் என்பதற்கான காரணமும்."

அவன் தலையைத் தாழ்த்தி தரையையே பார்த்துக் கொண்டிருந்தான். விடுதியின் கணப்பில் சடசடத்த காய்ந்த மரக்கிளைகளின் வாசனையும், அங்கே விரிக்கப்பட்டிருந்த நூற்றாண்டுப் பழைய பட்டுக் கம்பள நெடியும் அவன் நாசியை நிறைத்தன.

"அந்த விஷயத்தைப் பற்றி இப்பொழுது நான் பேச விரும்பவில்லை_____"

“இப்பொழுது அதைப்பற்றிப் பேச விரும்பவில்லை யென்று சொல்லாதே. எப்பொழுதுமே நீ அதைப்பற்றிப் பேச விரும்பவில்லை. அல்லது எப்பொழுதுமே பேசியதில்லை. நீ எப்படிச் செய்ய வேண்டுமென்று ஆசைப்பட்டாயோ அப்படித்தான் செய்தாய். அதனால் நாம் பிரிந்தோம். இதற்கான பழியை நீ சுமந்துகொள்ளலாம். அதைப் பற்றிப் பேசுவதை விட இது சுளுவானது. உனக்கு ஒன்று தெரியுமா? கடைசியில் உன்னைத் தேற்ற வேண்டியது என் பொறுப்பானது ஏன் என்பதுதான் எனக்குப் புரியவில்லை. இன்னுமே நான் அதைத்தான் செய்துகொண்டிருக்கிறேன். வழக்கமாக இது வேறு விதமாகவல்லவா இருக்கும்?” என்றாள் மாயா.

“நான் செய்தது தவறு என்று எனக்குத் தெரியும்.”

“கவலைப்படாதே. நான் அப்படியொன்றும் நல்லவளாக நீயே குற்றத்தைச் சுமக்கட்டும் என்று விட்டு விட மாட்டேன். நீ அதற்குத் தகுதியில்லாதவன். நீ எதற்காகக் குற்றத்தை இவ்வளவு கஷ்டப்பட்டுச் சுமக்கிறாய்? அதெல்லாம் அப்படித்தான் நடக்க வேண்டும் என்றிருந்தது. குழந்தையைத் தலைமுழுக வேண்டியிருந்தது. நாம் தயார் நிலையில் இல்லை. நாம் மிகவும் இளையவர்களாக இருந்தோம். நம்மிடம் போதுமான பலம் இல்லை. நம்மால் முடியவில்லை. நிச்சயமாய் அது வலித்தது. அது உனக்கும் வலித்திருக்கும் என்றும் எனக்குத் தெரியும். அதனால் என்ன? என்னால் கொஞ்சம் வலியைத் தாங்கிக்கொள்ள முடியும். அதுவும் போக, நம்மால் வேறு என்ன செய்ய முடியும்? நம்மில் ஒருவராவது பல்கலைக்கழகத்திலிருந்து வெளியேற வேண்டியிருந்தது. குறைந்தபட்சம் நானாவது, கொஞ்ச காலத்துக்கு. பிறகு போய் உன் சர்வாதிகார அம்மாவோடு வசிக்க வேண்டியிருந்தது. உன் அப்பாவைக்கூடச் சகித்துக்கொள்ள முடியாத உன் அம்மாவோடு. பயணம் போவதை எல்லாம் மறந்துவிட வேண்டி வந்தது. நாம் சரியான காரியத்தைத்தான் செய்திருக்கிறோமா, சரியான ஆண்மகனுடன். அல்லது சரியான பெண்ணுடன் என்று யோசித்தபடியே மீதமுள்ள நம் வாழ்வைக் கழிக்க வேண்டி வந்தது. அதற்கான சக்தியெல்லாம் அந்தக் காலகட்டத்தில் நமக்கு இருக்கவில்லை. அது அப்படித்தான் இருந்தது” என்றாள் மாயா.

மாயா கிளம்ப எழுந்தாள்.

“உண்மையைச் சொல்ல வேண்டுமென்றால் போருட், எப்படியோ நீ திருமணம் செய்துகொண்டாய் என்பதில் எனக்கு மகிழ்ச்சிதான். அது இன்னொரு பெண்ணோடு என்ற போதும். ஆனால் உனக்கொன்று தெரியுமா?”

"என்ன?"

"நீ திருமண மோதிரத்தை அணியவில்லை."

அவன் தலையாட்டினான்.

"அதற்கு நீண்ட காலம் ஆனது," என்றான் அவன்.

உண்மையில் நீண்ட காலம் ஆனதுதான். ஆனால் எதற்கு? அணியவா அல்லது கழட்டவா?

அவள் தலையாட்டினாள்.

"தெரியும். உனக்கும் அது அப்படியொன்றும் சுலபமில்லை. இருந்தாலும். உனக்காவது குழந்தைகள் இருக்கிறார்கள், குறைந்தபட்சம். மனைவி என்று பெயருக்காவது ஒருத்தி. எனக்கென்று என்ன இருக்கிறது சொல்? என் முன்னாள் காதலனுக்குப் பிடிக்காத ஒரு தொழில் திட்டத்தைத் தவிர?" என்றாள். பரிசாரகனைக் கையசைத்துக் கூப்பிட்டாள். தன் உடுப்புப் பைக்குள் இருக்கும் பணத்தைத் தேடியெடுக்க முயன்ற போருட்டின் முயற்சிக்கு வேண்டாமென்று தலையாட்டியபடியே. பிறகு தன் தொடர்புச் சாதனத்தை எடுத்தாள். ஈரான் நாட்டில் ஒருவர் இரண்டு மாதங்களுக்கு வாழ்க்கையை ஓட்டப் போதுமான தொகையைத் தேநீருக்குக் கொடுத்தாள்.

மழை நின்று விட்டிருந்தது. நீர்க் குட்டைகளில் பார்க்கும் நகரம் நிஜத்தைவிட ரசிக்கும்படியாக இருக்கிறது என்று நினைத்தான் போருட். நியான் விளக்குகள் மங்கி, அவற்றின் கெட்டியான விளிம்புகள் நெகிழ்ந்து.

"உன்னுடைய சரிவிகித சந்தை விற்பனை யுத்தியை நீ இப்பொழுதெல்லாம் பின்பற்றுவதில்லையா?" என்றாள் மாயா.

"நான் சரிவிகிதக் கலவையைவிட்டு வெளியேறிவிட்டேன். மசித்துக்கொடுக்கும் தொழில் அல்ல என்னுடையது. எதற்காக அது? ஒரு டிஜேவுக்கு வேண்டுமானால் இதோடு அதை அதோடு இதை என்று இணைத்துக் கொடுப்பதே வாழ்க்கையின் முக்கிய குறிக்கோள் என்றாகலாம். வாழ்க்கையில் வேறெத்தனையோ இருக்கின்றன," என்றான் போருட்.

"நீ மீண்டும் கட்டுப்பாட்டை இழக்கிறாய், இல்லையா? உனக்குத் தெரியுமா? ஜோடி சேர்ப்பதில் நீ சாமர்த்தியசாலி. அதனால்தான் உன்னை நான் நினைத்தேன். விட்டு விடாதே. நீதான் அதற்குச் சரியான ஆள். உன்னுடைய கலவையை நீ செய். நீ எதைக் கோடிட்டுக்காட்டுகிறாய் என்பது பொருட்டேயில்லை.

பின்னணியில் என்ன இருக்கிறதென்பதுதான் முக்கியம். தாளம்தான் முக்கியம். தாளமில்லாமல் சுவாசமில்லை. வேலையெதுவு மில்லை. காதலில்லை. பெரும் தீர்க்கதரிசிகளேகூடத் தங்கள் சிந்தனையின் அடித்தளமாகத் தாளத்தை வைத்திருக்கிறார்கள். வேறு வழியேயில்லை." என்றாள் மாயா.

"அந்த ஒரே காரணத்திற்காகத்தான் நான் வெளியே வந்தேன். உருப்பெற்றுக்கொண்டிருந்த தாளம் சாதாரணமானதாக இருந்தது. ரொம்பவும் ஜனரஞ்சகமாக," என்றான் போருட்.

"அது ஜனரஞ்சகமாகத்தான் இருந்தாக வேண்டும். இல்லாமற்போனால் அதனால் ஊடுருவ முடியாது. அது மேற்பரப்பிலேயே நின்று போகும். ஆனால் நீயோ அவர்களை உலுக்கி விடும் ஏதோ ஒன்றைத் தேடுகிறாய்," என்றாள் மாயா.

தெருவை நோட்டம் விட்டு விட்டு அவனை அவள் அணைத்துக் கொண்டாள்.

மிக அருகில் கண்காணிப்புக் காமரா இருக்கிறதா என்று எச்சரிக்கையாய்ப் பார்த்துக்கொண்டாள். வெளியேறி விட்ட ஒரு படைப்பூக்கவாதியை அணைத்துக்கொள்கிறோம். தொழிலுக்கு உகந்த செயலில்லை. உனக்குண்டான மரியாதையை நான் கொடுத்தே ஆக வேண்டும் மாயா. உனக்கு நடைமுறை அனுபவம் இருக்கிறது.

"உனக்குத் தெரியுமா போருட்! நான் உன்னோடு படுக்கக்கூடச் செய்வேன்."

"தெரியும். ஆனால் மாட்டாய்."

"ஏன் மாட்டேன்? உனக்கு அது இதமளிக்குமென்றால்?"

"அதுவும் கூட எனக்குத் தெரியும். ஆனால்_____"

_____ஆனால், டார்ஜிலிங்கில் இருந்த அன்றிரவைத்தான் நான் நினைத்துக் கொள்வேன்_____

"_____ஆனால் என்னால் முடியாது. நான் வேறொருத்தியைக் காதலிக்கிறேன்," என்றான் போருட்.

மாயா அவனுக்கு என்ன பதில் சொல்வதென்று யோசித்துக் கொண்டிருந்தாள்.

"அப்படியென்றால் நீ ஏன் அவளோடு இல்லை?"

"நான் அதையுமே செய்ய முடியாது."

"அதுதான் ஏன்?" என்றாள் மாயா.

பதில் சொல்வதற்கு முன் அவன் ரொம்ப நேரம் யோசித்தான்.

"அது ஏனென்று எனக்குத் தெரியாது."

ஏனென்றால், நான் எதைத் தரைமட்டமாக்க நினைக்கிறேனோ அதையே அவள் கட்டியெழுப்புகிறாள்?

ஏனென்றால், அவள் ஏனையோர் மாதிரியே இருக்கிறாள். நானோ வித்தியாசமாக இருக்கிறேன்?

ஏனென்றால், எதுவும் ஏடாகூடமாகிவிட்டால், அவளையோ குழந்தைகளையோ நான் இதில் சிக்க வைக்க விரும்பவில்லை?

அவள் பின்னுக்கு நகர்ந்தாள். அவன் கையை வருடினாள். புன்னகைத்தாள்.

"முன்னிலைப்படுத்தும் கூட்டங்களில் நீ ஏன் பரிமளிக்கிறாய் என்று உனக்குத் தெரியுமா, போருட்? உன்னுடைய கெத்து சொல்லும்: தான் என்ன செய்யப்போகிறோமென்று இந்த ஆளுக்குத் தெளிவாகத் தெரியும். அதை இவன் மிகச் சிறப்பாகவே செய்யப்போகிறான். ஆனால் சொற்களோடு சிலம்பம் விளையாடுவதை விட்டு விட்டு முன்னிலைப்படுத்தும் வல்லுனராக உன்னால் தொழில் செய்ய முடியாமல் போனது ஏனென்று தெரியுமா? ஏனென்றால், யாராலுமே நீ சிறப்பாகச் செய்யப் போவது எதையென்று கணிக்க முடியாததுதான். தமக்கு என்ன வேண்டுமோ அதை நீ அப்படியே கொடுத்து விட்டாயென்று உன் வாடிக்கையாளர் நிச்சயமாக நினைக்கும் அளவுக்கு நீ உருவாக்கியதை விற்று விடுவாய். முரண்நகையாக, அவர்களுக்கு என்ன வேண்டியிருந்ததென்று அவர்கள் தெரிந்துகொண்டதே இல்லை," என்றாள் அவள்.

தேநீர்க்கூடத்தில் தன் சட்டையின் கையைப் பார்த்துப் பேசிக்கொண்டிருந்த நபர் அவர்களைத் தாண்டிப் போனான். அவன் இன்னுமே சட்டைக்கையிடம்தான் பேசிக் கொண்டிருந்தான். அதை வருடியபடி. அவன் முகத்தில் தூய காதலின் வெளிப்பாடு தெரிந்தது. அவனுடைய சட்டை மிக விலையுயர்ந்ததாகத் தெரிந்தது. அவர்கள் காதில் சில சொற்கள் விழுந்தன: *மிக அன்பான. என் மேனியைத் தொட்டு. முடிவற்ற மென்மையாக. . .*

ஒரு வேளை, அவன் நினைப்பது நியாயமில்லாமல்கூட இருக்கலாம். அவன் ஒரு வேளை தன்னுடைய சிறுநீரகத்தை விற்றுக்கூட அந்த வடிவமைப்பாளர் சட்டையை வாங்கியிருக்கலாம்.

போருட் புன்னகைத்தான். போக்குவரத்து விளக்குகள் நிறம் மாறின. மாயா தன் கன்னத்தைக் காட்டினாள். அவன்

எங்கோ நினைவாக அதை முத்தமிட்டு விட்டு தெருவின் குறுக்கே ஓடினான். எதிர்ச்சாரியை அடைந்ததும் திரும்பிப் பின்னே பார்த்தான். மாயா கையசைத்தாள். மழைநீர்க்குட்டையில் அவள் வேறு மாதிரியாய்த் தெரிந்தாள். ரொம்பவும் இளகினாற்போல். இன்னமுமே அதிக அசலாக.

அவனைக் கடந்து போனவர்கள் எல்லோருமே பொருட்கள் நிறைந்து கனக்கும் நெகிழிப் பைகளைச் சுமந்துகொண்டிருந்தார்கள். ஒரு சிலர் காகிதப் பைகளை. அவர்கள் மயக்க நிலையிலிருந்தார்கள். கழிவு விற்பனை தொடங்கிவிட்டது.

10

நேர்கோட்டுக் கோலோ

அவர்களைக் கடந்து போனவர்கள் எல்லோருமே பொருட்கள் நிறைந்து கனக்கும் நெகிழிப் பைகளைச் சுமந்துகொண்டிருந்தார்கள். ஒரு சிலர் காகிதப்பைகளை. அவர்கள் மயக்க நிலையிலிருந்தார்கள். கழிவு விற்பனை தொடங்கி விட்டது.

நிறைந்து வழியும் சாமான் தள்ளுவண்டிகளை ஷெர்ப்பாக்கள் நகர்த்திக்கொண்டிருந்தார்கள். பரந்து கிடந்த பேரங்காடிகளின் வரிசைக்குள் போகப்போக, தள்ளுவண்டிகளை நகர்த்துவது சிரமமாகிக்கொண்டே இருந்தது. நகரத்தை மீறி நுகர்வோர் கானகம் பெருகியபடியிருந்தது. இந்த வரம்புமீறிய வளர்ச்சியை நகரமைப்பு வல்லுனர்கள் கட்டுப்படுத்த முயன்றார்கள். ஆனால் நகர்ப்புறத்தின் எங்காவது ஓரிடத்தில் ஏதேனும் ஒரு குடியிருப்புப் பகுதி முளைவிடும். பிறகு இன்னோரிடத்தில். சமமான போட்டி எனும் சித்தாந்த அடிப்படையில் அதன் அண்டைப் பகுதிகளில் பிறரும் கடைவிரிக்கத்தொடங்குவார்கள். தொடர்ந்து புலம்பெயர்தல் நிகழும். சில குடியிருப்பாளர்கள் வெளியேறுவார்கள். வேறு சிலர் உள்ளே வருவார்கள். அவரவர்க்குப் பிடித்த வணிகச் சின்னத்தையும், தமக்கென்று ஒதுக்கப்படும் பிரத்யேக கார் நிறுத்துமிடத்தையும் கணக்கில் கொண்டு. வாழிடங்களின் சதுர அடி விலை எகிறிக்கொண்டே இருந்தது. அண்டைப்புறத்தைப் பொறுத்து, எகிறும் வேகம் வேறுபட்டது. வீடு மனை வாங்குவதென்பது

ஆந்த்ரே ப்லாட்னிக்

ரஷ்ய ரூலெட் சூதாட்டம் போல் ஆகி விட்டது. வீட்டிற்கு அடுத்து இருக்கும் வெற்றிடத்தில் தூய்மையான, புதிய பேரங்காடி கட்டப்படுமா, அல்லது, நாட்டுப்புறவியல் செயல்பாட்டாளர்கள் ஏதேதோ தாவரவகைகளை நட்டுப்பார்க்கும் புதிய இடமாக அதை வெற்றிகரமாகத் தேர்வு செய்ய வைத்து, வீட்டு ஜன்னல் ஓரத்திலேயே இயற்கை உர நெடி பரவத் தொடங்குமா என்று நிச்சயமாய்ச் சொல்ல இயலாத நிலைமையே இருந்தது.

பகட்டான பொருட்களை ஒருவருக்கொருவர் காட்டியபடி, கடைகளின் காட்சிச்சாளரங்களைப் பையன்கள் பட்டிக்காட்டான்கள் போல் பார்த்துக்கொண்டு வந்தார்கள். பளபளக்கும் எழுத்துகளை எழுத்துக்கூட்டிப் படித்து, **மிகச் சிறந்த பேரம்! இன்று மட்டும்! கழிவு விற்பனை இன்றே கடைசி!** போன்ற சொற்களை யார் முதலில் பார்த்துச் சொன்னது என்று போட்டி போட்டுக்கொண்டிருந்தார்கள். இந்த வாசகங்களுக்குப் பின்னுள்ள தர்க்கம் புரியவில்லை. கழிவு விற்பனையின் தொடக்கம் அறிவிக்கப்பட்டவுடன், வாங்கிக் குவிப்பது எனும் தீர்மானம் கொண்ட நுகர்வோர் தத்தம் துயில்பைகளுக்குள் இருந்து தவழ்ந்து வெளியே வந்து, தங்கள் ஆசைக்குரிய பொருட்களை வாங்க விரையும் நேரத்தில், ஒவ்வொரு சில்லறை விற்பனையாளரும் தமக்கேயுரிய உத்தியைப் பின்பற்றினார்கள். அறிவித்த கையோடு ஒரு சில அங்காடிகள் கழிவு விலையை முடித்துக் கொள்வார்கள். மக்கள் அதைக் கவனிக்க மாட்டார்கள் எனும் அடிப்படையில். அப்படியே மக்கள் கவனித்தாலும், தமது பொருட்கள்தான் மிக மலிவானவையென்று அவர்கள் சொல்லிக்கொள்ளக்கூடும். வேறு சில கடைகள், அதிகமாக விற்பனையாகும் பொருட்கள் தீர்ந்து போகும் போது, அதே போன்ற பொருட்களை பிற மலிவான அங்காடிகளில் வாங்கி, கடைப்பெயர்ச்சீட்டை மாற்றி, விலையை மூன்று மடங்காக உயர்த்தி, அதில் சரிபாதியைக் கழிவு விலையென்று குறைத்துக் காட்டுவார்கள். மக்கள் தமது தொடர்புச் சாதனங்களைத் தட்டிப் பார்த்து, வாக்களிக்கப்பட்ட கழிவு விகிதம் சரியாக இருக்கிறதா என்று உறுதிப்படுத்திக்கொண்டு, தலையை ஆட்டி, சந்தோஷமாக, தமது தள்ளு வண்டியில் பொருட்களைக் குவித்துக் கொள்வர். கூட்டத்தின் இடையே புகுந்து இங்கே பார்! எவ்வளவு மலிவு! எனக்கும் ஒன்று சேர்த்து வாங்கு! என்றெல்லாம் ஒருவரையொருவர் கூப்பிட்டுக் காட்டிக் கொண்டிருக்க மாணவர்களைக் கடைகள் தற்காலிகமாக வேலைக்கு அமர்த்திக்கொள்வதுண்டு. இந்த இளைஞர்கள் என்ன புதிய பாணியைக் கண்டு விட்டார்கள் என்று பார்க்க, வாடிக்கையாளர்கள் அவர்களை விலக்கிக்கொண்டு இருப்பார்கள். அவர்கள் யூகம் செய்ய நேரம் எடுத்துக்கொண்டால், யாரேனும் மாணவியொருத்தி நவநாகரிக உடுப்பு எதையாவது

பற்றிக்கொண்டு, அதன் விலைச்சீட்டைப் பார்த்து சந்தோஷக் கூக்குரலிடுவாள். பிறகு தற்செயலாக அதைத் தவறவிடுவதைப் போல் காட்டிக்கொள்வாள். வேறு யாரேனும் அதை வெற்றிகரமாகப் பறித்துக்கொண்டால், மூஞ்சியைத் தூக்கி வைத்துக்கொள்வாள். அப்படிப் பறித்துக்கொண்ட யாராவது முதலில் எடுத்துப் பார்த்தவருக்கே உரிமை என்று அசட்டுத்தன மாக அதை அவளிடமே நீட்டினால், அவர்களுக்கு நன்றி கூறி விட்டு, இப்படித்தான், கைக்கெட்டியது வாய்க்கெட்டாமல் போகும் என்றும் ஒரு சிலவற்றில் நாம் வெற்றி பெறுகிறோம், ஒரு சிலவற்றில் தோற்றும் போகிறோம் என்றும் அடுத்த வாய்ப்பில் இது மாறவும் கூடும் என்றும் சொல்லி அதை அவர்களிட மிருந்து வாங்க மறுத்துவிடுவாள். நுகர்வோரும் தலையாட்டிக் கொள்வார்கள். இந்த ஒரு தடவை நாம் வெற்றி பெற்றோம் என்றும் எல்லாவற்றுக்கும் நேரம் அமைய வேண்டும் என்றும் நினைத்துக்கொள்வார்கள்.

மளிகைக் கடைகளுக்குள் சென்று வருவதற்குத்தான் மிகுந்த நேரம் பிடித்தது. நியாயமான மணிக்கட்டணத்திற்குப் படுக்கைகளுடன் கூடிய ஓய்வறைகள் பேரங்காடிகளில் அறிமுகப்படுத்தப்பட்ட பிறகு யாரும் வீட்டிற்குப் போக வேண்டிய தேவையே இல்லாமல் ஆகி விட்டது. பணம் செலுத்தும் வழிகள் அடைபடாமல் இருக்கும்வரை யாருமே முழுக்க முழுக்க நாட்கணக்கில் பொருட்களை வாங்கிக்கொண்டிருக்கலாம். ஒவ்வொரு திருப்பத்திலும் சபலங்கள் பதுங்கிக்கொண்டிருந்தன. கழிவு விலையில் வழங்கப்படும் ஏதேனும் ஒரு பொருளின்மீது மோனிக்காவின் கவனத்தை ஈர்க்க,எல்லாவிதமான அங்காடியின் முன்பாகவும் பையன்கள் மிகுந்த ஆர்வக் கூக்குரலிடுவார்கள். கடந்து செல்வோர் வீசும் அதிர்ச்சியான பார்வைகளின் அச்சுறுத்தலுக்கு அடிபணியாமல் பிடி வாதமாய் வேண்டாமென்று தலையை ஆட்டி மறுத்துக்கொண்டேயிருப்பாள். இப்படியோர் கல் நெஞ்சம் கொண்ட தாயை அவர்கள் உண்மையிலேயே பல காலமாய்க் கடந்து சென்றிருக்க மாட்டார்கள். எந்தப் பக்கமாய்ப் போவதென்று புரியாமல் சிலநேரம் குறுக்குப் பாதைகளில் அவள் தயங்கி நின்றுவிடுவாள். அவர்களுக்கு வாங்கித் தருவதாய் வாக்களிக்கப்பட்ட மிட்டாய்கள் இருக்கும் திசையைச் சரியாகச் சுட்டிக் காட்டி, ஒவ்வொரு முறையும் பையன்கள் அவள் குழப்பத்தைத் தீர்த்து வைப்பார்கள். இறுதியில், மோனிக்காவின் மனசாட்சி அவளை உறுத்தத் தொடங்கும். குடும்பத்தின் நோக்கங்கள் நிறைவேற அந்தச் சிறுவர்களும் பங்களிப்புச் செய்கிறார்கள். பொருட்களைத் தேர்ந்தெடுப்பதில் அவர்களும் ஒருவேளை பங்குகொள்ள வேண்டுமோ! போருட் இதை எப்படிச் சமாளித்திருப்பான்?

போருட்டாயிருந்தால், குழந்தைகளை வீட்டில் விட்டு வந்திருப்பான். அப்படியே அழைத்து வந்திருந்தாலும், தங்கள் சொந்தப் பணத்தில் வாங்கினாலொழிய, தாங்களாகவே அவர்கள் எதையும் தேர்ந்துகொள்ள முடியாது என்பதை முன்கூட்டியே சொல்லியிருப்பான். அவர்களுக்கென்று கொடுக்கும் பணத்தை ஏதோ ஒரு கடினமான போட்டியில் பங்கெடுத்துக் கொள்வதற்கென்று பையன்கள் சேமித்துக்கொண்டிருந்தார்கள்.

இறுதியாக, அனைத்துப்பொருள் அங்காடியை அவர்கள் வந்தடைந்தார்கள். தன்னைச் சுற்றிலும் பார்த்த மோனிக்கா மனக்கலக்கம் கொண்டாள். மோனிக்கா மளிகை வாங்க வந்து ரொம்ப காலம் ஆயிற்று. தளப்பிரிவுகள் மாறிவிட்டனவா அல்லது தன்னால் வழி காண இயலாத அளவிற்கு ஒவ்வொரு பிரிவும் விரிவாக்கப்பட்டிருக்கிறதா? தனக்குப் பரிச்சயமில்லாத, தான் இதுவரை கண்டறியாத எல்லைக்குள் இருப்பதை மோனிக்கா உணர்ந்துகொண்டாள். வழக்கமாய்க் காணப்படும் இடத்தில் பால் இல்லை. தான் இதற்கு முன் பார்த்திராத பொருட்களுக்கான ஒட்டுமொத்த இடைகழிகள் இப்போது அமைக்கப்பட்டு இருப்பதைப் பார்த்தாள். தனக்கு அவை தேவைப்படுமா படாதா என்பதுகூட அவளுக்குத் தெரியவில்லை. மக்கள் விரைவாக இயங்குவதை, இடம் வலம் என்று கைகளால் பொருட்களை அள்ளுவதை, அவர்களுடைய தள்ளுவண்டிகள் நிரம்புவதை எல்லாம் மோனிக்கா பொறாமையோடு பார்த்துக் கொண்டிருந்தாள். இவர்கள் எல்லோரும் மகிழ்ச்சியான குடும்ப வாழ்க்கையை வாழ எல்லாத் தகுதிகளும் அடையப்பெற்றிருக்கும் அணியினர். நம் நிலைமை என்ன? நம்முடைய உண்மையான தேவை என்ன? வாங்க வேண்டிய பொருட்களுக்கான பட்டியல் இல்லாமல் பொருட்களைத் தேர்ந்தெடுப்பது சுலபமில்லை. வீட்டில் உணவுப்பொருள் இல்லை. அதுவரை நிச்சயம். ஆனால் சுவையான காலையுணவு, மதிய உணவு, இரவுச் சாப்பாடு என்று சமைக்கப் பயன்படும் மசாலா பொருட்கள் என்னென்ன? போருட் வீட்டிற்கு வாங்கி வரும் உணவுப்பொருட்களின் அட்டைப்பெட்டிமீது அவற்றை எவ்வாறு பயன்படுத்துவது என்பதற்கான விளக்கம் இருக்கும். அவ்வாறு விளக்கம் இல்லாத பொருட்களை எவ்வாறு பயன்படுத்துவது என்பது அவனுக்குத் தெரிந்திருக்கும். அவள் சமைக்க நேரும் பொழுது அவை போன்ற பொருட்கள் தட்டுப்பட்டால், அவனை எப்பொழுதுமே கேட்டுக்கொள்ள முடியும். ஒரு பதார்த்தத்திற்குச் சேர்க்க வேண்டிய மசாலாப் பொருட்கள் இன்னின்னவென்று தெரிந்துவிட்டால், சமையல் என்பது ரூபிக்கின் கட்டைப் புதிரை விடுவிக்கும் அளவிற்கு எளிதானதுதான். ஏனென்றால் மசாலாப் பொருட்களின் கலவை மிகக் குறைவான எண்ணிக்கையிலேயே

இருக்கும். ஆனால் இங்கோ, எண்ணற்ற இடைகழிகளின் ஊடே தேர்ந்தெடுப்பதென்பது தலைசுற்ற வைக்கும் சங்கதியாக இருந்தது. ஒரு சில பொருட்கள் அவளுக்கு எட்டாத உயரத்தில் அடுக்கப்பட்டிருந்ததைப் பார்த்து அவள் முதலில் சற்று நிம்மதியடைந்தாள். ஏனென்றால் அவற்றை வாங்க வேண்டுமா வேண்டாமா என்பது குறித்துக் குழம்ப வேண்டியதில்லை. ஆனால் ஒரே பொருள்தான் கீழிருந்து மேலடுக்கு வரை நிரம்பியிருக்கிறது என்பதைத் தாமதமாகத்தான் மனச்சோர்வுடன் புரிந்துகொண்டாள்.

பிஸ்கட் பெட்டிகளுக்கு அளவே இல்லையோ என்று தோன்றியது. இலக்கென்று எதுவும் இல்லாமல் மக்கள் நடந்துகொண்டிருந்தார்கள். அவ்வப்பொழுது யாரேனும் ஒருவர் தமக்குப் பரிச்சயமான வணிகச் சின்னத்தைக் கண்ணுற நேரும். உடனே தன் தள்ளுவண்டியைக் குறுக்கே போட்டு வழியை அடைத்துக்கொள்வார். ஏதோ ஏனைய நுகர்வோர் எல்லாம் அவருடைய சரியான தேர்வைப் பார்த்துவிட்டு அங்கிருக்கும் எல்லாவற்றையும் அபகரித்துக்கொண்டு விடுவார்களோ என்பதைப் போல். அப்படி எதுவும் நடந்ததில்லைதான். ஆனால் எல்லோருமே நிச்சயமின்மையை விடாப்பிடியாய் பற்றிக்கொண்டிருந்தார்கள். ஒரு பெண் தன் கணவரிடம் ஆற்றாமையோடு எதையோ கேட்டுக்கொண்டேயிருந்தாள். "இதில் நமக்கு எது தேவைப்படும்?" ஒவ்வொரு அட்டைப்பெட்டியிலும் பொடியெழுத்தில் அச்சாகியிருக்கும் விஷயங்களை அந்த மனிதன் படித்துப் பார்த்துக்கொண்டிருந்தான். பொருட்கள் கெட்டுப் போகாமல் நீண்ட காலத்திற்குத் தாக்குப்பிடிப்பதற்காகச் சேர்க்கப்படும் வகையறாக்களின் அளவு, ஊக்கிகள் எனும் வேதிப்பொருட்களின் அளவு ஆகியவற்றை அவன் வாய்க்குள்ளாகவே படித்துக்கொண்டிருந்தான். "இந்தப் பெட்டிகளில் உனக்கு எதுவுமே பிடிக்கவில்லையா?" என்று நிமிர்ந்து பார்க்காமலே கேட்டுக்கொண்டிருந்தான். அந்தப் பெண்ணின் கண்கள் சங்கடத்தோடு அடுக்குகளின்மீது மேய்ந்தன. "எனக்குத் தெரியவில்லை," என்றாள் அவள். அதற்கு அவனிடமிருந்து பதிலில்லை. அடுக்குகளிலிருந்து பெட்டிகளை எடுத்துப் பார்ப்பது, மீண்டும் அவற்றை அடுக்குகளில் வைப்பது என்று அதிலேயே அவன் மும்முரமாய் இருந்தான்.

பழங்கள் குலையாமல் நேர்த்தியோடு அடுக்கப்பட்டிருந்தன. இந்த அமைப்புக்கு அடித்தளமாக ஏதேனும் தத்துவார்த்தம் இருக்கக்கூடும். ஒரு சில குவியல்கள் புராதன பிரமிட்களையும் மறந்து போன மதங்களின் கோவில்களை நினைவூட்டும் வடிவிலும் இருந்தன. குவியல் அடுக்கிலிருந்து ஆப்பிளொன்றை எடுத்த

ஒருவன் சந்தேகமாய் அதைப் பரிசீலித்தான். அப்பொழுது அடுக்கிலிருந்த சில ஆப்பிள்கள் தரையில் விழுந்து டென்னிஸ் பந்துகள் போல் உயர குதித்து உருண்டோடின. பொருட்கள் தினுசுதினுசாக இருந்தன. அவற்றிலிருந்து தேர்ந்தெடுப்பது மிகவும் சிரமமான காரியம் போல் பட்டது. ஆப்பிள்கள் டஜன் வகை. முலாம்பழமோ, எல்லாவித வடிவிலும் கிடைத்தன. எல்லாப் பழங்களுக்குமே இப்போதுதான் பருவக்காலம் என்பதுபோல தோன்றின. பழங்கள் பளபளப்பாய், மினுமினுப்பாய். அமிர்தம் போன்ற அவற்றின் வழுவழுப்பான தோலில் பெண்கள் முகம் பார்த்து, கேசம் கோதி, சிகையை அலங்கரித்துக் கொண்டனர். அடுக்குகளின் அருகே தொங்கிக்கொண்டிருக்கும் உருளையிலிருந்து அதிமெல்லிய நெகிழிப்பைகளைக் கிழிக்கும் மக்கள் அவற்றை எந்தப் பக்கத்திலிருந்து திறப்பதென்று பார்த்துக்கொண்டிருந்தனர்.

பணம் செலுத்தும் வரிசையில் ஒரு பெண் மயங்கி விழுந்தாள். விழும் வேகத்தில் ஆரூட ராசி விளக்கப்படங்கள் வைக்கப்பட்டிருந்த அடுக்கைத் தட்டிவிட்டாள். துலாம்கள் ஆங்காங்கே சிறகடித்துப் பறந்தன. மிதுனங்கள் எல்லாம் ஓரிடத்தில் குவியலாய் ஒட்டிக்கிடந்தன. விலங்கின வகையறாக்கள் நட்சத்திர மிருகத்தனத்தோடு, ஒன்றோடொன்று கலந்துகட்டி சோர்ந்துபோய்த் தரையில் வீழ்ந்து கிடந்தன. தரையில் இருந்து சற்று உயரத்தில் அமைக்கப்பட்டிருந்த சிறு கூண்டுக்குள் இருந்து தடியான ஒருவன் வெளிப்பட்டு களைப்புடன் அந்தப் பெண்ணுக்கருகே வந்து நன்றாய்ப் பார்ப்பதற்காகக் கொக்கு போல் தலையை நீட்டினான். பணம் பெற்றுக்கொள்ளும் கூண்டுப் பெண்மணி "லியான், ப்ரொசேக் தூள்" (போதை மருந்து) என்றாள். "எழுபத்தி ஒன்பது," என்றான் அவன் அந்தப் பெண்ணை அணுகுமுன். அவனுடைய சட்டைப் பை பல்வேறான ஊடுகதிர் உபகரணங்களால் திணிபட்டிருந்தது.

மோனிக்கா கவனிக்காத போது தள்ளு வண்டியில் தமக்குப் பிடித்தமான பொருட்களைப் பையன்கள் கள்ளத்தனமாய்ச் சேர்த்திருந்தார்கள். அவர்களை ஈர்த்திருந்த வண்ணமய அட்டைப்பெட்டிகளையும் துடிப்புடன் மினுங்கும் பார்கோடுகளையும் அவை இருந்த இடத்திலேயே பிடிவாதமாய் மீண்டும் வைத்தாள் மோனிக்கா. சருமநோய் மாத்திரைகள், இயந்திர மசகு எண்ணெய், வளர்ப்புப் பெங்குவின் பறவைகளுக்கான உணவு, இத்யாதிகள். அடிக்கொருதரம் பையன்கள் எதிர்ப்புக் குரல் எழுப்புவார்கள். ஆனால் அவர்கள் அடுக்குகளிலிருந்து எடுத்திருக்கும் பொருள் என்னவென்று தெரியுமா என்று மோனிக்கா கேட்டவுடன் அவர்கள் மௌனமாகி விடுவார்கள். உடனே அடுத்த மின்னும் வண்ணத்தைப் பார்க்க நகர்ந்து

விடுவார்கள். அவர்களுடைய கவன நேரம் மிகவும் குறுகியது. ஒன்றிலிருந்து இன்னொன்றுக்கு எனத் தாவிக்கொண்டிருப்பது.

பிரதான இடைகழியில் அமைக்கப்பட்டிருந்த, பண்டங்களை மாதிரிக்கு சுவைத்துப் பார்க்கும் நிலையகங்களையும் பரிந்துரைக்கும் நிலையகங்களையும் சுற்றி மக்கள் கூட்டமாக நின்றுகொண்டிருந்தார்கள். கணிசமான சிறப்பு விற்பனைச் சிக்கன திட்டங்களுடன் இணைந்த பொருட்களுக்குப் பிரபல வீட்டு சாமான் வணிகவலைப்பின்னல் போதகர்கள் தமது ஒளிவட்டங்களை நல்கிக்கொண்டிருந்தனர். அவர்களைச் சுற்றித் திரண்டிருந்த கூட்டம்தான் மிகவும் அடர்த்தியாயிருந்தது. பல ஆண்டுகளுக்கு முன்பே தங்கள் ஊக்குவிக்கும் திறன் காலாவதியாகி விட்ட போதகர்கள் முன்பாக மீதமிருந்த நுகர்வோர் குழுமியிருந்தனர். அவர்களுள் தனக்குப் பரிச்சயமான முகம் ஒன்றை மோனிக்கா அடையாளம் கண்டுகொண்டாள். அவர்கள் அனைவரையுமே மோனிக்கா பார்த்திருந்தாள். அவளுடைய அலுவலக கணினித்திரைகளுள் ஒன்று வீட்டுசாமான் விற்பனை அலைவரிசைகென்றே நிரந்தரமாக ஒதுக்கப்பட்டிருந்தது. ஆனால் கொஞ்சகாலம் முன்புதான் தன்னுடைய அலுவலகத்திலிருந்து இந்த நபரோடு மோனிக்கா பேசியிருந்தாள். திரையில் பார்க்கும் அவன் முகத்தோடு இல்லை. மாறாக, நேரடியாகவே ஊனும் சதையுமாய் அவளுடைய அலுவலக அறையில். அவன் மனமொடிந்து வந்திருந்தான். சமூக சேவகனாக ஏதேனும் வேலை கிடைக்குமா எனும் பரிதவிப்போடு. வாடிக்கையாளர்களுக்குச் சலுகைகள், வெகுமதிகள் அளிக்கும் திட்டங்களின் செயல் பாட்டாளராக புதிதான துறையில் அவள் அவனுக்கு இலவசமாகவே பயிற்சி கொடுத்திருந்தாள். பிறகு அவனைத் தோல்மருத்துவ மையமொன்றுக்கு நல்ல விலைக்கு விற்று விட்டாள். அங்கே அவன் தோல் வியாதி தவிர வேறெந்த நோயும் தம்மைத் தாக்கிவிடாதவாறு பார்த்துக்கொள்ள மக்களுக்கு ஆலோசனைகள் வழங்கிக்கொண்டிருந்தான். இப்பொழுது இங்கே இருக்கிறான். தோல்மருத்துவம் என்னவாயிற்று? முன்னைக் காட்டிலும் அதிக எண்ணிக்கையிலான மக்களுக்குத் தமது தோலைப் பற்றிய உறுத்தல் இருக்கிறது என்பதைத் தெருவில் இறங்கியபொழுதே மோனிக்கா கவனித்திருந்தாள். அவர்களுக்குத் தொழில்ரீதியான ஒத்தாசை கிட்டவில்லையோ? அவன் சாக்லேட்டைச் சிறு சிறு துண்டுகளாக்கிப் போவோர் வருவோருக்கெல்லாம் சுவைத்துப் பார்க்க விநியோகித்துக் கொண்டிருந்தான். அவர்கள் அதை வாயில் போட்டு அதக்கிக் கொண்டார்கள். அவனுக்கு முன்பாக இருந்த தொட்டியிலிருந்து சாக்லேட் பட்டைகள் சிலவற்றை எடுத்துத் தங்கள் தள்ளு வண்டிகளில் சிலர் போட்டுக்கொண்டனர். அவனும் மிகுந்த

ஊக்குவிப்புடன் தலையாட்டிக் கொண்டிருந்தான். வாழ்த்துகள்! நீங்கள் சரியாகத் தேர்ந்தெடுத்திருக்கிறீர்கள்!

விற்பனைத் தாரக மந்திரத்தை அவனுடைய வாய் உமிழ்ந்து கொண்டிருந்தது. அவனுடைய உதடுகளில் சாக்லேட்டின் பளபளப்பு மின்னிக்கொண்டிருந்தது.

"இங்கே பாருங்கள், ஓய்வற்ற நுகர்வோரே! இனிப்பாக ஏதாவது சுவைக்க வேண்டும் போல் ஏங்குகிறீர்களா? உங்களுக்கு நீங்களே ஒரு சாக்கோ–பைட் விருந்துபச்சாரம் கொடுத்துக்கொள்ளுங்கள். பரவசத்திற்கு ஏன் தடை சொல்ல வேண்டும்? உங்களுக்கு வேண்டியதெல்லாம் சரியான அளவு மட்டுமே. இது உடல்நலனுக்குத் தீங்கானது! உங்கள் எடை கூடி விடும்! இத்யாதி, இத்யாதிகளை நம்பாதீர்கள் எல்லாம் கட்டுக்கதை. எங்கள் பிராண்டின் கதை அப்படியானதல்ல! என் கையில் இருக்கும் இந்தச் சாக்லேட்டை நீங்கள் விருப்பம் போல் உண்ணலாம்! இதைக் காட்டிலும் லோவி டோவி சாக்லேட் சிறந்தது என்பதை நம்பாதீர்கள். அது உங்கள் ஸ்வெட்டரை உப்ப வைக்கும்! அப்புறம் 'டவ்' (புறா) பறந்து விடும். இல்லையென்றால் காத்திருக்க வைக்கும். ஆனால் சாக்கோபைட் என்றென்றும் உங்கள் துணையாயிருக்கும்!"

தன்னைச் சுற்றிக் கொத்துக்கொத்தாய் நின்றுகொண்டிருந்த குழந்தைகளைப் பார்த்து அவன் கையசைத்தான். தங்கள் பெற்றோர் என்ன செய்யப் போகிறார்களென்று அவர்கள் கவனித்துக்கொண்டிருந்தார்கள். அந்தத் தொட்டியிலிருந்து சாக்லேட்டை அவர்கள் எடுப்பார்களா மாட்டார்களா? பெற்றோர்களின் கைகள் அசைந்தன. குழந்தைகளின் வதனங்களில் ஆசுவாசப் புன்னகை மலர்ந்தது.

போருட்டாயிருந்தால் சாமர்த்தியம் என்று சொல்வான். எப்படியிருந்தாலும், குழந்தைகள் சாக்லேட்டை விரும்பாமல் இருக்கப் போவதில்லை. அவர்கள் விருப்பத்தை ஊக்குவிக்க தேவையற்ற கதைகள் வேண்டியதில்லை. வளர்ந்தவர்களிடம்தான் கதைகளை விற்க வேண்டியிருக்கும். ஏனென்றால், வளர்ந்தவர்கள் தான் பணம் கொடுப்பவர்கள்.

"நாங்கள் அதற்கு எதிரானவர்கள் இல்லையென்ற போதும்!" என்று அந்த ஊக்குவிப்பாளன் அவசரமாய்ச் சொன்னான். "மாறாக, நாங்கள் அதை ஆதரிக்கிறோம் என்பதே சரி. பிறப்பு விகிதத்தை உயர்த்து. நாடு செழித்தோங்கட்டும். வளமான தேசம்! அதுதானே நம்மை உயிரோடு வைத்திருக்கிறது! அதனால், சாக்கோபைட்டோடு அதையும் சேர்த்து இரட்டிப்புப் பரவசத்தைப் பெறுங்கள்."

உண்மைதான். அதிக மக்களால் அவனுடைய நிறுவனம் செழித்தோங்கும். அதிக மக்கள். அதிக நுகர்வு. நமக்கு மேலும் அதிக மக்கள் தேவைப்படுகிறார்கள். நம் அனைவருக்குமே. பிணவறைகளுக்கு வேலையில்லை. இடுகாடுகளுக்கும்தான். இப்பொழுது அவை தனியார் மயமாக்கப்பட்டுவிட்ட போதிலும் வியாபாரம் என்னவோ மந்தம்தான். இறப்போர் கொஞ்சம் கொஞ்சமாகக் குறைந்துகொண்டே வருகிறார்கள். அவர்களுடைய வணிகம் லாபகரமாக இருக்க வேண்டுமென்றால் பிணங்களை இறக்குமதி செய்தால்தான் உண்டு.

அந்த ஊக்குவிப்பாளன் மோனிக்காவைப் பார்த்துவிட்டான். தலையசைத்தான்.

"இது பரவாயில்லை. எவ்வளவோ பரவாயில்லை," என்று கிசுகிசுத்தான். பிறகு கிட்டே வரும்படி ஜாடை காட்டினான்.

அவள் அவனுக்கு அருகில் சென்றாள்.

"உண்மையில் ரொம்ப நன்றாகவே இருக்கிறது," என்றான். சொல்லிவிட்டு இரண்டு பட்டைகளை எடுத்து அவளுடைய தள்ளுவண்டிக்குள் போட்டான். "நான் சொல்வதை நம்புங்கள். இதோ, இதை எடுத்துக்கொள்ளுங்கள். என்னிடமிருந்து."

"எப்படி இருக்கிறாய்?" என்றாள் மோனிக்கா. நீ எப்படி இங்கே வந்தாய் என்றுதான் நான் கேட்க நினைத்தேன். ஆனால் முடியவில்லை. எல்லாமே வேகமாய்ப்போகிறது.

அந்த மனிதன் மீண்டுமொருமுறை நட்புடன் தலையசைத்தான். "பரவாயில்லை. இப்போது தயங்குவோரை வற்புறுத்தும் வேலையில்லை. நான் கூட்டுக்களவாணிதான். எவ்வளவோ தேவலாம்," என்றான். மீண்டும் புன்னகைத்தான். பிறகு உச்சஸ்தாயியில் தொடங்கினான்:

"இங்கே பாருங்கள், ஓய்வற்ற நுகர்வோரே! இனிப்பாக ஏதாவது சுவைக்க வேண்டும் என்று ஏங்குகிறீர்களா?_____ "

மோனிக்கா குழந்தைகளைப் பார்க்கத் திரும்பினாள். ஆனால் அவர்கள் அவளுக்குப் பக்கத்தில் இல்லை.

திரும்பிப் பார்த்தாள். கூட்டமாய் மக்கள். இடப்புறம் ஒரு கூட்டம். வலப்புறமும் ஒரு கூட்டம். அந்தச் சாக்லேட் மனிதனிடமிருந்து கூட்டம் அவளை வெளியே தள்ளிக்கொண்டிருந்தது. தன்னுடைய தள்ளுவண்டியை அவள் இறுகப் பற்றி முன்னே தள்ளி அந்த மக்கள் திரளை விலக்கி வழியமைத்துக்கொண்டாள்.

பையன்கள். எங்கே போய்விட்டார்கள்?

அவர்களுள் ஒருவனைப் பார்த்து, அவனைத் தன்னருகே இழுத்தாள். ஆனால், அவன் திரும்பியதும்தான் அவன் தன்னுடைய பையனல்ல என்பதும், தான் தப்பாக அடையாளம் கண்டு விட்டதும் புரிந்தது. அந்தப் பையன் அழத்தொடங்கினான். உடனே அவனுடைய தாய் எங்கிருந்தோ முளைத்து, மோனிக்காவைப் பார்த்து என்னவோ சொல்லிச் சீறி, அவனை இழுத்துக்கொண்டு போனாள்.

பையன்கள். எங்கே போய்விட்டார்கள்?

எங்கு பார்த்தாலும் குழந்தைகளாய் இருந்தார்கள். பலரும் அவளுடைய பையன்களுடைய சாயலில். அதே உடுப்பு. அதே சிகை. அதே போன்ற தோற்றம். ஆனால் அவர்களுடைய கண்களை நேருக்கு நேர் பார்த்த பொழுது அவர்களுள் யாருமே இவளைப் பார்த்துக் கையசைக்கவில்லை. மாறாகப் பார்வையைத் தவிர்த்தார்கள். ஒரு சிலர் நாக்கைத் துருத்திப் பழிப்புக் காட்டினார்கள். எச்சரிக்கையாக இல்லாத தாய் தந்தையரின் கண்ணுக்கெதிரிலேயே குழந்தைகளைப் பறித்துச் சென்று முன்பின் தெரியாத பெண்களிடம் விற்றுவிடும் – இன்ன நோக்கதிற்கென்று கடவுளுக்கே வெளிச்சம் – பயங்கரமான அன்னியர்களைப் பற்றித் தொலைக்காட்சியில் அடிக்கொருதரம் செய்திகள் வந்த வண்ணம் இருந்தன. இது செய்திகளில் அடிக்கடி இடம்பெற்றது. அதனால் அந்தக் குழந்தைகளின் கண்களில் அவள் உண்மையாகவே அப்படியானதொரு தீய அன்னியராய்த் தோன்றினாள்__________

இல்லை. இப்போதைக்கு இது முக்கியமில்லை. இப்போது எது முக்கியமென்றால்__________

அந்தக் குழந்தைகள் தத்தம் பெற்றோரிடம் எதையோ கிசுகிசுத்தபடி அவளைச் சுட்டிக்காட்டிக்கொண்டிருந்தனர்.

நான் இப்பொழுது உண்மையிலேயே எச்சரிக்கையில்லாத அம்மாவாகி விட்டேன்.

மோனிக்காவுக்குத் தலை சுற்றியது. அவள் பற்றிக்கொண்டிருந்த தள்ளுவண்டியின் மீதிருந்த பிடி தளர்ந்தது. அதனால் தள்ளுவண்டியின் உலோகக் கைப்பிடி உள்ளங்கையைப் பதம்பார்க்கும் அளவுக்கு மேலும் இறுகப் பற்றினாள். தன்னுடைய வண்டியில் இருந்த சாக்லேட் பட்டைகள் இந்நேரம் உருக ஆரம்பித்திருக்கும் என்று அவளுக்குத் தோன்றியது. இன்னும் கொஞ்ச நேரத்தில் அது நன்றாக உருகி வண்டியின் கம்பிவலை

வழியாகத் தரையில் சிந்த ஆரம்பிக்கும். சிந்திய இடத்தில் அது ஒரு சிறு குட்டையைப் போல் தேங்கும். அதன் மீது அவள் கால் வைப்பாள். வழுக்கும். எதன் மீதாவது விழுந்து வைத்து எதையாவது உடைப்பாள். மக்கள் அவளிடமிருந்து விலகி சமாளித்து நடக்கப் பார்ப்பார்கள். பிறகு அவள் மீதே ஏறி நடக்கத் தொடங்குவார்கள். பல்வேறான ஊடுகதிர் உபகரணங்களால் சட்டைப்பை திணிபட்டிருக்கும் லியான் அவளைச் சந்தேகத்துடன் பார்ப்பான். *அவனுடைய எண்ணிக்கையில் ஒன்று கூடும்! என்ன மாதிரியான நாள் இது! என்னவொரு ராசிக் குழப்பம்!* பொருட்களைப் பார்வையாக வைக்க உற்பத்தியாளர்கள் போதிய கையூட்டுக் கொடுக்காததால், யாராலும் குனிந்து எடுக்க இயலாதபடிக்கு அடித்தட்டுகளில் அடுக்கப்பட்டிருக்கும் விற்பனைப் பண்டங்களைப் பார்த்தபடி அவள் அங்கேயே படுத்துக் கிடப்பாள். உபயோகமற்ற சமாச்சாரங்கள். அவள் எப்படியும் அடிபட்டுக் கொள்ளப்போகிறாள். எதையோ உடைத்துக்கொள்ளப் போகிறாள். அவளுக்கு வலிக்கப் போகிறது________

யாரோ ஒரு ஆள் அவளை அணுகினான். அவளுக்கு எதிரே மறித்தவாறு நின்றுகொண்டான். கண்களால் அவளை ஊடுருவினான்.

“அம்மணி, என் மகன் உங்களைப்பற்றிச் சொன்னான்.”

“என்னைப்பற்றியா?”

இவர்களுக்கெல்லாம் என்ன ஆயிற்று?

“நீங்கள் உடனடியாகக் கடையைவிட்டு வெளியேற வேண்டும்.”

“நான் என் குழந்தைகளைத் தேடிக்கொண்டிருக்கிறேன்,” என்று மோனிக்கா முனகினாள். “நீங்கள் அவர்களை________”

“இங்கே இல்லை. இங்கே பாருங்கள். நான் வம்பிழுப்பவன் இல்லை. நான் பார்க்கும் வேலையின் கௌரவத்தால், இங்கே இவ்வளவு காமராக்கள் சுற்றியிருக்க என்னால் உங்கள் மூக்கை உடைக்க முடியாது. ஆனால் ஒன்று மட்டும் சொல்வேன். உங்களை எங்காவது இருட்டுச் சந்தில் பார்த்தால்________”

“என்னுடைய குழந்தைகள்________”

“இந்த என் குழந்தைகள் கயிறெல்லாம் இங்கே திரிக்க வேண்டாம். நானும் ஊரெல்லாம் சுற்றியிருக்கிறேன். எனக்கும் உலகம் தெரியும். என்னுடைய கௌரவமான வேலை. அப்புறம் இந்தக் காமராக்கள். இதன் காணொளித் துண்டை

எப்பொழுது வேண்டுமானாலும் பெற முடியும், தெரியுமா? இங்கே ஏதாவது குழந்தை காணாமல் போய், நீங்கள் இந்தக் காமரா ஏதாவதொன்றுக்கு அருகில் நின்றிருந்தால்________ உங்களுக்கே தெரியும், நான் உங்களைக் கையும் களவுமாகப் பிடித்து விடுவேன். அது என் வேலை."

இப்பொழுது நான் எதையாவது சொல்லியாக வேண்டும். என்னை நான் தற்காத்துக்கொண்டாக வேண்டும். ஆனால்________"

"என் குழந்தைகளைக் கண்டுபிடிக்க உதவுங்கள்."

அந்த நபர் தன் உள்அங்கிப்பைக்குள் கையைவிட்டான்.

உலோகம் கண்டுபிடிக்கும் கருவியைக் கூடவா இந்தக் கடையில் வைத்திருக்கிறார்கள்! எல்லாக் கடைகளிலும் இது போல் இருப்பதில்லை________

அவன் கையைப் பைக்குள்ளேயே கொஞ்ச நேரம் வைத்திருந்தான். பிறகு வெளியே எடுத்தான். ஒரு நொடி நேரம் தன்னுடைய தொடர்புச்சாதனத்தை அவள் முகத்தை நோக்கி பிடித்தான்.

என் கைகளை உயர்த்த வேண்டும். ஆனால் இந்தத் தள்ளுவண்டியை விட்டுவிடக் கூடாது________

க்ளிக் என்ற சத்தம் கேட்டது.

"உங்கள் புகைப்படத்தை நான் எடுத்துவிட்டேன். ஏதாவது ஏடாகூடமாக நடந்தால் பெரும் விபரீதம் நேரும். இதுதான் உங்களுக்குக் கடைசி எச்சரிக்கை," என்று சொல்லி விட்டு அவன் திரும்பிச் சென்றான். மோனிக்கா பார்த்துக்கொண்டேயிருக்க, அவளுடைய பையன் வயதேயிருக்கும் இன்னொரு பையன் அவனை அணைத்துக்கொண்டு, அவளைப் பார்த்து நாக்கைத் துருத்திப் பழிப்புக் காட்டினான். அழகுசாதனப் பிரிவு இருக்கும் திசைக்குள் அவர்கள் சென்று மறைந்தார்கள்.

இப்பொழுது அவர்கள் அம்மாவைக் கூப்பிடப் போகிறார்கள். ஒரு கூட்டுக் குடும்பம்________

தன் கையை யாரோ பிடித்திழுப்பது போல் அவள் உணர்ந்தாள். தலை குனிந்து அவள் திரும்பிப் பார்த்தாள். அவளுடைய பையன்கள்.

"உங்களுக்கு ஒன்றுமில்லையே அம்மா?" என்று பெரியவன் கரிசனத்தோடு கேட்டான்.

"நாம் வீட்டுக்குப்போகலாம் அம்மா," என்றான் இளையவன். "உங்களைப் பார்த்தால் நன்றாயில்லை."

மோனிக்கா தலையாட்டினாள். சாக்லேட் வரிசைக்கு அவளை இட்டுச் சென்ற பையன்கள் தள்ளுவண்டியில் இருந்த பொருட்களை எல்லாம் எடுத்து வரிசையில் வைத்தார்கள். பிறகு, அவளுடைய பண அட்டையை அவளுடைய பணப்பையிலிருந்து எடுத்து எந்த துவாரத் திற்குள் அதைச் செருக வேண்டுமென்றும் எங்கே அவளுடைய விரலை வைத்து அழுத்த வேண்டுமென்றும் சொல்லிக்கொடுத்தார்கள். மோனிக்காவின் கவனம் எதன் மீதும் நிலைக்கவில்லை. சாக்லேட்டிற்கு வழக்கமான சில்லறை விலையே போடப்பட்டிருப்பதைப் பார்த்து மட்டும் தான் வஞ்சிக்கப்பட்டு விட்டதாக சற்றே அவமானம் கொண்டாள்.

பணம் செலுத்துமிடத்தில் இருந்த பெண் நட்புணர்வோடு மோனிக்காவைப் பார்த்து முறுவலித்தாள்.

“கடைக்கு வந்து பொருட்களை வாங்குவதுதான் வாழ்க்கையே. மதத்தில், எதிர்காலம் நமக்குப் பின்னாடி இருக்கிறது. கடைக்கு வந்து வாங்குவதிலோ நிகழ்காலம் முடிவதே இல்லை.”

“மன்னியுங்கள்?” என்று விளக்கம் கேட்டாள் மோனிக்கா.

“கடைக்கு வந்து பொருட்களை வாங்குவதுதான் வாழ்க்கையே. மதத்தில், எதிர்காலம் நமக்குப் பின்னாடி இருக்கிறது. கடைக்கு வந்து வாங்குவதிலோ நிகழ்காலம் முடிவதே இல்லை.

“எனக்குப் புரியவில்லை,” என்றாள் மோனிக்கா.

பணம் செலுத்துமிடப் பெண் முகத்தைச் சுளித்து, தன் பாதங்களைப் பார்த்துக்கொண்டாள். ஒரு பாதத்தை உரசினாள். மிக மெலிதான சொடக்குச் சத்தம் கேட்டது.

“எனக்கும்தான்,” என்றாள் அவள் வாய்க்குள்ளாகவே. “இதுதான் எங்கள் புதிய குறிக்கோள் பல்லவி. நாங்கள் அதைப் பரீட்சித்துப் பார்க்கிறோம்.”

“அப்படியா,” என்றாள் மோனிக்கா. “ஆனால் இதன் அர்த்தம் என்னவென்று உங்களுக்குச் சொல்லித் தரவில்லையா?”

“இல்லை. நாங்கள் கேட்கவும் செய்தோம். பயிற்சியின் போது. அதைப் பற்றிக் கவலைப்பட வேண்டாம் என்று சொல்லிவிட்டார்கள். பிறகு இடைவேளையின் போது நாங்கள் எல்லோரும் சேர்த்து காஃபி அருந்தப் போனோம். அப்பொழுது அவர்களுள் ஒருவர் தனக்குமே அதன் அர்த்தம் என்னவென்று தெரியாதென்று சொன்னார்.”

மராமத்துப் பணியாள் தடதடவென்று ஓடி வந்தான். அவன் முகத்திலிருந்து வடிந்த வேர்வை பொருட்களுக்கான தானியங்கிப் பாதைமீது பட்டுத் தெறித்தது. அந்தப் பணம் செலுத்துமிடப்

பெண் அருவருப்போடு முகம் சுளித்து, காகிதக்குட்டையொன்றை எடுக்கத் தலைப்பட்டாள். அவன் அவளைக் கண்டுகொள்ளவே யில்லை.

"உன்னுடைய தொடர்புச்சாதனம் வேலை செய்யவில்லை," என்றான். பிறகு, தர்மசங்கடத்தோடு மோனிக்காவிடம் திரும்பி, "எங்கள் கடைக்கு வரவேற்பு நல்குகிறேன். உங்களுடைய பொருள் வாங்கும் அனுபவம் ரசனைக்கு உகந்ததாய் இருந்ததென்று நம்புகிறேன்," என்றான் மிக மெதுவாக. அந்த இளம்பெண்ணின் காலுக்கருகே குனிந்து, "இங்கிருக்கும் கம்பி அறுபட்டிருக்கிறது. இந்த வாரத்தில் இது இரண்டாம் முறை," என்றான்.

பணம் செலுத்துமிடப் பெண் கைகளை அகட்டினாள்.

"என்னுடைய இடத்தில் மட்டும் அது ஏன் இவ்வளவு தளர்ந்திருக்கிறது?" என்று கேட்டு, மோனிக்காவைப் பார்த்துக் கண் சிமிட்டினாள்.

"அதை நான் சரிசெய்து விடுகிறேன்," என்றான் மராமத்துக்காரன். "அடுத்த முறை நீ எனக்கு ஒன்றைச் சரி செய்து தர வேண்டும். சரியா?" கழன்றிருந்த கம்பியை மின்சுற்றுக்குள் மீண்டும் செருகத்தொடங்கினான்.

அந்தப் பெண் அவனுடைய கையைப் பிடித்தாள். "பணியில் இருப்பவர்களோடு சிக்கலில் சிக்கிக்கொள்ளக் கூடாதென்று உனக்குத் தெரியாதா?" என்று இனிமையாய் அவனிடம் சொல்லி விட்டுப் பிடித்திருந்த கையை விட்டாள். அந்தத் தடியன் தன் கையில் இருந்த கம்பியின் முனையைப் பார்த்துவிட்டு அவளை மீண்டும் பார்த்தான். அவனுடைய இடுப்புப்பட்டியில் இருந்த சிவப்பு விளக்கு மின்னத் தொடங்கியது.

"இதை இனிமேல்தான் சரி செய்ய வேண்டும். சரியா? நான் உடனே போயாக வேண்டும். சரியா?" என்றான்.

கடுப்போடு தலையை ஆட்டி, கம்பியை ஒரு குழிவிற்குள் நுழைத்து விட்டு வேகமாய் அங்கிருந்து அகன்றான்.

"உங்கள் வாடிக்கை எங்கள் மகிழ்ச்சி," என்று பயிற்றுவிக்கப்பட்ட குரலில் கூறிவிட்டு, மோனிக்காவைப் பார்த்துத் தலையசைத்தாள் அந்தப் பணிப்பெண்.

மோனிக்கா கைகுலுக்கக் கையை நீட்டினாள். அந்தப் பெண்ணின் உள்ளங்கைக்குள் தன்னுடைய நிறுவன அட்டையை நழுவ விட்டவாறே.

"நேரம் வரும்போது என்னைக் கூப்பிடு," என்றாள். "எல்லோருமே எப்பொழுதாவது வேலை மாற வேண்டி வரும்."

நிச்சயமாக நீ வேறு நல்ல வேலையைத் தேடிக்கொள்ள முடியும். நான் என்ன தொழில் செய்கிறேன் என்பதைத் தெரிந்து கொண்டு நீ இந்த பம்மாத்துப் பண்ணியிருக்கிறாய் என்றால், சர்வ நிச்சயமாக.

குழந்தைகள் இருவரும் ஆளுக்கொரு பக்கமாக அவளுடைய கையைப் பிடித்துக்கொண்டிருந்தார்கள்.

"மீண்டும் தொலைந்து போய் விடாதீர்கள் அம்மா, தயவு செய்து."

"கட்டாயமாய். கட்டாயமாய். நம்முடைய கார் எங்கே?"

"**கழிவு விற்பனையின் இறுதி நாள்** எனும் அறிவிப்பின் அருகே திரும்ப வேண்டும். **இன்று மட்டும்** அறிவிப்பின் அருகே இடப்புறமாய்த் திரும்பி, **சிறந்த பேரங்கள்** அறிவிப்பின் அருகே வலப்புறமாய்த் திரும்ப வேண்டும். கதவு வழியாக வெளியேற வேண்டும். அங்கே நம்முடைய கார் எது என்று உங்களால் கண்டுபிடித்துவிட முடியும்தானே? என்ன, சரியா?"

சற்றுக்கவலையோடு அவர்கள் பார்த்துக்கொண்டிருந்தார்கள்.

"நிச்சயமாய். நம்முடைய கார் எது என்று எனக்குத் தெரியும்," என்று கையறுநிலையில் அவள் முணுமுணுத்தாள.

"ஏனென்றால் நான் வேறொரு காரில் வீடு திரும்ப விரும்பவில்லை," என்றான் இளையவன்.

"ஏனென்றால் நம்முடைய கார்தான் அதிசிறந்த கார்." பிறகு அவளுடைய கையைப் பிடித்து இழுத்து, "அம்மா, நம்முடைய காரும்கூட அதிசிறந்த பேரத்தில் வாங்கியதா? அதிசிறந்ததிலும் அதிசிறந்த பேரத்தில்?"

"எனக்குத் தெரியாது," என்றாள் மோனிக்கா குழப்பத்துடன். "அப்பாதான் எல்லா ஏற்பாடும் செய்தார்."

"ஓ, ஆமாம்," என்று தலையாட்டினான் சின்னவன். "சரிதான். அப்பாதான் எல்லா ஏற்பாடும் செய்தார்." கொஞ்ச நேரம் பேசாமலிருந்து விட்டு, ஏதோ ஒரு விஷயம் விளங்காமல் புதிராய் இருப்பதைப் போல், "நீங்கள் என்ன அம்மா செய்தீர்கள்?" என்றான்.

"நானா?"

"நீங்கள் என்ன செய்கிறீர்கள்?"

"நான் மேலாண்மை செய்கிறேன். மனிதவள மேலாண்மை செய்கிறேன்."

குறைந்தபட்சம் இன்றுவரை. நாளை? நாளை மறுநாள் என்னிடம் கேளுங்கள்.

"ஓ. அப்படியென்றால் என்ன?"

"பெரியவனான பிறகு நீயே தெரிந்துகொள்வாய்."

"ஓஹோ." அவனுடைய ஆர்வம் எரிச்சலாக மாறுவதை மோனிக்காவால் உணர முடிந்தது. "மன்னியுங்கள். தெரியாமல் கேட்டுவிட்டேன்."

"அதனால் பரவாயில்லை. நான் வந்து_____"

"சொல்லுங்கள்."

"எல்லாமே சரியாய் இருக்கிறது."

"அம்மா, நீங்கள் வந்து_____?"

எல்லாமே சரியாய் இருக்கிறது. நான் உண்மையில் என்ன செய்கிறேன் என்று எனக்கே தெரியவில்லை.

11

பழங்குடி ப்ரேக்[1]

எல்லாமே சரியாய் இருக்கிறது. *நான் உண்மையில் என்ன செய்கிறேன் என்று எனக்கே தெரியவில்லை.*

“போருட்! ஏய் போருட்! நான் கூப்பிடுவது காதில் விழாத மாதிரி பாசாங்கு பண்ணாதே!”

தெருவில் இருந்த மனிதர்கள் திரும்பிப் பார்த்தனர். அவன் இருந்த திசையில். எல்லோருமே.

“அந்த அளவுக்கு யோசனையில் நீ மூழ்கிப் போய் விட முடியாது. நீயே கூட. உன்னை எனக்குத் தெரியும். எப்படி இருக்கிறாய்?”

“நன்றாகத்தான் இருக்கிறேன் அம்மா,” என்றான் போருட்.

“அப்படியென்றால், நீ அதை வெளிக்காட்டிக் கொள்ளாமல் நன்றாகவே மறைக்கிறாய். ஏனென்றால், நீ நிச்சயமாகப் பார்க்க நன்றாகவே இல்லை. தூக்கம் கெட்டிருக்கிறாய். மிகவும் கஷ்டப்பட்டு வேலை செய்திருக்கிறாய். வெளிறிப் போய் இருக்கிறாய். எடையும் குறைந்திருக்கிறது. உன் பெண்டாட்டி என்று சொல்லிக்கொள்ளும் அந்தப் பெண் சமைப்பதில்லை என்று எனக்குத் தெரியும். உனக்கு ஒரு விஷயம் செய்ய வராதென்றால் அது செய்யவே வராது. அதில் மூடி மறைக்க

1. **ப்ரேக்:** வறிய கறுப்பின, லத்தீன் அமெரிக்க இளைஞர்களிடையே 1960களின் பிற்பகுதியிலும் 70களின் முற்பகுதியிலும் பரவிய ஆட்ட வகை நளினமான காலசைவுகளும் கழைக்கூத்தாடி வகையான அங்க ஆர்ப்பாட்டங்களும் மிகுந்த ஆட்டம்.

எதுவுமில்லை. ஆனால், எல்லோருமே வீட்டில் சாப்பிட வேண்டும். வெளியார் கண் படாத அளவுக்குச் சாப்பிட வேண்டும். சரி. வா போவோம். கொஞ்சம் மதிய உணவு சாப்பிட."

"உங்களுக்கே தெரியும், நான் நிறைய விஷயங்களைச் சாப்பிடுவதில்லை. நாம் எங்கே போக வேண்டுமோ, அங்கே போய்க்கொண்டிருப்பது நல்லதென்று தோன்றுகிறது."

"நாம் எங்கே போக வேண்டுமோ, அங்கே போய்க்கொண் டிருக்கப் போவதில்லை. நானும் உன்னோடு சேர்ந்து கொஞ்சம் பட்டினி இருக்கிறேன் வா. நீ சாப்பிடும் பறவையுணவைப் போடும் புதிய விடுதி வந்திருக்கிறதாமே! கேள்விப்பட்டேன். உண்மையிலேயே அதுதான் இப்போதைய நாகரிகமாமே!"

வாயிலில் அவர்களை வரவேற்று உள்ளே கூட்டிப் போன தலைமைப் பரிசாரகருக்கு அவள் வாய்ப்பே தரவில்லை. தனக்கு எந்த மேஜை வேண்டும் என்பதை அவளே சுட்டிக் காட்டி போருட்டைச் சட்டைக் கை நுனியைப் பற்றி இழுத்துப் போனாள்.

"வா. அங்கே போவோம். கொஞ்சம் ஒதுங்கி இருப்போம். சற்றே நெருக்கமாக. வெட்கப்படாதே. இங்கே நாம் சாப்பிட வந்திருக்கிறோம். நீ என்ன வேண்டுமானாலும் என்னிடம் தயங்காமல் சொல்லலாம். குழந்தைகள் எப்படி இருக்கிறார்கள்? நலம்தானே?"

எனக்குக்கூடத் தெரிந்துகொள்ள ஆசைதான்.

"நன்றாக இருக்கிறார்கள். அப்பா எப்படி இருக்கிறார்?"

அந்தக் கேள்வியைக் கையசைப்பில் அம்மா புறக்கணித்தாள்.

"இங்கே நாம் வந்திருப்பது உன் அப்பாவைப் பற்றிப் பேச அல்ல. உனக்கே தெரியும்/ அவரைப்பற்றிச் சொல்ல அதிகமாய் எதுவும் இல்லை. உனக்கு என்ன வேண்டுமோ கேட்டுச் சாப்பிடு."

உணவுப்பட்டியலைப் பார்த்த போருட்டுக்கு எதுவுமே புரியவில்லை. தொழில்ரீதியான ஆலோசனை வழங்க பரிசாரகன் முன்வந்தான். மரக்கறிப் பதார்த்தங்களையே பொதுவாகச் சுட்டிக்காட்டிய போருட், "மன்னிக்க வேண்டும். நான் இங்கே முதல்முறையாக வருகிறேன். இவையெல்லாம் ஸிந்தஸிஸ் நிறுவனக் காய்கறிகளா?"

முகபாவம் மாறாமல் தலையாட்டிய பரிசாரகன் சற்று நெருங்கி வந்து குனிந்தான்.

"கண்டிப்பாக," என்றான் தணிந்த குரலில். "ரசனை மிகுந்தோர்க்கென்று தனியான உணவுப்பட்டியல் இருக்கிறது."

அந்த இன்னொரு உணவுப்பட்டியல் மிகவும் மெலிந்ததாக இருந்தது. முன்னதைப் போல் செயற்கைத் தோலால் உருவாக்கப்பட்டதாக இல்லாமல் இது செயற்கையான அத்திமர இலைகளால் உருவாக்கப்பட்டிருந்தது மட்டுமல்ல அதன் மெலிவுக்குக் காரணம். இரண்டு பட்டியல்களிலும் காணப்பட்ட பதார்த்தங்கள் ஒரே பெயரையே கொண்டிருந்தன. ஆனால் இந்த இரண்டாவது பட்டியலில் விலை சில மடங்கு கூடுதலாயிருந்தது. தான் கிட்டத்தட்ட மறந்திருந்த சுவையான பண்டங்களை போருட் தேர்வு செய்தான். பிறகு பட்டியலை அன்னையிடம் தள்ளினான்.

"நானும் அதையே சாப்பிட்டுப் பார்க்கிறேன்," என்றாள் அவள், பரிசாரகர் பக்கம் திரும்பி. "என் மகன் என்னதான் சாப்பிடுகிறானென்று பார்ப்போமே!"

"மிக அருமையான தேர்வு மேடம்!" என்றான் பரிசாரகன்.

இதைக்காட்டிலும் அதிகமாக அவனோடு உடன்பட முடியாது என்பதைப் போல் அவனுடைய தாய் தலையைப் பலமாக ஆட்டி வைத்தாள். பரிசாரகன் இடத்தைக் காலி செய்யக் காத்திருந்து, சொன்னாள்:

"நீ இப்பொழுது தலைவரிடம் வேலை செய்வதில்லையென்று கேள்விப்பட்டேனே."

"அம்மா, உங்களுக்கெப்படி_____"

"உண்மையைச் சொல்லி விடுகிறேன். தெரிந்துகொள்ளக்கூட விரும்பாத விஷயங்களைப் பற்றிக் கேள்விப்பட நேரும் வட்டங்களில் எல்லாம் நான் பழக வேண்டியிருக்கிறதென்பது உனக்குத் தெரியுமா? அம்மாதிரி விஷயங்கள் என் சொந்தங்களோடு தொடர்புள்ளதென்றால் நான் கவனிப்பேன். அப்பொழுது நான் என்ன செய்வது? அதைப்பற்றி எனக்கு எந்த அக்கறையு மில்லை என்று பாசாங்கு செய்வதா?"

"முடியாதுதான். ஆனால்_____"

"அப்படியென்றால் உனக்கு இப்பொழுது வேலை போய்விட்டது. உனக்குப் பணம் தேவையா? உனக்கே தெரியும், என்னிடம் தேவைக்கு அதிகமாகவே இருக்கிறது. நிச்சயமாக, நான் போகும்போது அதைக் கொண்டு போய் விட முடியாது. அதைப்பற்றி விரைவில் என்றேனும் ஒருநாள் நான் யோசித்தாக வேண்டும்."

அதென்னவோ முற்றிலும் உண்மைதான். ஆனால்_____

"அம்மா, உங்களுக்கே தெரியும் என்னால் இனிமேற்கொண்டு உங்களிடம் பணம் வாங்க முடியாது."

அவனுடைய அன்னை அவன் கைகளைப் பிடித்துக் கொண்டாள்.

உணர்ச்சியற்ற தொடுதல். பரிவற்றது.

“இங்கே பார் போருட், என்னிடம் பணம் வாங்கிக்கொள்ள முடியாத அளவுக்கு உனக்கு அப்படியொன்றும் வயதாகி விடவில்லை. எனக்கும்தான்.”

“அம்மா, எனக்கு என் சொந்த__________”

“குழந்தைகள், ஆமாம். எனக்கும் தெரியும். அதனால்தான் கொடுக்கிறேன்.”

“__________வருமானம், என் சொந்த சேமிப்பு__________”

“வேலை போவதொன்றும் அவமானகரமான விஷயமில்லை. எல்லோருக்கும் நிகழ்வதுதான்.”

பேச்சை நிறுத்தினாள். அவளுடைய கண்கள் அவனைத் துளைத்துக் கொண்டிருந்தன. “இதை மோனிக்காவுக்குச் சொல்லவில்லைதானே? இல்லை, சொல்லிவிட்டாயா? நீ சொல்லியிருக்கக் கூடாதென்று நம்புகிறேன். ஒளிக்காமல் ஒன்றை உன்னிடம் சொல்கிறேன் போருட். எனக்கு அவளைக் கண்டாலே ஆகாது.”

“எனக்கும் தெரியும் அம்மா. நீங்கள் அதை ஒருபோதும் மறைக்க முயன்றதேயில்லை. அது மட்டுமல்ல. மற்ற எவரையுமே நீங்கள் விரும்பியதில்லை.”

“வேறு யாரும் இருந்தார்களா, என்ன? போகட்டும். அவளை எனக்குப் பிடிக்காது. அது ஏனென்று உனக்கே தெரியும். ஆண்கள் முடிவெடுக்க வேண்டும். பெண்கள் குழந்தைகளைக் கவனித்துக்கொண்டு, வீட்டைப் பார்த்துக்கொண்டு, சமைக்க வேண்டும். அதற்கான காலம் இன்னமும் முடியவில்லை என்றுதான் நான் நினைக்கிறேன். ஆனால் உங்கள் இருவரையும் பொறுத்தவரை அப்படியில்லை, இல்லையா? அய்யோடா. அதிகாரம் செய்யும் பெண்களைச் சகித்துக்கொள்வதென்பது எனக்கு ஆகாத காரியம். ஞாயிற்றுக்கிழமைகளில் நீ மதிய உணவுண்ண வரும் பழக்கத்தை நிறுத்தியவுடன் உண்மையில் எனக்கு நிம்மதியாயிருந்தது. அவ்வப்போது குழந்தைகளைப் பார்க்க எனக்குப் பிடிக்கும்தான். தொழில்ரீதியான அறிக்கைகள் மூலமாக மட்டுமே உன்னைப் பற்றித் தெரிந்துகொள்வதென்பதும் கூட எனக்குக் கடுப்பூட்டும் விஷயம்தான். ஆனாலும்__________”

பரிசாரகன் மீண்டும் அவர்களிடம் வந்தான். அதனால் அம்மா பேசாதிருந்தாள். வந்தவன் குனிந்து போருட் தேர்ந்திருந்த

பதார்த்தங்களுள் எவையெவையெல்லாம் இல்லையென்றும் அவற்றுக்குப் பதிலாக வேறு எவற்றையெல்லாம் தரவியலும் என்றும் காதில் கிசுகிசுத்தான். அவன் சொல்வதைக் கவனித்துப் பதில் சொல்லவே போருட்டுக்குப் பொறுமை போதாதிருந்தது. அப்படியிருக்க, எதிர்த்து என்ன சொல்வது! அவன் சொன்ன எல்லாவற்றுக்கும் போருட் தலையாட்டி ஒப்புதல் தந்தான். பரிசாரகன் மீண்டும் இடத்தைக் காலி செய்தான்.

"உனக்கு ஒரு வழி சொல்கிறேன், போருட். நீ நமது நிறுவனத்திற்கு வேலை செய்யலாம். உள்துறை அமைச்சகத்தில் நான் பெற்றிருக்கும் ஆண்டுக்கணக்கான அனுபவத்தில் எனக்கு இன்னும் தொடர்புகள் இருக்கின்றன. பல்வேறு செயல்பாடுகளும் மிக நன்றாகப் போய்க்கொண்டிருக்கின்றன. எப்பொழுதுமே நமக்குப் போதுமான அளவு நிதி ஒதுக்கீடு கிடைத்ததில்லை. அதனால் வேறு விதமான ஆதாரங்களைத் தேட வேண்டி வந்தது. நாம் கார் வணிகம் செய்தோம். பிறகு எண்ணெய் இறக்குமதி செய்தோம். ப்ளூட்டோனியத்தை ஏற்றுமதி செய்தோம். பிறகு உடல் உறுப்புகள். இது அது என்று எதெல்லாமோ செய்தோம். எதெல்லாம் அந்தந்த நேரத்துத் தேவையோ அதெல்லாம். வணிகத்தில் யாருமே நெகிழ்வுத்தன்மையோடு இருக்க வேண்டும். எதற்கெல்லாம் சந்தைத் தேவை இருக்கிறதோ அதற்கேற்ப. இப்பொழுது நாம் செயற்கைக் கருவூட்டலில் இறங்கியிருக்கிறோம். அதுதான் இன்று பிரதான உள்நாட்டுச் சேவை. விந்து வங்கி. இப்பொழுதெல்லாம் பெரும்பாலான ஆண்களுடைய விந்து குறைபாடுள்ளதாக இருக்கிறதென்று உனக்குத் தெரிந்திருக்கும். சொல்லப்போனால், பெண்கள் இயற்கையான முறையில் அதைப் பெற்றுக்கொள்ளத் தயாராக இருக்க வேண்டுமே, முதலில். அதனால்தான் பெயர்பெற்ற நிலையத்தில் அதை விலைக்கு வாங்குவதென்பது புத்திசாலித்தனமான காரியமாகி விடுகிறது. குறைந்தபட்சம் உனக்கு என்ன கிடைக்கிறது என்பதாவது அதில் தெரிந்திருக்கும். இதெல்லாமே சீரழிவுதான். வேறென்ன நான் சொல்ல. என்ன இருந்தாலும் நீ ஒரு விதி விலக்கு. உன்னுடைய குழந்தைகளைப் பார்___________"

அவள் பேச்சை நிறுத்தினாள்.

அவர்களுடைய பெயர்களை நினைவுக்குக் கொண்டுவர முயலுகிறாள்.

அவனுடைய இருக்கைக்கு நெருக்கமாக அவள் தன் இருக்கையை இழுத்துப் போட்டுக்கொண்டாள். கடந்த இருபதாண்டுகளில் தன்னைத் தொட்டுக்கொண்ட மாதிரி அம்மா நெருங்கி உட்காரும்போதெல்லாம் தான் எவ்வளவு

அசௌகர்யமாய் உணர்ந்திருக்கிறோம் என்று போருட் நினைத்துக்கொண்டான்.

“கவனி, நீ இன்னும் சிக்கல்களை உணரவில்லை________ இல்லையா? ஏனென்றால், உன் அப்பாவோடு, உனக்குத் தெரியுமா, அது ரொம்பகாலம் முன்னாலேயே நடந்துவிட்டது. நல்ல வேளையாக உன்னை அவரிடமிருந்து எப்படியோ பிரித்து எடுத்து வந்துவிட்டேன். ஆனால் இப்பொழுதெல்லாம் நம்முடைய ஆட்கள் அதைச் சரி செய்துவிடுகிறார்கள். நம்மிடமே நல்ல சமாச்சாரங்கள் இருக்கின்றன. நமக்கே நமக்கான நல்ல பரிசோதனைச் சாலைகள். இந்தத் துறையில் தேர்ந்த நிபுணர்களோடு ஏராளமான தொடர்பு. இதுவரை இதற்கான பக்கவிளைவுகளைப் பற்றித்தான் எதிரும் புதிருமாய்க் கருத்துகள் இருக்கின்றன. ஆனால் யாருமே நிரந்தரமாய் வாழ்ந்துவிடப் போவதில்லையே!”

அவன் அடக்கமாட்டாமல் சிரித்துவிட்டான். அம்மா பெரும் அதிர்ச்சியுடன் அவனைப் பார்த்தாள்.

“போருட், என்ன ஆயிற்று உனக்கு? நன்றாகத்தானே இருக்கிறாய்? அப்படியொன்றும் கிறுக்குத்தனமாய் நான் ஏதும் உளறவில்லையே!”

எப்பொழுதுமே ஒத்தாசையாய் இருக்கும் பரிசாரகன் ஒரு சிறிய புட்டியில் தண்ணீர் கொண்டு வந்தான். மேஜைமீது அதை வைக்கும் முன்பு பயன்படுத்தப்பட வேண்டிய தேதியைப் பார்த்தான். முகத்தைச் சுளித்து அதை எடுத்துக்கொண்டு போய் வேறொரு புட்டியை எடுத்து வந்து வைத்தான்.

“மன்னித்துக்கொள்ளுங்கள் அம்மா. இப்படியொரு வேலையை எனக்குக் கொடுப்பீர்களென்று நான் எதிர்பார்க்கவே யில்லை. செயற்கைக் கருவூட்டலுக்கான விந்துக் கொடையாளன்! இதைப் பரிந்துரைப்பவர் என் சொந்தத் தாய்!”

“சும்மா கிண்டலடிக்காதே போருட்,” என்றாள் அவள் கடுமையாக. “உனக்கு ஒரு வழி சொல்லத்தான் முயல்கிறேன். உனக்கும் உதவி. இந்த தேசத்துக்கும். இதை வேறெப்படிச் சொல்வது!”

போருட் தலையை ஆட்டினான்.

“எனக்குப் போதுமான அளவிற்குக் குழந்தைகள் இருக்கிறார்கள் அம்மா. தேசிய சராசரிக்கும் மேலேயே.”

அவனுடைய அம்மா தலையாட்டினாள்.

“நல்லது. புரிகிறது. இது வேண்டாமென்றால், நான் தலைவரிடம் ஒரு வார்த்தை உன்னைப் பற்றிச் சொல்லி

வைக்கிறேன். உனக்கே தெரியும், எங்கள் உறவு நீண்ட காலத்தது. உள்துறை அமைச்சக நாட்களிலிருந்தே தொடர்வது. நாங்கள் இன்னமுமே தொடர்பில்தான் இருக்கிறோம்."

போருட் முகம் சுளித்தான்.

"இன்னமுமா? சமீபத்தில் அவரைத் தொடர்பு கொண்டீர்களா?"

அவர் அப்படியொன்றும் எவ்விதச் சலசலப்பும் இல்லாமல் மறைந்து போகக் கூடியவர் இல்லையே. அவர் சுட்டுக் கொல்லப்படாமல் போயிருந்தால்கூட. இந்நேரத்திற்கு ஊடகங்களுக்குச் செய்தி போயிருக்கும்! சரிதான். எந்தச் செய்தியுமே கெட்ட செய்திதானென்று பொதுநலத் தொடர்பு அலுவலகம் கருதியிருக்கும். நிறுவனத்தின் தலைமைப்பொறுப்பில் இருக்கும் நபர் தகர்ந்து போகாத உறுதியான மனிதராகத் தோற்றமளிக்க வேண்டும். ஊடக விளம்பரவெளியை விலைகொடுத்து வாங்குபவர்களுள் தலைவர்தான் மிகப்பெரிய தொழிலதிபர். அதனால்_____. ஆனால் தற்சார்புகொண்ட சிறுபக்க செய்தித்தாள்கள் இருக்கின்றனவே_____

"இப்போது கொஞ்ச காலமாக இல்லை. அந்த நிகழ்ச்சிக்கு அப்புறமாய்_____"

நீண்டதொரு மௌனம்.

இது மிகவும் விசேஷமான தருணம் அம்மா. நீங்கள் மிக அபூர்வமாகவே வார்த்தைகளைத் தேர்ந்தெடுத்துப் பேசுவதுண்டு.

"_____அவரிடம் ஓர் உதவி கேட்டிருந்ததற்கு அப்புறமாய். அதற்குப் பதில் உதவியும் கூட செய்து கடனைக் கழித்து விட்டேன். ஆனால் இதெல்லாம் ரொம்பகாலத்துக்கு முன்னால்."

சற்று சங்கடமாய் உணர்ந்த போருட் அந்த உணவகத்தைச் சுற்றிலும் நோட்டம் விட்டான். அவர்கள் அமர்ந்திருந்த இடத்திற்குப் பின்புறமாய் சிறுவனொருவனோடு ஓராள் உட்கார்ந்திருந்தான். அநேகமாய் பாலர்பள்ளி பாலகனும் அவனுடைய அப்பாவுமாயிருக்கும். அவர்கள் கேட்டு வாங்கிச் சாப்பிடுவது உண்மையான காய்கறிகளையா அல்லது செயற்கைக் காய்கறிகளையா என்று நிச்சயப்படுத்திக்கொள்ள முடியாதபடிக்கு மிகவும் தள்ளி அமர்ந்திருந்தார்கள்.

இவர்களுக்கான மதிய உணவு படைக்கப்பட்டது. தன்னுடைய தட்டில் இருந்த விஷயங்களை போருட்டின் தாய் சந்தேகமாகப் பார்த்தாள்.

"இதையெல்லாம் சாப்பிடவா செய்கிறாய், போருட்! இந்தக் கீரையெல்லாம், ஒரு மாதிரி, எனக்கு எப்படிச் சொல்வதென்று தெரியவில்லை. நைந்து_____"

"காய்கறிகள் பார்க்க எப்படியிருக்கும் என்பது நினைவிருக்கும் அளவுக்கு நீங்கள் வயதானவர் அம்மா. இப்படித்தான் இருக்கும்."

"இருக்கலாம். ஆனால் தொழில்நுட்பம் வளர்ந்துகொண்டே இருக்கிறது. அப்போதுதான் பறித்ததைப் போன்ற மலர்ச்சியான தோற்றத்தை கொஞ்சம் வெளிப்புற உதவியோடு தக்க வைத்துக்கொள்ள முடியுமென்றால் அழுகத் தொடங்கும் நிலையிலிருக்கும் சமாச்சாரங்களை நான் எதற்காக வாயிலிட்டுக் கொள்ள வேண்டும்?

"உங்களிடம் ஒரு விஷயம் கேட்கலாமா அம்மா? நீங்கள் பார்க்கும் பிளாஸ்டிக் சர்ஜன் யார்?"

சங்கடமாய் நெளிந்தவாறே அவனுடைய தாயார் ஒரு பெயரைச் சொன்னாள். சிறுபக்க செய்தித்தாள் ஊடகத்தில் அவர் பெயரை போருட் பார்த்திருக்கிறான்.

"நீங்கள் பார்க்கப் பளிச்சென்றிருக்கிறீர்கள், இல்லையா. உண்மையில் அவரைக் காட்டிலும் நன்றாகவே இருக்கிறீர்கள். அவருக்குக் கொடுக்கும் கட்டணம் தகுதியானதென்று நீங்கள் திருப்தி கொள்கிறீர்கள் என்று நம்புகிறேன்."

அவனுடைய அன்னை இமைக்காமல் அவனைப் பார்த்தாள். இந்தப் பாராட்டு வார்த்தைகளை ஏற்றுக்கொள்வதா, அல்லது சவாலாய் ஏற்று பதிலடி கொடுப்பதா என்று முடிவெடுக்க முடியாமல் திகைப்பவளைப் போல. பிறகு, தோள்களைக் குலுக்கி முள்கரண்டியைக் காயொன்றின் மீது குத்தினாள். அதில் சிக்கிய காய்த்துண்டை சந்தேகத்தோடு ஆராய்ந்தாள்.

கடைசியில், "பழைய காலம் மாதிரி," என்று சொல்லிவிட்டு, குரல் அருவருப்பில் நடுங்க, கண்களை மூடிக்கொண்டு அதைச் சாப்பிட்டாள்.

நீண்ட காலத்திற்குப் பிறகு முதல் தடவையாக போருட் பசியோடு உணவை விழுங்கினான். உணவு உணவாய்ச் சுவைத்தது. பின்னால் இருந்த ஆள் பையனின் தோள்மீது கை போட்டான். தன் பற்களுக்கிடையில் சர்க்கரைக்கட்டியொன்றை வைத்து அந்தக் குழந்தையிடம் காட்டினான். அந்தப் பையன் முன்னே சரிந்து தன் அப்பாவின் வாயிலிருந்து அந்தச் சர்க்கரைக்கட்டியை எடுத்தான்.

என்னை மாற்று

வெள்ளிக் கரண்டிகளையும், கத்திகளையும் அவர்கள் கீழே வைத்தவுடன் பரிசாரகன் மேஜைக்கு விரைந்து வந்தான். அம்மா உண்ணாமல் விட்டிருந்த காய்கறிகளைத் தட்டிலிருந்து தனியே ஒரு குப்பைப்பையில் கொட்டினான். *சுமார் ஐம்பது பன்றிக்கறி பர்கர்கள் மதிப்புபெரும் காய்கறிகள். உலக அளவில் இஸ்லாமியர்களின் எண்ணிக்கை பெருகிக்கொண்டிருந்ததால் பன்றிக்கறி பர்கர்களின் விலை வீழ்ந்துகொண்டிருந்தது. காய்கறிகளின் விலை ஏறிக்கொண்டிருந்த வேகத்திற்கு ஈடாக இல்லை என்ற போதும்.*

“வேறு ஏதாவது சாப்பிடுகிறீர்களா?” என்றான் பரிசாரகன்.

போருட் வேண்டாமென்று தலையாட்டினான்.

“ஒரு கோப்பை காஃபி, கட்டாயமாக,” என்றாள் அவன் அன்னை.

உலக கண்டங்கள் அனைத்திலும் விளையும் காஃபி வகைகளில் அந்த உணவகத்தில் எதெல்லாம் கிடைக்கும் என்பதைக் கடகடவென ஒப்பித்தான் பரிசாரகன். அப்பெயர்களுள் ஒன்றைச் சொல்லும்போது அவன் அன்னை இடைமறித்தாள். “அதுதான். நாட்டுச்சர்க்கரை போட்டு,” என்றாள். பிறகு போருட்டைப் பார்த்தவாறே, “இரண்டு கோப்பை,” என்றாள்.

வேண்டாமென்று நான் சொல்லியிருக்க முடியும். இந்தக் காஃபிக்கொட்டை மூட்டைகளைக் குழந்தைகள் காட்டில் சுமக்கிறார்கள். ஒரு கோப்பை காஃபிக்குக் கொடுக்கும் விலைதான் அவர்களுடைய இருபத்தி மூன்று மணி நேர உழைப்பிற்கான கூலி. இரண்டு பதினொன்றரை மணிநேர வேலைநாட்களுக்கான கூலி. கோப்பையில் ஊற்றப்படுவது குருதித் தாரை. நாம் அந்த இனிப்பான திரவத்தை உதடுகளுக்கருகில் உயர்த்துகிறோம். மனிதனிடம் ஒரு நாளானது எதையெல்லாம்வீசியெறிகிறதோ அதையெல்லாம் தாங்கிக்கொள்ளும் சக்தியை அவனுக்களிக்கும் திரவம். ஒரு மிடறு அவன் உதடுகளை இணைத்து ஒட்டுகிறது. அப்பொழுது அவன் பேசுவதில்லை. கூச்சலிடுவதில்லை. நாமும்தான். பிறகு ஒரு காகிதக்குட்டையில் நீ உதடுகளை ஒற்றியெடுப்பாய். என் உதடுகளை நானும் ஒற்றியெடுப்பேன். பிறகு ஒரு முத்தத்திற்கு உன் கன்னத்தைக் காட்டுவாய். நானும் அவசரமாய் அதன் மீது உரசுவேன். அசௌகர்யமாய் உணர்ந்து, கண்களை மூடியபடி. பிறகு நாம் பிரிவோம்.

“நல்ல காஃபி. இல்லையா?” என்று அன்னை கேட்டாள்.

ஏதோ நினைவாக போருட் தலையாட்டினான்.

அவள் நெருக்கமாய்க் குனிந்து, ரகசியக் குரலில் கேட்டாள்:

"போருட், உண்மையில் நீ என்னதான் செய்துகொண்டிருக்கிறாய்?"

"நிஜமாய், எனக்கே தெரியவில்லை. ஆனால் அதனால் ஒன்றும் கெட்டு விடவில்லை."

"உன்னை எனக்குத் தெரியும். உன் வழியில்தான் நீ காரியங்களை எப்போதுமே செய்து வந்திருக்கிறாய். நடக்கத் தொடங்கிய பிள்ளைப் பிராயத்திலிருந்தே. அதை உன்னால் மறைக்க முடியாது. உன்னை வேலைக்கு எடுத்துக்கொள்ளச் சொல்லி தலைவரிடம் நான் ரொம்ப, ரொம்ப மன்றாட வேண்டியிருந்தது."

"நாம் எல்லோருமே ஏதாவது தவறுகளைச் செய்துவிடுகிறோம்," என்றான் போருட்.

"சிலரால் தவறு செய்துவிட்டுத் தாங்க முடியும். தலைவர் அப்பேர்ப்பட்டவர்களுள் ஒருவர். ஒரு சிலருக்கு அவர்களுடைய பிம்பத்தின் ஒரு பகுதி அது. ஆனால் நீ இப்பொழுது என்ன செய்யப் போகிறாய்? நீ மீண்டும் எல்லாவற்றுக்கும் எதிராகச் செயல்பட்டுக்கொண்டிருக்கிறாயோ, சொல்லப்போனால், உனக்கு எதிராகவே கூட என்று தோன்றுகிறது. இதொன்றும் நல்லதற்கில்லை. விஷயங்களை அவ்வவற்றின் போக்கிலேயே ஓட விடும்பொழுது எல்லாமே சீராக இருக்கிறது."

"நீங்கள் தப்பான ஆளை மதியஉணவிற்கு அழைத்து விட்டீர்கள் என்று நினைக்கிறேன் அம்மா. நீங்கள் சொன்ன இந்தப் பேச்சு வழக்கை மோனிக்கா மிகவும் சிலாகித்திருப்பாள். ஓட்டத்தோடு இயைந்து விஷயங்களை அவ்வவற்றின் போக்கில் போகவிடும் ஆட்களைக் கண்டுபிடித்துக் கொடுப்பதில்தான் அவள் நிறுவனம் பிழைப்பை ஓட்டுகிறது."

"மோனிக்காவை விடு. நீ நன்றாக இருக்க வேண்டும். எனக்கு அதுதான் முக்கியம்."

"நான் நன்றாகத்தானே இருக்கிறேன் அம்மா."

"போருட், இங்கே என்னைப் பார்."

"உங்களைத்தான் பார்த்துக்கொண்டிருக்கிறேன்."

"இல்லை. நீ எனக்குள் ஊடுருவிப் பார்க்கிறாய். என்னைப் பார். உன்னிடம் நான் ஒரு விஷயம் சொல்ல வேண்டும். நீ அதைக் காது கொடுத்துக் கேட்க வேண்டும்."

“நான் கவனித்துக்கொண்டுதான் இருக்கிறேன் அம்மா.”

“நீ எங்கே கவனிக்கிறாய்! அடிக்கடி ஏதோ யோசனையில் மூழ்கி விடுகிறாய். நான் பேசுவதில் பாதியைக்கூட நீ கவனிப்பதில்லை. அதில்தான் சிக்கலே.”

“மன்னித்துக்கொள்ளுங்கள். உங்களுடைய எதிர்பார்ப்புக்கு ஏற்ற மாதிரி என்னால் இருக்க முடியவில்லை. இப்படியேதான் நான் இருக்கிறேன்.”

மிக மிக லேசாக அவள் தலையாட்டினாள்.

“எனக்குப் பிடித்த மாதிரிதான் நீ நடந்து வந்திருக்கிறாய். அதில் குறை சொல்ல எதுவுமில்லை. ஆனால் ______________ தீர்க்கதரிசிகளின் அன்னையர்கூடக் குழந்தைகளுக்குத்தான் ஆசைப்பட்டார்களேயொழிய தீர்க்கதரிசிகளுக்கல்ல.”

“நீங்கள் என்ன சொல்ல வருகிறீர்களென்று எனக்குப் புரியவில்லை அம்மா.”

“அதை விடு. இதை இத்தோடு முடித்துக்கொள்வோம். எனக்கு அவசரமாய் மகளிர் மனமகிழ்மன்றத்திற்குப் போக வேண்டியிருக்கிறது. மறந்துவிடப் போகிறேன், மோனிக்காவைக் கேட்டதாகச் சொல்.”

“சொல்லி விடுகிறேன்.”

“குழந்தைகளையும். கட்டாயம் சொல், அவர்களிடம்.”

“நிச்சயம் சொல்லி விடுகிறேன்.” இன்னமும்கூட அவர்கள் பெயரை இவளால் நினைவுக்குக்கொண்டுவர முடியவில்லை.

அந்த உணவுமேஜைக்கருகிலேயே போருட் அசையாமல் அமர்ந்திருந்தான். பின்புறத்திலிருந்த அந்த ஆளையும் அந்தக் குழந்தையையும் கவனித்துக்கொண்டு. குழந்தையின் தோள்களைச் சுற்றி அந்த ஆளின் கைகள் படர்ந்திருந்தன. அவனுடைய மடியில் சர்க்கரைக்கட்டிகள் மின்னிக்கொண்டிருந்தன.

அதனால் பரவாயில்லை அம்மா. நான் இல்லையென்றால் நீ என்ன சொல்வாய்: நீ ஒத்துழைக்காவிட்டால் நீதான் உன்னுடைய நகலியை உருவாக்கியதற்கான பழியைச் சுமக்க வேண்டும். நாம் இப்படியே போய்க்கொண்டிருக்க முடியாது. அதற்கப்புறமாய் மாட்டேன் என்று சொல்வது கஷ்டமாகிவிடும்.

அவள் எழுந்து போய் வெகு நேரமாகிவிட்டிருந்தது.

அவளுக்கு ஏதும் நேர்ந்திருக்குமா?

பரிசாரகன் அவனை அணுகி மெல்லத் தொண்டையைக் கனைத்தான்.

"மன்னியுங்கள் ஐயா! அந்த அம்மையார் ஏற்கெனவே பணம் செலுத்திவிட்டார்கள்," என்றான்.

"அப்படியா!" அவன் உணர்த்தும் குறிப்பைப் புரிந்துகொள்ளக் கொஞ்ச நேரமாயிற்று போருட்டுக்கு. "போய்விட்டார்களா?"

"ஆமாம் ஐயா."

"நன்றி,"என்றான். இன்னும் சற்று நேரம்கூட அவன் அங்கேயே உட்கார்ந்திருப்பான். அடுத்து அந்த ஆளும் அந்தக் குழந்தையும் என்ன செய்கிறார்கள் என்று பார்க்க. ஆனால் அந்தப் பரிசாரகன் உணர்த்திய செய்தி சந்தேகத்திற்கிடமில்லாமல் தெளிவாக இருந்தது. அவன் எழுந்து கதவை நோக்கி நடக்கத்தொடங்கினான்.

"நன்றி, ஐயா! நன்றி. மீண்டும் வர வேண்டும்." பிறகு, குரலைத் தாழ்த்திக் கொண்டு, "அந்த இன்னொரு உணவுப்பட்டியலை நீங்கள் நேராகவே கேட்கலாம். எப்பொழுதுமே எங்களிடம் அந்தப் பண்டங்கள் இருக்கும். இப்பொழுது அவற்றுக்கு மேலும் மேலும் கிராக்கி இருக்கிறது."

ஆக, விஷயம் தொடங்கிவிட்டது.

நான் வீட்டில் வசிப்பதில்லையென்று அம்மாவுக்கு உண்மையிலேயே தெரியவில்லை.

உள்துறை அமைச்சகத்துக்குத் தெரியவில்லையென்றால் நிச்சயமாக மறுநொடியே என்னைக் கண்டுபிடித்துவிடப் போவதில்லை_____

அந்த மறுநொடியே?

எந்த மறுநொடியே?

ஏதோ ஒரு மறுநொடி. என்னைத் தேடத் தொடங்கும் மறுநொடி. நான் செய்திருக்கும் காரியத்திற்கு_____ அல்லது இனி நான் செய்யவிருக்கும் காரியத்திற்கு.

முடியாது. அப்படியெல்லாம் என்னை ஒரு நொடியில் கண்டுபிடித்து விட முடியாது.

அதற்குள் என் குழந்தைகளைப் பார்த்து வர எனக்கு அவகாசம் இருக்கும்.

12

சிதறிப்போன சா-சா[1]

அதற்குள் என் குழந்தைகளைப் பார்த்து வர எனக்கு அவகாசம் இருக்கும்.

அன்று மாலை நடைபெறும் என்று வாக்களிக்கப்பட்டிருந்த உடுப்பு ஒத்திகை எவ்வித இடைஞ்சலுமில்லாமல் நடந்துவிடும். அந்த நிகழ்வுக்கு முன்பாக ஏற்பாடு செய்ய வேண்டிய விஷயங்கள் அப்படியொன்றும் பிரமாதமாக இருக்காது. நிகழ்ச்சி ஏற்பாட்டாளர் நீண்ட காலமாக மோனிக்காவுடன் இணைந்து செயல்படுபவர். தன்னுடைய வாடிக்கையாளர்களுக்கு அவள் எப்பொழுதும் தரும் தொழில்ரீதியான ஆலோசனைக்கு மாறாக, தான் வசதியாக உணரும் நபர்களை மோனிக்கா மாற்றீடு செய்வதே யில்லை. இருக்கும் ஒரு சில தொழில்நுட்பக் குறைபாடுகளை அவர் நிவர்த்தி செய்து விடுவார். அவள் வீட்டிற்குப் போய் விடலாம்.

அவள் இருக்கும் நகருக்கு திடீரென்று கடைசி நேரத்தில் மாற்றம் செய்யப்பட்டு விட்ட, பொருளாதார ஆர்வலர் பேரவையின் பல்வகைக் கலாச்சார வெற்றிக் கூட்டுறவிற்கான அறிமுக நிகழ்ச்சியை மோனிக்கா ஏற்பாடு செய்து கொண்டிருந்தாள். அது நடப்பதாக முன்னர்

---

1. **சா-சா:** 1950களில் க்யூபா நாட்டு இசையமைப்பாளர் என்ரிக் யோரின் அறிமுகப்படுத்திய இசை வடிவத்தை ஒட்டி உருவான அரங்க நடன வகை. இரட்டைக் கிளவியாய் அமைந்திருக்கும் இந்தப் பெயர் அதன் துரித தாளகதியைச் சுட்டுவது.

அறிவிக்கப்பட்டிருந்த நிகழ்விடத்தை வெடிகுண்டு வைத்துத் தகர்த்திருந்தனர் அடிப்படைவாதிகள். இந்நிகழ்விற்குச் சீக்கிரமாக வந்து சேர்ந்திருந்த பெருநிறுவன ஆசாமிகள் விமானநிலையத்திலேயே இரவைக் கழித்திருந்தனர். பாதுகாப்பான கண்டத்தின் மையத்திலிருக்கும் பாதுகாப்பான தேசத்தின் இதயமாய்த் திகழும் பாதுகாப்பான நகரின் பாதுகாப்பான இடத்திற்கு அவர்கள் எல்லோரும் திருப்பி விடப்பட்டனர். நிகழ்ச்சி இதனால் பாதிப்புக்குள்ளாகவில்லை. புவிக்கு வெகுமேலேயிருக்கும் செயற்கைக்கோள்கள் வழியாக அது நடத்தப்பட்டு விட்டது. மனிதவளம் அதற்குத் தேவைப்படவில்லை. ஆனால் அவ்வப்பொழுது பிற மானுடர்களையும் சந்தித்தால் தற்போதிருப்பதைக் காட்டிலும் அதிக மானுடத்தன்மையை வணிகமாந்தர்கள் உணரக் கூடும் என்பதால், தம் இனத்தவரோடு ஒன்றுசேரவும், எவ்விதக் கசப்புணர்வுமின்றி மதுபானம் அருந்தவும் பொருளாதார ஆர்வலர் பேரவை இதைப்போன்ற நல்லதோர் வாய்ப்பை நல்குகிறது.

கலைஞர்கள் அவசர அவசரமாக ஒரு நிகழ்ச்சியை ஒட்டுப்போட்ட துணியாய் இணைத்தார்கள். என்றாலுங்கூட, எவ்வித இடைஞ்சலுமின்றி அது சீராக நடந்தேறியது. போலி ரோம உடுப்பணிந்த ஆப்பிரிக்கப் பழங்குடித் தலைவனின் கதாபாத்திரத்தைத் தவிர. அணுஇயற்பியல் பேராசிரியரொருவர் இந்தப் பாத்திரத்தை நடிப்பதாக இருந்தது. நகரில் இருந்த கருப்பினத்தவர்களுள் இதற்கு இசைவு தந்திருந்தவர் இவர் மட்டுமே. அவர் தான் பேச வேண்டிய வசனத்தில் *அமுக்கவியலாத திரவங்கள், தொடர்ச்சியான நிறமாலை, மீநுண் வாயமைப்பு* போன்ற ஏராளமான சொற்களை மந்திரிப்புப் பாடலிலும், நடனத்திலும் சேர்த்துவிட்டார். இவையெல்லாம் அடிக்கொருதரம் விக்கிபீடியாவில் தேடப்படும் சொற்களென்றும் அதனால் இவை அன்றாட மொழிப்புழக்கத்தில் இணைந்து விட்ட அடிப்படையான சொற்பிரயோகங்களென்றும் அந்தப் பேராசிரியர் என்னதான் அடித்துப் பேசினாலும் பழங்குடித் தலைவனுக்கான கதாபாத்திரத்தோடு இந்தச் சொற்கள் இயைந்து போகவில்லை. அவர் அடுத்த முறை அரங்கேறுவதற்கு முன்பாக அவரிடம் இதுபற்றி அவள் பேசியாக வேண்டும். பேரவைகளெல்லாம் நாளாக, நாளாக ஒன்றுபோல ஆகிக்கொண்டு வருகின்றன. அதனால், இதே நிகழ்ச்சியை மீண்டும் தான் பயன்படுத்த வேண்டி வரும் என்று மோனிக்கா புரிந்து வைத்திருந்தாள். நம்பகமான அடையாளங்களை மீள்கண்டு பிடித்தலில் உள்ள சிக்கல்கள் என்பதுதான் அனைத்துச் சுற்றுலாப் பேரவைகளிலும் இப்போதைக்கு காரசாரமான விவாதப்பொருளாகி இருந்தது. இவ்வாறான பேரவைகள்

ஏராளமாய் இருந்தன. இவற்றுக்கு வழங்கவென்று மோனிக்காவிட மும் ஏதாவது சரக்கு இருந்தது. பல ஆண்டுகளாகவே அடையாளங்களை மீள்கண்டுபிடித்தல் என்பது காசு சுரக்கும் காமதேனுவாக இருந்து வருகிறது.

வரவேற்பு வரைமுறைகளும் சரியாகவே பின்பற்றப் பட்டிருந்தன. பேரவையின் பங்கேற்பாளர்களும் தாமதமின்றி வந்து சேர்ந்தனர். உள்துறை அமைச்சகத்துக்குப் பெருநிறுவனங்கள் உபயமளிக்கத் தொடங்கிய காலந்தொட்டு, எச்சரிக்கைச் சங்கொலி முழங்கும் மெய்க்காவல் படை வாகனங்கள் முன்னும் பின்னுமாய்ப் பாதுகாப்பளிக்க நிறுவனங்களின் தலைவர்கள் கூட்டங்களுக்கு வந்து போவது வாடிக்கையாகிவிட்டது. இந்த சந்தர்ப்பத்திலும்கூட அதே நடைமுறை பின்பற்றப்பட்டது. வணிகம் கொஞ்சம் கொஞ்சமாகப் படிநிலைப்பட்டு வருகிறது. கவச வாகனங்களும் மெய்க்காவலர்களும் வேண்டுமென்று ஒரு சில மேலாண்மையாளர்கள் விரும்பினார்கள். வேறு சிலரோ கூரை திறந்துகொள்ளும் கார்களும் பொன்னிறக் கூந்தல் அழகியரும் வேண்டுமென்றனர். எனக்கு மட்டும் நேரமிருந்தால் ஒவ்வொருவரும் யார் யார் என்று ஆராய்ந்து பார்த்து எந்தெந்தத் தொழில்துறையின் கிளைகளுக்கு ஆபத்து அதிகமாக இருக்கிறதென்பதை நிச்சயப்படுத்திக்கொள்வேன் என்று நினைத்தாள் மோனிக்கா. அது மிகவும் பயனுள்ள பங்குச்சந்தைத் துப்பாக இருக்கும். அவள் பங்குச்சந்தையில் முதலீடு செய்ததில்லை என்றபோதும். அவள் எப்போதேனும் நஷ்டப்பட்டிருக்கிறாள் என்பது வெளியே தெரிய வந்தால் அவளுடைய நம்பகத்தன்மைக்குப் பங்கம் நேர்ந்து விடும்.

என்னென்ன கட்டுரைகள் சமர்ப்பிக்கப்படுகின்றன என்பதை அவள் கேட்டுத் தெரிந்துகொண்டாள். தற்கொலைப்படை யினரைப் பற்றி தேர்ந்தெடுத்த உறுப்பினர் குழு நடத்திய விவாதத்தைக் கொஞ்ச நேரம் கவனித்தாள். வருங்காலத்தில் நிகழ்த்தப்படும் இசைநாடகங்களில் இதையுமே சாதகமான அம்சமாகச் சேர்த்துவிடலாம். ஈடுப்பாகுபாடுபற்றிய அலுப்பூட்டும் விவாதத்திலிருந்து உடனடியாக வெளியேறினாள். புலம்பெயரும் போக்குகள் பற்றிய அறிக்கையைக் கவனமாய்க் கேட்டாள்.

ஓய்வு பெற்ற ஜெர்மானியர்கள் இப்போதெல்லாம் ஜெர்மனியில் வாழ விரும்புவதில்லை. அதற்குக் காரணம் அங்கே துருக்கியர்கள் ஏகப்பட்ட பேர் வாழ்வதுதான். அவர்கள் தாய்லாந்திற்குப் போக ஆசைப்படுகிறார்கள். அழகான மலிவான நாடு. இப்பொழுது ஜெர்மானியர்கள் அங்கே பெருகிப் போய் அது கொஞ்சம் கொஞ்சமாகத் தன் மலிவுப்பிரதேச அந்தஸ்த்தை

இழந்துவருகிறது. அதேபோல் அது முன்னளவுக்கு அழகான நாடாகவும் இல்லை. ஏனென்றால் அதியழகான தாய்லாந்துப் பெண்கள் எல்லோரும் ஜெர்மனிக்குப் புலம்பெயர்ந்துவிட்டார்கள். அதனால் ஓய்வு பெற்ற ஜெர்மானியர்கள் தமது இறுதிக்கால வாழ்வை எங்கே முதலீடு செய்வதென்று புரியாமல் உலகை வலம் வந்துகொண்டிருக்கிறார்கள். அவர்கள் மனநிறைவில்லாமல் இருக்கிறார்கள். என்னை விட்டால், இந்தப் பிரச்சினையைக் கண்மூடித் திறக்கும் நேரத்தில் தீர்த்து விடுவேன். வெளியேற்ற வரியைக் கடுமையாக உயர்த்துவேன். அவர்கள் தமது வீட்டிலேயே சந்தோஷமாய்த் தங்கியிருப்பார்கள்.

வீட்டிலேயே.

வீட்டிலிருக்கும் போது வீட்டிலே இல்லாததைப் போல் நான் பாசாங்கு செய்கிறேன். ஒளிந்துகொள்கிறேன். இல்லாவிட்டால் குழந்தைகள் அழத்தொடங்கி விடுவார்கள். நான் வீட்டிலேயே தங்க வேண்டுமென்று ஆசைப்படுவார்கள். ஆனால் என்னால் தங்க முடியாது.

வீட்டுச்சாவி அட்டை கதவை ஓசையின்றித் திறந்தது. கதவுக்குப் பின்னாலிருந்து எட்டிப் பார்த்தாள். குழந்தைகளைப் பார்த்துக்கொள்ளும் தாதி தேர்ந்தெடுத்திருந்த உரத்த இசையில் அவளுடைய நடமாட்டம் அமுங்கி விட்டது அவளுடைய வருகையை அவர்கள் கவனிக்கவேயில்லை. ஒரே நேரத்தில் இங்கே இருக்கவும், இல்லாதிருக்கவும் முடிகிறது. மிக உன்னதமான கலவை.

பல்வேறான மின்னணு விளையாட்டுச் சாதனங்களின் பாதுகாப்புச் சங்கேதகுறிகளை உடைக்க பையன்கள் கண்மூடித்தனமாக முயன்று கொண்டிருந்தார்கள். ஆனால் சென்ற முறை அவர்கள் அவற்றைக் கண்டுபிடித்ததற்கப்புறம் அவை ஒட்டுமொத்தமாய் மாற்றப்பட்டிருந்தன. நிரம்பி வழியும் குளிர்சாதனப்பெட்டியிலிருந்து தனக்கு வேண்டிய தின்பண்டங்களைத் தயாரித்துக்கொண்டிருந்தாள் தாதி. இந்தப் பணிக்கு எப்போதும் ஒரே பெண்ணையே அவர்கள் கூப்பிட்டார்கள். தமக்குத் திருப்தியான ஆட்களுக்கு அவர்கள் மாற்றீடு செய்ததில்லை. இந்தப் பெண் மானுடவியல் மாணவி. பேச்சு அதிகமில்லாத, திறமைசாலி. தானே கற்பனை செய்த கதைகளை அவள் பையன்களுக்குச் சொல்வாள். பயந்தாங்கொள்ளிக் கடவுள்களும், நெஞ்சுரம் மிக்க குழந்தை களும் வரும் கதைகள். விரிந்த விழிகளோடு கதைகேட்கும் குழந்தைகளின் கண்கள் விரைவில் சொக்கி விடும். அவர்கள் படுக்கையறைக்கு இட்டுச்செல்லப்படுவதற்கு முன்பாக,

என்னை மாற்று

போருட்டே கூட கதவுக்கு வெளியில் நின்றபடி கதையைச் சில நேரங்களில் கவனிப்பதுண்டு.

பாவம், வேண்டுமென்கிறபோதேல்லாம் இந்தப் பெண்ணோடு அவன் கலவிகொண்டிருக்கலாம். அவள் அவனைப் பார்த்த பார்வையை நான் கவனித்திருக்கிறேன். நிச்சயமாக நன்கு பாதுகாக்கப்பட்ட அறிவுஜீவி. புரட்சிகரமானவன். ஆரோக்கியமான உணவை மட்டுமே உண்பவன். எப்போதும் தன் அறைக்குள்ளேயே மர்மமாய் ஒளிந்துகொள்பவன். அத்தோடு, சரியான தகப்பன் வகை. கலவி மிக எளிதாக நேர்ந்திருக்க வேண்டும். அவ்வாறு ஏதும் நடந்திருந்தால் அவன் இப்படி விட்டுப் போயிருக்க மாட்டான். மாற்றம் என்பது இதமாக இருந்திருக்கும்.

"படுக்கும் நேரம் வந்தாச்சு பசங்களா!" என்று கையைத் தட்டினாள் தாதி.

"உலக வங்கி ஆப்பிரிக்காவை எப்படி விழுங்கியது என்று சொன்னதற்கப்புறம்தான்," என்று ஒருமித்த குரலில் சொன்னார்கள் பையன்கள்.

நன்கு ஒருங்கிணைக்கப்பட்ட ஆர்வங்கள். ஹ்ம். இந்தக் கதை எனக்குத் தெரியாதே. பாலர்பள்ளியில் இவர்களுக்கு என்ன சொல்லிக் கொடுப்பார்கள்!

"மீண்டுமா? எப்பொழுது பார்த்தாலும் இதே கதைதானா?"

"அதுதான் ரொம்பப் பயங்கரமாயிருக்கிறது."

"சரி. ஆனால், நீங்கள் பல் துலக்கி விட்டு யாரும் பார்ப்பதற்குள் ரகசியமாய் உள்ளாடைகளுக்குள் வழுக்கிய பிறகுதான்."

"நாங்கள் அப்படியே செய்கிறோம். ஆனால்_____"

"இந்த ஆனால் எல்லாம் இல்லை. நான் ஒரு கதை சொல்வேன், ஆனால்–என்பதற்கு–நீங்கள்–ஒத்து–வந்தாலொழிய."

"வழுக்குதல் என்றால் என்ன?"

தாதி சிரித்தாள்.

"கதையில் அதைச் சொல்கிறேன். நாணயமாற்று விகிதம் வழுக்கிக் கீழே போனது. பணம் தலைவரின் கணக்கிற்குள் வழுக்கி விழுந்தது. தலைவர் வேறொரு நாட்டிற்குத் தப்பியோடி விட்டார். கண்டத்தில் பாதி உலக வங்கியின் பெரிய ஆட்களின் சட்டைப்பைகளுக்குள் வழுக்கி விழுந்தது. இதையெல்லாம் தவற விட்டுவிடாதீர்கள். ஏனென்றால், நீங்கள் அதன் பகுதியாக மாற முடியாததைப் போல் தோன்றுகிறது!"

"நாங்கள் தவறவிட மாட்டோம். நாங்கள் தவறவிட மாட்டோம்," என்று கத்திக்கொண்டே அவர்கள் குளியலறைக்கு விரைந்தோடினார்கள்.

அவர்கள் வழியிலிருந்து உடனே விலக மோனிக்காவுக்கு முடியவில்லை.

"அம்மா! நீங்கள் இப்பொழுதுதான் வந்தீர்களா? இல்லை இப்போது கிளம்பிக்கொண்டிருக்கிறீர்களா?"

"நான் வெளியில் போயிருந்தேன். ஆனால் மீண்டும் வந்துவிட்டேன்," என்றாள் மோனிக்கா.

"ஆஹா!" என்றனர் பையன்கள்.

"ஆனால் திரும்ப வெளியே போகப் போகிறேன். நான் போயாக வேண்டும்," என்றாள் மோனிக்கா.

"ஆஹா! அதுதான் எங்களுக்குத் தெரியுமே. உங்கள் நேரம் இனிதாகட்டும். மீண்டும் பார்ப்போம்," என்றனர் குழந்தைகள்.

அந்த உரையாடலை எப்படி முடிப்பதென்று சொற்களை யோசித்துக் கொண்டிருந்தாள் மோனிக்கா. ஆனால் அவ்வளவு நேரம் காத்திருக்கப் பொறுமையின்றி பையன்கள் அதகுள்ளாகவே படுக்கையில் ஏறி விட்டனர்.

அவன் இல்லாமலே இவர்கள் சமாளிக்கிறார்கள். நான் இல்லாமலும்.

தாதி சமையலறையிலிருந்து வெளியே வந்தாள். அவள் தயாரித்திருந்த சாண்ட்விச் கோணல்மாணலாய்க் கட்டப்பட்ட குடியிருப்பைப் போல் காட்சியளித்தது. ஒவ்வோர் அடுக்கும் ஒழுங்கில்லாமல் இருந்தது.

இவள் தயாரித்திருக்கும் சாண்ட்விச்சில் மேயநேய்ஸும்[2] மசால் இறைச்சியும் கலந்திருக்கின்றன. அதனாலேயே போருட் இவளோடு கலவி கொள்ள விரும்ப மாட்டான்.

"எல்லாம் சரியாக இருக்கிறதா?" என்றாள் தாதி, தான் தயாரித்திருக்கும் சாண்ட்விச்சை மறைப்பதா வேண்டாமா எனும் குழப்பத்தோடு.

இதைப்பற்றி இவளிடம் கேட்கலாமா, இல்லை விட்டு விடலாமா?

---

2. முட்டைகளும், எண்ணெய்யும் கலந்து தயாரிக்கப்படும் குளிர்ந்த கெட்டியான இள மஞ்சள் நிறக் கூட்டுச்சாறு.

"எல்லாம் சரியாகவே இருக்கிறது. நான் கொஞ்சம் அவசரத்திலிருக்கிறேன். ஆனால் ஒரு விஷயம் நான்_________ நான் ஒரு சமாச்சாரத்தை மறந்துவிட்டேன்," என்றாள் மோனிக்கா.

அது என்ன விஷயம்? பையன்கள்மீது ஒரு கண் வைத்துக்கொள்?

"நான் அவர்களைத் தூங்க வைக்கப் போகிறேன்," என்றாள் தாதி.

"நானும் கேட்டுக்கொண்டிருந்தேன். பல், கதை எல்லாம். நல்லது. தூங்க வை," என்றாள் மோனிக்கா.

தாதி தலையாட்டினாள்.

"ஆனால், முதலில் போய் சாப்பிட்டு விட்டு வா. இவர்கள் காத்திருக்கட்டும்."

வயிறு நிரம்பினால் யாருமே நன்றாக வேலை செய்வார்கள்.

இதையே என்னுடைய வாடிக்கையாளர்களிடம் சொன்னால் அவர்கள் என்னோடு செய்துகொண்ட ஒப்பந்தத்தை முறித்துக்கொள்வார்கள்.

தான் சுமந்துகொண்டிருந்த சாண்ட்விச் தன் கையில் எப்படி வந்தது என்பதைப் போல் அந்தத் தாதி அதையே பார்த்துக்கொண்டிருந்தாள்.

"அனைத்துப்பொருளங்காடி உணவு," என்றாள் அவள் வேறு வழியில்லாமல்.

அவள் சொல்வது சரிதானா, இல்லையா?

"மிகத் தரமானதென்று சொல்ல முடியாதுதான். தெரியும்," என்றாள் மோனிக்கா சற்று நிச்சயமில்லாமல். "ஆனால், பார். என் கணவர் வெளியூர் போயிருக்கிறார். அவர்தான் வழக்கமாக மளிகைப்பொருட்களை வாங்குவார்_________"

தாதி தான் கட்டிய அடுக்கிற்குள் பற்களைப் பதித்தாள்.

"பரவாயில்லை. சிறார் உழைப்பு இதிலில்லை," என்றாள் தாதி. "அதற்கு உத்திரவாதம் இருக்கிறது. தனியாருக்குச் சொந்தமான பண்ணைகளில் இந்தக் காரியங்களை எப்போது சிறுவர்கள் தலையில் சுமத்துவார்கள் என்று சொல்லவே முடியாது. கசாப்புக்கடை மிருகங்களை எடுத்துக் கொள்ளுங்கள்," என்றாள் அவள், மோனிக்காவின் குழம்பிய பார்வைக்கு பதில் சொல்லும் முகமாய்.

"நீ அப்படி நினைக்கிறாயா?_________" என்றாள் மோனிக்கா தயக்கத்துடன். *அவள் என்ன நினைக்கிறாள் என்று நான் நினைக்கிறேன்?*

"அது சரியில்லையென்றே நான் நினைக்கிறேன். இவர்கள் குழந்தைகளாகவே இருக்க வேண்டும். பிற்காலத்தில் இவர்கள் இறைச்சியை வெட்டலாம். அப்புறமாய்_________" என்றாள் தாதி.

அவர்கள் பெரியவர்கள் ஆனதற்கு அப்புறமாய். வேறு வழியில்லாமல் இவர்களும் இதைச் செய்தே ஆக வேண்டும். மிருகங்களை இல்லையென்றாலும்_________

"மன்னியுங்கள். நான் எதையெதையோ பேசிக்கொண்டிருக்கிறேன். நீங்கள் கிளம்புங்கள். குழந்தைகள் தூங்கியதற்கு அப்புறம் நான் இதைச் சாப்பிடுகிறேன். நீங்கள் அவசரமாய் வீடு திரும்ப வேண்டுமென்பதில்லை. நான் நிறைய வேலையைக் கையோடு கொண்டு வந்திருக்கிறேன்." உணவு மேஜையின் மேல் கிடந்த புத்தக அடுக்கைக் காட்டினாள் தாதி. அவற்றின் தலைப்புகளை மோனிக்கா மேலோட்டமாய் மேய்ந்தாள். *மூலதன காலத்திற்கு முந்தைய சமூகத்தில் பலிகொடுக்கும் சடங்கு. உன்னிடம் எச்சரிக்கையாய் இருப்பதைப் போன்றே உன் அயலானிடமும் எச்சரிக்கையாயிரு. கடவுள் என்பது இழப்பு.* "என் பட்டப்படிப்பை முடிக்க நேரம் நெருங்கி விட்டது," என்றாள் தாதி.

"தெரிகிறது," என்றாள் மோனிக்கா. தான் மேலே பேச வேண்டுமென்று அந்தத் தாதிப்பெண் நினைக்கிறாளோ என்று தொடர்ந்தாள். "உனக்கு வேலை தேடுவதில் ஏதும் சிக்கலிருந்தால்_________"

தாதி தலையாட்டினாள்.

"நான் வேலை தேடப்போவதில்லை. எச்சரிக்கை. அரக்கர்களை எதிர்த்துப் போராடுகின்ற பொழுது நீயே அரக்கனாகி விடக் கூடாது," என்றாள்.

"எனக்குச் சரியாக விளங்கவில்லை," என்றாள் மோர்னிக்கா மெதுவாக.

"நீட்ஷே. நன்மைக்கும் தீமைக்கும் அப்பால். அப்புறம் பாதாளம் பற்றிய அந்தத் துணுக்கு இருக்கிறது. ஆனால் அது அவ்வளவு முக்கியமானதில்லை என்று நினைக்கிறேன். மெய்யியலாளர்கள் ரொம்பப் பேசுவார்கள். நமக்கு வேண்டியதோ செயல்."

"தெரியும். நான் நிகிலிசம்தான் கல்லூரியில் எடுத்திருந்தேன். ஆனால்_________"

"இதற்கும் அதற்கும் என்ன சம்பந்தமென்று கேட்கிறீர்களா? எல்லாமே தொடர்புடையவைதான். தொடர்பற்றது என்றோ தற்செயலானது என்றோ எதுவுமே இல்லை," என்றாள் தாதி.

"ஆனால்_______"

எதைப்பற்றி நாம் பேசிக்கொண்டிருக்கிறோம்? நிகிலிசம்? மானுடவியல்? உலகமயமாக்கல்? பயங்கரவாதம்? தெருக் கலகங்கள்? மனிதவளம்?

"அவசரமாய்ப் போக வேண்டுமென்று சொல்லிக்கொண்டிருந்தீர்களே ?" என்று எண்ணத்தை இடைமறித்தாள் அந்தத் தாதி.

"ஆமாம், ஆமாம். நான் கிளம்புகிறேன். மன்னித்துக்கொள்," என்றாள் மோனிக்கா.

மன்னிப்பா?

"அதனால் பரவாயில்லை." தாதி நெருங்கி வந்து அவளுக்காகக் கதவைத் திறந்துவிட்டாள்.

அதனால் பரவாயில்லையா?

விருந்து மண்டபத்திற்குள் நுழைந்தவுடன் சட்டென்று அவளைக் கவலை பிடித்துக்கொண்டது. *நமக்குச் சொன்ன எண்ணிக்கையை விடவும் அதிகமான விருந்தினர்கள் இருக்கிறார்கள். போதிய அளவுக்கு வேகமாய் பரிசாரகர்கள் மதுக்கிண்ணங்களை நிரப்புவதில்லை. தனிச்சுவை உணவு வகைகள் சரியான முறையில் காட்சிப்படுத்தப்படவில்லை. சில மேஜைகள் ஒட்டுமொத்தமாய்க் காலியாக இருக்கின்றன. விளக்கொளி ரொம்பவுமே பிரகாசமாய் இருக்கிறது. ஒருவரோடொருவர் கொள்ளும் தொடர்பு சீராக இல்லை. அரங்கமெங்கும் ஓர் ஆயாச உணர்வு வியாபித்திருக்கிறது_________*

பிறகு பளீர் பற்கள் கொண்ட பெண்கள் சத்து பானங்களை எடுத்து வந்தனர். சூழ்நிலையின் இறுக்கம் தளர்ந்தது. அவள் அரங்கிற்குள் அங்குமிங்குமாய் நடந்தாள். முகமன் கூறியபடி. பரிச்சயமான முகங்களோடு ஒரு சில வார்த்தைகள் பேசியபடி. கடமையின் பொருட்டு ஓரிரு முறை அரங்கைச் சுற்றி வந்த பின் ஒருவழியாய் ஓய்ந்து உட்கார்ந்து முன்பின் கேள்விப்பட்டிராத ஆரஞ்சுச் சாறொன்றைப் பருகினாள். *அதை வழங்கும் வணிகர் தரமான பொருட்களுக்குப் பெயர் போனவர். எனக்குத் தெரியாத சரக்கை நான் எந்த மதுவகத்திலும் தொட மாட்டேன். நன்றாகவே தெரியும், ஒரு சில மதுவகங்கள் தமது பானங்களில் மேலும் மேலும் போதைப்பொருட்களைக் கலந்துவிடுகிறார்கள். வேறு சிலரோ, உண்மையைக் கக்க வைக்கும் ஊநீரைக் கலக்கிறார்கள். இவ்வாறு இருக்கையில் வியாபாரத்தை எப்படி நடத்துவது?_________*

"மாலை வணக்கம். எப்படியிருக்கிறீர்கள் ?"

"நன்றாயிருக்கிறேன். நன்றி. நீங்கள் ?"

"ரொம்பவே நன்றாயிருக்கிறேன். நன்றி."

இனிமேற்கொண்டு எதுவும் பேசத் தேவையில்லை. பேசாமல் கவனிப்போம்.

"எப்படியோ ஓட்ட வேண்டியதுதான்."

"நாங்கள் வேறொரு இடத்திற்கு மாறுகிறோம்."

"எல்லாம் நன்றாகப் போகிறதென்று கேள்விப்பட்டேன்."

"உங்கள் உள்மனம் சொல்வதைக் கேளுங்கள்."

"கேட்கலாம்தான். ஆனால், அது தொடர்ந்து எதிர்ப்புக்குரல் கொடுத்துக்கொண்டே இருக்கிறது."

"எதிர்ப்பிற்கு எப்படி பதில் கொடுக்க வேண்டுமென்று தெரிந்து கொள்வது முக்கியம்."

"சமீபத்தில் ஏதாவது வாங்கினீர்களா?"

"ஏராளமாய் வாங்கியிருக்கிறோம். நீங்கள்?

"நாங்களும்தான். அதுவே எக்கச்சக்கமாகி விட்டது."

"வாங்குவதே ஒரு சந்தோஷம்தான். உன்னதமான சந்தோஷம்."

"நல்லது. எங்கள் காப்புரிமை சிறப்பானதென்று நினைக்கிறேன்."

"காப்புரிமை பெற்ற கருத்துகள் மிகவும் விலை அதிகமானவை. ஆனால் நம்பகமானவை. உங்களுக்கு என்ன கிடைக்கிறதென்பது உங்களுக்குத் தெரியும்."

"அதெல்லாம் வாங்க வக்குள்ளவர்களுக்குத்தான்."

"உங்களுக்கென்ன, வாரியிறைக்கலாம்."

"ஒரு சில கோடிகள். ரொம்ப சந்தோஷமடைய வேண்டாம்."

"உண்மையாகவே உங்களைப் பார்த்து எனக்குப் பொறாமை எதுவும் இல்லை."

"நீங்கள் அடிப்படையான தவறு எதுவும் இழைத்திருக் கிறீர்களா?"

"அடிப்படையானதெதுவும் இல்லை."

"வதந்தியென்னவென்றால், நீங்கள் அடிப்படையாய் கைக்கொண்டுவிட்டீர்கள் என்பதுதான்."

"அடிப்படையாய், நாங்கள் செய்திருக்கக் கூடும்."

“அவர் சொன்னதைச் சுருக்கமாகச் சொல்வதென்றால், இது உண்மையில் விஷயமே வேறு.”

“அவர் உண்மையில் ஒன்றுமே சொல்லவில்லையே.”

“நான் சுருக்கமாகப் புரிந்துகொண்டது அதைத்தான்.”

“சுருக்கமாகச் சொல்வதென்றால், நாம் எங்கே யிருக்கிறோமோ அங்கே இருக்கிறோம். எப்படியிருக்கிறோமோ அப்படியிருக்கிறோம்.”

“இங்கே நன்றாகவே இருக்கிறது. இல்லையா?”

“நல்ல விமான நிலையம். நல்ல உணவு விடுதி.”

“இங்கே வரவேற்பும் கூட நன்றாகவே இருந்தது.”

“ஒரு வழியாக நானும் கூட சூதாட்ட பூமிக்கு வந்திருக்கிறேன் என்பதில் எனக்கு சந்தோஷமே!”

“நான் இதைப்பற்றி நிறையக் கேள்விப்பட்டிருக்கிறேன். ஆனால் நேரில் பார்த்தால்தான் தெரிகிறது.”

“இதெல்லாம் காலத்தின் கோலம். யாரையுமே நம்பி விடாதீர்கள்!”

“நீங்கள் சொல்வது ரொம்பச் சரி!”

“மாலை வணக்கம் மோனிக்கா!”

இது யார் மீண்டும்!

ஓ, இவரா! நிர்வாகக்குழுத் தலைவர். இவர்தானே நம் வாடிக்கையாளர். நாம் எல்லா வேலைகளையும் தரகர்கள் மூலமாகவே செய்திருந்தோம்__________

“மாலை வணக்கம்,” என்றாள் மோனிக்கா. *இவரைப் பெயர் சொல்லி அழைப்பதா? நாங்கள் எப்பொழுதாவது சந்தித்துக் கைகுலுக்கியிருக்கிறோமா? நான் வழக்கமாகக் கை குலுக்குவதுண்டா? நான் ஒருவேளை தப்பான பானம் எதையும் பருகிவிட்டேனோ!*

“உண்மையிலேயே இது ஒரு நல்ல மாலைப்பொழுதுதான்,” என்றார் அந்த மனிதர்.

அவர் இதை விரும்புகிறார். உள்ளபடிக்கே மனநிறைவோடிருக்கிறார்.

“எல்லாம் சரியாக இருக்கிறதா? உங்களுக்குச் சந்தோஷம்தானே?”

அவர் புருவங்களைச் சுருக்கினார்.

ஆச்சர்யப்படுகிறாரா? கேள்வியை எதிர்பார்க்காமல் என்ன சொல்வதென்று வியந்துகொண்டிருக்கிறாரா?

"நிச்சயமாய் எல்லாமே சரியாக இருக்கிறது மோனிக்கா. நீ பொறுப்பெடுத்துச் செய்யும்போது எதுவும் தப்பாகி விடுமா, என்ன? உண்மையிலேயே எனக்குச் சந்தோஷம்தான். வேறு எப்படி இருக்க முடியும்?"

மோனிக்கா தலையசைத்தாள்.

"எனக்குக் கேட்க சந்தோஷமாயிருக்கிறது," என்றாள். "இப்பொழுது_____"

"இப்பொழுது என்னுடைய அலுவலகத்தில் நாம் சத்தமில்லாமல் கொஞ்சம் மது அருந்துவோம். நாம் இருவர் மட்டும்_____"

"_____ நீங்கள் என்னை மன்னிக்க வேண்டும். நான் வீட்டிற்குப் போயாக வேண்டும். குழந்தைகள் எனக்காகக் காத்துக்கொண்டிருப்பார்கள். நான் கொஞ்சம் அவசரத்தி லிருக்கிறேன். எங்கள் தாதி ஒரு பயங்கரவாதியாகத் தயாராகிக்கொண்டிருப்பவள்."

"ஓ, அப்படியா," என்றார் அந்த மனிதர், குழப்பத்துடன்.

எனக்கு மகிழ்ச்சிதான். அப்படியென்றால் அதற்கு வாய்ப்பிருக்கிறது.

மகிழ்ச்சியான கதைகள் சுவையாயிருப்பதில்லை.

உலகத்தைப் புரிந்துகொள்ளாத நபரிடமிருந்து இந்த உலகம் என்னத்தைப் பெற்று விடும்?

எல்லோருமே மனநிறைவடைந்திருக்கிறோம். எல்லோருக்குமே வெற்றி. ஒவ்வொருவருக்கும் அவரவர் குறித்துப் பெருமிதமே.

எனக்கு உடல்நலம் சீர்கெடப் போகிறது.

சுவாரஸ்யமில்லாதது.

ஆனால் அதைத்தானே நான் செய்துகொண்டிருக்கிறேன்.

அவளுக்கு இப்பொழுது புரிந்தது.

வெகுகாலம் முன்பே போருட் விட்டோடியிருந்தது **இந்த உலகைத்தான்.**

13

கிடைநிலைப் போகோ[1]

*வெகுகாலம் முன்பே போருட் விட்டோடி யிருந்தது **இந்த உலகைத்தான்.***

நம்பவியலாமல் அவன் அதைப் பார்த்தான்.

முன்பிருந்ததைப் போலவே. அதேதான். நான் வெளியேறிய பின்னும் எதுவுமே மாறவில்லை.

வெளிப்புறத்தில்.

உள்ளுக்குள்ளே எல்லாமே வேறாக இருக்கும்.

இதோ அந்த அங்காடி. அங்கே வாங்கிய சாமான்களையெல்லாம் நினைத்துப் பார்க்கும் பொழுது! உண்மையில் அவை கொஞ்சம்கூட எனக்குத் தேவைப்படாதவை.! இந்த ஆற்றின் அருகில் இருக்கும் மேஜைகளின் அருகில் கழித்த பொழுதுகள்தான் எத்தனை! நிசப்தம் பேசலாகாதென்று நான் சொல்லிய விஷயங்கள்தான் என்னென்ன! ஏதேதோ யோசனையில் ஆற்றங்கரையோரமாய் நான் நடந்த பொழுதுகள்! மனத்துக்குள் போட்ட கணக்குகள்! நடந்துபோன விஷயங்கள்! நடக்கப் போகும் விஷயங்கள்! எல்லாவற்றையும் தப்பர்த்தம் செய்துகொண்டு!

---

1. **போகோ:** ஓரிடத்தில் நின்ற வாக்கிலோ அல்லது சுற்றி வந்தபடியோ மேலும் கீழுமாய் குதிக்கும் ஆட்ட வகை. சுருள்வில்கம்பி வைத்த போகோ தடியை வைத்து விளையாடும் விளையாட்டிலிருந்து உருவெடுத்தது இந்த ஆட்ட வகை. செங்குத்தாகச் குதிக்கும் இந்த ஆட்டத்தில் கிடைநிலை என்பது எதிர்முரண்

இந்த ஆற்றங்கரை!

இந்த ஆற்றங்கரையில் ஆபத்துகள் அதிகம். ஆற்றுப்போக்கில் எல்லாம் அடித்துக்கொண்டு வரும். மக்களின் கழிவு. மக்கள் அருந்தும் திரவங்கள். வீட்டுக்கு அருகில் இவ்வளவு தண்ணீர். எல்லாவற்றையுமே அடித்துக்கொண்டு போய்விடுவதைப் போல். இந்த ஆறு. எப்பொழுது பார்த்தாலும் ஒரே மாதிரியாய். என்றாலும் நொடிக்குநொடி மாறிக்கொண்டு. மேலும் கீழுமாய், ஒவ்வொரு தடையையும் கடந்தபடி.

அங்காடியின் நுழைவாயிலுக்கு எதிரே நடைபாதையில் இருந்த ஏடிஎம் துருப்பிடித்திருந்தது. பணத்தை ரொக்கமாகக் கொடுக்கும் பண்பாட்டுப் பாரம்பரியத்தைப் பாதுகாக்க வேண்டியதன் அவசியம் குறித்து மானுடவியலாளர்கள் விவாதங்களைத் தொடங்கியுள்ளார்கள்.

அவர்களுடைய குடியிருப்புக் கட்டடத்தின் நுழைவாயில் அப்படியே இருந்தது. மிகப் பாதுகாப்பாகப் பூட்டியிருக்கும் கதவு. அதே அழைப்பு மணிகள். ஒரு வேளை அவனுடைய பெயர் அவனுக்குரிய அழைப்புமணியிலிருந்து நீக்கப்பட்டிருக்கலாம். ஆனால் அதைப்பற்றியெல்லாம் அக்கறைப்பட இயலாத அளவுக்கு அவன் வெகுதூரம் விலகிவிட்டிருந்தான். அதேதான். என்றாலும் ஒவ்வொன்றுமே இப்பொழுது வித்தியாசமாகத் தெரிந்தது. இப்பொழுது அவனால் உள்ளே போக முடியாது.

பாலர்பள்ளி மூடும் நேரத்திற்குக் கொஞ்சம் முன்னதாக மோனிக்கா குழந்தைகளை அங்கிருந்து கூட்டிக்கொண்டு வருவாள். ஏழு மணி சுமாருக்கு அவர்கள் கார் வரக்கூடும்.

அவன் நேரம் என்னவென்று பார்த்தான்.

என்னுடைய கைக்கடிகாரம் இன்னமும் இருக்கிறது. இதை நான் விற்கலாம். அதே போல், கார். காரையும் விற்று விட்டால் பிறகு என்னிடம் எதுவுமே மிச்சமிருக்காது. முழுக்க முழுக்க சுதந்திரம்தான்.

மீண்டும் நேரம் என்னவென்று பார்த்தான்.

கிட்டத்தட்ட ஏழு.

மீண்டும் நேரத்தைச் சரிபார்த்துக்கொண்டான்.

அவர்கள் காரில் வந்து விடுவார்கள்.

என்னைப் பார்ப்பார்கள்.

பையன்கள் அழுது விடுவார்கள்.

என்னாலும் கட்டுப்படுத்த முடியாது.

நான் அவர்களிடம் ஓடுவேன்.

மோனிக்கா என்னைப் பார்த்து ஓலமிடுவாள். என்ன காரியம் நான் செய்திருக்கிறேன். எவ்வளவு தைரியம் எனக்கு.

பிறகுதான் மக்கள் கவனித்துக்கொண்டிருக்கிறார்கள் என்ற உணர்வு அவளுக்கு வரும். நிச்சயமாய் மக்கள் பார்த்துக்கொண்டிருப்பார்கள் எனும் உணர்வு.

உடனே அவள் மௌனமாகி விடுவாள்.

என்னை அணைத்துக்கொள்வாள்.

மக்கள் பார்க்கும்படியாக.

பையன்கள் பார்க்கும்படியாக.

என்னால் அவளை ஒதுக்கிவிட்டு ஆற்றங்கரையோரமாக, அதையும் தாண்டி ஓடி விட முடியாது.

அவர்களின் வழியிலிருந்து நான் விலகியாக வேண்டும்.

நான் ஒளிந்துகொண்டாக வேண்டும்.

அங்கே, அந்தக் குப்பைத்தொட்டிகளுக்குப் பின்னால். அந்தப் பக்கமாய் அவர்கள் திரும்ப மாட்டார்கள். யாருமே அந்தப் பக்கம் திரும்ப மாட்டார்கள். எப்பொழுதுமே.

இங்கே பாதுகாப்பாக இருக்கும். இங்கிருந்து என்னால் எல்லாவற்றையும் பார்க்க முடியும். என்னை யாரும் பார்த்துவிடவும் முடியாது.

எங்கே போனார்கள் அவர்கள்? ஏழு மணிக்கு மேல் ஆகிவிட்டதே! பாலர்பள்ளி மூடியிருக்குமே!

நான் என்ன செய்துகொண்டிருக்கிறேன்! குப்பைத்தொட்டி களுக்குப் பின்னே ஒளிந்துகொண்டு! அதுவும் இங்கே! என்னுடைய வீட்டிற்கு வெளியில்_____

இனியென்ன செய்வது? எங்கே போவது?

குப்பைத்தொட்டிகளுக்கு நடுவே ஏதோ அசைந்தது.

இவற்றுள் ஏதாவதொன்றில் நான் குப்பையைக் கொட்டும் ஒவ்வொரு முறையும் குட்டி விலங்குகளின் எலும்புகள் முறியும் சத்தம் கேட்கும்_____

யாரோ அவன் கையைத் தொட்டார்கள்.

அவன் திரும்பினான்.

அவர்கள் இல்லை. நல்ல வேளை, கடவுளே!

இந்த மனிதனை அவன் ஏற்கெனவே பார்த்திருக்கிறான். பல முறை. இதே இடத்தில்.

"இந்த இடம் ஏற்கெனவே ஒதுக்கப்பட்டு விட்டது," என்றான் அந்த மனிதன், போருட்டிடம்.

"என்ன சொன்னீர்கள்?" என்றான் போருட்.

"ஒரு தெருப்பொறுக்கிக்குத்தான் இந்த இடம் போதுமாயிருக்கும் என்று நகராட்சிக்குழு ஆள் சொல்லியிருக்கிறார். அந்தத் தெருப்பொறுக்கி நான்தான். நீ வேறு இடம் தேடிக்கொள்."

என்ன சொல்வதென்று தெரியாமல் போருட் தவித்தான்.

"இல்லை, நான் வந்து_____"

அந்த வீடற்றவன் ஓரடி பின்னே நகர்ந்தான்.

"ஓ. நீங்களா! மன்னித்துக் கொள்ளுங்கள். அடையாளம் தெரியவில்லை. பார்க்க ரொம்ப *அலுத்துக் களைத்திருக்கிறீர்கள்*. எனக்குப் போட்டியாக வந்து விட்ட ஆளோவென்று பயந்து விட்டேன். இதெல்லாம் எப்படி நடக்கிறதென்று உங்களுக்குத் தெரிந்திருக்கும். அவரவர்க்கான இடத்தை அவரவர்தான் பாதுகாத்துக்கொள்ள வேண்டும்."

நல்ல வேளை. நான் நன்றாகத்தான் இருக்கிறேன். அதற்குள்ளாகவே இந்த ஆள் என்னையும் தன்னைப் போன்றவனென்று நினைக்கிறான்.

"மன்னிக்க வேண்டும். இப்போது என்னிடம் பணம் ஏதுமில்லை," என்றான் போருட்.

"அதனால் பரவாயில்லை. அது எப்படிப் போகுமென்று எனக்குத் தெரியும். ஆண்டுக்கணக்காய் நீங்கள் ஒன்றுமே கொடுத்ததில்லை. பிறகு மற்றவர்கள் கொடுப்பதைப் போல் மூன்று மடங்கு கொடுத்தீர்கள். இதற்கெல்லாம் விளக்கம் சொல்ல முடியாது. நிதானமாகப் போகவில்லையென்றால் நீங்கள் தடம்புரண்டு விடுவீர்கள்."

என்னால் இதை மறுத்துப் பேச முடியாது. மறுக்க முடியுமா, என்ன? இவன்_____ சொல்வதை ஏற்றுக்கொண்டால் என் கௌரவம் குறைந்துவிடப் போகிறதா?

"நீங்கள் மனம் கசந்து போயிருக்கிறீர்கள் இல்லையா? உங்களுக்குப் பிடிக்கவில்லையென்றால் சொல்ல வேண்டாம். எனக்கு எப்படியும் தெரியும்."

என்னை மாற்று

"உனக்கு எப்படித் தெரியும்?"

"நான் எல்லாவற்றையும் பார்க்கிறேன். எல்லாவற்றையும் தெரிந்துகொள்கிறேன். நான் எதையுமே வெளியில் சொல்வதில்லை. தொலையட்டும் விடுங்கள். நீங்கள் வீட்டை விட்டு வெளியேறி விட்டீர்கள். குழந்தைகளை ஒரு கேடுகெட்டவளிடம் விட்டுவிட்டு. இப்பொழுது நீங்கள் வருத்தப்படுகிறீர்கள். அவர்கள் எப்படியிருக்கிறார்களென்று பார்க்கத் துடிக்கிறீர்கள். நீங்கள் ஒன்றும் இப்படிச் செய்யும் முதல் ஆளில்லை. ஆனால் நீங்கள் கொஞ்சம் வித்தியாசமானவர். ஒரு நோக்கத்திற்காக வெளியேறியவர்."

அவன் பேச்சை நிறுத்தி விட்டு போருட்டைப் பார்த்தான்.

"நீங்கள் கொஞ்சம் வேறு மாதிரியான ஆள். நிறைய ஆண்கள் தம் குழந்தைகளைக் கேடுகெட்ட பெண்களிடம் விட்டுச்செல்வதற்குக் காரணம் இன்னொரு கேடுகேட்டவளாக இருக்கும். ஒரு லட்சியத்திற்காக இருக்காது," என்றான்.

"என்னுடைய குழந்தைகள் மட்டுமே இந்த உலகில் இருக்கும் குழந்தைகள் இல்லை. வேறு குழந்தைகளும் இருக்கிறார்கள். அவர்களும் தகுதியான__________"

மோனிக்கா வேறு மாதிரியாய் நினைப்பாள். நம்முடைய குழந்தைகள் மட்டுமே நமக்குப் பொருட்டு. பிற குழந்தைகளைப் பிறர் பார்த்துக்கொள்ளட்டும்.

அந்த வீடிழந்தவன் விரலை வாயின் மீது வைத்தான்.

"பாராட்டுகள்!" என்றான். "சங்கத்திற்கு இனிய வரவேற்பு."

சங்கமா?

"எந்தச் சங்கம்?"

"அப்படியெல்லாம் உண்மையில் எந்த சங்கமும் கிடையாது. ஒரு பேச்சுக்குச் சொன்னேன். இது சொந்தக் குழந்தைகள் இருக்கும் நம்மைப் போன்றோருக்கான சங்கம். என்றாலும், பிற குழந்தைகளுக்காகவும் அக்கறைப்படுவார்கள் இவர்கள். அந்த அர்த்தத்தில் சொன்னேன்."

பரவாயில்லையே. இவன் கொஞ்சம் வித்தியாசமாகப் பேசுகிறானே! நாங்கள் இருவரும் ஒரே சங்கத்தில்தான் இருக்கிறோம். இதற்கு முன்பு__________அதெல்லாமே பாசாங்கு. நாங்கள் முன்பு சந்தித்துக்கொண்ட பொழுதெல்லாம் அவரவர் கதாபாத்திரத்தை நடித்துக்கொண்டிருந்தோம். வெளிப்புறத்தில்.

இந்த இப்பொழுது_____ இது உண்மையானது. இவன் என்னை ஏற்றுக்கொண்டுவிட்டான்.

"உனக்கும் குழந்தைகள் இருக்கிறார்களா?"

அந்த வீடற்றவன் தலையாட்டினான்.

"இருக்கிறார்கள்."

"அப்படியென்றால் நம் இருவருக்கும் ஒரு பொருத்தம் இருக்கிறது," என்றான் போருட்.

"ஆம். இருக்கிறதுதான். அது மட்டுமில்லை."

"வேறு என்ன?"

"நாம் இருவருமே எதிரானவர்கள்," என்றான் வீடற்றவன்.

எதிரானவர்கள்?

"எதிரானவர்கள்?"

"ஆம். "எதிரானவர்கள்தான். நாம் மட்டுமில்லை."

எதற்கு எதிரானவர்கள்?

"எதற்கு எதிரானவர்கள்?" என்றான் போருட்.

அந்த மனிதன் கிட்டே வந்தான். மிகக் கிட்டே.

அவன் மீதிருந்த வாசம். அவன் மீது எந்த அருவருப்பான வாடையும் அடிக்கவில்லை. அடிக்க வேண்டும். ஆனால் அடிக்கவில்லை. எந்த வாடையும் அவன்மீது அடிக்கவில்லை.

"விஷயங்கள் இப்படியே இருந்து கொண்டிருப்பதற்கு எதிரானவர்கள். உதாரணத்திற்கு இதை எடுத்துக்கொள்ளுங்கள். இது சற்றுப் பகட்டாகத் தோன்றும். என்றாலும் இதை நான் விரும்புகிறேன். சுரண்டலுக்கு எதிரானவர்கள். உதாரணமாக, கடவுளின் பெயரால் உலகைச் சுரண்டுவதற்கு. இல்லாவிட்டால், மதச்சார்பின்மையின் பெயரால் கடவுளைச் சுரண்டுவதற்கு," என்றான்.

பிறகு அவன் தனக்குத் தானே தலையாட்டிக்கொண்டான்.

"நாம் மட்டுமில்லை. பிறரும் இருக்கிறார்கள்," என்றான்.

"யார் அந்தப் பிறர்?" என்றான் போருட்.

"எதிரான பிறர்."

"நான் அவர்களைப் பார்த்ததில்லை_____" என்று இழுத்தான் போருட்.

என்னை மாற்று

இருக்கலாம். ஆனால் அவர்கள் இங்கே இல்லை. இந்தக் குப்பைத் தொட்டிகளுக்குப் பின்னாலும். நிச்சயமாய் இந்தத் தெருவில் இல்லை. வழக்கமாகப் பங்கேற்கும் பணம் படைத்தவர்கள் அளிக்கும் விருந்துகளில் ஒருபோதும் அவர்களைப் பார்த்ததில்லை.

"இருக்கிறார்கள்," என்றான் அந்த வீடற்றவன்.

"பிறரா? உன்னைப் போன்றவர்களா?"

"உங்களைப் போன்றவர்களும்," என்றான் வீடற்றவன்.

"நீ__________ நீ ஏதாவது ரகசிய அமைப்பைச் சேர்ந்தவனா?

அந்த வீடற்றவன் தன்னை உற்றுப் பார்ப்பதை போருட் உணர்ந்தான். தன்னுடைய உறுப்புகளை போருட்டால் உணர முடிந்தது. தன் இதயத் துடிப்பை. தன்னுடைய செரிமானத்தடத்தின் குடல்அலைவை, நுரையீரல்களின் அழுத்தத்தை. குருதிநாளங்களில் ரத்த ஓட்டத்தை. நுரையீரல்களின் காற்றுப்பைகள் பிராணவாயுவைப் பற்றியிழுத்து மெல்லுவதை. நான் உயிரோடிருக்கிறேன். அதுதான் செய்தி.

"ரகசிய அமைப்புகளின் காலமெல்லாம் முடிந்து விட்டது. ஓபஸ் டே[2]? ஃப்ரீமேசன்கள்[3]? ராசிக்ருஷியர்கள்[4]? அடெப்ட்டுகள்[5]? எல்லாம் குழந்தைகள் சமாச்சாரம். ஏற்கெனவே இருக்கின்ற அமைப்பில் சேர்வது சுலபம். இது ரகசியத் தனிநபருக்கான காலம்," என்றான் வீடற்றவன்.

ரகசியமா! குப்பைக்குப் பின்னாலா! நகராட்சி மன்றம் வழங்கியிருக்கும் அனுமதிச்சீட்டோடா! காலியாக உள்ள இடத்தில் குடியமர்த்தப் பட்ட பிச்சைக்காரனுக்கா! தப்பாக நடந்துகொண்டால், உன்னை இங்கிருந்து அழைத்துக்கொள்வார்கள். அப்படிப்பட்ட நேரமிது.

"அந்தத் தனிநபர் எதைப் பற்றி ரகசியமாயிருப்பான்?" என்றான் போருட்.

"உங்களையும் என்னையும் போல்தான். அவனைப்பற்றியே. நாம் மக்களிடமிருந்து ஒளிந்திருக்கிறோம். ஆனால் நாம்

---

2. **ஓபஸ் டே:** 'கடவுளுக்கான சேவை' என்று பொருள்படும் லத்தீன் சொல்லைக்கொண்டு 1928ஆம் ஆண்டில் ஸ்பெய்ன் நாட்டில் தொடங்கப்பட்ட கத்தோலிக்க சேவை அமைப்பு.
3. **ஃப்ரீமேசன்கள்:** ரகசிய சடங்குகளில் நம்பிக்கைகொண்டிருக்கும் அகிலஉலக சேவை அமைப்புபின் உறுப்பினர்.
4. **ராசிக்ருஷியர்:** பொருண்மைசாரா இயல், மாயமந்திரங்கள், ரசவாதம் போன்றவற்றில் நம்பிக்கை கொண்டு 17, 18ஆம் நூற்றாண்டுகளில் இயங்கி வந்த ரகசிய அமைப்பின் உறுப்பினர்.
5. **அடெப்ட்:** பொன் விடியல் எனும் யூத மறைநிலை மத அமைப்பின் உறுப்பினர்.

அவ்விஷயத்தில் தவறு செய்கிறோம். நம்மை நாமே மறைத்துக் கொள்வதன் மூலம் நம்முடைய செய்தியையும் நாம் மறைத்து விடுகிறோம்."

"அது என்ன செய்தி?"

இதை உண்மையில் கேட்டுத் தெரிந்துகொள்ள வேண்டும். இது என்னுடையதும் கூட.

அந்த மனிதன் முறுவலித்தான்.

"சொற்கள் தேவையற்றவை. நம் வாழ்க்கையே நம்முடைய செய்தி'" என்றான் அந்த வீடற்றவன்.

இதை நான் எங்கேயோ கேட்டிருக்கிறேனே_________

"சொற்கள் உதவுகின்றன," என்றான் போருட் சற்றே குழப்பமாக.

"அவை உதவுமென்றால் அவற்றைக் கேட்போம். உன் கதையைச் சொல்," என்றான் வீடற்றவன்.

தெருவில் இன்று பார்க்கும் முதல் ஆளிடம் என் கதையை நான் எதற்காக சொல்லிக்கொண்டிருக்க வேண்டும்? தெருவில் கூட இல்லை. குப்பைத்தொட்டிக்கருகில். உண்மையிலேயே என்னுடைய கதையைச் சொல்ல வேண்டுமென்றால் நீண்ட காலமாக என்னை அறிந்த யாரோ ஒருவரிடம் சொல்லலாம்_________

பதறாதே. பதறாதே.

திசை மாறுகிறது.

நீண்ட காலமாய்த் தெரிந்த ஒருவரிடம் நீ உன் கதையைச் சொல்ல முயன்றாய். வேறு யாரையும்விட நீண்ட காலமாய்த் தெரிந்த ஒருவரிடம்.

ஆனால் அவள் அவன் சொன்னதைப் பொருட்டாகவே எடுத்துக் கொள்ளவில்லை.

"நான் சொல்கிறேன். ஆரம்பத்திலிருந்து ஒவ்வொன்றையும். ஆனால்_________"

"கவலைப்படாதீர்கள். எனக்கு நேரம் இருக்கிறது கேட்க."

போருட் நீண்ட நேரமாய்ப் பேசிக்கொண்டிருந்தான். எதையும் விட்டு விடாமல். ஒவ்வொன்றாய் நினைவுபடுத்தி. காகிதத்தில் முதலில் எழுதிய சுருக்கமான செய்திகளில் தொடங்கி அகதிகள் முகாமில் கடைசியாய் தோலுரித்த பழம் வரை.

முதன்முதலாய் செய்த பணப்பரிமாற்றம் தொடங்கி தெருவில் கடந்துபோனவர்களின் சொத்தைப்பல்வரை. ரொம்ப நேரம் அவன் பேசினான். வீடற்றவன் கேட்டுக்கொண்டிருந்தான். இறுதியில்_____ இங்கே நான் நிறுத்திக்கொள்ளவா அல்லது இப்பொழுது நான் என்ன செய்ய உத்தேசித்திருக்கிறேனென்று சொல்லவா?_____ தன்னுடைய கதையில் அர்த்தமேதும் இருக்கிறதா என்ற சந்தேகம் அவனுக்குள் எழும்பியது. இதைக் கணினித் திரையில் யாரும் வாசித்தால் இதை நம்பக்கூட நம்புவார்களா?

அந்த மனிதன் தலையாட்டிக் கொண்டிருந்தான். தன் மனத்திலிருப்பதைச் சொல்லலாமா வேண்டாமா என்று முடிவெடுக்க முடியாதவன்போல போருட்டைப் பார்த்துக்கொண்டே. கடைசியில் கேட்டான்.

"ஸிந்தஸிஸ் தான் உற்பத்தி செய்யும் செயற்கைச் சமாச்சாரங்களுக்கு வைட்டமின் போன்ற ஆரோக்கிய கூட்டுப்பொருட்களைச் சேர்க்கிறதென்பதை நீ அறிவாய் இல்லையா?"

"சேர்க்கிறதா?"

"ஆமாம். அவர்களுக்கான விளம்பரங்களை நீ எழுதும் பொழுது இதை அவர்கள் உன்னிடம் சொல்லவில்லையென்பது விந்தையாயிருக்கிறது. கூடுதல் வார்த்தைகளைச் சேர்க்க ஏராளமான வாய்ப்புகள் இருந்தன. ஒரு கூடை ஆப்பிளைச் சாப்பிட வேண்டுமென்பதில்லை. ஒரே பழத்திலேயே தேவையான அளவுக்கு வைட்டமின்களை நாங்கள் சேர்த்துள்ளோம். இது போன்ற விஷயங்கள்," என்றான் வீடற்றவன்.

"ஆனால், எதற்காக_____"

"வைட்டமின் சாப்பிடுவது பிரச்சினையில்லை. உணவோடு எல்லாவித சமாச்சாரங்களையும் இப்பொழுது சேர்க்கிறார்கள். பொடியெழுத்துகளில் அச்சிட்டிருப்பதைப் படித்தால் முன்னைக் காட்டிலும் உணவு ஆரோக்கியமானதாக இருப்பதை நீ புரிந்துகொள்ளலாம். ஆனால் முதுமொழி சொல்வதைப் போல் அளவுக்கு மிஞ்சினால் அமிர்தமும் நஞ்சே."

"எனக்குப் புரியவில்லை," என்றான் போருட்.

"பக்க விளைவுகள். தன் வளர்ச்சியின் வேகத்திற்கு உடலால் ஈடு கொடுக்க முடிவதில்லை. அது வைட்டமின்களால் செறிவூட்டப்பட்டு விடுகிறது. சொல்லப்போனால், வைட்டமின்களின் மிகை ஊட்டம் என்று கூட வைத்துக்

கொள்ளலாம். வெளிப்புற வைரி ஒழித்துக்கட்டப்படுகிறது. எதிர்ப்புசக்தி விடுப்பெடுத்துக் கொள்கிறது. நோயெதிர்ப்புசக்தி குறைபாட்டு நோய்கள் உடலுக்குள் நுழைந்து விடுகின்றன. உடலின் எதிர்ப்புசக்தி உடலையே தாக்குகிறது. செயற்கைச் செடிகள் எல்லாமே வைட்டமின்களால் நிறைக்கப்பட்டு இருப்பதால், வெளிப்புற எதிரியை எதிர்க்கும் தேவை இல்லாமல் போன உடல் தனக்குள்ளேயே எதிரியைத் தேடிக்கொள்கிறது. ஆனால், பார், இப்படியான போருக்கு உடல் தயார்நிலையில் இல்லை. இதன் விளைவுகள் படுமோசமாக இருக்கின்றன. உனக்கே தெரியும், உள்நாட்டுப் போர்கள்தான் மிகக் கொடூரமான இரத்தக்களரியை ஏற்படுத்துபவை. தனக்குள்ளிருந்தே தாக்குதலை யாரும் எதிர்பார்ப்பதில்லை. இதைப்பற்றி இன்னும் விரிவாக எடுத்துச் சொல்ல வேண்டுமா என்று எனக்குத் தெரியவில்லை_________.”

“ஆனால் இதில் ஏழைகளே அதிக பாதிப்புக்குள்ளாகிறார்கள். அது எப்படி? செல்வந்தர்களால் இன்னமும் உண்மையான காய்கறிகளை விலை கொடுத்து வாங்கிச் சாப்பிட முடிகிறதே,” என்றான் போருட்.

“தாம் எதை இழக்கிறோம் என்பதை மறைக்க ஏழைகள் அரும்பாடு பட்டுக்கொண்டிருக்கிறார்கள். எனக்கு எல்லாப் பற்களும் விழாமல் இருக்கின்றனவே என்று கேட்காதே. என் மனைவி தோல் களிம்புகளையோ, சிகிச்சை முறைகளையோ எடுப்பதில்லையே என்றும் கேட்க வேண்டாம். இவையெல்லாம் என்ன விலை விற்கின்றன என்று என்றாவது ஒட்டுமொத்தமாய்க் கூட்டிப் பார்த்ததுண்டா? இதோடு சராசரி வருமானத்தை ஒப்பிட்டுப் பார்த்ததுண்டா? அப்போதுதான் தெரியும். வேறுபாடுகள் நிச்சயம் வெளிப்படும். பராமரிப்பு என்பது அதற்குண்டான விலையில்தான் கிட்டும். இதே நிலைதான் ஊட்டச்சத்து மிகுந்த உணவுப் பழக்கத்திற்கும். புதிய பொருட்கள் குவியும் போது பழையவற்றிற்கான மதிப்புக் கூடுகிறது. அவ்வாறு கூடும்பொழுது எல்லோராலும் அந்த விலையைக் கொடுத்து வாங்க இயலுவதில்லை. அத்தோடு மட்டுமல்லாமல், நோயெதிர்ப்பு சக்தி குறைபாட்டு நோய்கள் ஒரேமாதிரியான மரபணு அமைப்பில்தான் செழித்தோங்குகின்றன. வறுமையும் இதே போல்தான்.”

“சும்மா சொல்லாதே. வறுமை ஒன்றும் பரம்பரையானதல்ல,” என்று ஆட்சேபித்தான் போருட்.

“நேரடியாக இல்லைதான். ஆனால் சமூகப்படிநிலைகளுக் கிடையிலான இயக்கம் பற்றி உனக்குத் தெரியாமலிருக்காது.

ஆமாம். நான் பொதுமைப்படுத்துகிறேன் என்பதை உணர்ந்தே சொல்கிறேன். ஆனால் நீ எப்படியெல்லாம் விஷயங்களைப் பொதுமைப்படுத்தியிருக்கிறாய் என்பதை நினைத்துப்பார். பாலர்பள்ளியில் என்ன கற்றுக்கொண்டாயோ அதைக்கொண்டே, எவ்விதச் சிந்தனையுமின்றி, மனப்பாடமாய்ச் செயல்களைச் செய்தாய். அதன் காரணங்களையோ விளைவுகளையோ நீ ஆராயவேயில்லை," என்று பொரிந்தான் வீடற்றவன்.

"நீ சொல்ல வருவது__________"

"என்னவென்றால், செயற்கைப் பழங்களுக்கு மாற்றீடாக நிஜப்பழங்களை அவ்வப்போது கொடுப்பதால் மட்டும் மானுட இனத்தின் நலத்திற்குப் பெரிதாய்ப் பங்களித்துவிட முடியாதென்பதுதான். அதனளவில் நீ செய்தது நல்ல செயல்தான். தங்கள் நலனில் அக்கறை கொள்வோர் இருக்கிறார்கள் என்ற உணர்வு மக்களுக்கு மகிழ்ச்சியூட்டுவதுதான். ஆனால்________ நான் என்ன சொல்ல வருகிறேனென்று உனக்கே தெரியும்."

போருட் சிரிக்கத் தொடங்கினான். "ஆக, நான் என்னுடைய பணத்தைப் பூராவும் தப்பான நோக்கங்களுக்குத்தான் கொடுத்திருக்கிறேனா?"

என்னவொரு நாசகரமான பிழை! இல்லையா? மிகப்பெரிய கோமாளித்தனம். உண்மையாகவே.

"அது அப்படியொன்றும் மோசமான பிழை இல்லை. பணம் புழக்கத்திலிருப்பது நல்லதுதான். அதுதான் அதன் பயன். ஒரு நிஜ ஆப்பிள் யாருக்கும் ஊறு விளைவிப்பதில்லை. வேறு எதுவுமில்லா விட்டாலும், நிஜத்துக்கும் செயற்கைக்கும் வேறுபாடு தெரிந்த நபர் நிஜ ஆப்பிளின் சுவை செயற்கை ஆப்பிளின் சுவையைக் காட்டிலும் இயற்கையாயிருக்கிறதென்பதையாவது சொல்ல முடியுமே."

போருட் ஆமோதித்துத் தலையாட்டினான்.

"அது மட்டுமல்ல. எல்லாமே இயற்கையாக இருக்க வேண்டுமென்று நீ விரும்பினால், ஒரு கோப்பை காஃபிக்கு நீ கொடுக்கும் விலையைக் காட்டிலும் குறைவான பணத்தில் உலகின் ஜனத்தொகையில் பாதி வாழ்கிறதென்பதை இயற்கையான நிகழ்வென்று நிச்சயமாக எடுத்துக் கொள்ள முடியாது. உன்னிடம் இருந்ததைக் கொடுத்ததன் மூலம் இந்த வேறுபாட்டைக் கொஞ்சம் குறைக்க முயன்றிருக்கிறாய். அவ்வளவுதானே?

அதற்கும் போருட் தலையாட்டினான்.

"நீங்கள் கொடுக்காத எல்லாமே தொலைந்ததுதான் என்றும் நான் சொல்லக் கேட்டிருக்கிறேன். நீ நல்லதையே செய்திருக்கிறாய். உனக்குப் பணம் வேண்டுமென்றால் நான் கொஞ்சம் கொடுக்க முடியும்," என்றான் வீடிழந்தவன் சற்றே எரிச்சலுடன். "ஆனால், இப்போதைக்கு வாரி வழங்குவதைக் கொஞ்சம் மட்டுப்படுத்து. அவசரம் என்றுமே ஆபத்தானது."

"இவ்வுலகைப் படைக்கக் கடவுள் ஏழு நாட்கள் எடுத்துக்கொண்டாராம், உண்மையில். நான் இரண்டு மாதங்கள் எடுத்துக்கொண்டேன்_________" என்றான் போருட்.

எதற்கு? நான் படைத்ததைக் கிழித்தெறியவா?

"நானும் அதைத்தான் சொல்கிறேன். மிகையான வேகம்," என்றான் வீடற்றவன்.

போருட்டின் தோள்களுக்கு மேலாகப் பார்த்துவிட்டு அவன் தலையசைத்தான். போருட் திரும்பிப் பார்த்தான். மோனிக்கா அவளுடைய காரிலிருந்து இறங்கி குடியிருப்புக் கட்டடப் படிகளை நோக்கி ஓடிக்கொண்டிருந்தாள்.

பாலர்பள்ளியிலிருந்து குழந்தைகளைக் கூட்டிவர மறந்துவிட்டாளோ. ஒரு வேளை நான் வெளியேறிவிட்டேன் என்பதையேகூட மறந்துவிட்டாளோ_________

"குழந்தைகளைப் பார்த்துக்கொள்ளத் தாதி இருக்கிறாள்," என்றான் வீடற்றவன்.

அப்படியென்றால் அவள் இவ்வளவு சீக்கிரமாய் வீடு திரும்புவானேன்?

"அவள் குழந்தைகளைப் பார்க்க வந்திருக்கிறாள். ரொம்ப நேரம் இருக்க மாட்டாள்," என்றான் வீடற்றவன்.

குழந்தைகளைப் பார்க்கவா? குழந்தைகளோடு போதிய நேரம் இருக்க முடியவில்லையென்று மோனிக்கா சிணுங்கிக் கொண்டிருப்பாள். ஆனால் உண்மையில் குழந்தைகளை வைத்துக்கொண்டு என்ன செய்வதென்றே அவளுக்குத் தெரியாது.

"இப்போது அவள் அவர்களைப் பார்ப்பாள். நீ இன்னொரு சமயத்தில் அவர்களைப் பார்க்கலாம்," என்றான் வீடற்றவன்.

பிறகு எப்பொழுது? இன்னொரு நேரமென்பதே இருக்க வாய்ப்பில்லை_________

"தூரத்திலிருந்து உன் குழந்தைகளைப் பார்த்துப் போவதைத் தவிர வேறென்ன வேலை இன்று செய்ய இருந்தாய்?"

போருட் மனத்தை திடப்படுத்திக்கொண்டான்.

இந்த ஆள் எந்நேரமும் இங்கேயே கிடக்கிறான். என் வீட்டிற்கு வெளியே. என்னைக் கவனித்துக்கொண்டு. யோசித்துக்கொண்டு.

எல்லாவற்றையும் தெரிந்துகொண்டு.

இவனுக்கு எல்லாமே தெரியுமென்றால், இதுவும் கூடத் தெரிந்திருக்கும்.

ஒரு வேளை தெரிந்திருக்கவில்லையென்றால்?

இவனுக்கு எல்லாமே தெரியுமென்றால், இது கட்டாயம் தெரிந்திருக்கும்.

"ஸிந்தஸிஸைத் தாக்கு. முடிந்தால் அழித்து விடு," என்றான் போருட்.

அது இங்கே இருக்கக் கூடாது. அது இருப்பது சரியில்லை. அதை அகற்றியாக வேண்டும்.

அதை அகற்ற முடியவில்லையென்றால், என்னை.

இதைத்தான் இவ்வளவு காலமாக நான் யோசித்து வைத்திருக்கிறேன்.

இந்த இரண்டு நிலைகளையும்.

இரண்டுமே ஒன்றோடொன்று தொடர்புடையவை.

"அவர்களோடு சேர முடியவில்லையென்றால் அவர்களை வீழ்த்திவிட வேண்டும். அப்படித்தானே? நல்லது. ஆனால்_____ எதற்காக? நீ அதை அழித்தாலுமே அவர்கள் இன்னொரு தொழிற்சாலையை அமைப்பார்கள். ஏனென்றால் இதில் அவர்கள் ஈட்டும் லாபம் கற்பனைக்கெட்டாதது," என்றான் வீடற்றவன்.

"அது எனக்குச் செய்ததற்குப் பிரதியுபகாரமாய்!" என்றான் போருட்.

நான் நினைத்த அளவிற்கு அது ஆபத்தானதில்லை என்ற போதும்_____ அது ஒரு குறியீடு. ஒவ்வொரு மானுட உடலையும் ஆக்கிரமிக்கும் குறியீடு.

"என்ன செய்ததற்கு? உனக்குப் பணம் கொடுத்ததற்கா?" என்றான் வீடற்றவன்.

"என்னைக் குற்றவாளியாக உணர வைத்ததற்கு. பழிகாரனாக்கியதற்கு."

என்னைப் பழிசாட்டிக் கொள்வதைக் காட்டிலும் ஸிந்தஸிஸ்மீது குற்றம் சொல்வது எளிது. இதை நான் ஒப்புக் கொண்டே ஆக வேண்டும்.

"நீ அதன் அங்கமாக இருந்ததாலா?" என்றான் வீடற்றவன்.

"அதன் அங்கமாக இருந்ததற்காக நான் வெட்கப்படுகிறேன்," என்றான் போருட்.

பெரும்பான்மையின் தலையெழுத்தை மாற்ற இயலாதென்றால், அதைப் பகிர்ந்துகொண்டே ஆக வேண்டும். அதில் எனக்கு விருப்பமில்லை. எனக்குக் குழாய் நீரைப்பிடித்துக் குடிக்க வேண்டும். இயற்கையான பழத்தைச் சாப்பிட வேண்டும். குறைவான வைட்டமின்கள் இருக்கும் வகையான பழத்தை. ஹா, ஹா! அழுகும் தன்மையுள்ள பழத்தை. தரையில் விழுந்தால் எம்பிக் குதிக்காத பழத்தை.

"அதற்கான தேவையே இல்லை. அது ஒப்பந்தத்தின் ஒரு பகுதி. நீ சமூகத்தைத் துறக்கலாம். ஆனால் அதைச் செய்ய வேண்டுமானால் அதற்கு முன்னதாக நீ அதன் அங்கமாக வேண்டும். பேசியதெல்லாம் போதும். நாம் முதலில் தெளிவுபடுத்திக்கொள்வோம். அதற்குள் நுழைய நீ ரொம்பக் கஷ்டப்பட வேண்டும். காற்றுக்கூட புகமுடியாதபடிக்கு அது அடைக்கப்பட்டிருக்கிறது. பழங்கள்அயல் மகரந்தசேர்க்கை செய்து விடாமல் தடுப்பதற்காக," என்றான் வீடற்றவன்.

"எனக்குப் புரியவில்லை," என்றான் போருட்.

"உனக்கே தெரியும். பறவைகள், தேனீக்கள் போன்ற எல்லாம் பற்றி. இதில் மானுட அம்சத்தை அறிமுகப்படுத்தியவுடன் விஷயம் சிக்கலாகி விடுகிறது. மானுட இனம் தோன்றிய நாளாய் அது உயரமான, வேகமாய் விளையக்கூடிய, உறுதியான காய்கறிகளை வளர்த்தெடுக்க முனைந்து வருகிறது. ஆனால் அதற்கெல்லாம் ஓர் எல்லை இருக்கிறது. ஒரு அளவுக்கு மேல் அது நல்லதாக இருப்பதில்லை. நான்கு மீட்டர் நீள வாழைப்பழத்தை விற்க முடியாது. அதனால் விஷயங்களைக் கட்டுப்பாட்டில் வைத்துக்கொள்ள வேண்டியிருக்கிறது. அதனால்தான் ஸிந்தஸிஸ் மனிதர்கள் இயக்காத உற்பத்திச்சாலையாக இயங்கிக்கொண்டிருக்கிறது," என்றான் வீடற்றவன்.

மானுட அம்சம் தவிர்க்கப்பட்டிருக்கிறதா? தலைவர் இதை மிகவும் விரும்புவாரே! அநேகமாய் அவர் இதில் பங்குதாரராய்__________

தலைவர். அவருக்கு என்னதான் ஆனது?

என்னவோ ஆகட்டும். அது ஒரு பொருட்டில்லை.

வீடற்றவன் போருட்டையே பார்த்துக்கொண்டிருந்தான். அவனைத் தொடர்ந்து சொல்லுமாறு போருட் சைகைக் காட்டினான்.

"அப்படியே நீ எப்படியாவது உள்ளே நுழைந்துவிட்டாலும், ஸிந்தஸிஸிடம் பிற்காலப் பயன்பாட்டுக்கான சேமிப்பு அமைப்பு இருக்குமென்பது உனக்குத் தெரிந்திருக்கும். இல்லையா? அதைப் போன்றதோர் அமைப்பை அவ்வளவு சுலபத்தில் செயலிழக்க வைத்து விட இயலாது," என்றான் வீடற்றவன்.

"இதற்கு வேறு வழியில்லை என்பது எனக்குத் தெரியும். ஆனால் அவர்களுக்குத் தெரியாத ஒன்று எனக்குத் தெரியும். அதாவது ஒரு நபர் குறுக்கிடலாம் என்பது. நீயே அதைச் சொன்னாய். மக்கள் நிச்சயமின்மையை ஏற்படுத்துகிறார்கள். அதுதான் எனக்கு வேண்டியது," என்றான் போருட்.

"அப்படியா? ஆனால் அது சிந்தஸிஸை அசைத்துவிட முடியாது. அது அடுத்த தலைமுறைத் தொழிற்சாலை. அது தானாகவே மீளுருவாக்கிக் கொள்ளும் திறன் பெற்றது," என்றான் வீடற்றவன்.

தானே மீளுருவாக்கிக்கொள்ளுமா? அதிமானுடத் திரைப்படங்களில் வரும் தீமையைப் போலவா? அறிவியல் புனைவிலிருந்து இங்கே ஏதோ தப்பி வந்திருக்கிறது. மிகையாய் செய்யப்பட்டுவிட்ட எதிர்காலத்தின் வெளிப்பாட்டைப் போல்__________

"தானே மீளுருவாக்கிக் கொள்ளுமா? அது அதாகவே தன்னை மீளுருவாக்கிக் கொள்ளுமா? இது எப்படி சாத்தியம்?" என்றான் போருட்.

"இயற்கையைப் போலவே. இயற்கை எவ்வாறு தன்னைத் தானே மீளுருவாக்கம் செய்துகொள்கிறதோ அதே போல். ஸிந்தஸிஸும் இயற்கையும் ஒன்றுக்கொன்றான பதிலிகள். அதனால்தான் ஸிந்தஸிஸ் சூழலோடு இவ்வளவு சிறப்பாக இயைந்து போயிருக்கிறது. நீ அதன் தொழிற்சாலையைத் தேடிச் சென்றாலொழிய அதைக் கண்டுபிடிக்க முடியாது. அதனால்தான் அது தானே வளர்ந்துகொண்டு வருகிறது," என்றான் வீடற்றவன்.

கழிவை உண்டு செழிக்கும் நகரங்கள். இருபத்தியொன்றாம் நூற்றாண்டின் கட்டமைப்பின் புனிதக் கலயம்.

"இதெல்லாம் உனக்கெப்படித் தெரியும்?" என்று வினவினான் போருட்.

அந்த வீடற்றவன் முறுவலித்தான்.

"நான்தான் அந்த அமைப்புகளை உருவாக்கினேன். அவை எப்படி இயங்குகின்றன என்பது எனக்குத் தெரியும்," என்றான்.

ஒரு குப்பைத்தொட்டியின் மீது சாய்ந்துகொண்டான் போருட்.

உள்ளுக்குள்ளே என்னமோ அசைந்துகொண்டிருக்கிறது.

உள்ளே எட்டிப் பார்க்காதே. பார்த்தாயானால் அது உன்னை உள்ளே இழுத்துக்கொள்ளும்.

உள்ளே எதுவும் இருந்தால் அது தவழ்ந்து வெளியே வரும்.

இந்தப் பெருக்கம். யாராவது பார்த்து__________

வேறு யாராவது.

எனக்குப் போதும் போதுமென்றாகி__________

இந்த மாலைப்பொழுதுக்கா? அல்லது வாழ்நாள் முழுதுக்குமா?

"அதனால்தான் நீ இப்பொழுது இங்கே இருக்கிறாய்," என்றான் போருட்.

"ஆம். அதனாலதான். என்னுடைய குற்றவுணர்வுக்குப் பரிகாரமாய்," என்றான் வீடற்றவன்.

இவை என்னுடைய வார்த்தைகள். நான்தான் இவற்றைச் சொல்லியிருக்க வேண்டும்.

நாம் இருவரும் ஒரே மன்றத்தில் இருக்கிறோம்.

"அது எவ்வாறு இயங்குகிறது என்று உனக்குத் தெரிந்திருந்தால், உனக்கு அதை__________" என்று நிறுத்தினான் போருட்.

வீடற்றவன் போருட் என்ன சொல்ல வருகிறானென்று காத்திருந்தான்.

நான்தான் மேலே பேச வேண்டும். நானே பேசி விடுகிறேன்.

"எவ்வாறு நிறுத்துவது என்றும் தெரிந்திருக்குமே!"

வீடற்றவன் உடனே பதில் சொல்லாமல் யோசித்துக் கொண்டிருந்தான்.

"எப்படி என்பதைத் தெரிந்து வைத்திருக்கும் ஒருவனிடம் எச்சரிக்கையாக இரு. ஏனென்றால் தான் சரியானவன் என்றும்

அவன் அறிவான்," என்றான் அவன் மெதுவாக. "அதை நிறுத்திவிட முடியாதென்று எனக்குத் தெரியும். சில விஷயங்கள் நம் கை மீறிப் போய் விடுகின்றன."

இதைப் பற்றியவை எல்லாமும்கூட எனக்குத் தெரியும். சுத்தியலும் அரிவாளும். விளம்பரப்பலகையில் இருந்த அரிவாள். முழங்காலுக்குள் இறங்கியிருந்த அரிவாள்.

"ஆனால் எனக்கு அந்த அமைப்பின் இதயம் எங்கே இருக்கிறதென்பதும் தெரியும்," என்றான் வீடற்றவன்.

போருட் தலையாட்டினான்.

"அங்கேதான் நான் போக விரும்புகிறேன். விஷயத்தின் இதயத்திற்கு," என்றான்.

பிறகு என்ன நடக்கிறதோ நடக்கட்டும்.

"அங்கே சிறப்பாக எதுவும் இல்லை. நான் உன்னிடம் ஏற்கெனவே சொன்னேன், அதை நிறுத்த முடியாதென்று. ஆனாலும், இதில் இன்னொரு விஷயம் இருக்கிறது. நானுமே அதை யோசித்திருக்கிறேன். தான் மட்டுமல்ல இங்கிருப்பது என்பதை ஸிந்தஸிஸ் உணர்ந்தேயிருக்கும். தான் உருவாக்கியிராத உயிரும் இங்கே இருக்கிறதென்பதை. அதன் பிறகு விஷயங்கள் இடம் மாறலாம். குறுக்கீட்டைக் கண்டுகொள்ளாமல் இருக்கும்படியாக அது வடிவமைக்கப்பட்டிருக்கவில்லை. விளைவு களைச் சரி செய்யுமாறுதான் அது வடிவமைக்கப்பட்டிருக்கிறது."

"அப்படியென்றால், பிறகு என்ன நடக்கும்?" என்றான் போருட்.

"அதன் பிறகா? எனக்குத் தெரியாது. ஆனால் இதை நாம் செய்யாமல் விட்டோமென்றால் என்ன நடக்குமென்று எனக்கு நன்றாகவே தெரியும்," என்றான் வீடற்றவன்.

நாம். பன்மை. இனிமேற்கொண்டு தனிமையில்லை. நாங்கள் கூட்டாளிகள் ஆகிவிட்டோம்.

அவன் இதைப்பற்றி யோசித்திருக்கிறான். உள்ளே நுழைய விரும்பும் யாரேனும் உடன் வருவார்களா என்று காத்திருக்கிறான்.

"நாம் இதைச் செய்யாமற்போனால் விஷயம் எப்பொழுதும் போல மாற்றமின்றி நடந்துகொண்டேயிருக்கும். மேலும், மேலும். நாம் உள்ளே நுழைந்தாக வேண்டும்," என்றான் வீடற்றவன்.

"உண்மைதான். ஆனால் நான் எப்படி அதற்குள் நுழைவது? அது காற்றுக்கூடப் புக முடியாத அளவிற்கு இறுக்கமாக மூடப்பட்டிருக்கிறதென்றால்?"

“எந்த இடத்துக்குள்ளும் நுழைவதைப் போலத்தான். வாயில் வழியாக,” என்றான் வீடற்றவன்.

“அது போவோர் வருவோருக்கெல்லாம் திறந்துகொள்ளாதே!” என்றான் போருட்.

“திறக்காது. நிச்சயமாய். அது மிகவும் பாதுகாப்பானது. விரல் ரேகையை அடையாளம் கண்டுதான் திறக்கும்.”

“அப்படியென்றால் எனக்கு அது வழி விடாது,” என்றான் போருட்.

“அதனால்தான் நானும் உன்னுடன் வரலாமென்று பார்க்கிறேன். தேவையில்லாமல் நானும் இதில் சம்பந்தப்பட வேண்டியிருக்கிறது. கதவு திறந்துகொள்ளும்,” என்றான் வீடற்றவன்.

“நான் உள்ளே நுழைந்த பிறகு?” என்றான் போருட்.

“என்ன செய்வதா? உனக்கே தெரியுமே. கட்டுப்பாட்டு அறை. அங்கேதான் இந்த அமைப்பின் இதயம் இருக்கிறது. அங்கே சரியான இடம் பார்த்து ஏதேனும் ஓர் உலோகப் பொருளைச் செருகினால்__________”

“ஏதேனும் உலோகமா?” என்றான் போருட்.

“இதோ இதைப்போல. இது போதும்,” என்றான் வீடற்றவன்.

தன்னுடையை புதுக்கூட்டாளி நீட்டிய பொருளை போருட் பார்த்தான்.

டூல்ஸே & கிப்பனை அலெக்ஸியாவுக்கு – 2005. அரும்பொருள் சேகரிப்போருக்கான வஸ்து.

“இதைப் போன்ற ஒன்று என்னிடம்__________”

“தெரியும்,” என்றான் வீடற்றவன்.

இதை நானல்லவா வைத்திருந்தேன்.

“இதைத் தலைமைக் கணிப்பொறியின் முக்கிய முடிச்சிற்குள் செருகி விடு,” என்றான் வீடற்றவன்.

அந்த உலோகத்தின் குளிர்ச்சியை உள்ளங்கை உணர்ந்தவுடன் போருட்டுக்கு நிதானம் மீண்டது.

இப்பொழுது எல்லாமே திட நிலைக்குத் திரும்புகின்றன.

“நீயும் என்னோடு வருகிறாயா? உள்ளே?” என்று கேட்டான் போருட்.

அந்த மனிதன் முறுவலித்தான்.

"மனத்துணையாய். நீ தனியாகவே சமாளித்துவிடுவாய். நேராக

நிசஆவி என்று எழுதியிருக்கும் இடத்திற்குப் போ."

"நிசஆவியா?" என்று சிரித்தான் போருட்.

"சிரிக்காதே. நிலையான சமமான ஆற்றல் விநியோகம் என்பதன் முதலெழுத்துத் தொகுப்புதான் அது. நல்லவேளையாக இதற்கு ஒரு பெயர் இருக்கிறதேயென்று சந்தோஷப்படு. பிற கட்டுப்பாட்டு வலைப்பின்னல் பலகைகளுக்கெல்லாம் பொதுவான குறியீடுகள்தான் இருக்கும். இதனால் எழுத்துகளுக்கும் எண்களுக்குமான குழப்பம் வரும். பதிலாக ஒரு பெயர் என்பது எப்பொழுதுமே பரவாயில்லை. மிகவும் தனித்துவமானது. இந்தப் பெயரை நினைவில் வைத்துக்கொள்," என்றான் வீடற்றவன்.

"நான் ஞாபகம் வைத்துக்கொள்கிறேன். உன்னுடைய நிலை என்ன?"

"நானா? இப்போதைக்கு இதை மறந்து விடுகிறேன். நீ வந்து சேர்ந்து விட்டாய். என்னுடைய வேலை முடிந்தது," என்றான் வீடற்றவன்.

"இல்லை. அதை நான் கேட்கவில்லை. உன் பெயரென்ன?" என்றான் போருட்.

வீடற்றவன் புன்னகைத்தான்.

"என் பெயரெல்லாம் உனக்குத் தேவையில்லை. அப்படியே என்னுடைய தேவை ஏற்பட்டால், நீ என்னைப் பார்க்கலாம்."

போருட் சரியென்று தலையசைத்தான். "நாம் ஒருவரையொருவர் பார்த்துக்கொள்ளும் கடைசித் தடவையாக இது இருக்காது."

அந்த வயோதிகனும் தலையசைத்து அதை ஆமோதித்தான்.

"இது கடைசித் தடவையாக இருக்காது," என்றான்.

தலைமைக் கணிப்பொறியின் முக்கிய முடிச்சிற்குள் எவ்விதத் தடங்கலுமில்லாமல் அந்தத் தக்கைத்திருகி வழுக்கிச் சென்றது.

தீப்பொறிகள் அவன் மேலெங்கும் சாரலடித்தன.

மின்சக்தி உடலெங்கும் பரவியது.

தக்கைத்திருகி கட்டுப்பாட்டுப் பலகையிலிருந்து கடகடவென்று கழன்று, கதவருகில் தரையில் தெறித்து விழுந்தது.

அது தன் வேலையை முடித்துவிட்டது. அது அங்கேயே கிடக்கட்டும்.

இல்லை. அதை நான் எடுத்துக்கொள்ள வேண்டும். அதை வெளியே கொண்டு போயாக வேண்டும். அது ஒரு தடயம்.

அது ஒன்றும் பெரிய விஷயமில்லை.

உனக்கு அது பெரிய விஷயமில்லை. ஆனால் மோனிக்காவுக்கும் குழந்தைகளுக்கும் அது பெரிய விஷயம்தான். அவர்களைத் தேடி வருவார்கள். அது ஒரு அபூர்வப் பொருள். அரும்பொருள் சேகரிப்போருக்கான வஸ்து.

அது ஒரு வசீகர அனுபவம் என்று நினைத்துக்கொண்டான் போருட், பிற்பாடு. அவனுடைய அதிரும் திசுக்களெல்லாம் சற்றே சமநிலைக்கு மீண்ட பிறகு. அவனுடைய உடலின் உள்உறுப்புகள் அனைத்தும் அதிர்ந்திருந்தன. இறுக்கிப்பிடித்திருந்தன. நடுங்கி ஓய்ந்திருந்தன. ஒவ்வொரு உறுப்புமே தன் மீது கவனத்தைக் கோரியிருந்தது. நீண்ட நேரத்திற்கு அவனுடைய இதயம் ஓர் ஒற்றை லயத்திலேயே துடித்துக்கொண்டிருந்தது. அந்தத் தக்கைத்திருகியைப் பார்த்தான். இன்னொரு முறை அதைப் பயன்படுத்திப் பார்க்கலாமாவென்று யோசித்தான். அதை இறுக்கிப் பிடிக்காமல் இருந்தால் ஆபத்துக் குறைவாக இருக்கும். வெகுவிரைவில் அது தன் கையிலிருந்து விடுபட்டு விடும். அந்தத் தக்கைத்திருகியைப் பார்த்துவிட்டு தன்னுடைய கணையம், கல்லீரல், குடல் ஆகியவற்றை உற்றுக் கவனித்தான். அவை எவ்வாறு உணர்கின்றன? அவற்றுக்கு என்ன வேண்டும்? இதற்கு மேலும் அவை அவனோடு இருக்க விரும்புகின்றனவா? இன்னமும் அவனோடு ஒத்துழைக்கத் தயாராக இருக்கின்றனவா? அல்லது அவை எங்கோ இருந்து கொண்டு, அவன் வெற்றுடலாய் சமாளிக்கட்டும் என்று நினைக்கின்றனவா?

அவை என்னோடு இருக்கின்றனவா இல்லை கழண்டுகொண்டு விட்டனவா?

தன் கையிலிருந்த தக்கைத்திருகியைப் பார்த்தான்.

மீண்டும் ஒருமுறை முயல்வோம். இது நன்றாக இருக்கிறது. இந்தப் புதுவித உணர்வு.

கட்டுப்பாட்டுப் பலகை இன்னும் பீறிட்டு சடசடத்துக் கொண்டிருந்தது.

அதை இப்படியே விட்டு விடு. இங்கிருந்து போய் விடு. எல்லாம் முடிந்தது. என்ன செய்ய வேண்டுமோ செய்து

முடித்தாயிற்று. மீண்டும் செய்ய வேண்டி வரும் பொழுது தொடர்ந்து செய்யலாம். இப்போதைக்குத் திரும்பிச் செல்.

திரும்பு.

இரவு கவிந்துகொண்டிருந்தது. அலுவலகக் கட்டடங்களி லிருந்து மக்கள் வெளியே வந்துகொண்டிருந்தார்கள். ஸிந்தஸிஸுக்கு மேலாக ஒரு பாம்பைப் போல் ஒளி மின்னியது. விண்ணோக்கி உயர்ந்தது. உருகிய சிலிகான் நெடியை அது கூடவே கொண்டு சென்றது.

தீப்பிழம்பு மிகவும் பெரிதாயிருந்தது. பூமியிலிருந்து வானத்திற்கு உயர்ந்தது போல் வல்லமை மிக்கதாயிருந்தது. அந்தக் காலத்தில் இப்படித்தான் அதைக் கண்டவர்கள் சொல்லி யிருப்பார்கள்.

அதெல்லாமே பழைய காலம். இப்பொழுதெல்லாம் எதுவுமே பூமியிலிருந்து சொர்க்கம் சென்றடைவதில்லை.

மக்கள் தீப்பிழம்பைப் பார்த்தார்கள். தோள்களைக் குலுக்கினார்கள். தத்தம் வீடு நோக்கி நகர்ந்தார்கள்.

யாருமே என்னைக் கவனிக்கவில்லை.

யாரும் தீப்பிழம்பு எங்கிருந்து வருகிறதென்று கவனிக்க வில்லை. எரிந்துகொண்டிருப்பது ஸிந்தஸிஸ் என்று யாருக்குமே தெரியாது. எதுவும் எரிந்துகொண்டிருக்கிறதா என்று கூட யாருக்கும் தெரியாது.

அப்படியே யாரும் நெருப்புப் பிடித்திருக்கிறதென்று கண்டுபிடித்தாலும் கூட, எரிந்துகொண்டிருப்பது ஸிந்தசிஸ் என்று யாருக்குத் தெரியும்?

தன் தீப்பிழம்பை அது தானே உட்கொள்ளும். கிரகித்துக் கொள்ளும்.

நாளை கடைகளில் ஏராளமான வறுத்த வாழைப்பழமும் வறுத்த மிளகும் கிடைக்கும்.

வறுத்த தர்பூசணிப்பழங்களை வைத்துக்கொண்டு சில்லறை வியாபாரிகள் என்ன செய்யப்போகிறார்கள்?

உரிமையாளர்கள் இதை விரும்ப மாட்டார்கள். இவ்வளவு சீக்கிரத்தில் எந்தப் பொருளுமே இவ்வளவு மோசமாக மாறிவிடக் கூடாது.

*உருகிய நெகிழியின் கூடுதலான உடல்நல நன்மைகளை நல்லதொரு விளம்பரப் பிரச்சாரம் ஒரு வேளை எடுத்துச் சொல்லுமாயிருக்கும்*__________

நிறுத்து.

இப்போதைக்கு ஸிந்தஸிஸைப் பற்றிய கவலை விட்டது. அது ஒருவழியாய் முடிந்து போய்விட்டது.

உன் வேலை முடிந்தது. உன்னால் முடியுமென்று நீ நிரூபித்து விட்டாய். உனக்கு நீயே நிரூபித்து விட்டாய். இப்பொழுது நீ சுதந்திரமானவன்.

புத்தகங்களில் படிப்பதைப்போல.

இரவு கவிந்திருந்தது. பொழுதும் புலர்ந்திருந்தது. ஒரு புத்தம் புதிய நாள்.

14

தனித்த பாஸோ டாபல்[1]

இரவு கவிந்திருந்தது. பொழுதும் புலர்ந் திருந்தது. ஒரு புத்தம் புதிய நாள்.

பையன்களுக்கு பாலர்பள்ளிக்குப் போகப் பிடிக்கவில்லை.

"வீட்டிலேதான் நன்றாக இருக்கிறது," என்றார்கள் அவர்கள் மோனிக்காவிடம். "நீங்களும் வீட்டில் இருக்கிறீர்கள்."

"இனிமேல் நீங்கள் வேலைக்குப் போகவே வேண்டாமா?" என்றான் பெரியவன் நேரடியாக.

"நமக்கு இனி பணம் எப்படிக் கிடைக்கும்," என்றான் இளையவன் மிகுந்த கலவரத்தோடு.

"நமக்குக் கொஞ்சம் சேமிப்பு இருக்கிறது என்று அப்பா சொல்லியிருக்கிறார்." குறுக்குக் கேள்விகள் தொடர்ந்தன.

"ஒரு சந்தோஷமான குடும்பமாய் நாம் இருப்பதற்குப் போதுமான அளவு இருக்கிறதா?"

"ஒரு சில சமூகங்களில் குழந்தைகள்கூட வேலை பார்க்க வேண்டியிருக்கும் என்று இமா சொன்னாள்."

"நீங்கள் வீட்டில் இருப்பதால் நாங்கள் இனி வேலைக்குப் போக வேண்டுமா?"

---

1. **பாஸோ டாபல்:** நிமிடத்திற்கு 120 காலடித்தாளங்கள் எனும் கணக்கிலான ஸ்பெய்ன் நாட்டுக் காலாட்படையின் அதிவேக அணிவகுப்பை ஆதாரமாகக்கொண்டு தோன்றிய நவீன நடன வகை. இதைத் தனித்து ஆடுதலின் முரணைத் தலைப்பு சுட்டுகிறது.

இமா_____ யாரது இமா? ஓ. சரிதான். அந்த மானுடவியல் தாதிப் பெண். அவளைக் கூப்பிட்டுக்கொள்ளலாம்.

"இல்லை. நீங்கள் வேலைக்குப் போக வேண்டியிருக்காது," என்றாள் மோனிக்கா.

இப்போதைக்கு.

"சரி. பாலர்பள்ளிக்கு?"

"தெரியவில்லை. வீட்டில் இருக்கும் விளையாட்டு மின்னணு சாதனங்கள் எல்லாம் பூட்டியிருக்கும் போது உங்களுக்கு அலுப்படிக்காதா?"

"எப்படியிருந்தாலுமே அவை பூட்டித்தானே இருக்கின்றன. நீங்கள் எங்களோடு விளையாடலாமே."

"நானா!" என்றாள் மோனிக்கா.

என்னால் முடியாது_____

"நாங்கள் கற்றுத்தருகிறோம். கவலைப்படாதீர்கள்."

எப்படி விளையாடுவதென்றே தெரியாதே. எனக்கு ரொம்ப வயதாகி விட்டது_____

அழைப்புமணி ஒலித்தது. யாராக இருக்கும்! நாம் எதையும் தருவிக்கவில்லையே. வீட்டில் காணொளி பேசியை நிறுவுவதற்கு போருட் ஏன் மறுத்தான்_____

ஒரு வேளை போருட்டோ!

"யாரது? என்றாள் உள்ளுக்குள்ளிருந்தே.

"விளாடிமிர்."

விளாடிமிர்? யார்_____

ஓ. விளாடிமிர்!

"நான் கீழே வருகிறேன்," என்றாள். குழந்தைகளிடம், "எல்லாவற்றையும் ஏற்பாடு பண்ணி வையுங்கள். ஒரே நிமிடத்தில் வந்து விடுகிறேன்," என்றாள்.

ஓட்டமாய்ப் படிகளில் இறங்கினாள். கதவை விரியத் திறந்து அவனை வரவேற்பறைக்குள் விடுவதா வேண்டாமா எனும் குழப்பத்துடன். அப்படி உள்ளே விட்டால் அவனை வெளியே கழுத்தைப் பிடித்துத் தள்ள முடியாது. பையன்கள் வேறு மாடியில் எனக்காகக் காத்துக்கொண் டிருக்கிறார்கள்_____

வீட்டிற்கு வெளிப்புறத்தில், அழைப்புமணிகள் வரிசையிட்டிருந்த தாழ்வாரத்தில் இறங்கினாள். அங்கே, சுவரின்மீது சாய்ந்தபடி அவன் காத்துக்கொண்டிருந்தான்.

ஏதாவது தாள்களைக் கொஞ்சம் எடுத்து வந்திருக்கலாம். அவன் என் வேலை சம்பந்தப்பட்ட விஷயமாக இங்கே வந்திருக்கிறான் என்று காட்டிக்கொள்ள.

நிறுத்து. இந்தக் கண்ணாமூச்சியல்ல இப்போதைக்கு முக்கியம். எப்போதைக்குமே. அதுவும் உனக்கு.

"நீயா? மீண்டுமா?"

"ஆமாம்," என்றான் விளாடிமிர்.

"இந்த நகரத்தில் எப்படியோ ஒரு விஷயத்தைச் சரியாகக் கண்டுபிடிக்கத் தெரிந்துகொண்டு விட்டாய்," என்றாள் மோனிக்கா.

"ஆமாம். என்னிடமிருந்து உன்னிடம் வருவதற்கு," என்றான் விளாடிமிர்.

மிக நீண்ட தொலைவு, நீ நினைப்பதைக் காட்டிலும் நீண்டது.

"ஆக, அதற்காக இங்கே வந்திருக்கிறாய்! நான் எப்படியிருக்கிறேன் என்று பார்க்க? ரொம்பத்தான் நல்லாயிருக்கு!"

"இல்லை. அதற்காக என்று சொல்லி விட முடியாது______"

"அந்தச் சிறுமிகள் உன்னை உயிரோடு உண்டுவிடவில்லை என்பதை என்னிடம் காட்டிப்போக வந்திருக்கிறாயா?"

"சிறுமிகள் என்னை உயிரோடு சாப்பிடுவதா? ஓ. அவர்களைச் சொல்கிறாயா? நான் சீக்கிரமே கிளம்பிவிட்டேன். எங்களுக்குள் பேசிக்கொள்ளப் பொதுவான மொழி இல்லை. ஆனால் நான் வந்து பார்த்த பொழுது நீ அந்தப் பெஞ்சில் இல்லையே!" என்றான் விளாடிமிர்.

நான் அந்த பெஞ்சில் இல்லை. ஆனால் இவன் அங்கே திரும்பிச் சென்றிருக்கிறான். நான் அங்கே இருக்கிறேனா என்று பார்க்க.

"அப்புறம்?"

"நான் விடை பெற்றுப் போக வந்தேன்," என்றான் விளாடிமிர்.

விடை பெற்றுப் போகவா?

"என்ன விஷயம்?" என்றாள் மோனிக்கா.

"வீட்டிலிருந்து செய்தி வந்திருக்கிறது," என்றான் விளாடிமிர்.

"சொல்லு," என்றாள் மோனிக்கா.

"தாத்தா தவறி விட்டார்."

"அடடா! வருத்தப்படுகிறேன். ஆனால் எதிர்பார்த்ததுதானே? இல்லையா? அவருக்கு என்ன வயது? நூறு வயதிருக்குமா?"

"ஆமாம். இருக்கும்," என்றான் விளாடிமிர்.

"எப்படி இவ்வளவு காலம் வாழ்ந்திருந்தீர்கள் என்று நான் அவரிடம் கேட்டிருப்பேன்." உண்மையாகவா? நானா? "மன்னித்துக்கொள். எனக்கு இங்கிதம் அவ்வளவு போதாது. எனக்கே தெரியும். அதிலும் சாவு என்று வரும் போது. சாவு என்றாலே எனக்குப் பிரச்சினைதான்."

விளாடிமிர் மெலிதாய்ப் புன்னகைக்க முயன்றான்.

"எல்லோருக்குமே அப்படித்தான் என்று நினைக்கிறேன். அதற்கான நேரம் வரும்போது," என்றான் அவன்.

இவன் என்ன சொல்ல வருகிறான்? சாவு என்றாலே பிரச்சினைதான் என்று நினைக்கும் உரிமை எனக்கிருக்கும் போது, அதற்கான நேரம் உனக்கு ஏற்கெனவே வந்துவிட்டது என்றா?

அவன் மேலே ஏதோ பேச நினைத்துத் தயங்கினான்.

"இன்னொரு விஷயம்_____" என்றான்.

"அதென்ன இன்னொரு விஷயம்?" என்றாள் மோனிக்கா.

"என் அப்பாவைக் கண்டுபிடித்துவிட்டார்கள்."

இவனுடைய அப்பாவைப் பற்றியுமா பேசியிருக்கிறோம்? இல்லை. அப்பாவைப் பற்றிப் பேசவில்லை_____

"உன் அப்பாவுக்கு என்ன ஆயிற்று?"

"அவர் காணாமல் போயிருந்தார்," என்றான் விளாடிமிர்.

"எப்போதிருந்து?" என்றாள் மோனிக்கா.

"பதினைந்து வருஷங்களுக்கு முன்னாடி."

பதினைந்து ஆண்டுகளுக்கு முன்பாகவா? என் குழந்தை களுக்கு இப்போதிருக்கும் வயதில்தான் நீ அப்பொழுது இருந்திருப்பாய்! உனக்கு என்ன வயதென்றுகூட எனக்குத் தெரியாது_____

"அப்புறம்? எங்கே அவரைப் பார்த்தார்கள்?"

"எங்கேயோ ஒரு குழிக்குள்."

என்னை மாற்று

"பிணமாகவா?" என்றாள் மோனிக்கா.

ஆமென்று தலையாட்டினான் விளாடிமிர்.

"அது அவர்தானென்று அவர்கள் உறுதிப்படுத்தி விட்டார்களா?"

"அவர்தானென்று சொல்கிறார்கள்," என்றான் விளாடிமிர்."

"அவர்கள் சொல்கிறார்களா? பதினைந்து வருஷங்கள் கழித்தா? உன் அம்மா என்ன சொல்கிறார்?" என்றாள் மோனிக்கா.

"அம்மாவும் காலமாகிவிட்டார்கள்,"

"இப்பொழுதா?" என்றாள் மோனிக்கா.

மடைச்சி! எப்பொழுது என்றல்லவா நீ கேட்டிருக்க வேண்டும்!_____

"இல்லை. முன்னாலேயே," என்றான் விளாடிமிர்.

"எப்பொழுது?"

"அப்பா காணாமல் போன உடனேயே."

"அவர்களுக்கு என்ன ஆயிற்று?" என்றாள் மோனிக்கா.

"தெரியாது. அப்பொழுது நான் ரொம்பவும் சின்னவன்."

எனக்குச் சொல்லவில்லை.

அவனுக்குச் சொல்லவில்லை.

"விளாடிமிர்! என்ன மாதிரியான குடும்பம் உன்னுடையது? என்ன ஆனது உன் ஆட்களுக்கு? எல்லோரும் சும்மா காணாமல் போகிறார்கள்_____"

"இவை போன்ற சிக்கல்கள் எல்லாக் குடும்பங்களிலுமே இருக்கின்றன," என்றான் விளாடிமிர் உணர்ச்சியற்ற குரலில்.

என் குடும்ப விவகாரங்களுக்குள் மூக்கை நுழைக்காதே. உனக்கே சொந்தமாய் ஒரு குடும்பம் இருக்கிறது.

"அடடா. இப்பொழுது நீ தன்னந்தனியனாகி விட்டாயா!" என்றாள் மோனிக்கா.

"தன்னந்தனிதான். என் தாத்தா காலம் பூராவும் அப்படியேதான் இருந்தார்."

அப்பாவை எப்படியாவது கண்டுபிடித்துவிட வேண்டுமென்று.

"அவர்களுக்கு ஒத்து வரவில்லை. அப்பாவுக்கும் தாத்தா வுக்கும். ஆனாலும் கூட. ஏனென்று உனக்கே தெரியும்."

உனக்கென்று குழந்தைகள் இருக்கின்றன.

"சரி. இப்பொழுது என்ன செய்வதாயிருக்கிறாய்?" என்றாள் மோனிக்கா.

"நான் உடனே கிளம்பியாக வேண்டும். இரண்டு சவ அடக்கங்கள் ஒரே நேரத்தில். நான் போக வேண்டும். திரும்பிப் போக வேண்டும். எனக்குச் சொந்தமான இடத்திற்கு. எனக்கென்று ஓரிடம் இருக்கிறது. வெற்றிடம்."

"முன்பிருந்ததைவிட மாறுபட்டதா?" என்றாள் மோனிக்கா.

"மாறுபட்டது. முன்பு என் கடவுச்சீட்டை எரித்துவிட விரும்பினேன். இங்கேயே தங்கி விட. ஒத்தாசையாய் இருக்க," என்றான் விளாடிமிர்.

"உனக்கென்ன பைத்தியமா? கடவுச்சீட்டை எரிப்பதா? அது உன்னையே எரித்துக்கொள்வதாகாதா? உனக்கென்று ஓர் அடையாளம் இல்லாமல் போய் விடாதா? இதெல்லாம் புரிகிறதா உனக்கு?"

எப்படியென்றால்_____ குப்பைக்குள் கை விட்டு உணவைத்தேடும் மக்களைப் போல். இந்தியாவில் இருக்கும் மக்களைப் போல். இங்கேயும் கூட ஒரு வேளை இருக்கலாம். அவர்களைப் பார்க்க நேர்ந்தால்கூட அவர்கள் பெயரை நான் கேட்டுக்கொள்வதில்லை.

விளாடிமிர் ஆமோதித்துத் தலையசைத்தான்.

"ஆனால், அப்படிச் செய்யும் முதல் ஆளல்லவே நான்," என்றான் அவன்.

"நான் சொல்ல வந்தது, இங்கே ஒருவருக்குமே உன்னை யாரென்று தெரியாது. உன் பெயர்கூட ஒருவருக்கும் தெரியாது. யாருக்குமே, _____"

அவள் பேச்சை முடிக்காமல் அமைதியானாள்.

அவனும்கூட இங்கேயே தங்கி விடலாம். வேறு யாரோவாக ஆகி விடலாம். ஆரம்பத்திலிருந்து தொடங்கலாம். எதுவும் செய்யலாம்.

"நீ திரும்பிப் போகப் போகிறாய், இல்லையா? அங்கே போய் என்ன செய்வாய்?" என்றாள் மோனிக்கா.

"செய்வதா?"

"பார். நீ இப்பொழுது தனியாக இருக்கிறாய். பிழைப்பை எப்படி நடத்தப் போகிறாய்? அம்மா இல்லை. அப்பா இல்லை. தாத்தாவும் இல்லை. சகோதர சகோதரிகளாவது இருக்கிறார்களா?"

விளாடிமிர் இல்லையென்று தலையாட்டினான்.

"உன்னால் என்ன வேலை பார்க்க முடியும்? என்ன வேலைக்குப் படித்திருக்கிறாய்?"

நான் எதற்காகப் பள்ளிக்குப் போனேனோ அதற்குப் படிப்பு வேண்டியதில்லை.

"எனக்குக் கிதார் வாசிக்கத் தெரியும்," என்றான் விளாடிமிர்.

பிரயோஜனமில்லை என்பதைப் போல் முகச்சுளிப்பைக் காட்டினாள் மோனிக்கா.

"கிதாரா?" என்றாள்.

போருட்டேகூட இப்பொழுதெல்லாம் கிதாரைத் தொடுவதில்லை. இத்தனைக்கும் அவன் விளாடிமிரைவிட ரொம்ப வயதில் மூத்தவன். கிதாரெல்லாம் வரலாறாகி விட்டதென்று அவன் சொல்வான். இப்பொழுதெல்லாம் இசை என்பது விசைப்பலகையில் விசைகளைத் தடவி உருவாக்கப்படு கின்றது. அதையும் விட, படவுருக்களைத் தட்டி, நிகர் நிலையில்.

"எத்தனையோ கிதார் கலைஞர்கள் இருந்திருக்கிறார்கள் தெரியுமா? ஜிமி ஹென்ரிக்ஸ்[2]. ப்ரையன் ஜோன்ஸ்[3]. கர்ட் கொபேன்[4]." அடுக்கினாள் மோனிக்கா.

அவன் இடைமறித்தான்.

"இவர்களையெல்லாம் உனக்குத் தெரியுமா?" என்றான்.

அவள் தெரியுமென்று தலையாட்டினாள்.

"நிச்சயமாக. செத்துப்போனவர்களை மட்டுமே நீ சொல்லி யிருக்கிறாய். ஏனென்று புரியவில்லை. அதிலும் இளம் வயதில் இறந்தவர்களைப் பற்றி மட்டுமே," என்றான் அவன்.

---

2. **ஜிமி ஹென்ரிக்ஸ்:** ஜேம்ஸ் மார்ஷல் ஹென்ரிக்ஸ். அமெரிக்க கிதார் கலைஞர். பாடலாசிரியராகவும் பாடகராகவும்கூட அறியப்படுபவர். 1942ஆம் ஆண்டில் பிறந்த இவர் 1970ஆம் ஆண்டில், தற்கொலை செய்துகொண்டார்

3. **ப்ரையன் ஜோன்ஸ்:** லூயி ப்ரையன் ஹாப்கின்ஸ் ஜோன்ஸ். பல்வேறு இசைக்கருவிகளையும் அநாயாசமாகக் கையாளும் திறன் பெற்ற இசைக்கலைஞர். இங்கிலாந்தைச் சேர்ந்தவர். 1942ஆம் ஆண்டில் பிறந்த இவர் 1969ஆம் ஆண்டில் தன் வீட்டிலிருந்த நீச்சல்குளத்தில் மூழ்கி மரணமுற்றார்.

4. **கர்ட் கொபேன்:** கர்ட் டானல்ட் கொபேன் ஓர் அமெரிக்க இசைக்கலைஞர். நிர்வாணா எனும் ராக் இசைக் குழுவின் நிறுவனர்களுள் ஒருவர். அக்குழுவின் முன்னணிப் பாடகராக, கிதார் கலைஞராக, முக்கியப் பாடலாசிரியராக நிறுவிக்கொண்டவர். 1967ஆம் ஆண்டில் பிறந்த இவர். இசை தனக்கு நிறைவு தரவில்லை எனும் குறிப்பை எழுதி வைத்து விட்டு 1994ஆம் ஆண்டில் ஸியாட்டில் நகரில் உள்ள தனது இல்லத்தில் தற்கொலை செய்துகொண்டார்.

நீ என்ன சொல்லவருகிறாய்? உன்னை யாரும் பொருட்படுத்த வேண்டுமென்றால் நீ இளம் வயதிலேயே சாக வேண்டும் என்றா? என் அப்பாவைப் போல்? என் தாத்தாவைப் போல் அல்லாமல்?

ஏன் சொன்னேன்? இவர்கள்தான் நினைவுக்கு வந்தார்கள்.

"இவர்கள்தான் நினைவுக்கு வந்தார்கள். இவர்களுடைய படங்கள்தான் டி ஷர்ட்களில் அச்சிட்டு விற்கப்படுகின்றன. வழிப்பாட்டுக்குரிய நபராக வேண்டுமென்றால் இளம் வயதிலேயே இறந்துபோக வேண்டுமென்பது நியதி. என்னுடைய அலுவலகத்திற்கு யாரேனும் வந்து நான் ஒரு வழிபாட்டு பிம்பம் ஆக வேண்டுமென்று கேட்டால், நான் அவர்களுக்குக் கொடுக்கும் முதல் ஆலோசனை இதுவாகவே இருக்கும். செத்துப் போய் விடுங்கள். மேலும் தாமதிக்காமல். வழிபடப்படுபவர்கள் எல்லோருமே இளம் வயதில் இறந்து போகிறார்கள். கிறிஸ்துகூட," என்றாள் மோனிக்கா.

"கிறிஸ்து இளம் வயதில் இறக்கவில்லை. அவர் இறந்தது__________" என்றான் விளாடிமிர்.

"முப்பத்து மூன்று வயதில்," என்றாள் மோனிக்கா.

"மன்னித்துக் கொள். உனக்கு என்ன வயதாகிறது?" என்றான் விளாடிமிர்.

"அதைவிட அதிகம்," என்றாள் மோனிக்கா.

"ஆனால் நீ இன்னும் உயிரோடிருக்கிறாய்," என்றான் விளாடிமிர்.

"எனவே நான் வழிபாட்டுக்குரிய நபராக வாய்ப்பில்லை. எனக்கு வேறு தேர்வுகள் இருக்கின்றன," என்றாள் மோனிக்கா.

இப்போதிருக்கும் நிலையைக்காட்டிலும் மேலான வேறொன்றை நான் தேர்ந்தெடுத்தாக வேண்டும்.

"எனக்கும் கூடத் தேர்வுகள் இருக்கின்றன. என்னாலும் கூடச் செய்துகாட்ட முடியும். நீயே பார்க்கப் போகிறாய். நீ என்னோடு வந்து விடலாமே!" என்றான் விளாடிமிர்.

"என்னால் முடியாது,"

"ஏன் முடியாது?"

"எனக்குக் குழந்தைகள் இருக்கிறார்கள்."

எனக்குத் தெரியும்.

உனக்குத் தெரியுமென்றும் எனக்குத் தெரியும்.

"என் சொந்தக் குழந்தைகளைப் போல அவர்களை நான் பார்த்துக் கொள்கிறேன். என்னை நம்பு," என்றான் விளாடிமிர்.

"நீயா__________"

நீயே இன்னும் ஒரு குழந்தை.

"நான் பார்த்துக்கொள்வேன்."

"பையன்கள். அவர்கள் என்னை எதிர்பார்த்துக் கொண்டிருப்பார்கள். மாடியில். தனியாக. நான் போக வேண்டும்," என்றாள் மோனிக்கா.

அவன் சுவரை விட்டு நகர்ந்து அவளுக்கு நெருக்கமாக வந்து நின்றான்.

நான் பின்னே நகர்வதா? இல்லை முன்னேயா?

"நீ என்னைக் காதலிக்கவில்லை. இல்லையா ?" என்றான்.

"இல்லவே இல்லை," என்றாள் மோனிக்கா.

நீ சென்ற பிறகு ஒரு வேளை நான் உன் மீது காதல் வயப்படக்கூடும். அப்படி இருப்பதுதான் பாதுகாப்பானது.

"நான் நினைத்தேன்__________" என்று இழுத்தான் விளாடிமிர்.

நான் நினைக்கவேயில்லை. நினைத்திருந்தால் இங்கே வந்திருக்க மாட்டேன். முதல் முறையே. இப்பொழுதும்.

"இதைச் சாதாரணமாக எடுத்துக்கொள். இது என்னவோ நடந்து விட்டது. அதற்காக நான் வருந்துகிறேன். ஆனால் இது தொடர முடியாது," என்றாள் மோனிக்கா.

நாம் இருவருமே சொல்ல வேண்டிய பெரிய பெரிய வார்த்தைகளையெல்லாம் சொல்லிவிட்டோம். இப்பொழுது என்ன செய்வது? நாம் அழப்போகிறோமா?

"போய் வா. உன் குழந்தைகள் காத்திருக்கிறார்கள். ஞாபகம் வைத்துக்கொள்," என்றான் விளாடிமிர்.

"வருத்தப்படாதே. நான் ஒன்றும்__________" என்று மென்று முழுங்கினாள் மோனிக்கா.

நான் ஒன்றும் உன்னைக் காதலிக்காமல் இல்லை. எப்படியென்று எனக்குத் தெரிந்த மட்டில். என்னால் எவ்வளவு கூடுமோ அவ்வளவுக்கு. எனக்கும் போருட்டுக்கும் அடுத்தபடியாக.

"நான் வருந்தவில்லை. அது வந்து__________" என்றான் விளாடிமிர்.

ஆம். உண்மையில் எனக்கு வருத்தமாகத்தான் இருக்கிறது. அதென்னவோ அப்படித்தான்.

"_____அது வந்து என்னவென்றால், நான் இல்லாத இடத்தில் இருக்கவே எப்பொழுதும் ஆசைப்படுகிறேன். நேற்றிரவு முழுக்க என் அறையில் படுத்துக்கொண்டு உன் இடத்தில் இருக்க ஆசைப்பட்டேன். அதனால்தான் இங்கே வந்தேன். இப்பொழுது போய்விட ஆசைப்படுகிறேன். இதற்கு முன்னால், என்னை அவர்களோடு கட்டிப்போட முனைந்த போது, நான் ஓடி விட விரும்பினேன். ஆனால், இப்பொழுது என் தாத்தா இல்லாத நிலையில் அவரோடு இருக்கவே நான் விரும்புகிறேன். நீ வளர்ந்தவள்தானே! இது உனக்குப் புரிகிறதா?" என்றான் விளாடிமிர்.

குழந்தைகள் மட்டும் வீட்டில் இல்லாமல் இருந்திருந்தால், பாலர்பள்ளிக்கு அவர்களை எப்படியாவது அனுப்பியிருந்தால்_____

"எனக்குப் புரிகிறது. நான் உனக்கு ஒரு கதை சொல்கிறேன். இதை எனக்குச் சொன்னது என்_____" என்றாள் மோனிக்கா.

என் முன்னாள் என்று வாய் தவறிச் சொல்லியிருப்பேன். ஆனால்_____

"_____கணவர்," என்றாள் மோனிக்கா.

விளாடிமிர் நிதானமாகக் கேட்டான்:

"உன் கணவர் எங்கே மோனிக்கா?"

"எனக்குத் தெரியாது."

"அவன் எப்பொழுது போனான்?"

"எனக்குத் தெரியாது," என்றாள் மோனிக்கா.

அவனைக் கடைசியாக எப்பொழுது பார்த்தேன் என்பது தெரியும். தரையில் வறுவல்கள் சிதறிக்கிடந்ததற்கு, மேஜைக்கு அடியில் பால் சிந்திக்கிடந்ததற்கு முன்பாக, அன்று காலையில். ஆனால்_____ அவன் அதற்கு முன்னாலேயே எப்பொழுதோ போய் விட்டிருந்தான்.

"அவன் ஏன் போனான்?" என்றான் விளாடிமிர்.

எனக்குத் தெரியாது.

"ஒரு சில நேரங்களில் சில விஷயங்கள் நடந்துவிடுகின்றன. அதன் மூலமாகப் பிற விஷயங்கள் நடக்க வேண்டும் என்பதற்காக.

என்னை மாற்று

நீ என்னை சந்தித்தாய். எனக்குப் பிறகு இன்னொருத்தியை நீ சந்திக்க முடியும் என்பதற்காக. இதனால் அவளை நீ சந்திக்கும் பொழுது என்னவெல்லாம் நடக்கிறதோ அதெல்லாமே நிஜம் என்று தோன்றும்," என்றாள் மோனிக்கா.

நீ எனக்கு நேர்ந்ததைப் போல். நான் தனியாக இருக்க வேண்டி. பயமின்றி இருக்கவும். இப்படியொரு நிலையைத்தான் நான் அடைய வேண்டி இருந்தது. இப்பொழுது மீண்டும் எல்லாமே சாத்தியமாகியிருக்கிறது. அது ஒரு மாயையோ அல்லது வேறெதுவோ தெரியாது. ஆனால் காதல் வயப்படுவதென்பது ஒரு விதமான மறுபிறப்பு. நீண்டகால அலுப்பு கொஞ்சம்கொஞ்சமாய் மூச்சுத்திணறிச் சாகடித்திருந்த அணுக்களை அது மீண்டும் உயிர்த்தெழச் செய்கிறது.

"அந்தக் கதை?" என்றான் விளாடிமிர்.

"இந்தக் கதை," என்றாள் மோனிக்கா. "என் கணவர் எனக்குச் சொல்லியது. சிறையிலிருந்து விடுதலையாகி வெளியே வந்த கைதியொருவன் அங்கே தங்களுக்குள் சொல்லிக்கொள்ளும் கதையென்று இதைச் சொன்னானாம். சிறையில் ஒரு கைதி இருக்கிறான். ஆனால் அவன் தான் ஓர் அரசனாக இருப்பதைப் போல் கனவு கண்டு ஒவ்வொரு இரவையும் முழுமையான அரச ஆடம்பரத்தோடு கழிக்கிறான். ஒரு நாள் கூட விதிவிலக்கில்லை. அதே நேரத்தில், அந்தச் சிறையிலிருந்து வெகு தொலைவில் இருக்கும் ஓர் அரசன் இதற்கு எதிர்மாறாய் ஒவ்வொரு இரவும் தான் சிறையில் இருப்பதைப் போல் கனவு காண்கிறான். எந்நேரமும் சிறையைப் பற்றியே சிந்தித்துக்கொண்டிருக்கிறான். இவர்களுள் யார் மகிழ்ச்சிகரமான மனிதன்? இதற்கான விடை: குளிர்காலத்தில் கைதியும், வேனிற்காலத்தில் அரசனும்."

இந்தக் கதையின் செய்தி என்னவென்றால், எங்கே இருக்கிறோம் என்பது உண்மையில் பொருட்டாவதில்லை என்று போருட் தேவையில்லாமல் சொல்லி வைப்பான். ஒருவன் மகிழ்ச்சியாய் வாழும் நிலையில், அவனுடைய மகிழ்ச்சி யதார்த்தத்தை அடிப்படையாகக்கொண்டிருக்கிறதா அல்லது கற்பனையை அடிப்படையாகக்கொண்டிருக்கிறதா என்பது ஒரு பொருட்டேயில்லை.

விளம்பர உத்திகள் பற்றிப் பயில வந்திருக்கும் மாணவர்கள் கட்டாயமாகக் கைதட்டுவார்கள்.

ஆனால்.

ஆனால் நீ கிளம்பிவிட்டாய். எனக்கு எழுதினாய்: மகிழ்ச்சி என்பது பொய்யின்மீது நிர்மாணிக்கப்படுகிறது. அது சரிதானா?

விளாடிமிர் நீண்ட மௌனம் காத்தான்.

"நன்றி," என்றான்.

மோனிக்கா ஏற்றுக்கொண்ட பாவனையில் தலையசைத்தாள்.

நன்றியென்று சொல்ல வேண்டியிராதவர் யாரெல்லாம்?

"எனக்கும்கூடச் சொல்ல ஒரு கதையுண்டு. எனக்கு நடந்த கதை." என்றான் விளாடிமிர்.

"சொல்," என்றாள் மோனிக்கா.

"அந்த உதவாக்கரைப் பெண்களைப் பூங்காவில் விட்டு வந்ததற்குப் பிறகு நீ அந்தப் பெஞ்சைவிட்டுப் போயிருந்தாய். ஆனால் அங்கே இரண்டு ஆட்கள் பக்கத்திலே இருந்தார்கள். வயதானவர்கள். அந்தப் பெஞ்சின் முனையில்."

வேலையிழந்தவர்கள். வேலையே கிடைக்காதவர்கள்_____

"அவர்கள் ஒருவரையொருவர் பார்த்துக் கத்திக்கொண் டிருந்தார்கள். அவர்களுடைய மொழி எனக்குப் புரியவில்லை. பிறகு இருவரும் கத்தியை எடுத்துக்கொண்டார்கள்."

மோனிக்கா அச்சத்தில் முனகினாள். விளாடிமிர் தலையசைத்து தன் கையை அவளுடைய கைமீது வைத்தான்.

பரிவான, பரிச்சயமான உணர்வு.

"அது ஒன்றும் பெரிய விஷயமில்லை. கத்திகளெல்லாம் எனக்குப் பழக்கம்தான்," என்றான்.

வீட்டிற்குள் பையன்கள் கத்திகளை வைத்து நிறைய சண்டை போடுவார்கள். அதை நன்றாகவே கற்றுக்கொண்டிருக்கிறார்கள். கத்திகளையும் கூர்மையாக வைத்திருப்பார்கள். பெரியவர்களாவதின் உச்சம்தான் கத்திச்சண்டை. கத்தியால் ஏற்படும் மரணத்தை நாம் தேர்ந்துகொள்வோம். அல்லது, ஒரு கனவாகவேனும் வைத்திருப்போம். நம்முடைய சாவை நாம் தேர்ந்துகொள்ளவோ, அல்லது கனவாகவோ நாம் கொண்டிருக்கும் பட்சத்தில்.

"ஆனால் கத்திகளை அவர்கள் உருவவில்லை. அவர்கள் ஒருவரையொருவர் ரகசியமாகக் குத்திவிட நினைத்ததைப் போல் இருந்தது. எங்கள் ஊரில் கையிலே கத்தி என்பது சும்மா சவடாலுக்காக. என்னைப் பார். நான் என்ன செய்வேன் தெரியுமா என்று காட்டிக்கொள்ள!" என்றான் விளாடிமிர்.

இந்தச் சண்டை ஒரு தொந்திரவு. தம்மால் என்ன செய்ய முடியும் என்று காட்டிக்கொள்வதற்காக அல்ல அதில் அவர்கள்

ஈடுபட்டிருப்பது. கத்தியைப் பார்த்தெல்லாம் எனக்குப் பயமில்லை என்று காட்டிக்கொள்ள அல்ல. மாறாக ஒருவரையொருவர் அவமானப்படுத்த. அடுத்தவன் உண்மையில் எவ்வளவு பயந்து போயிருக்கிறான் என்பதை அவனுக்குக் காட்ட.

"அப்புறம்? நீ என்ன செய்தாய்?"

"நான் கவனித்துக்கொண்டிருந்தேன். அவர்கள் சும்மா காற்றில் கம்பு சுற்றிக்கொண்டிருந்தார்கள். இருவரில் ஒருவருக்குக்கூட அடுத்தவனை நெருங்கும் துணிவு வரவில்லை. பிறகு அவர்களுள் ஒருவன் என்னைப் பார்த்துக் கத்தினான்: "அங்கே என்ன பார்த்துக்கொண்டிருக்கிறாய்?" என்று.

"நீ என்ன சொன்னாய்?"

"ஒரு கத்தி என்பது நிஜமானது. நீங்கள் வாழ்விலே ஒரு முறைதான் சாகப் போகிறீர்கள். சாவு சரியான வழியில் வர வேண்டும்."

"அவர்கள் என்ன செய்தார்கள்?"

"அது சரியான வழியில்லை என்பதை அவர்கள் உணர்ந்தார்கள். பிறகு கத்தியைப் போட்டு விட்டார்கள்," என்றான் விளாடிமிர்.

ஒரு வேளை வழி சரியானதில்லை என்றில்லாமல், நேரம் சரியானதில்லை என்று அவர்கள் நினைத்திருக்கலாம்.

"வலியைத் தவிர்க்க விரும்புவதுதான் எல்லோரது இயல்பு. ஆனால் வலியை அரவணைக்கக் கற்றுக்கொள்ளும் போது பெருமிதம் தோன்றுகிறது. கத்தியிலிருந்து தள்ளிப் போய் வட்டமடித்தால் அது உன்னைக் கோழையாக்கி விடுகிறது. மாறாக அதை நெருங்கி நின்று__________ உயிர் பிழைத்தால்__________"

மேலே பேசாமல் அவன் நிதானித்தான்.

"__________நீ வலியவனாகி விடுகிறாய். வலி__________ உன்னை அருகே கூட்டி வருகிறது. உன்னையே உன்னருகே. நீ எங்கே இருக்கிறாய், நீ எப்படியானவன் என்பதையெல்லாம் உணர வைக்கிறது," என்றான் விளாடிமிர்.

எனக்குத் தெரியும். அதனால்தான் நான் அஞ்சுகிறேன்.

வலி என்பது நெருக்கம்.

முதன்முதலில் நான் ஒரு நபரோடு படுத்தெழுந்தபோது – போருட்டால் ஞாபகம் வைத்துக்கொள்ள முடியாத அந்த நபர் – நான் எவ்வாறு உணர்ந்தேன்?

முதன்முதலாக போருட்டோடு படுத்தெழுந்தபோது நான் எவ்வாறு உணர்ந்தேன்?

உன்னோடு படுத்தெழுந்தபோது நான் எவ்வாறு உணர்ந்தேன்?

குழந்தை பெற்றபோது நான் எவ்வாறு உணர்ந்தேன்? முதல்முறை? இரண்டாம் முறை?

அது வலித்தது. ஆனால் அது பரவசமாயிருந்தது. பரவசத்தின் உச்சமாக.

ஓ. இளையவர்களோடு மிகக் கூடுதலான நேரத்தை நான் செலவிட்டு வருகிறேன். சடங்குபோல தமது மணிக்கட்டைக் கத்தியால் அறுத்துக்கொள்ளும் சிறு பெண்கள் மாதிரி நான் யோசிக்க ஆரம்பித்துவிட்டேன்.

"இங்கேயே தங்கி விடுவது நன்றாகத்தான் இருக்கும்," என்றான் விளாடிமிர். "சுலபமும் கூட. எப்படியிருந்தாலும் சரி, நான் அங்கேதான் இருக்க வேண்டும் என்பது இப்பொழுது எனக்குத் தெரிகிறது. இங்கே__________ இங்கே நான் தப்பியோடிக் கொண்டுதான் இருக்கிறேன். இனியும் என்னால் ஓட முடியாது," என்றான் விளாடிமிர்.

பேச்சை *நிறுத்திவிட்டு* அவளைப் பார்த்தான்.

"என் தலைவிதி என்னவென்று நான் தெரிந்துகொண்டாக வேண்டும். ரொம்பவும் தாமதமாகி விடுவதற்குள்," என்றான்.

"அதெல்லாம் ரொம்பப் பெரிய வார்த்தைகள்," என்றாள் மோனிக்கா சற்றுக் குழப்பத்துடன். *மிகவும் தாமதமாகி விடுமா? உனக்கா?*

"அது ஒரு பாடல்,[5]" என்றான் அவன் உடனே. "அதன் அர்த்தம் என்ன என்று அவ்வளவு நிச்சயமாக எனக்குத் தெரியாது. அந்தப் பாடல் முழுக்கப் பெரிய பெரிய வார்த்தைகள்தான். ஏதோ ஒரு நோய் பற்றியும் அதை குணமாக்குவது பற்றியும் கூட அதில் வரும். ஆனால் அதன் அர்த்தம் என்னவென்று எனக்குத் தெரியாது."

மோனிக்கா சிரித்தாள். விளாடிமிர் அவளைப் பார்த்தவுடன் அடக்கிக் கொண்டு அமைதியானாள்.

"உடல்நலம் சரியில்லாதவர்களுக்கு ஒரு வேளை இது புரியலாம்," என்றான்.

---

5. இங்கிலாந்தில் இருக்கும் க்ரேட் மேன்செஸ்ட்டர் பகுதியில் இருக்கும் நகரான சால்ஃபோர்ட்டில் 1976ஆம் ஆண்டில், தொடங்கப்பட்டுப் பிரபலமான ஜாய் டிவிஷன் எனும் ராக் இசைக்குழுவின் பாடலான 'இருபத்தி நான்கு மணி நேரம்' (Twenty Four Hours)

"இருக்கலாம்," என்றாள் மோனிக்கா.

நான் போயாக வேண்டும்_____

"நான் சரியாகி விடுவேன்," என்றான் விளாடிமிர். "நீயுமே சரியாகி விடுவாய் என்று நினைக்கிறேன்."

அவள் ஆமோதித்துத் தலையாட்டினாள்.

ஆமாம். நிச்சயமாய் நான் சரியாகி விடுவேன். வேறு வழி!

மாடிப்படியில் ஏறிக்கொண்டிருந்தபோது அவளுக்குத் திடீரென்று தோன்றியது: நாங்கள் அணைத்துக்கொள்ள வில்லை. அணைத்துக்கொண்டிருக்கலாம்.

அவள் அவர்களை விட்டுப்போய் ஒரு நிமிடத்திற்கு மேல் ஆகியிருந்தது என்பதைப் பையன்கள் கண்டுகொள்ளவேயில்லை. அவர்கள் தங்களுக்குள்ளாகவே விளையாடிக்கொண்டிருந்தார்கள். இன்னொருத்தருக்கான காய்கள் பலகைக்குப் பக்கத்தில் காத்துக் கொண்டிருந்தன. "இதோ, ஒரு நிமிஷத்தில் வந்து விடுகிறேன்," என்றாள் மோனிக்கா. அவர்கள் தலையாட்டக்கூட இல்லை. பாலர்பள்ளியைப் பற்றி வாயே திறக்கவில்லை. பகடை பலகையின் மீது உருண்டது.

போருட்டிடமிருந்து இன்னொரு செய்தி வந்திருந்தது.

மோனிக்கா, நான் விவகாரங்களைச் சரி செய்துகொண் டிருக்கிறேன். இன்னும் முழுதாய் முடியவில்லை. ஆனால் ஓரளவுக்குச் செய்திருக்கிறேன்.

நீ உடனே என்ன கேட்பாயென்பது எனக்குத் தெரியும் – நம் நிலை என்ன? இனிமேற்கொண்டு நம்மைப்பற்றி நினைக்காதவரை விஷயம் எளிதாயிருக்குமென்று நம்புகிறேன். நாம் மீண்டும் ஆரம்பத்திலிருந்து தொடங்கினால் எளிதாயிருக்குமென்று. நான் வேறு மாதிரியானவன். நீ எப்படி? ஒவ்வொரு நபருமே மாறலாம். காதலென்பதற்கான முந்தைய அர்த்தம் தவறானது என்பதையே ஒவ்வொரு புதிய காதலும் உனக்குச் சொல்லிக் கொடுக்கும். என்றாலும், நாம் கொண்டிருந்த காதல் நன்றாகவே இருந்தது. நான் அங்கே இல்லை என்பதற்காக நான் உன்னிடம் நெருக்கமாக இல்லை என்பது அர்த்தமல்ல.

எனக்குப் பையன்களின்மீது ஏக்கமாக இருக்கிறது மோனிக்கா. என்ன செய்ய வேண்டுமோ அதை முடித்தாகிவிட்டது. அவர்களைப் பார்க்க வரலாமென்றிருக்கிறேன். அவர்கள் பாலர்பள்ளி யிலிருந்து திரும்பும் போது. அவர்கள் இன்று பாலர்பள்ளிக்குச்

சென்றிருந்தால். நான் வீட்டிற்கு வருகிறேன். சுமார் ஏழு மணிக்கு. என்னிடம் இன்னும் வீட்டின் அட்டைச்சாவி இருக்கிறது.

உனக்கே தெரியும். நீ அங்கே இல்லாமலிருந்தால் எனக்கு வசதியாயிருக்கும். புரிந்துகொண்டதற்கு நன்றி. நீ எந்த நேரம் திரும்பி வருவாயென்றும் நான் எந்த நேரம் வெளியேற வேண்டுமென்றும் தெரிவி.

நான் நன்றாக இருக்கிறேன். நீயும் நன்றாகவே இருப்பாயென்று நம்புகிறேன்.

ஆமாம் போருட். நானும் நன்றாகவே இருப்பேன்.

"நான் மோனிக்கா பேசுகிறேன்," என்றாள்.

அவளுடைய உதவியாளர் ஒரு நொடி நிதானித்தாள்.

"மோனிக்கா, கொஞ்ச நேரம் கழித்துக் கூப்பிட முடியுமா? தயவு செய்து?" என்றாள் அவள்.

இவள் எப்பொழுதுமே இப்படி அலுவலக தோரணையிலேயே இருப்பவளோ?

அலுவலகம் எங்கோ தொலைவில், வெகு தொலைவில் இருக்கிறது. அதைப்பற்றி எனக்கு இப்போது அக்கறையில்லை. அவள் ஒரு வேளை இப்படியேதான் இருப்பவள் போலிருக்கிறது. நான் இப்படிப்பட்ட ஒரு ஆளோடு மிகுந்த நட்புணர்வுடன் பழக விரும்பியிருக்க மாட்டேன்_____

"அது வந்து_____ " என்றாள் மோனிக்கா.

"தயவு செய்து கொஞ்ச நேரம் கழித்துக் கூப்பிடு. நான் இப்பொழுது மிக மும்முரமாய் வேலை செய்துகொண்டிருக்கிறேன்," என்றாள் உதவியாளர்.

இது என்னுடைய தொழில். நீ மும்முரமாய் இருக்கிறா யென்றால் உண்மையில் நான்தான் மும்முரமாய் இருப்பதாக அர்த்தம்_____

இல்லை.

நானும்கூட.

நானும் கூட மும்முரமாகத்தான் இருக்கிறேன். இது வேறு விதமான மும்முரம். முக்கியமானது.

"எனக்கு அதிக நேரம் ஆகாது. நீ எதில் மும்முரமாய் இருந்தாலும் அது கொஞ்சம் காத்திருக்கட்டும்," என்றாள் மோனிக்கா.

உதவியாளர் அதிர்ச்சியோடு தொண்டையைக் கனைத்துக்கொண்டு மனிதவளத் தொடர்புப் பயிற்சியில் கற்றுக்கொண்டதையெல்லாம் திரட்டி மிகுந்த நிதானத்தோடு சொன்னாள்:

"சொல்."

அது அவளுடைய தொழில். அப்படித்தான் அவள் இப்போது நினைத்தாள். ஒரு வேளை, நான் சாமர்த்தியமாயிருந்தால், இதில் ஒரு பகுதி எனதாகி விடும். ஒரு சில ஆண்டுகளில். பிறகு கொஞ்சம் கொஞ்சமாக__________

"நான் போகிறேன். கொஞ்ச காலத்துக்கு உன்னையே இந்த நிறுவனத்திற்குப் பொறுப்பாக்கிவிட்டு நான் விலகுகிறேன்," என்றாள் மோனிக்கா.

"நான்__________" என்று இழுத்தாள் அந்த உதவியாளர்.

ஏற்கெனவே நான்தானே பொறுப்பெடுத்துக்கொண்டிருக்கிறேன்.

"சொல்," என்றாள் மோனிக்கா.

ஏற்கெனவே நான்தானே பொறுப்பெடுத்துக்கொண்டிருக்கிறேன் என்று அவள் சொல்லப்போகிறாள்.

"ஒன்றுமில்லை. மேலே சொல்," என்றாள் உதவியாளர்.

இன்னும் அவளுக்கு அந்த அளவிற்குத் தைரியம் வரவில்லை.

"தயவு செய்து என் பங்கிற்கு வரும் லாபத்தை அன்டார்டிக்கா வங்கிக் கணக்கில் சேர்த்து விடு," என்றாள் மோனிக்கா.

குடும்பத்தின் வங்கிக் கணக்குகளையெல்லாம் போருட் ஒரு வேளை மூடிவிட்டால். நானாயிருந்தால் அப்படித்தான் செய்வேன். என்னால் முடியுமென்றால். ஆனால், நான் சங்கேதக் குறிகளை மனனம் செய்ய மறந்துவிட்டேன்.

"மோனிக்கா, என்னால் எப்படி__________ நீ எங்கே போகிறாய்?" என்றாள் உதவியாளர்.

நான் மௌனமாயிருந்தேன்.

சரிதான். நான் எங்கே போகிறேன்?

இதற்கு ஒரே ஒரு சரியான பதில்தான் இருந்தது.

"எதிர்நீச்சல் போட," என்றாள் மோனிக்கா.

எனக்கு ஆறு மணி வரைக்கும் நேரமிருக்கிறது என்று முடிவெடுத்தேன். என்னுடைய விஷயங்கள் எல்லாவற்றையும் ஒழுங்குபடுத்தினேன். தேவையானவற்றையெல்லாம் வாங்கினேன். என்னுடைய கடந்தகாலச் செயல்பாடுகளை யெல்லாம் தொடர்புச்சாதனத்திலிருந்து நீக்கிய பிறகு அதை அணைத்து வைத்தேன். என்னுடைய வங்கிக் கணக்கில் இருக்கும் தொகையைச் சரிபார்த்துக்கொண்டேன். சாப்பாடு சமைத்தேன். நான் நினைத்த அளவுக்கு அதொன்றும் கஷ்டமாகத் தெரியவில்லை. பையன்கள் அவர்களுடைய விளையாட்டுகள் சிலவற்றை எனக்குக் கற்றுக்கொடுத்தார்கள். அதில் ஒரு சிலது உண்மையிலேயே வேடிக்கையாயிருந்தது. அவற்றுள் ஒரு சிலவற்றை நான் ஞாபகம் வைத்திருப்பேன்.

மாலை நேரம் நெருங்கிக்கொண்டிருந்தது. நான் கிளம்பப் போகிறேன் என்று பையன்களிடம் சொன்னேன். நான் திரும்பி வர ரொம்ப காலமாகுமா என்று அவர்கள் என்னைக் கேட்டார்கள். எனக்குத் தெரியாதென்று சொன்னேன். ஆனால் அவர்கள் கொஞ்ச நேரத்துக்கு மட்டுமே தனியாக இருக்க வேண்டியிருக்குமென்று சொன்னேன். பொம்மைக் கட்டடம் கட்டும் பாளங்கள் இருக்கும் புதிய பெட்டியொன்றை அவர்களிடம் கொடுத்தேன். உடனேயே அதை எடுத்து விளையாடுவதில் அவர்கள் மூழ்கிவிட்டார்கள். கதவருகில் நின்று அவர்களைக் கவனித்துக் கொண்டிருந்தேன். ஆனால் அவர்கள் என்னைத் திரும்பிப் பார்க்கவேயில்லை.

அவன் இங்கே வந்துவிடுவான். அவன் வருவதாகச் சொன்னால் இங்கே அவன் வந்துவிடுவான்.

பூட்டிற்குள் என்னுடைய சாவி அட்டை லகுவாக வழுக்கிக்கொண்டு சென்றது. கதவைத் திறந்து உள்ளே காலடி வைத்தேன். எல்லாமே மாறிவிட்டதா? அல்லது நான் மட்டும்தான் மாறியிருக்கிறேனா? ஏனைய யாவும் மாறாமல் முன்பிருந்த மாதிரியே இருந்த போதிலும், இந்தளவுக்கு மாறியும் இருக்குமா?

15

முடிவற்ற சாம்பா[1]

பூட்டிற்குள் என்னுடைய சாவி அட்டை லகுவாக வழுக்கிக்கொண்டு சென்றது. கதவைத் திறந்து உள்ளே காலடி வைத்தேன். எல்லாமே மாறிவிட்டதா? அல்லது நான் மட்டும்தான் மாறியிருக்கிறேனா? ஏனைய யாவும் மாறாமல் முன்பிருந்த மாதிரியே இருந்த போதிலும், இந்தளவுக்கு மாறியும் இருக்குமா?

யோசிப்பதற்கு நேரமே கிடைக்கவில்லை. டிம் அதற்குள்ளாகவே என் மீது தொற்றிக்கொண்டான்.

"ஹை, அப்பா. எங்கே போயிருந்தீர்கள்? உங்களுக்காகக் காத்துக்கொண்டிருந்தேன், வாங்க. நாங்கள் விளையாடிக் கொண்டிருக்கிறோம். எங்கள் அறையில். அங்கே போயிருங்கள். நான் வந்து விடுகிறேன். மூத்திரம் வருகிறது" என்றான் டிம்.

அறையிலிருந்து மைக் கூப்பிட்டான். இனி கேட்கும் பொழுது அவனுடைய குரல் ஏதோ வேற்று கிரகத்திலிருந்து கேட்கும் ஒலி போல் இருக்கும் என்று நினைத்திருந்தேன். ஆனால் அப்படியில்லை. என்னுடைய மடியிலிருந்து கூப்பிடுவதைப் போல்தான் அது ஒலித்தது.

"டிம், என்ன செய்துகொண்டிருக்கிறாய்?" என்றான் மைக்.

---

1. சாம்பா: ஆப்பிரிக்காவில் தோன்றி, பிரேசில் நாட்டில் பிரபலமான உற்சாக நடனம்.

"ஒன்றுமில்லை. அப்பா இங்கே இருக்கிறார்," என்றான் டிம்.

"அப்பா, அப்பா, சரியான நேரத்திற்கு வந்துவிட்டீர்கள். இந்தக் கட்டடத்தைக் கட்ட எனக்கு ஒத்தாசை செய்வீர்களா? இது ரொம்பக் கஷ்டமாக இருக்கிறது. டிம் உதவி செய்ய வேண்டுமென்றுதான் நினைக்கிறான். ஆனால் அவனுக்கு இது எப்படி என்றே புரியவில்லை. அவன் ரொம்பச் சின்னப் பையனாக இருக்கிறான்," என்றான் பெரியவன் மைக்.

"நிச்சயமாக உங்களுக்கு நான் உதவுகிறேன். அதற்காகத்தானே வந்திருக்கிறேன்," என்றான் போருட்.

"அப்பா_____" என்றான் மைக்.

"என்னடா?"

"உங்களுக்கு ஒன்று தெரியுமா?"

"தெரியாதே! சொல். தெரிந்துகொள்கிறேன்," என்றான் போருட்.

"எனக்கும் கூடத் தெரியவில்லை. நானும் கூடச் சின்னப் பையன்தான்," என்றான் மைக்.

"கவலைப்படாதே. ஒரு வேளை நான் ரொம்பப் பெரியவனோ என்னவோ! ஆனால் எதையுமே ஒழுங்காகச் செய்தால், நாம் சமாளிக்கலாம்."

"அருமை, அப்பா. சீக்கிரம் வாருங்கள். அதை வேகமாகச் செய்ய வேண்டும்."

"கொஞ்ச நேரம் பொறு. எனக்குக் கொஞ்சம் வேலைகள் இருக்கின்றன. அவற்றை முதலில் முடித்து விடுகிறேன். பிறகு உன்னோடு சேர்ந்து கொள்கிறேன்," என்றான் போருட்.

தக்கைத்திருகியை அது முதலில் வைக்கப்பட்டிருந்த இடத்திலேயே வைத்தேன். அது அங்கேயே கிடக்கட்டும். நான் வைன் அருந்தப் போவதில்லை. அதே போல், இப்போதைக்கு எந்தக் கணினி அமைப்பின் இதயத்திற்குள்ளும் நுழைந்து அதை சிதைக்கப் போவதில்லை. மலர்களை ஜாடிக்குள் செருகி அதைக் குழாய் நீரால் நிரப்பினேன். நீரை என் கைகளின் மீது வழிந்தோட விட்டேன். அதனுடைய நன்மைகளை மனத்தில் கொண்டு கைகளைக் குவளையாக்கி அதில் கொஞ்சத்தைப் பிடித்துத் தொண்டையை நனைக்க ஆசைப்பட்டேன். ஆனால் உடனேயே சுதாரித்துக் கொண்டேன்.

பொறு. கொஞ்சம் பொறுமையாக இரு. இதற்கு நீ இன்னும் பழகவில்லை. முதலில் தொழிற்சாலையில் தயாரான நீரோடு

கலந்துகொள். முதலில் கொஞ்சம் கொஞ்சமாக. பிறகு கொஞ்சம் அதிகமாக. இன்னும் அதிகமாக. சிறுக, சிறுக. பிறந்த குழந்தைக்கு ஆப்பிரிக்காவில் தண்ணீர் கொடுப்பதைப் போல். முதலில் கொதித்துக் குளிர்ந்த நீர். பிறகு அத்தோடு கொஞ்சமாய்க் கிணற்று நீர். கொஞ்சம் கொஞ்சமாய். பிறகு, கொஞ்ச காலம் கழித்து, கிணற்று நீர் மட்டும். நீ இதற்குப் பழக வேண்டும்.

மைக் என் கையைப் பிடித்துக்கொண்டான்.

"நீங்கள் வீட்டிற்கு வந்து விட்டதில் எனக்கு ரொம்ப சந்தோஷம் அப்பா. அம்மா வீட்டை விட்டுப் போய்விட்டார்கள். உங்களுக்குத் தெரியுமா? கொஞ்ச காலத்திற்கு வர மாட்டார் களாம். சொன்னார்கள். உங்களைக் கேட்டதாக சொல்லச் சொன்னார்கள்."

"நன்றி மைக், பசிக்கிறதா? எனக்குப் பசிக்கிறது. நான் ஏதாவது சாப்பிட்டுக்கொள்கிறேன்," என்றான் போருட்.

"எனக்குப் பசியில்லை. நாங்கள் பிஸ்கட் சாப்பிட்டோம். அம்மா மதிய உணவிற்குக் காய்கறிச் சாறு சமைத்துக் கொடுத்தார்கள்."

காய்கறிச் சாறு!

"காய்கறிச் சாறா? உண்மையான காய்கறிச் சாறா?"

"ஆமாம். நாங்களும் ஒத்தாசை செய்தோம். தயார்நிலைச் சாறு செய்து கொள்ளலாமே என்று சொல்லிப் பார்த்தோம். பெட்டி மீதே அதற்கான செய்முறையெல்லாம் அச்சாகியிருக்கும் என்றோம். ஆனால் அம்மா தயார்நிலைச் சாறு வேண்டாமென்று சொல்லிவிட்டு உண்மையான காய்கறிச்சாறே சமைக்கலாமென்றார்கள். இணையத்தில் செய்முறைகளைத் தேடி நாங்கள் இருவரும் உதவினோம். டிம் தக்காளிப்பழங்களை நறுக்கிக் கொடுத்தான்__________"

"தக்காளிப் பழங்களா? உண்மையான பழங்களா?" என்று கேட்டான் போருட்.

மைக் என்னை ஆச்சரியத்தோடு பார்த்தான்.

"ஆமாம். உண்மையான பழங்கள்தான். கசக்கியவுடன் அவை உடைந்துவிட்டன. ஒரு ஆள் அவற்றைக்கொண்டு வந்தான். தாடிக்காரன். மிதிவண்டியில் வந்து விசிலடித்தான். அழைப்பு மணியை அமுக்கவில்லை."

பாவெல். அது பாவெல்தான். அவனுடைய தொடர்பு எண்ணை உணவுச் சாமான்கள் அறையில் எழுதி வைத்திருக்கிறேன். ஆனால் மோனிக்கா கூப்பிடுவாளென்று யோசிக்கக்கூட__________

"கொஞ்சம் சாறு மீதமிருக்கிறது அப்பா. அந்தக் குக்கருக்குள். நீங்கள் சாப்பிட்டுப் பார்க்கலாம்," என்றான் மைக்.

அந்தச் சாறை சூடுபடுத்தினேன். தலையைக் குனிந்து கண்களை மூடி ஒரு தேக்கரண்டிச்சாறை வாயில்விட்டுப் பார்த்தேன். அது உண்மையான காய்கறிச்சாறுதான். சூரியனின் சுவையும், காற்றின் சுவையும் அதில் இருந்தன. அது என்னுள் இறங்குவதை உணர்ந்தேன்.

"சாறு நன்றாகச் செய்திருக்கிறேனா அப்பா?" என்றான் மைக்.

"அருமையாய்ச் சாறு சமைத்திருக்கிறாய் மைக். நீ கெட்டிக்காரன்."

"நான் தனியாக இதைச் செய்யவில்லை. அம்மாவும் டிம்மும் சேர்ந்து செய்தார்கள். நாங்கள் எல்லோருமாய்ச் செய்தோம்."

"உங்கள் எல்லோருக்கும் ஒரு சபாஷ்!" என்றான் போருட்.

பாவெலுக்கும்கூட ஒரு சபாஷ். இவ்வளவு நல்ல தக்காளிப்பழங்களை ரகசியமாய்ப் பயிர் செய்திருக்கிறானே அதற்காக. எனக்கும்கூட சபாஷ் போட்டுக்கொள்ளலாம். மோனிக்காவே பார்த்துக் கண்டுபிடிக்கும் அளவுக்குத் தெளிவான இடத்தில் அவனுடைய தொடர்பு எண்ணை எழுதி வைத்ததற்காக. சூரியனுக்கு ஒரு சபாஷ், பிரகாசித்ததற்கு. காற்றுக்கும் கூட__________

பொறு. பொறு. மகிழ்ச்சியில் திக்குமுக்காடி விடாதே.

ஒவ்வொரு தேக்கரண்டியாய்ச் சாறு உள்ளே இறங்க, இறங்க, எனக்கு மிகவும் இதமாக இருந்தது. சாறைக் காலி செய்ததும், குழந்தைகள் அறைக்குள் சென்றேன். இரு பையன்களோடும் சேர்ந்து அவர்களுடைய புதிய மத்தியதரைக்கடல் விளையாட்டுப் பாளங்களைக்கொண்டு கட்டடங்களை எழுப்பினோம். அதில் பார்சிலோனா[2], துப்ரோவ்னிக்[3], லார்நாகா[4], ஹைஃபா[5] போன்ற நகரங்களின் சிதைவுகளும், அவற்றுக்கு நடுவே சென்று வரும் ஆடம்பர சொகுசுக்கப்பல்களின் மாதிரிகளும் இருந்தன. நாங்கள் இணைந்து எழுப்பிய கலைநயம் மிக்க இடிபாடுகளைக் குழந்தைகள் மௌனமாக வியந்து பார்த்துக்கொண்டிருந்தார்கள்.

---

2. **பார்சிலோனா:** ஸ்பெய்ன் நாட்டு கேட்டலோனிய மக்களின் தலைநகரம். அந்நாட்டின் இரண்டாவது பெரிய நகரம். ரோமானிய காலத்து நகரம்.

3. **துப்ரோவ்னிக்:** ரகூஸா எனும் வரலாற்றுப்பெயர் கொண்ட க்ரோவேஷிய நாட்டு நகரம். பைஸாந்தியப் பேரரசு காலத்திலேயே பிரபலமாயிருந்த நகரம்.

4. **லார்நாகா:** ஸிட்டியம் எனும் வரலாற்றுப் பெயர் கொண்ட கிரேக்க கால நகரம். லார்நாகா எனும் பெயரில் புதுப்பிக்கப்பட்டு சைப்ரஸ் நாட்டின் தலைநகராய் விளங்கி வருகிறது. தத்துவஞானி ஸெனோவின் ஊர்.

5. **ஹேஃபா:** மூவாயிரம் ஆண்டுப் பழமை வாய்ந்த இஸ்ரேலிய நகரம். பஹாயி மதத்தின் தாயகம் என்று கருதப்படுவது.

மீண்டும் உணவுச் சாமான்கள் அறைக்குள் எட்டிப் பார்த்தேன். கொஞ்சம் உணவுப்பொருள் மீந்திருந்தது. ஆனால் பாவெல் அப்படியொன்றும் அதிகமாகக்கொண்டு வந்திருக்கவில்லையென்பது புரிந்தது. எப்படிக் கேட்டு வாங்குவதென்று மோனிக்காவுக்குப் புரியாமல் இருந்திருக்க லாம். சில்லறைப் பெட்டியைத் துழாவினேன். கொஞ்சம் உருளைக்கிழங்கும், வெள்ளரிக்காயும் வாங்குமளவுக்குச் சில்லறை இருந்தது.

என்னுடைய வங்கிக் கணக்குத் தற்சமயம் முழுதாய்க் காலி. எனக்குப் பசித்தது.

பையன்களைப் பல் துலக்கி, பைஜாமாக்கள் அணிந்துகொள்ள வைத்து, படுக்க அனுப்பினேன். எவ்வித எதிர்ப்புமின்றி அவர்கள் இதையெல்லாம் செய்தார்கள். படுத்து போர்வையை மோவாய்வரை இழுத்து விட்டுக்கொண்ட பிறகு டிம் கேட்டான்:

“இப்பொழுது என்ன செய்யப் போகிறீர்கள், அப்பா?”

“கொஞ்ச நேரம் வெளியில் போய்விட்டு வரப்போகிறேன் டிம்,” என்றேன்.

“அப்படியா!__________ வர ரொம்ப நேரம் ஆகுமா?”

“இல்லை. போன வேகத்தில் திரும்பி விடுவேன். நீங்கள் இருவரும் விழித்துக்கொள்வதற்குள் வந்து விடுவேன்,” என்றான் போருட்.

“அப்படியானால் சரி,” என்றான் டிம்.

அவர்களுடைய நெற்றிமீது கையை வைத்துப் பார்த்தேன். முதலில் ஒருவன் நெற்றியிலும் பிறகு அடுத்தவன் நெற்றியிலும். இருவருக்குமே தூக்கம் சொக்கிக்கொண்டிருப்பதை உணர்ந்தேன்.

என்னுடைய கணினிகளை நான் இயக்கவில்லை. கிதாரை எடுத்துச் சுருதி சேர்த்துப் பார்த்தேன். முதலில் கொஞ்ச நேரத்துக்குக் கடினமாக இருந்தது. பிறகு மெல்ல மெல்ல அந்த இசைக்கருவி பழக்கத்துக்கு வந்தது. மக்களுக்குக் கட்டாயம் தெரிந்திருக்கும் எனும் வகையான பாடல்களை நினைவுக்குக் கொண்டுவர முயன்றேன். ஆனால் எதுவுமே நினைவுக்கு வரவில்லை. தேசிய கீதத்தை யோசித்தேன். மக்கள் எல்லோருக்குமே தேசியகீதம் தெரிந்திருக்கும். ஆனால் அதைத்தான் வாசித்தாக வேண்டும் எனும் அளவிற்கு வழியற்றவனாக என்னைக் கருதவில்லை. ஏதோ ஒன்றை வாசிக்கத் தோன்றி விடும். மனத்திற்குத் தோன்றியபடி ஆரம்பிக்கலாம். ஒரு வேளை ஏதேனும் பிடிபடும்.

கிதாரின் உறையை என்னால் கண்டுபிடிக்க முடிய வில்லை. என்னுடைய உடுப்புகளுக்கான நீண்ட பையை கிதார் மீது சுருட்டி எடுத்துக்கொண்டேன். ரொம்ப தூரம் போய்விட வேண்டாமென்று தீர்மானித்து எங்கள் வீட்டிற்குப் பக்கத்திலிருந்த பேரங்காடிக்கு வெளியே இருந்த நடைபாதையைத் தேர்ந்துகொண்டேன். அதையடுத்து நீளும் கால்வாயை ஒட்டி, மதுவகங்களும் உணவகங்களும் வரிசையாய் இருந்தன. அங்காடிக்குள்ளிருந்து மக்கள் வருவது நின்றாலும் உணவுக்கும் மதுவுக்கும் மக்கள் வந்துகொண்டேயிருப்பார்கள். அதிலும் நிறையப் பேர் நடந்துதான் செல்வார்கள். அவர்களுள் ஒரு சிலருக்கேனும் என்னைத் தெரிந்திருக்கும். அவர்கள் நல்லவர்களாக இருக்கக் கூடுமா, கெட்டவர்களாக இருக்கக் கூடுமா என்று யோசிக்க முடியவில்லை. பார்ப்போம்.

காலியாக இருந்த பூச்சட்டியொன்றின் மீது அமர்ந்துகொண்டேன். என்னுடைய தந்தையின் தொப்பியை எனக்கு முன்பாகத் தரையில் வைத்து கிதாரை மீண்டும் சுருதி சேர்த்து, வாசிக்கத் தொடங்கினேன். பாதாள சாக்கடை கொஞ்சம் எதிரொலியைச் சேர்த்தது. நான் இருப்பதைக் கவனியாதது போல் பாசாங்கு செய்து ஆரம்பத்தில் கொஞ்சம் பேர் என்னைக் கடந்து சென்றார்கள். சில நிமிடங்களிலேயே, என்னுடைய தொப்பிக்குள் முதல் தள்ளுபடிச் சீட்டு விழுந்தது. அதை எடுத்துத் தொப்பியின் விளிம்பின்மீது வைத்துத் தொடர்ந்து வாசித்தேன்.

எவ்வளவு காசு கிடைத்திருக்கிறது என்பதைக் காலைவரை எண்ணிப் பார்க்கக் கூடாதென்று வீட்டிற்குள் நுழைந்தவுடன் முடிவு செய்தேன். கொஞ்சம் பணம் சம்பாதிக்க இது நல்ல வழியில்லையென்றானால் வேறு ஏதாவது யோசனை உறக்கத்தில் உதிக்கலாம். ஒன்றும் அவசரமில்லை. இன்னமும் விற்றுச் சாப்பிட என்னிடம் ஏராளமான பொருட்கள் இருக்கின்றன. ஒரு வேளை, மோனிக்கா குடும்ப வங்கிக் கணக்குளை முடக்காமல் வைத்திருக்கலாம். நாளை அதையுமே எடுத்துப் பார்க்கலாம். கணினியில் ஒரு மாதிரிக் கணக்கைப் போட்டுப் பார்க்க வேண்டும். நமக்கென்று எவ்வளவு பணம் தேவைப்படும். வறியவர்களுக்கு எவ்வளவு தர முடியும் என்ற கணக்கை. நான் கண்மூடித்தனமாக ஆரம்பித்து விட்டேன். நான் காணாது போயிருந்தால் யாரும் ஒரு வேளை என் வழியைப் பின்பற்றப் போவதில்லையாயிருக்கும். இந்த முயற்சி கைகூட நான் பிறரையும் உடன் சேர்த்துக்கொள்ள வேண்டும்.

குழந்தைகளின் நிம்மதியான சுவாசத்தை கவனித்துக் கொண்டிருந்தேன். பிறகு ஒரு விஷயத்தை ஏற்றுக்கொண்டேன்: நான் வீட்டிற்கு மீண்டு விட்டேன். எனக்கும் இந்த உலகிற்கும்

இடையில் இருக்கும் சுவரை இனித் தகர்த்து விடலாம். வெள்ளத்தில் நான் ஒன்றும் மூழ்கிவிடப் போவதில்லை.

எனக்கு வந்திருந்த குரல் அஞ்சல்களைக் கேட்கத் தொடங்கினேன். தலைவரின் அலுவலகத்திலிருந்து ஏராளமான அழைப்புகள். விளம்பரக் குறும்பாடல்கள். தான் என்னிடம் விடுத்த அழைப்பு இன்னும் காலாவதியாகவில்லை, உண்மையில் இரண்டு அழைப்புகளுமே என்று மாயா. இவை போக நிறைய தேவையற்ற பொருட்களுக்கான குரல் விளம்பரங்கள்.

மாயா ஒரேயடியாய்க் கொந்தளித்திருந்தாள். *தூரத்தில் வேண்டாமா? தொழிலுக்கு நல்லதில்லை அப்படித்தானே?*

“போருட், முன்பு சொன்னதை விடவும் பெரிய வாய்ப்பு ஒன்று இருக்கிறது. உனக்குத் தெரியுமா? நான் நிறுவனத்தை எடுத்துக்கொண்டு விட்டேன். தலைவர் எங்கோ காணாமல் போய்விட்டார். மலைப்புத்தட்டும் விதமாக மறைந்து போகும் வித்தையை அவர் காட்டியிருக்கிறார். எங்கே போயிருக்கிறாரென்று யாராலுமே கண்டுபிடிக்க முடியவில்லை. அநேகமாய் தெற்குப்பக்கம் சென்றிருப்பார். எனக்குத் தெரிந்து அவருடைய சொத்துகள் பலவற்றை அங்கே மாற்றிக்கொண்டிருக்கிறார். அங்கெல்லாம் வரிகள் விதிக்கப்படும் இடங்கள் இருந்தாலுமே வரிவிகிதம் என்னவோ கம்மி. இல்லாவிட்டால், பெரிய தலைகளுக்கு ரொக்கமாய்க் கையில் தந்துவிட்டால் போதும். எது எப்படியோ, அவர் போய்விட்டார். நிறுவனத்தை எடுத்து நடத்த என்னை நியமித்திருக்கிறார். முடிந்தபோது வந்து போ. நாம் ஏதாவது செய்வோம்.”

ஓ மாயா. நீ எப்பொழுதுமே நம்பிக்கையைக் கைவிடுவதில்லை. உன்னுடைய ஆசைகளை நிறைவேற்றிக்கொள்ள மேலும் மேலும் சிக்கலான சாக்குப்போக்குகளைக் கற்பனை செய்துகொண்டே இருக்கிறாய்.

அடுத்த குரல் அஞ்சலைத் திறந்தேன். தொடர்புச்சாதனத்திலிருந்து மோனிக்காவின் குரல் மிதந்து வந்தது. தனக்குப் பரிச்சயமானவர்கள் யாருமற்ற ஏதோ தொலைதூரப் பெருநிலத்திலிருந்து கேட்பதைப் போல் அது மிதந்து வந்தது. லேசான நடுக்கத்தோடு. உதறலோடு. உண்மையான உலகின் ஓசை.

“ஹாய் போருட்! இதை நீ கேட்டுக்கொண்டிருக்கிறாயென்றால் நீ வீட்டிலிருக்கிறாய் என்று அர்த்தம். உன்னுடைய உன்னதக் கலவையை நீ எப்படியோ சமாளித்து விட்டாயென்று நம்புகிறேன். அல்லது ஏதோ ஒன்றை.”

ஆமாம். சமாளித்துவிட்டேன். அது ஒன்றும் உன்னதமான தில்லை. ஆனால் அது என்னுடையது. உன்னுடையதும் கூட. உங்கள் அனைவரையும் இதில் நான் சிக்க வைத்து விட்ட விதத்தில்.

"சரி. கொஞ்ச காலத்திற்கு நான் வெளியேறுகிறேன். புரிந்து கொண்டதற்கு நன்றி. சில நேரங்களில் வெகு தொலைவுக்குப் போய் இருக்கும்போதுதான் விஷயங்களைத் தெளிவாகப் பார்க்க முடிகிறது. அணுக்கம். அணுக்கம் என்பது ஒரு வலி, போருட். உனக்கே தெரியும் எனக்கு வலியைக் கண்டாலே பயம்."

நன்றாகவே எனக்குத் தெரியும்தான். உன்னைப்பற்றி எனக்குத் தெரிந்திருக்கும் மிகச்சில விஷயங்களுள் இதுவும் ஒன்று.

"நீ விட்டு விலகிச் சென்றதற்கு நன்றி போருட். அது சரியான பலனைக் கொடுத்தது. நாம் வாழும் இந்த வாழ்க்கை மட்டுமேதான் வாழ்க்கை என்பதில்லை எனும் உண்மையை அது உறைக்க வைத்தது. இது மட்டுமே சாத்தியம் என்பதில்லை எனும் உணர்வை. நீ எங்கோ தொலைவுக்கு விலகிச் சென்று விட்ட நேரத்தில் நானுமே கூட எங்கோ தொலைவுக்கு விலகிப் போயிருக்கிறேன் என்பதைப் புரிந்துகொண்டேன். அது மட்டுமில்லாமல், எனக்கு நானே அணுக்கமாக இருக்க ஏங்குகிறேன் என்பதையும் புரிந்து கொண்டேன். அது என்னைக் காயப்படுத்திய போதிலும். நான் என்ன செய்கிறேன் என்பதை இப்போது ஒரு வழியாக உணரும் அதே அளவிற்கு என் ஏக்கத்தையும் நான் தெளிவாகவே உணர்ந்தேன். என்றேனும் ஒரு நாள் நான் இறக்கத்தான் போகிறேன் என்பதையும், அது பிறருக்கு வேதனையைத் தரக்கூடும் என்பதையும் உணர்ந்ததைப் போலவே. இந்த உணர்விலிருந்து தப்பி ஓடத் தேவையில்லை என்பதையும் நான் புரிந்துகொண்டிருக்கிறேன். நான் சொல்லும் இதெல்லாம் உனக்கு விளங்குகிறதா?"

விளங்குகிறது.

"காதலை வென்றடக்க முனையாத எதுவுமே காதலுக்கு வலிமையூட்டுகிறது. வலுவில்லாத உறுப்புகள் கழண்டு விழுந்துவிடுகின்றன. அதன் பிறகு நாம் காதலிக்கும் போது எதைக் காதலிக்கிறோமோ அதை மேன்மையாக உணருகிறோம். இதுவும் புரிகிறதா?"

எனக்கு நன்றாகவே புரிகிறது மோனிக்கா.

"நீ வெளியேறி விட்ட பிறகு என்ன செய்தாய் என்று எனக்குத் தெரியாது. சொல்லப்போனால், இங்கிருந்த போது நீ என்ன செய்து கொண்டிருந்தாய் என்பதுகூட எனக்குத் தெரியாது. ஆனால் அதைத் தெரிந்துகொள்ள வேண்டிய அவசியமில்லை என்று இப்பொழுது தோன்றுகிறது. ஒருவேளை அதை நான்

தெரிந்துகொள்ளக் கூடாதோ என்று கூட. அதெல்லாம் முடிந்தபிறகு நீ என்னிடம் அதைப்பற்றிச் சொல்லலாம். உனக்குத் தோன்றினால்."

கட்டாயம் சொல்வேன்.

"உன்னால் தங்க முடியுமானால் வீட்டில் தங்கு. முடியாதென்றால் எனக்குத் தெரிவி. நான் முற்றிலுமாக உன்னோடு துண்டித்துக் கொள்ளப் போவதில்லை. துண்டித்துக்கொள்ளலாம் என்று என்னிடம் நீ சொல்லாத வரை."

இங்கே அவள் சற்று இடைவெளி விட்டாள்.

"நான் சரியாகி விடுவேன். நீயும் கூட சரியாகி விடுவாய் எனும் நம்பிக்கை எனக்குண்டு."

அதன் பிறகு தொடர்பு அறுந்து போனது. உன்னிடமிருந்து மீண்டும் அழைப்பு வருமோ என்று காத்துக்கொண்டே இருந்தேன். ஆனால் நீ கூப்பிடவில்லை. எப்படியிருந்தாலும், அவசரமேதும் இல்லை. எனக்கு நிறைய நேரம் இருக்கிறது. என்னால் காத்திருக்க முடியும். நீ என்னோடு தொடர்பு கொள்ளவில்லையென்றால் நான் உன்னைத் தேட வேண்டியதில்லை என்பதை நான் அறிந்தே இருக்கிறேன். நேரம் அமையும் போது நாம் சந்திப்போம். மீந்திருக்கும் என் வாழ்வில் நான் வேறெங்கும் போகாமல் இங்கேயே இருந்தால். உன்னை சந்திக்க முடியாமலே ஆகி விடும் சாத்தியம் இருப்பதாக நான் நம்பவில்லை. குழந்தைகள் வளர்ந்து பெரியவர்கள் ஆவார்கள். அவர்களுக்கும்கூட சொந்தமாய்க் குழந்தைகள் பிறக்கலாம். வாழ்க்கை ஓடும். நான் ஒரு சில விஷயங்களைச் சரியாகச் செய்வேன். பிற விஷயங்களைத் தப்பாகக்கூட. இடைப்பட்ட காலத்தில் உனக்குச் செய்திகள் அனுப்புவேன். பெறுநர் இந்த முகவரியில் இல்லை என்று அவை திரும்பி வரக்கூடும் என்று எனக்குத் தெரியும். யோசித்துக் கொண்டு மட்டும் இருக்காமல் சொல்லியே தீர வேண்டிய விஷயங்கள் என்று சிலது இருக்கின்றன. அதனால்தான் உனக்கு நான் நேரடியாகவே கடிதம் எழுத வேண்டி இருக்கிறது. இது முதல் கடிதம். தொடர்ந்து பல கடிதங்களை எழுதுவேன். ஒரு வேளை கடிதங்கள் எழுத முடிவே இல்லாமல் போகலாம். எல்லாமே மாறுகின்றன. ஒரு வேளை, இவ்வுலகில் நோய்களே இல்லாமல் போகலாம். நாம் இறவாமல் இருக்கக் கூடும். நம்முடைய குழந்தைகளும் கூட இறவாமல் இருக்கக்கூடும். யார் கண்டார்கள், யாருமே இனிமேற்கொண்டு இறவாமல் இருக்கவும் வாய்த்திருக்கலாம். ஆனால், நாம் எல்லோருமே இறந்து போவோம் என்றாலும் கூட, விரைவிலேயே இறந்து போவோம் என்றாலுமே, அது நம்மை வருத்தப்படுத்தும்

என்றாலுமே, இந்தக் கடிதத்தை நான் அனுப்புவது அவசியமாகிறது. நான் சொல்வது உனக்குக் கேட்கிறதா மோனிக்கா? கேட்கிறாய்தானே? உனக்குப் புரிகிறதுதானே? இல்லையா?

மீண்டும் இது இசைக்கான காலம். ஏதோ ஒரு இசையல்ல. சிறு பெண்களைப் பார்த்துக்கொண்டிருப்பது, வாழ்க்கை என்பது ஓடிக்கெண்டிருப்பது என்று சொல்லும் பாலின்யு டா வியோலாவுடைய[6] காலத்தால் அழியாத அந்தப் பாடல். சத்தம் போடாதீர்கள், தயவு செய்து. என் நெஞ்சுணரும் இந்த வலியை நான் மறக்க முயலும் போது. என்னுடைய குறைகளைப் பற்றி எதுவும் சொல்லாதீர்கள். பிறகு ஓராயிரம் தாளங்கள் கொண்ட இடைவேளை. பெண்களைப் பார்க்க. இந்தக் காதல் மட்டுமே. அவ்வளவு ஓய்வாக. இதை அறிந்தோர் யாரும் பேசாதீர்கள். இதைப் பற்றி ஒன்றும் தெரியாதவர்கள் வாயை மூடிக்கொண்டிருங்கள். தேவையென்றால் மீண்டும் சொல்கிறேன். ஏனென்றால், இன்று நான் ஆடப் போகிறேன், என் இஷ்டப்படி, முடிவிலியைப் பற்றி ஒரு சாம்பா நடனம். வேறு ஏதோ ஒரு வடிவத்திலில்லை. நாம் முதன்முதலாக ஒன்றாய்ப் படுத்தெழுந்த அன்று கேட்டுக்கொண்டிருந்தோமே அதே வடிவில். மாரிஸா M[7] பாடுவாளே அந்த வடிவில். இந்த உலகிலேயே மிக மிக அழகானவள் அவள்தான். நீயும் ஒப்புக்கொள்வாய். மோனிக்கா, ஒப்புக்கொள்கிறாய் இல்லையா? உனக்குத் தெரியும், என் தொடர்புச்சாதன சுவரொட்டியாய் அவளுடைய படத்தைத்தான் வைத்திருந்தேன். உன்னுடைய படத்தையல்ல. உன்னுடைய படத்தை எனக்குள் நான் சுமந்தபடியிருந்தேன். அதைப் பற்றிக் கொஞ்சம் சங்கடமாகக்கூட இருந்தது எனக்கு. கொஞ்சம் சிறுபிள்ளைத்தனமாக. உன்னிடம்கூட இதைச் சொல்லியிருக்கிறேன்: ஆங்கில M எழுத்தில் தொடங்கும் பெயருள்ள பெண்கள் நீங்கள் எல்லோருமே அழகானவர்கள்.

அதிலும் இரண்டு M சேர்ந்த பெயர் கொண்டவர்கள் இரு மடங்கு அழகானவர்கள். இதை நான் சொல்லிவிட்டுச் சிரித்தேன். ஆனால் அது உண்மைதான் இல்லையா? நான் சிரித்திருக்க வேண்டியதில்லை. உணர்ச்சிகள் எப்போது சிறுபிள்ளைத்தனமாகவும், கிறுக்குத்தனமாகவும் இருப்பது போல் தோன்றுகின்றன? நாம் எப்போது அவைகளுக்கு மிகவும் வளர்ந்தவர்களாகிப் போகிறோம்? காயப்படுத்திவிடக் கூடாது எனும் எல்லைக்கோட்டை நாம் எப்போது தாண்டுகிறோம்?

---

6. **பாலின்யு டா வியோலா:** பிரேசில் நாட்டு சாம்பா இசைக்கலைஞர். பாடகராக, பாடலாசிரியராக, கிதார் கலைஞராக, மேண்டலின் கலைஞராக என்று பன்முக விற்பன்னராக அறியப்படுபவர்.

7. **மாரிஸா M:** மாரிஸா டி அஸெவெடோ மான்ட்டே எனும் பிரேசில் நாட்டு சாம்பா பாடகி. இவர் இசையமைப்பாளரும், இசைக்கருவி விற்பன்னரும்கூட.

உனக்கு என்னதான் ஆயிற்று மரிஸா? நீ எங்கே போனாய்? உன்னுடைய பாடலில் வரும், ரியோ நகரத் தெருக்களில் வீடற்று அலைந்து, காதலைப் பற்றி சுவர்களில் எழுதியபடி முப்பதாண்டு களைக் கழித்த, மென்பண்புகள் கொண்ட தீர்க்கதரிசி, ப்ராஃபட்டா ஜென்டிலெஸா எனும் ஆண் கதாபாத்திரத்தை ஏற்றுக்கொண்டு விட்டாயா? எப்போதாவது வாய்த்தால் நான் அங்கே போய் வர வேண்டும். அந்தத் தெருக்களைப் பார்த்து வர. அந்தச் சுவரெழுத்துகளைப் படித்துப் பார்க்க. இன்னும் ஒன்றும் தாமதமாகி விடவில்லை. அதே போல் இது அப்படி யொன்றும் சீக்கிரமும் அல்ல. எந்த நேரமென்றாலுமே சரியான நேரம்தான். ஒவ்வொரு சொல்லுக்குப் பிறகும் இன்னொன்று, அதன் பிறகு இன்னொன்று என்றிருக்குமாம். அவை எல்லாவற்றையும் படித்து முடிக்க சாத்தியப்படாதாம். நீயுமே மறைந்துவிட்டாய் மோனிக்கா. என்ன ஆயிற்று உனக்கு என்று நான் கேட்டுவிட முடியும். எங்கேதான் போய்விட்டாய் என்றும். ஆனால், நான் கேட்கப் போவதில்லை. உன் உணர்ச்சிகள் எம்மாதிரியானவையென்று எனக்குத் தெரியும். ஒன்றைச் செய்தாக வேண்டிய அவசியத்தை உணர்ந்தால், அதை நீ செய்தேயாக வேண்டும் என்பதும் எனக்குத் தெரியும். நான் செய்திருக்கிறேன். மனத்தில் என்ன நினைத்தேனோ அதை நான் செய்திருக்கிறேன். செய்து விட்டுத்தான் நான் திரும்பி வந்திருக்கிறேன். ஆனால் எதுவும் மாறி விடவில்லை. இந்தக் கதவின் வழியாகத்தான் உள்ளே வந்தேன். முன்பு எப்படியிருந்ததோ அப்படியேதான் எல்லாமும் இப்போதும் இருக்கின்றன. ஆனாலும் கூட எல்லாமும் வித்தியாசமாகவும் இருக்கின்றன. ஒரு நொடியில் எல்லாமே மாறியிருக்கின்றன.

என் அறைக்கதவு திறக்கும் ஓசை கேட்டது.

“அப்பா.”

“சொல் டிம்.”

“நான் தூங்கிக்கொண்டிருந்தேன். பிறகு விழித்துக் கொண்டேன்.”

“அப்படியா? எதனால் விழித்துக்கொண்டாய்?”

நீங்கள் மீண்டும் கிளம்பிப் போய் விட்டீர்களோ என்று பயமாக இருந்தது. நீங்கள் இங்கேதானே இருக்கப் போகிறீர்கள்?”

“ஆமாம் டிம். இங்கேதான் இருக்கப்போகிறேன்.”

“உங்களுக்கு வேண்டுமென்றால் நீங்கள் கிளம்பிப் போகலாம். ஆனால் நான் உங்களிடம் கேட்டுக்கொள்ள வேண்டுமென்று

மைக் சொன்னான். மைக்கும் கூட விழித்துக்கொண்டுதான் இருக்கிறான். உங்களுக்குத் தெரியுமா?"

"இல்லை. நான் போகப் போவதில்லை. நீ மைக்கிடம் சொல்லி விடலாம்."

"அம்மா கிளம்பிப் போய் விட்டார்கள். சரியா?"

"ஆமாம். அம்மா கிளம்பிப் போய்விட்டார்கள். சரிதான்."

"நீங்கள் இப்போது என்ன செய்யப் போகிறீர்கள், அப்பா?

"எதற்காகக் கேட்கிறாய்?"

"எதற்காகக் கேட்கிறேனென்றால், இப்பொழுது அம்மா போய் விட்டதால்."

"அப்படியா? முதலில், நான் கொஞ்சம் எழுத வேண்டும்."

"எழுத வேண்டுமா? உங்கள் வேலைக்காகவா?"

"இல்லை. வேலைக்காக இனிமேல் நான் எழுதப் போவதில்லை. அம்மாவுக்கு ஒரு கடிதம் போட வேண்டும். உனக்கு ஒன்று சொல்லட்டுமா, டிம்?"

"என்ன அப்பா?"

"இது உனக்குத் தூங்குகிற நேரம். நீ சீக்கிரமாய்ப் போய்ப் படுத்தால், நாம் நாளை பட்டம் விடலாம்."

"ஏ மைக்! கேட்டாயா? நாளைக்கு நானும் அப்பாவும் பட்டம் விடப் போகிறோம்."

"மைக்கும்தான் நம்மோடு வரப் போகிறான். நாமெல்லோரும் சேர்ந்துதான் பட்டம் விடப் போகிறோம்."

"சரி. நாளைக்கு நீயும் கூடப் பட்டம் விடப் போகிறாய் மைக்! அப்பா!"

"சொல்."

"நாளைக்கு நாம் பாலர்பள்ளிக்குப் போகத் தேவையில்லையா?"

"வேண்டியதில்லை. நாளைக்கு நீ பாலர்பள்ளிக்குப் போக வேண்டியதில்லை. ஏனென்றால், எனக்கு வேலைக்குப் போக வேண்டியதில்லை. அதனால்."

"அப்படியா! ஆனாலும் கூட நாம் மதிய உணவு சாப்பிடுவோமில்லையா?"

என்னை மாற்று

"நிச்சயமாக. நாம் மதிய உணவு சாப்பிடத்தான் போகிறோம்."

"சரி. ஆனால், அப்பா_____"

"சொல்."

"பாலர்பள்ளியில் இருக்கும் பெண்கள் அளவுக்கு உங்களுக்கு நன்றாகச் சமைக்க வருவதில்லை."

"பாலர்பள்ளிக்குப் போக வேண்டுமென்று உங்களுக்குத் தோன்றினால் நீங்கள் போகலாம் டிம். அது உங்கள் விருப்பம்."

"அப்படியா? சரி. நான் தேர்ந்துகொள்கிறேன். இல்லை. இல்லை. எனக்குப் பாலர்பள்ளிக்குப் போக வேண்டாம். சரியா?"

"சரி. கவலைப்படாதே."

"அப்பா!"

"சொல்."

"நாளைக்கு நாம் இயந்திரப் பட்டம் விடப் போகிறோமா?"

"இல்லை டிம். சாதா பட்டம்தான். தானே காற்றில் ஏறும் பட்டம்."

"சரி. இயந்திரப் பட்டங்கள் பயங்கரமாகச் சத்தம் போடுகின்றன. அதனால்தானே?"

"ஆமாம். அவை அவ்வளவு இயற்கையானவை இல்லை என்பதால்."

"ஓஹோ! உங்களுக்கு ஒன்று தெரியுமா அப்பா?"

"என்ன?"

"எனக்குக் காற்றில் ஏகும் பட்டம்தான் மிகவும் பிடிக்கும். ஏனென்றால், அது எங்கே போகுமென்று சொல்லவே முடியாது. உங்களுக்கு ஒன்று தெரியுமா, அப்பா?"

டிம் என்னைக் கட்டிப்பிடித்துக்கொண்டான். அவன் கன்னத்தை என் கன்னத்தின் மீது உரசியபடி.

"என்ன டிம்?"

"நான் ஏற்கெனவே இயந்திரப் பட்டம் வேண்டாமென்று முடிவு செய்து விட்டேன்."

"நல்லது. நீ புத்திசாலி!"

"சரி. மைக்கும் இதே போல் தீர்மானித்துவிட்டானென்று நினைக்கிறீர்களா?"

"எனக்குத் தெரியாது. நாளைக்கு அவனைக் கேட்போம். இப்போது உனக்குத் தூங்கும் நேரம். இல்லையா?"

"ஆமாம். ஏனென்றால், நான் சீக்கிரம் தூங்கப் போனால், நாளைக்குப் பட்டம் விடுவோம். அப்படித்தானே.?"

"ஆமாம். சீக்கிரம் போ. மைக் ஏற்கெனவே தூங்கிவிட்டான்."

"மைக் தூங்கவில்லை. கேட்டுக்கொண்டிருக்கிறான்."

"நல்லது. பட்டம் விடுவது தூங்குவது பற்றியெல்லாம் அவனுக்குச் சொல். சரியா?"

"சொல்கிறேன் அப்பா. இன்னும் ஒரே ஒரு விஷயம்_____"

"டிம், நீ சீக்கிரம் போகவில்லை என்றால், நாளைக்குப் பட்டம் விடப் போக நேரம் இருக்காது. எனக்கும் எழுத நேரம் கிடைக்காது."

"அம்மாவுக்கா? சரி. உங்களுக்கு இரவு வணக்கம் சொல்லத்தான் நினைத்தேன் அப்பா."

"சரி. இரவு வணக்கம் டிம்."

இசை நின்று போனது. குழந்தைகள் அமைதியானார்கள். எல்லாமே மௌனமானது.

சில வேளைகளில் விஷயங்கள் மாறத்தான் வேண்டும். அவை மாறவே செய்கின்றன.

என்னை மாற்று

16

இப்பொழுதே நாம் செய்துவிடுவோம். இந்தக் கதையை நாம் முடித்துக்கொள்வோம். நானும் நீயும். நீண்ட காலம் நாம் காத்திருந்துவிட்டோம். எப்பொழுது முடியும் என்று சொல்லச் சொல்லி யிருந்தாய். இதோ, இப்பொழுது அது முடிந்துவிட்டது. நடக்க வேண்டியவை நடக்கத்தான் செய்யும்.

வண்ணமயமான அந்தப் புத்தகத்தைப் புரட்டிக் கொண்டிருந்தது நினைவிருக்கிறதா? யாரோ ஒரு ஆள் கேமராவோடு உலகைப் பறந்து வலம் வந்து, ஒவ்வொன்றையும் வானத்திலிருந்து பார்த்திருந்தார். எவ்வளவோ நான் ஊர் சுற்றியிருந்தபோதும் ஒரு படம்கூட ஏன் எடுக்கவில்லை என்று நீ என்னைக் கேட்டாய். ஒவ்வொரு விஷயத்தையும் என் கண்கள் வழியாகவே நினைவில் வைத்திருக்க விரும்புகிறேன் என்றேன் உன்னிடம். கண்கள் வழியாக நினைவில் வைப்பதே சரியான முறை. என் கண்கள் எல்லாவற்றையும் பார்க்கின்றன. என்னைத் தவிர. இந்த உலகத்தை இதே மாதிரிதான், ஏதோ அங்கே நான் இருக்கவில்லை என்பதைப் போல நான் நினைவில் வைத்திருக்க விரும்புகிறேன் என்று சொன்னேன். அங்கே நான் இருக்க விரும்பவில்லை என்று உன்னிடம் சொன்னேன். இதைத் திரும்பத் திரும்பச் சொன்னேன். என்னைப் பார்த்தால் அழுதுகொண்டிருப்பதைப் போல் தோன்றுவதாகச் சொன்னாய்.

பார்ப்பதற்கு அழுதுகொண்டிருப்பதுபோலத் தோற்றமளிக்க நான் விரும்பவில்லை. எது எப்படியோ. இதைப் பற்றிப் பேச எனக்குப் பிடிக்க வில்லை. நான் சொல்ல ஆசைப்பட்டது வேறு: இதோ இந்தக் கதை ஒட்டுமொத்தமாக. இப்பொழுது சொல்கிறேன்: நான் உன்னைக் காதலிக்கிறேன். உனக்குச் சங்கடமாகத்தான் இருக்கும். எனக்குத்

தெரியும். சொல்ல வேண்டிய விஷயம் இதுவல்ல, இது ரொம்ப சுலபம் என்று நினைத்துக்கொள்கிறாய். அப்படி நினைக்காதே. சுலபமல்ல.

சங்கடப்படவும் வேண்டாம். நீ அவசியம் தெரிந்துகொள்ள வேண்டிய விஷயம் இது. நான் உன்னைக் காதலிக்கிறேன் என்ற வார்த்தைகளை இனி உன் வாழ்க்கையில் எத்தனை முறை கேட்கப் போகிறாய் நீ? மிக முக்கியமான வார்த்தைகள் இவை. நீ கேட்கத்தான் வேண்டும்.

இந்தக் கதை முடிந்துவிட்டது. வேறு கதைகள் இருக்கும். அவற்றில் உனக்கும் இடமிருக்கும். எனக்கும்கூட. ஏராளமாய் இடம் இருக்கும்.

நான் நன்றாய் இருக்கிறேன். நீயும் நன்றாக இருக்கிறாய் என்று நம்புகிறேன்.

மொழிபெயர்ப்பாளரின் பின்னுரை

என்னுடைய தொடக்கத்திலே இருக்கிறது என் முடிவு *(In my beginning is my end)* என்று தொடங்கி, என் முடிவிலே இருக்கிறது என் தொடக்கம் *(In my end is my beginning)* என்று முடியும். ஆங்கிலக் கவி டி.எஸ். எலியட்டின் *Four Quartets* எனும் கவிதை நூலின் இரண்டாம் தொகுதியான *East Coker.* தொடங்கிய விதத்திலேயே முடியும் உத்தியை ஸ்லோவீனியமொழிப் படைப்பாளி, ஆந்த்ரே ப்லாட்னிக்கின் *'என்னை மாற்று'* நாவலும் பின்பற்றுகிறது. நாவலின் தொடக்க அத்தியாயமும் இறுதி அத்தியாயமும் அச்சுப் பிறழாமல் ஒன்றுபோலவே இருகின்றன. இந்த உத்தி இத்தோடு நின்றுவிடுவதில்லை. மீதமுள்ள பதினான்கு அத்தியாயங்களிலும் இந்த உத்தி பின்பற்றப்பட்டிருப்பதைக் காணலாம். முதல் அத்தியாயத்தின் இறுதிப் பகுதி இரண்டாம் அத்தியாயத்தின் தொடக்கப் பகுதியாக இருக்கிறது. இதே போன்று ஏனைய அத்தியாயங்களின் முடிவும் தொடக்கமும் ஒன்றோடொன்று பின்னியிருக்கின்றன. ஆனால் ஒன்றுபோல இருந்தாலும் இவை மாறுபட்ட சூழலையும் கதாபாத்திரங்களையும் ஒன்றோடொன்று இணைக்கின்றன. நாவலுக்கு இந்த உத்தி கூடுதல் கனம் அளிக்கிறது. நாவலின் அத்தியாயங்களுக்கான தலைப்புகளும் தனித்துவத்தை வெளிப்படுத்துகின்றன. முதலாவது,

இறுதி அத்தியாயங்கள் தவிர ஏனையவை மேற்கத்திய நடனவகைகளின் பெயரில் அமைந்திருக்கின்றன. ஆனால் முரணான அடைமொழிகளோடு. அத்தியாயத்தின் சாரத்தை இத்தலைப்புகள் கோடிட்டுக் காட்டுகின்றன.

எதிர்காலம் எப்படியிருக்கக் கூடும் எனும் கற்பனை நீண்ட காலமாகவே புனைவெழுத்தாளர்களுக்கான களமாய் விளங்கிவருகிறது. இவ்வகை எழுத்துக்கான மூல வேர்கள் மெஸபடோமிய நாகரிக காலத்து கில்காமேஷ் காவியத்திலேயே காணப்படுகின்றன என்று சில அறிவியல் புனைவு விமர்சகர்களும் வரலாற்றாளர்களும் கருதுகின்றனர். ராமாயணத்திலும் மகாபாரதத்திலும்கூட எதிர்காலம் குறித்த கற்பனைகள் விரவி இருப்பதாகச் சிலர் குறிப்பிடுகின்றனர். சிரிய–கிரேக்க எழுத்தாளர் லூஷியனுடைய *உண்மையான வரலாறு* எனும் அங்கதம் விண்வெளிப்பயணம் பற்றியும் வேற்று கிரகவாசிகளுடனான உரையாடல் பற்றியும் பேசுகிறது. ஜப்பான் நாட்டின் பண்டைய இலக்கியமான *உராஷிமா தாரோ* காலப்பயணம் பற்றிக் கற்பனை செய்கிறது. *ஆயிரத்தொரு அரேபிய இரவுகள்* கூட எதிர்காலம் பற்றிய புனைவுகளைக் கொண்டிருக்கிறது. தாமஸ் மூரின் *உடோபியா* கற்பனையான நல்லுலகம் பற்றிய பிரபலப் படைப்பு. 1634ஆம் ஆண்டில் வெளிவந்த ஜோனஸ் கெப்லரின் *கனவு* எனும் நூலே முதல் அறிவியல் புனைவு என்று ஐசக் அஸிமோவும், கார்ல் சகானும் ஏற்றுக்கொள்கிறார்கள். ஷேக்ஸ்பியரின் *சூறாவளி* நாடகமும் ஃப்ரான்ஸிஸ் பேக்கனின் *புதிய அட்லாண்டிஸும்* கூட எதிர்காலப் புனைவின் முன்னோடிகள் என்று கருதப்படுகின்றன.

பத்தொன்பதாம் நூற்றாண்டில் மேரி ஷேல்லியின் *ஃப்ரான்கன்ஸ்டைனும்* ழ்யூல் வெர்ன், எச்.ஜி. வெல்ஸ் ஆகியோருடைய நாவல்களும் அறிவியல் புனைவுகள் எனும் வகைக்கு மிகவும் ஏற்றவையாகக் கருதப்பட்டன. எட்கர் அலன் போ, நதானியேல் ஹாதார்ன் ஆகியோருடைய சிறுகதைகளில்கூட அறிவியல் புனைவின் கூறுகள் தென்படுகின்றன என்று விமர்சகர்கள் சுட்டுகிறார்கள். ஜேக் லண்டனின் நாவல்கள் சிலவும் அறிவியல் புனைவு ரகத்தைச் சார்ந்தவை என்ற கருத்து உண்டு. இருபதாம் நூற்றாண்டில் நம்பகத்தன்மையுடன் எழுதும் தவிர்க்கவியலாத அறிவியல் புனைவாசிரியர்களாக ஐசக் அஸிமோவ், கர்ட் வானிகட், ரே ப்ராட்பரி ஆகியோர் முன் நிற்கிறார்கள். இவர்களைக் காட்டிலும் அதிகம் பிரபலமானவர் ஜார்ஜ் ஆர்வல். அவருடைய *1984* எனும் நாவல் எதிர்காலம் குறித்த கற்பனையில் ஒரு மைல்கல்.

செவ்வியல் தன்மை கொண்டது. (அறிவியல் புனைவெழுத்தின் விரிவான வரலாறுக்கு வாசகர்கள் விக்கிபீடியாவை நாடலாம்.)

அறிவியல் புனைவெழுத்து வெகுஜன வாசிப்புக்கு மிகவும் உகந்ததாகப் பார்க்கப்படுகிறது. தமிழிலும் சுஜாதா போன்ற அறிவியல் புனைவெழுத்தாளர்கள் இன்றும் பரவலாக வாசிக்கப்படுகிறார்கள். ஆந்த்ரே ப்லாட்னிக்கின் *என்னை மாற்று* நாவலும் அறிவியல் முன்னேற்றம் ஏற்படுத்தும் பாதக விளைவுகளை அடிப்படையாகக்கொண்டிருக்கும் புனைவுதான். என்றபோதும், முழுக்கவும் அறிவியல் புனைவு என்ற வகைமைக்குள் இந்த நாவலைச் சேர்த்துவிடுவதற்கில்லை. இதன் செவ்வியல் தன்மைகள் இந்த *dystopion* நாவலின் தனித்துவத்தை வேறுபடுத்திக் காட்டுகின்றன.

AI என்று சொல்லப்படும் செயற்கை அறிவுத் துறையில் ஏற்பட்டு வரும் மட்டுமீறிய முன்னேற்றம் மானுட இனத்தை முழுக்க முழுக்க இயந்திரங்களின் அடிமையாக்கிவிடும் திறன் கொண்டது என்று எச்சரித்திருக்கிறார் முன்னாள் கூகுள் நிறுவன முதன்மை நிர்வாக அதிகாரியாக இருந்த எரிக் ஷ்மிட். அதே போன்று இந்த ஆண்டு மே மாதத்தில் வெளியான *AI*யின் காட்ஃபாதர் என்று கருதப்படும் ஜாஃப்ரே ஹின்ட்டனின் எச்சரிக்கையும் இன்றைய ஊடகத்தின் பேசுபொருளாகியிருக்கிறது. *AI*யின் அடுத்த கட்டமாய் *SI (Synthetic Intelligence)* எனும் கருத்துநிலை உருவாகிக்கொண்டிருக்கிறது. இரண்டாண்டுகளுக்கு முன்பு வெளிவந்த மெய்யியலாளர் டேவிட் சாமர்ஸின் ‘மெய்ம்மை +’ எனும் நூல் மெய்நிகர், மிகை மெய்ம்மைத் துறைகள் கண்டுவரும் வளர்ச்சியை எடுத்துக் கூறி, நாம் ஏற்கெனவே ஒப்புமைப் போலி உலகில்தான் இருக்கிறோமோ எனும் ஐயத்தை எழுப்புகிறது. 2008ஆம் ஆண்டில் வெளிவந்த ஆந்த்ரே ப்லாட்னிக்கின் *என்னை மாற்று* நாவல், இயற்கை எவ்வாறு தன்னை மீளுருவாக்கிக்கொள்கிறதோ அதேபோல் செயற்கை தன்னை மீளுருவாக்கம் செய்துகொள்ளும் நிலையையும் அதனால் விளையக்கூடிய அபாயங்களையும் கற்பனை செய்கிறது.

இந்த நாவலின் கதைக்களன் எந்த நாட்டில் அமைந்திருக்கிறது என்பது பூடகமாக விடப்படுகிறது. நாவல் குறிப்பிடும் வரலாற்றுச் சம்பவங்களைக் கொண்டு இடத்தை ஓரளவிற்கு யூகித்துவிடலாம். அங்கே ஸிந்தஸிஸ் எனும் செயற்கைப்பொருள் உற்பத்தி நிறுவனம் கோலோச்சுகிறது. அந்நிறுவனத்தின் உற்பத்திப் பொருட்களை உண்டு வாழும் மக்கள் பல்வேறான உடல் உபாதைகளை அனுபவிக்கிறார்கள். இந்த உற்பத்திப்

பொருட்களின்பால் கவனத்தை ஈர்க்க விளம்பர முகமைகள் இயங்குகின்றன. அவற்றுள் முதன்மையான இடத்தை வகிக்கும் முகமையில் கதையின் நாயகன் போருட் முக்கியப் பொறுப்பாற்றுகிறான். அவன் மொழி வித்தகன். மேதையும்கூட. தன்னுடைய கவர்மொழி மக்களுக்கு எவ்விதமான கேட்டை விளைவித்திருக்கிறது என்பதைக் காலம் கடந்து உணரும் போருட் தன்னைக் குற்றவாளியாகக் கருதுகிறான். தான் விளைவித்த கேட்டுக்குப் பரிகாரம் தேட முயலுகிறான். அவன் வெற்றியடைகிறானா, மாற்றங்கள் ஏற்படுகின்றனவா என்பதையே இந்த நாவல் விவரிக்கிறது.

கதை மாந்தர்களில் முக்கியமான இன்னொருவன் இளைஞன் விளாடிமிர். கூதிர்காலக் குளிரில் கிளம்பி, குறுகிய இடத்தில் முழங்கால்களை மடக்கி, பல்லைக் கடித்துக்கொண்டு விமான இருக்கையில் உட்கார்ந்தபடியே நாள் முழுவதையும் கழித்து, இதமான வேனிற்கால நாளில் போருட்டின் நாட்டிற்கு வந்து சேர்பவன். அவனுடைய நாட்டின் பெயரையும் வாசகர் யூகித்தே அறிய வேண்டியிருக்கிறது. போருட் வசிக்கும் மண்ணின் உள்நாட்டுப் போரில் தன் தலைமையில் இயங்கிய சிறு போராட்டக்குழுவை நிராதரவாய் விட்டு வேறு மண்ணிற்குத் தப்பியோடியவரின் பேரன். அப்பாவையும் அம்மாவையும் இழந்து தாத்தாவின் ஆதரவில் வளர்ந்தவன். எது தன்னுடைய நாடு எனும் அடையாளக் குழப்பத்திற்கு ஆட்படுபவன். புலம் பெயர்ந்தோர் உணரும் இந்த அடையாளச்சிக்கல் மானுட வரலாற்றின் இன்றைய கட்டத்தில் பெரும் பங்காற்றுகிறது. எத்தனையோ புனைவிலக்கியங்களுக்கு இது அடித்தளமாக விளங்குகிறது.

இவ்விரு முக்கிய ஆண் கதாபாத்திரங்களைப் புரிந்து கொள்ள அடிப்படையான வரலாற்று அறிவு தேவைப்படுகிறது. ஸ்லோவீனியக் குடியரசு தென்மைய ஐரோப்பாவில் அமைந்திருக்கிறது. மேற்கே இத்தாலி, வடக்கே ஆஸ்திரியா, வடகிழக்கில் ஹங்கேரி, தென்கிழக்கில் க்ரோவேஷியா, தென்மேற்கில் அட்ரியாட்டிக் கடல் ஆகியவை இந்நாட்டைச் சூழ்ந்திருக்கின்றன. மலைகளும் வனங்களுமே இந்நாட்டின் பரப்பை ஆக்கிரமித்திருக்கின்றன. நாட்டின் மக்கள்தொகையில் எண்பது சதவிகிதத்தினர் ஸ்லோவீனியர்கள். தென்பகுதி ஸ்லேவிக் மொழிகளுள் ஒன்றான ஸ்லோவீன் மொழியே இந்நாட்டின் அலுவல்மொழி. வரலாற்று ரீதியாக, ரோமானியப் பேரரசு, பைஸாந்தியப் பேரரசு, கரோலிங்கியப் பேரரசு, புனித ரோமானியப் பேரரசு, ஹங்கேரிய அரசு, வெனிஸ்

குடியரசு, நெப்போலியனுடைய முதலாம் ஃப்ரெஞ்சுப் பேரரசு, ஆஸ்திரியப் பேரரசு, ஆஸ்திரிய–ஹங்கேரியப் பேரரசு எனப் பல்வேறு பேரரசுகளின் ஆளுகைக்கு உட்பட்ட நிலமாகவே ஸ்லோவீனியா இருந்து வந்திருக்கிறது. 1918ஆம் ஆண்டின் இறுதியில்தான் ஸ்லோவீன்கள், க்ரோட்கள், செர்பியர்கள் ஆகிய மூன்று மொழி இனத்தவரும் இணைந்து கூட்டாக ஒரு நாட்டை உருவாக்கிக்கொள்கிறார்கள். பின்னர் உடனடியாக, இந்த நாட்டை அவர்கள் செர்பியா மற்றும் யூகோஸ்லேவியா ஆகிய முடியரசுகளோடு இணைத்துக்கொள்கிறார்கள். ஆனால் இரண்டாம் உலகப் போரின் போது ஜெர்மனி, இத்தாலி, ஹங்கேரி ஆகிய நாடுகள் ஸ்லோவீனியாவை ஆக்கிரமித்துத் தம்மோடு இணைத்துக்கொள்கிறார்கள். 1945ஆம் ஆண்டில் ஸ்லோவீனியா மீண்டும் யூகோஸ்லேவியாவின் பகுதியாகிறது. இரண்டாம் உலகப்போருக்குப் பிறகு கம்யூனிச நாடாகத் தன்னை அடையாளப்படுத்திக்கொண்ட யூகோஸ்லேவியா 1948ஆம் ஆண்டில் மார்ஷல் டிட்டோவுக்கும் சோவியத் அதிபர் ஸ்டாலினுக்கும் ஏற்பட்ட மனவேறுபாட்டின் காரணமாக வார்சா உடன்படிக்கையை விட்டு விலகுகிறது. 1961ஆம் ஆண்டில் அணிசேரா நாடுகளின் நிறுவன நாடுகளுள் ஒன்றாக யூகோஸ்லேவியா தன்னை அறிவித்துக்கொள்கிறது. 1991ஆம் ஆண்டில் ஸ்லோவீனியா யூகோஸ்லேவியாவிலிருந்து பிரிந்து, தன்னைத் தனிச் சுதந்திர நாடாக நிலை நிறத்திக்கொள்கிறது. இரண்டாம் உலகப் போரில் நாஜிக்களுக்கு ஆதரவு நிலையெடுத்தவர்கள் போர் முடிந்தவுடன் பாதுகாப்புத் தேடி ஆர்ஜென்டினா நாட்டில் தஞ்சம் புகுகிறார்கள். இந்த வரலாற்றுப் பின்னணி என்னை மாற்று நாவலின் பூடகத் தன்மையைத் தெளிவாக்கிக்கொள்ள உதவும்.

தனிமனித உறவுகள் எப்படி நேர்ப்படுகின்றன, அவை ஏன் சீர்கெடுகின்றன என்பதைச் சுட்டும் விதத்தில் இந்த நாவலின் தனித்துவம் மிளிர்கிறது. காதல் கணவன் தன்னைவிட்டு விலகிவிட்டான் என்று தெரிந்த நாளில், போருட்டோடு தான் வாழ்ந்த வாழ்க்கை பொய்யின் மீது எழுப்பப்பட்டிருக்கும் மகிழ்ச்சி என்பதைப் புரிந்துகொள்கிறாள் மோனிக்கா. தோல்வியுணர்வு பழிவாங்கும் உணர்வைக் கிளர்த்துகிறது. முன்பின் அறிந்திராத இளைஞனோடு படுக்கையைப் பகிர்ந்துகொள்ளத் தூண்டுகிறது. ஒரு குழந்தைபோல் வெகுளியாக இருக்கும் அவன்மீது ஏற்படும் பரிவு பிற்பாடு அவளே அதிர்ச்சியுறும் வகையிலான தாபமாய், பின்னர் காதலாய் மாறுகிறது. என்றாலும் அவள் மனம் ஏங்குவதென்னவோ தன்னைவிட்டுச் சென்றுவிட்ட கணவன் போருட்டின் அண்மைக்குத்தான். அதன் தொடர்ச்சியாகவே

அணுக்கம் என்பது ஒரு வலி என்பதை அவள் புரிந்துகொள்கிறாள். தனக்குத் தானே அணுக்கமாக இருக்க ஏங்குவதையும் அவள் புரிந்துகொள்கிறாள்.

நாவலின் கதையோட்டத்தில் காதல் அலசப்படுகின்றது. 'எந்நாளும் அழியாத நிலையிலான' மருதகாசிக் காதல் இன்று நீடிக்க இயலுமா எனும் கேள்வியை நாவல் எழுப்புகிறது. 'காதலை வாய்விட்டுச் சொல்லாவிட்டால் காதல் என்பதே இல்லை. காதலைச் சொல்லியாக வேண்டும். எவ்வித வெட்கமுமின்றி' என்று நாவலின் கதாபாத்திரங்களுள் ஒருவனான விளாடிமிர் கருதுகிறான். 'இயற்கையான காதல் வளர்கிறது. அதற்கேயுண்டான திசை நோக்கிச் செழிக்கிறது. பிறகு உதிர்ந்தும் போகிறது. செயற்கையான காதல் எப்பொழுதுமே பசுமையாகத் தோன்றுகிறது' எனும் எண்ணம் நாவலின் நாயகி மோனிக்காவுக்கு வருகிறது. 'காதலில் மகிழ்ச்சியா? அது இயல்பானதா? அல்லது தீவிரமானதா? அது நடைமுறைக்கு ஒத்துவரக் கூடியதா? இதைப் புரிந்துகொள்ளாத இருவரிடமிருந்து இந்த உலகம் அடையப் போவதென்ன?' எனும் கேள்வியும் மோனிக்காவுக்கு இருக்கிறது. 'காதலென்றால் என்ன தெரியுமா? உன் உடலில் இருக்கும் ஒவ்வொரு உயிரணுவும் ஓடு என்று கதறும் நேரத்திலும்கூட விலகாமல் கூடவே இருப்பது' என்று தன்னை விட்டுச் சென்ற கணவன் போருட்டிடம் அவள் சொல்ல ஆசைப்படுகிறாள். 'காதல் வயப்படுவதென்பது . . . ஒரு விதமான மறுபிறப்பு. நீண்டகால அலுப்பு கொஞ்சம் கொஞ்சமாய் மூச்சுத்திணறிச் சாகடித்திருந்த அணுக்களை அது மீண்டும் உயிர்த்தெழச் செய்கிறது,' என்று விளாடிமிர் மீது காதல்வயப்பட்ட பின்பு மோனிக்கா உணர்ந்துகொள்கிறாள். 'காதலை வென்றடக்க முயலாத எதுவுமே காதலுக்கு வலிமையூட்டுகிறது. வலுவில்லாத உறுப்புகள் கழன்று விழுந்துவிடுகின்றன. அதன் பிறகு நாம் காதலிக்கும்போது எதைக் காதலிக்கிறோமோ அதை மேன்மையாக உணர்கிறோம்,' என்று மோனிக்கா போருட்டுக்கு எழுதுகிறாள். 'காதலென்பதற்கான முந்தைய அர்த்தம் தவறானது என்பதையே ஒவ்வொரு புதிய காதலும் உனக்குச் சொல்லிக் கொடுக்கும்' என்று போருட் மோனிக்காவுக்கு எழுதும் மின்மடலில் சொல்கிறான். காதல் குறித்த இந்தத் தத்துவ விசாரங்கள் நாவலுக்கு வலுச் சேர்ப்பவை.

மெய்ம்மை என்பது நமக்கு உவப்பான முறையில் இல்லாதபோது நமக்குத் தோதானதாக அதை மாற்ற முயலுகிறோம். மானுட வாழ்வின் தொடக்கத்திலிருந்தே இந்த

முனைப்பு வெளிப்பட்டிருப்பதாக மானுடவியல் சொல்கிறது. இருக்கும் நிலையை மாற்ற முனையும் உந்துதல் சாதகமான மாற்றத்தைத்தான் ஏற்படுத்துகிறதா என்பதைக் காலமே நமக்கு விளங்கவைக்கிறது. சமூகத்தில் நிலவும் சீர்கேடுகள், அவலங்கள் ஆகியவற்றைக் காணப் பொறுக்காமல் அவற்றைக் களையெடுக்க முயலும்போது தீயவை என்று நாம் கருதும் ஒரு சில நாம் அறியாத நன்மைகளை உள்ளடக்கியதாக இருப்பதை உணர்கிறோம். செயற்கைப் பொருட்கள் விளைவிக்கும் தீங்கை மட்டுமே கண்ணுறும் போருட், செறிவூட்டப்பட்ட நல்லனவற்றையும் அவை கொண்டிருக்கின்றன எனும் உண்மையைப் புரிந்துகொள்ளும்பொழுது தன்னுடைய முயற்சியனைத்தும் பாழாகிவிட்டனவோ என்று பதறுகிறான். 'நான் என்னுடைய பணத்தைப் பூராவும் தப்பான நோக்கங்களுக்குத்தான் கொடுத்திருக்கிறேனா?' என்று புலம்புகிறான்.

எந்தச் சூழ்நிலையிலும் மெய்ம்மை என்பது உண்மையில் பொருட்டாவதில்லை. ஒருவன் மகிழ்ச்சியாய் வாழும் நிலையில், அவனுடைய மகிழ்ச்சி மெய்ம்மையை அடிப்படையாகக்கொண்டிருக்கிறதா அல்லது கற்பனையை அடிப்படையாகக்கொண்டிருக்கிறதா என்பது ஒரு பொருட்டேயில்லை என்று பிறருக்கு வகுப்பெடுக்கும் போருட், குற்றவுணர்ச்சியைத் தன் மகிழ்ச்சிக்கு அடிப்படையாகக் கொண்டிருக்கும் இலட்சியவாதி. தீர்மானமின்மை ஏற்படுத்தும் அச்சத்தில் உழல்பவன். 'என்னுடைய குழந்தைகள் மட்டுமே இந்த உலகில் இருக்கும் குழந்தைகள் இல்லை. வேறு குழந்தைகளும் இருக்கிறார்கள்,' என்றெண்ணும் போருட்டுக்கும் 'நம்முடைய குழந்தைகள் மட்டுமே நமக்குப் பொருட்டு. பிற குழந்தைகளைப் பிறர் பார்த்துக்கொள்ளட்டும்' என்றெண்ணும் மோனிக்காவுக்கும் இடையிலான வேறுபாடுகள் எண்ணற்றவை. போருட் எதைத் தரைமட்டமாக்க நினைக்கிறானோ அதையே மோனிக்கா கட்டியெழுப்புகிறாள். போருட் மற்றவர்களிலிருந்து மாறுபட்டிருக்க எண்ணும்போது, மோனிக்கா ஏனையோர்போலவே இருக்க விரும்புகிறாள். லட்சியத்திற்கும், சராசரித்தனத்திற்கும் இடையிலான உரசல் இவர்களது உறவு.

இந்த உரசலால் பாதிக்கப்படுபவர்கள் இவர்களுடைய குழந்தைகள். மிகவும் சிறு பிள்ளைகள். லட்சியவாத நெறிகள் அவர்களை மூச்சுத் திணறவைக்கின்றன. பெற்றோருக்கிடையில் ஏற்படும் உரசல் அவர்களைப் பாதுகாப்பற்றவர்களாக உணரவைக்கிறது. தங்களின் எதிர்காலம் குறித்த நிலையின்மை அவர்களுக்கு அச்சமூட்டுகிறது. மனிதவள மேலாண்மை

செய்யும் மோனிக்காவுக்குத் தன் சொந்தக் குழந்தைகளோடு செலவிட நேரம் அமைவதில்லை. தந்தையின் கவனிப்பில் வளரும் குழந்தைகளோ அவனுடைய லட்சிய உலக நியதிகளை ரசிப்பதில்லை. "பாலர்பள்ளியில் இருக்கும் பெண்கள் அளவுக்கு உங்களுக்கு நன்றாகச் சமைக்க வருவதில்லை," என்று தந்தையிடம் வெகுளித்தனமாகச் சொல்லும் இவர்களுடைய பரிதாப நிலை மனத்தை நெகிழ்விக்கக்கூடியது. கதைக்கு மிகுந்த வலுச் சேர்ப்பது.

போருட்டின் முன்னாள் காதலி மாயாவும் போருட்டின் அம்மாவும் இந்த நாவலில் வாசகன் சந்திக்கும் இதர பெண் கதைமாந்தர்கள். 'பழி சுமத்திக்கொள்ளக் காரணம் எதுவுமில்லையென்றால் நீயாக ஒன்றைக் கற்பனை செய்துகொள்வதா? நீ என்ன அடுத்த இயேசு கிறிஸ்துவாக ஆக விரும்புகிறாயா?' என்று போருட்டை மடக்கும் மாயாவின் நிறைவேறாக் காமம் அவளை எவ்வாறெல்லாம் யோசிக்க வைக்கிறது என்பது கலாச்சாரப் பிடிப்புள்ளவர்களை அதிரச் செய்யும். ஆனால் அது இன்றைய மெய்நிகர் உலகின் நடைமுறை. போருட்டின் அம்மா போருட்டுக்குக் காட்டும் யதார்த்தப் பாதையும் அவ்வாறானதே. ஆனால் விந்துக்கொடை என்பது தமிழ் வாசகப் பரப்புக்கு அப்படியொன்றும் அதிர்ச்சியூட்டும் சங்கதியாக இருக்க வாய்ப்பில்லை. 'தீர்க்கதரிசிகளின் அன்னையர்கூடக் குழந்தைகளுக்குத்தான் ஆசைப்பட்டார்களேயொழிய தீர்க்கதரிசிகளுக்கல்ல' என்று கூறும் போருட்டின் அம்மா குழந்தைகள் தாயிடம் எதிர்பார்க்கும் பரிவுணர்வுக்கு அன்னியமானவள். மருமகளைத் துளியும்விரும்பாத சராசரி மாமியார்.

நாவலின் ஐந்தாவது அத்தியாயமான பிளவுபட்ட குவாட்ரிலில் அறிமுகமாகும் புதிரான பெண் கதாபாத்திரம் ஒரு மர்ம முடிச்சு. இந்த அத்தியாயமே கனவோ எனும் குழப்பம் வாசகருக்கு உண்டாவது இயற்கை. நாட்டின் நிகழ்கால அவலங்களை வெளிப்படுத்தும் இந்த அத்தியாயத்தின் உண்மையான தேவையென்ன என்பது கடைசிவரை விளங்குவதில்லை.

தலைவர் என்று மட்டுமே குறிப்பிடப்படும் போருட்டின் முதலாளி சுயநலத்தின் சின்னம். கொலையுண்ட பிரபலங்கள் மரணத்தறுவாயில் அணிந்திருந்த உடுப்புகளில் ஒன்றைச் சேகரித்துக் காட்சிப்படுத்தி வைக்கும் குரூரன். அமைதி தவழும் காலம் முதலீட்டிற்கு ஏற்ற லாபத்தை ஈட்டுவதில்லை என்பதால் மதரீதியான பூசல்களையும் பெரும் போரையும் கிளப்பிவிட்டு ஆதாயம் பார்க்க எண்ணும் கொடூரன். போருட்டின்

குடியிருப்பிற்கு அருகே இருக்கும் குப்பைக்கூடத்துக்குப் பக்கத்தில் வசிக்கும் வீடற்றவன் தோற்றுப்போன இன்னொரு லட்சியவாதி. இயற்கை எவ்வாறு தன்னைத்தானே மீளுருவாக்கம் செய்துகொள்கிறதோ அதேபோல் செயற்கையும் தன்னை மீளுருவாக்கிக்கொள்ளும் தொழில்நுட்பத்தை உருவாக்கிய அறிவியலாளன். தன்னால் விளைந்த நாசத்தைக் காணச் சகியாமல் குற்ற மனப்பான்மையோடு தனித்த வறிய வாழ்வைத் தனக்குத்தானே தண்டனையாக்கிக்கொண்டிருப்பவன். ஒரு கோப்பை காப்பிக்குக் கொடுக்கும் விலையைக் காட்டிலும் குறைவான பணத்தில் உலகின் ஜனத்தொகையில் பாதி வாழ்கிறதென்பதை இயற்கையான நிகழ்வென்று எடுத்துக்கொள்ள முடியாது என்று இயற்கை மோகம் கொண்ட போருட்டுக்குப் புரியவைப்பவன். ரகசிய அமைப்புகளின் காலமெல்லாம் முடிந்துவிட்டது; இது ரகசியத் தனிநபருக்கான காலம் என்று நம்புபவன்.

மாற்றம் ஒன்றே மாறாத உண்மை என்பது ஹிராக்ளிடஸ் சொல்லிச் சென்ற ஞானம். *என்னை மாற்று* எனும் நாவலின் தலைப்புக்குப் பொருந்திப்போகும் கதாபாத்திரம் எது? செயற்கையின் சீர்கேட்டைக் கண்டு மனம் பதைத்து அதை அழிக்கப் புறப்படும் போருட்டா? மனிதவள மேலாண்மை எனும் பெயரில் மனிதர்களை மாற்றீடு செய்யும் மோனிக்காவா? தான் பிறந்து வளர்ந்த நகரின் அலுப்பான வாழ்வை உதறிப் புதியன தேடி வந்த விளாடிமிரா? வறுமையெனும் பாரம்பரியத்தை மாற்றியாக வேண்டும் என்று கனவு காணும் வீடற்றவனா? இயற்கை தன்னை மீளுருவாக்கிக்கொள்வதைப் போல் தானும் தன்னையே மீளுருவாக்கிக்கொள்ளும் திறன் பெற்றுவிட்ட செயற்கையா? அல்லது செயற்கையும் என்னுள் இருக்கும் கூறே என்று மெத்தனம் காட்டும் இயற்கையா? யார் யாரை மாற்றுவது? எதற்காக? மாற்றம் என்பது நிலையானதா? அல்லது தொடக்கமே முடிவு. முடிவே தொடக்கம் எனும் மாயச் சுழலுக்குள் நிகழும் கேளிக்கையா? கேள்விகளை மனத்தில் எழுப்பும் நாவல் விடைகளையும் தன்னுள்ளே வைத்திருக்கிறது. பதில்களை உணர மட்டுமே முடியும். அதுவே இந்நாவல் அடைந்திருக்கும் வெற்றி எனலாம்.

மொழியின் கச்சிதமும், கவர்ச்சியும் என்னென்ன மாயங்களை உருவாக்கும் வல்லமைகொண்டவை என்பதை நாவல் அடிக்கோடிட்டுக் காட்டுகிறது. இன்றைய நுகர்வோர் கலாச்சாரத்தின் அடித்தளமாக விளம்பர முகமைகளின் மொழிக்கவர்ச்சி இருக்கிறது. தேவையே கண்டுபிடிப்புகளுக்கான

மூலம் எனும் நிலை மாறி கண்டுபிடிப்புகளே தேவைக்கான மூலம் எனும் நிலைக்கு இன்றைய சமூகத்தை இட்டு வர வணிகக் கவர்மொழி உதவியிருக்கிறது.

நாவலின் மொழி சிக்கனமானதாக இருக்கிறது. சின்னச் சின்ன வாக்கியங்கள். கச்சித நடை. மொழிபெயர்ப்பாளரின் முதல் சவால் இந்த மொழிநடையே. இந்த ஸ்லோவீனிய நாவலை டாமரா எம். சோபன் ஆங்கிலத்தில் சரளமாக மொழிபெயர்த்திருக்கிறார். தற்கால ஆங்கிலப் புழங்கு மொழியிலிருந்து நான் எவ்வளவுக்கு அன்னியப்பட்டிருக்கிறேன் என்பதை சோபனின் மொழிபெயர்ப்புப் புரியவைத்தது. இவ்விதமான சவால்களே மொழிபெயர்ப்பாளருக்கான ஊக்க மருந்து. இந்தச் சவால்களை என்னால் முடிந்த அளவிற்கு எதிர்கொண்டிருக்கிறேன். இதில் எந்த அளவிற்கு வெற்றி பெற்றிருக்கிறேன் என்பதை வாசகர்களின் கணிப்பிற்கு விட்டு விடுகிறேன்.

இந்த நாவலை மொழிபெயர்க்கும் வாய்ப்பை நல்கிய காலச்சுவடு பதிப்பகத்திற்கும் நாவலுக்கான மொழிபெயர்ப்பு உரிமையை உரிய முறையில் பெற்றுத்தந்த பதிப்பாளர் கண்ணனுக்கும் என் நெஞ்சார்ந்த நன்றி. பன்னாட்டு இலக்கியங்களையும் தமிழுக்கு முதன்முதலாய் அறிமுகப்படுத்தும் காலச்சுவடு பதிப்பகத்தின் பணி போற்றுதற்குரியது. இந்நாவலின் ஆசிரியர் ஆந்த்ரே ப்லாட்னிக் நாவல் தொடர்பான சில சந்தேகங்களைத் தீர்த்து வைத்ததோடு அடிக்குறிப்புகளுக்கான தகவல்களையும் தந்து உதவினார். அவருக்கு எனது நன்றி.

இந்த மொழிபெயர்ப்பின் முதல் பிரதியைக் மெய்ப்புப் பார்த்து உடனுக்குடன் திருத்தங்களுக்கான என் சம்மதத்தையும் பெற்று இம்மொழிபெயர்ப்பின் நேர்த்திக்கு வழக்கம் போல் உறுதுணையாயிருந்தவர் அன்பு நண்பர், மொழிபெயர்ப்பாளர், தி.அ. ஸ்ரீனிவாஸன். அவருக்கும், அவரோடு இணைந்து செயலாற்றியிருக்கும் முகமறியா காலச்சுவடு மெய்ப்புப்பார்க்கும் குழுவினருக்கும் என் நெஞ்சார்ந்த நன்றி. இப்புத்தகத்தை வடிவமைத்த செ. அபிஷாவுக்கு நன்றி.

சென்ற ஆண்டின் இடையில் இந்த நாவலை மொழிபெயர்க்க கண்ணன் என்னைக் கேட்டுக்கொண்டபோது நான் அமெரிக்காவில் மகனோடு தங்கியிருந்தேன். இந்த நாவலின் பிரதியைக் அவர் எனக்கு மின்னஞ்சலில் அனுப்பிவைத்திருந்தார். இதன் அச்சு வடிவம் வேண்டியிருக்குமென்று சொன்ன கையோடு அதைத் தருவித்துக் கொடுத்த மகன் சுதன் விக்னேஷுக்கு நன்றி.

இந்த ஆண்டின் தொடக்கத்திலிருந்து மும்பையிலுள்ள மகள் வீட்டில் தங்கியிருக்கிறேன். மகள் லக்ஷ்மி ஞான பாலாவும், மருமகன் ஷ்ரே சுல்தானியாவும் என் மொழிபெயர்ப்புப் பணி எவ்வித இடைஞ்சலும் இல்லாமல் நிறைவேற வேண்டிய வசதிகள் அனைத்தையும் செய்து கொடுத்தவர்கள். அவர்கள் இருவருக்கும் நன்றி. எப்பொழுதும்போல் என் பணிக்கு ஊக்கமும் உற்சாகமும் கொடுக்கும் மனைவி கீதாவுக்கு நன்றி. என் வாழ்வை அர்த்தப்படுத்துவது குடும்பமே. மகள் வயிற்றுப் பேத்தி ஈரா அதில் புதிதாய் இணைந்திருக்கும் இவ்வாண்டுப் பரிசு. நாளும் எனக்குப் பரவசக் கணங்களை ஈந்து பணிச்சுமையை இலகுவாக்கிய இந்தக் குட்டிப் பெண்ணிற்கும் என் நன்றி.

இந்த மொழிபெயர்ப்பில் காணப்படும் அடிக்குறிப்புகள் யாவையும் விக்கிபீடியாவைத் தேடி நான் தந்திருப்பவை. தேவையான தகவல்கள் எல்லாவற்றையும் தந்துதவிய விக்கிபீடியாவிற்கு என் மனமார்ந்த நன்றி.

பவானி
1-9-2023

எத்திராஜ் அகிலன்